அமெரிக்கன்

ஹென்றி ஜேம்ஸ்

தமிழில் : சா. தேவதாஸ்

அமெரிக்கன்	:	நாவல்
ஆசிரியர்	:	ஹென்றி ஜேம்ஸ்
தமிழில்	:	சா. தேவதாஸ்
முதற்பதிப்பு	:	டிசம்பர் 2009
இரண்டாம் பதிப்பு	:	டிசம்பர் 2016
வெளியீடு	:	வம்சி புக்ஸ்
		19, டி.எம்.சாரோன்,
		திருவண்ணாமலை - 606 601
		9445870995, 04175-235806
அச்சாக்கம்	:	மணி ஆப்செட், சென்னை-600 077
விலை	:	₹ 300/-
ISBN	:	978-81-908193-2-9

American	:	Novel
Author	:	Hendry James
In Tamil	:	Sa. Devadoss
First Edition	:	December - 2009
Second Edition	:	December - 2016
Published by	:	Vamsi books
		19.D.M.Saron,
		Tiruvannamalai-606 601
		9445870995, 04175 - 235806
Printed by	:	Mani Offset, Chennai-600 077
	:	₹ 300/-
ISBN	:	978-81-908193-2-9

www.vamsibooks.com - e-mail: vamsibooks@yahoo.com

ஹென்றி ஜேம்ஸ் (1843-1916)

நாவாலாசிரியர், நாடகாசிரியர் மற்றும் விமர்சகர். இருபது நாவல்கள், பனிரண்டு குறுநாவல்கள், நூறுக்கும் மேற்பட்ட சிறுகதைகள், நாடகங்கள், பயணக்குறிப்புகள், கட்டுரைகள், மதிப்புரைகள் என நிறையவே பங்களிப்புச் செய்திருப்பவர். ஐம்பது ஆண்டுகளுக்கும் மேலானது அவரது இலக்கிய ஈடுபாடு. உளவியல் ஆய்வாளரான வில்-யம் ஜேம்ஸின் தம்பி. நியூயார்க்கில் பிறந்து வளர்ந்தாலும் அயர்லாந்தைப் பூர்விகமாகக் கொண்ட வணிகக் குடும்பத்தைச் சேர்ந்தவர். "கற்பனைப் படைப்பின் இல்லத்திற்கு ஒரு சாளரமல்ல, எண்ண முடியாத வகையில் ஆயிரக்கணக்கான சாளரங்கள் உண்டு" என்று கருதும் ஜேம்ஸ் 'Cosmopolitan novel' என்பதை உருவாக்குவதில் இளமையி-ருந்தே ஆர்வங் கொண்டிருந்தார். அலங்காரமற்று, எளிமையான மொழியில் எழுதிய ஜேம்ஸ், நுட்பமும் பதற்றமுமான தருணங்களைக் கைப்பற்றுவதில் முனைப்புக் காட்டினார்.

சில குறிப்புகள்

1875-76 களின் குளிர்காலத் தொடக்கத்தில் பாரிஸில் எழுதத் தொடங்கப்பட்ட இந்நாவல், *1876* ஜுனி-ருந்து *1877* மே மாதம் வரை 'The Atlantic Monthly'- இல் தொடராக வெளி வந்தது. எழுதிக் கொண்டிருக்கையிலேயே தொடராக வெளிவருவதில் உள்ள சிக்கலையும் பிரச்னையையும் வேடிக்கையாகக் குறிப்பிடுவார் ஹென்றி ஜேம்ஸ்: "... இடையில் விபத்து நிகழ்ந்து ஒரு கையை இழந்துவிட்டால் (அ) நீண்ட நாள் நோய்வாய்ப்பட்டுவிட்டால் (அ) வேறு ஏதேனும் காரணத்தால் உடலோ மனமோ சொத்தோ பாதிக்கப்பட்டுவிட்டால் என்னாவது? இத்தகு நாவலாசிரியர் களை கடவுளே கவனித்துக் கொள்ள வேண்டும்."

அமெரிக்காவில் வெற்றிகரமாக வியாபாரத் துறையில் ஈடுபட்டு, அளப்பரும் செல்வம் ஈட்டிய ஒருவர், வாழ்க்கைக்கு பணம் மட்டும் போதாது, அதனை வளப்படுத்த கலை, வரலாறு, பண்பாட்டு அம்சங்களும் அவசியம் என்று உணர்கிறார். அவற்றைப் பெறும் பொருட்டு ஐரோப்பாவில் சுற்றுலா செல்கிறார். முத-ல் ஃபிரான்ஸின் உயர்மட்டக் குடும்பத்துப் பெண் ஒருத்தியை சந்திக்கின்றார். அவளை எதிர்கால மனைவியாக்கிக் கொள்ள விரும்புகிறார். இறுதியில், அவளது உயர் குடும்ப போ- கௌரவத்தாலும் துரோகத் தாலும் அவளை அடைய முடியாது போகிறது. பெற்றோரின் வஞ்சனையால் அவரை ஏமாற்ற வேண்டிய கட்டாயத்திற்கு உள்ளாகும் அப்பெண் கன்னியாஸ்திரீயாகி விடுகிறாள். அவரோ இங்கிலாந்துக்குப் போய் கிராமங்களில் சுற்றித் திரிகிறார். அமெரிக்கா திரும்புகிறார். ஃபிரான்ஸ் மீதான கவர்ச்சி இன்னும் தணியாதிருப்பதால் இன்னும் ஒரு தடவை வந்துவிட்டு, முடிவாக அமெரிக்கா சென்றுவிடுகிறார். இதுதான் 'அமெரிக்கன்' நாவ-ன் கதைப்போக்கு.

'அமெரிக்காவைச் சேர்ந்த கள்ளங்கபடமற்ற ஒருவன், ஐரோப்பாவின் பண்பாட்டுச் செழுமையினையும் அதன் கீழேயுள்ள வெறுமையினையும் ஒரே வேளையில் கண்டு

கொள்வதை' இந்நாவல் விவரிப்பதாக எடுத்துக் கொள்ளலாம்.

சுமார் 40 ஆண்டுகள் அமெரிக்காவிலும் 25 ஆண்டுகள் இங்கிலாந்திலும் ஏழெட்டாண்டுகள் பிற ஐரோப்பிய நாடுகளிலும் வாழ்ந்தவர் ஜேம்ஸ். இதனால் பிரிட்டனும் அவரைச் சொந்தம் கொண்டாடுகிறது. அவரின் ஒட்டுமொத்தப் படைப்புகளைப் பல தொகுதிகளாக்கி வெளியிட்டு அமெரிக்காவும் சொந்தம் கொண்டாடுகிறது.

பல நாட்டவரும் வெவ்வேறு இனத்தவரும் வேறுவேறு பண்பாட்டைச் சேர்ந்தவர்களும் சந்திக்கும்போது உண்டாகும் நிகழ்வுகளை/அனுபவங்களை/பிரச்னைகளை விவரிக்கின்ற வகையில் 'Cosmopolitan Novel' எழுதுவதுதான் ஜேம்ஸின் நோக்கமாக இருந்து வந்திருக்கிறது. 50 ஆண்டுகளுக்கும் மேலாக இலக்கிய ஈடுபாடு கொண்டு இயங்கி வந்த ஜேம்ஸ், 'பாத்திரங்களின் உளவியல் கட்டமைப்பி-ருந்து நேரிடையாக புதினம் வளர்வதை' துர்கனேவிடமிருந்து கற்றுக் கொண்டார்; 'செதுக்கி எடுத்ததான' நடையை ஃபிரெஞ்சு யதார்த்தவாதி களிடமிருந்து கற்றுக் கொண்டார்.

1875-இல் அவர் பாரிஸில் தங்கியபோது துர்கனேவ், ஃப்ளாபர், ஸோலா, மாபஸான் ஆகியோரைச் சந்தித்துள்ளார்.

தன் பிள்ளைகளின் படிப்பு அவர்களை எந்தவொரு மதம் /அரசியலமைப்பு/அறிநெறியின்பால் காழ்ப்புணர்வு கொள்ளச் செய்யலாகாது - என்பதில் அவரது தந்தை கவனம் கொண்டிருந்தார். 1882-ருந்து 25ஆண்டுகள் இங்கிலாந்திலேயே தங்கிவிடுகிறார். முதல் உலகப் போரில் ஈடுபட அமெரிக்கா தயங்கியதாலும், இங்கிலாந்து மீதான தனது அனுதாபம் மற்றும் நன்றியின் அடையாளமாகவும் பிரிட்டீஷ் பிரஜையாகி விட்டார். விர்ஜினியா வுல்ஃப், ரிச்சர்ட்ஸன், ஜேம்ஸ்ஜாய்ஸ் போன்றோர் ஜேம்ஸிடமிருந்து உத்வேகம் பெற்றவர்கள்.

"மூச்சுத்திணற அபாயத்தைப் பின் தொடர்வது, வாழ்க்கை யினையே பின்தொடர்வதாகும் - அதிலே ஒவ்வொரு காலடியிலும் அபாயம் நமக்கெனக் காத்திருக்கும்; ஒவ்வொரு திருப்பத்திலும் நம்மை எதிர்கொள்ளும்; இதனால், தீவிர அனுபவம் ஒன்றின் கனவு, உன்னதமான பாதுகாப்புக் குறித்த ஒருவித தரிசனமாக எளிதில் ஆகிவிடும் - ஒரு பிரம்மாண்ட மான கட்டம் மற்றும் வடிவத்தி-ருந்து இன்னொன்றிற்குப்

பரவசத்தில் திளைப்பதாக நம்மைக் கருதிக்கொள்கின்ற, சொர்க்கத்தின் மலரணைய வெளியில் அனுபவிப்பது போன்றதாகிவிடும்'' என்று கருதும் ஜேம்ஸ், தான் உவகையுறும் சொல்லாக 'portentous' என்பதைக் குறிப்பிடுவார். 'உள்ளத்தில் பதியும் ஆற்றல் வாய்ந்த, 'பொதுநிலை கடந்த', 'வியப்பிற்குரிய' என்னும் பொருட்களுடன் 'தீக்குறியான' என்னும் பொருளையும் கொண்டிருப்பது இச்சொல். அவருக்குப் பிடித்த பாத்திரம் தீரமும் துணிவும் கொண்ட பவாரி சீமாட்டி. அலங்காரம் தவிர்த்து எளிய மொழியில் எழுதிய ஜேம்ஸின் பிரதான அக்கறையாயிருந்தது 'நுட்பமும் பதற்றமும் நிறைந்த தருணங்களை' கையகப்படுத்துவதே. சிறுகதையில் வற்புறுத்தப்படும் 'ஒரே மையமிட்டதாக /ஒருவரை மையமிட்டதாக' இருப்பது என்னும் அம்சத்தை நாவ-ல் பரிசோதித்தவர் ஜேம்ஸ். நெருங்கிய வாழ்க்கை வரலாற்று ஆசிரியனாக இருந்து ஒரு பாத்திரத்தை உருவாக்குவார்.

குருதியும் சதையும் கொண்ட பாத்திரங்களை உருவாக்கியும், கூரிய பார்வைகளைப் பதிவு செய்தும், வாழ்வின் சித்திர-விசித்திரங்களை விசாலமான திரையில் தீட்டியும் சேக்ஸ்பியர் அளவு உயர்ந்து விடும் தாமஸ்ஹார்டி போலவே ஜேம்ஸூம் ஆற்றல் மிக்கவர்.

'அமெரிக்கன்' நாவல் போன்றதே 'The portrait of a Lady' நாவலும். அது கிறிஸ்டோபர் நியூமனை பிரதானமாகக் கொண்டால், இது Isabel Archer-யை மையமாகக் கொள்ளும்; ஐரோப்பாவில் சுற்றி, அனுபவங்கள் பெற்று, தன் நாட்டுப் பிரஜையின் காதலை மறுத்து, இங்கிலாந்தின் பிரஜையினையும் மறுத-த்து, ஓர் இத்தா-யரை மணந்து கொண்டு, பிறகு ஏமாற்றமுற்று வருந்தும் ஒரு பெண்ணை விவரிப்பது.

இவ்விரு நாவல்களிலும் உள்ள கருத்திழை கற்பிதமானது மட்டுமல்ல. ஜேம்ஸின் பிரச்னையும் அதுதான். வரலாற்று-பண்பாட்டுப் பாரம்பர்யம் இல்லாமல், ஐரோப்பாவி-ருந்து சென்று குடியேறியவர்களின் குடியிருப்பாக அமெரிக்கா உருவாகியிருப்பதால், தனக்குப் பொருத்தமாக இல்லை என உணர்ந்து, அமெரிக்காவி-ருந்து பாரிஸ், ஜெனிவா, லண்டன், பொலோன், பான் என்னும் நகரங்களுக்குச் சென்று வந்து,

இறுதியில் பிரிட்டனில் தங்கி இங்கிலாந்துப் பிரஜையாக ஆகிவிட்டார்.

ஜேம்ஸின் எழுத்தில் சுயசரிதம் சார்ந்த அம்சங்கள் காணக்கிடைத்தாலும் அவை அப்படியே/நேரிடையாகப் பதிவாவது கிடையாது. அவரின் கற்பனையில் அவை பயணம் செய்கின்றன. பயணம் வெறுமனே சுற்றிவருவதாக இல்லை. தேடுதலாக உள்ளது. இத்தேடுதல் அபாயகரமானதாக இருக்கிறது. ஒரு கட்டத்தில் வெறுமையாய் முடிகிறது; ஒரு திருப்பத்தில் பரவசத்தில் திளைக்க வைக்கிறது. வாழ்க்கையில் தேடுதல் ஓர் அம்சம் என்றில்லாமல், தேடுதலே வாழ்க்கை என்றாகிறது.

பெரும்பகுதி உரையாடலுடன், அமெரிக்க - ஃபிரெஞ்சுப் பண்பாட்டு வெளியில் நிகழும் இக்கதையினை முடிந்தவரை, ஆங்கிலத்தின் உயிர்ப்புடனேயே தர முயன்றுள்ளேன். பல தொடர்கள், உவமைகளை அப்படியே நேர்மொழியாக்கத்தில் தந்திருக்கின்றேன்: ''மெதுவாக மது ஊற்றப்படும்போது பாட்டிலை உடைப்பது போன்றது இது', 'அவருக்கு நீண்ட கயிறு தருகின்றார்களா (அ) சிறியதைத் தருகின்றார்களா', 'ஸ்க்ரூவை இன்னும் இறுக்கமாகச் செலுத்தியிருக்க வேண்டும்' மற்றும் 'ஒரு புள்ளியை நீட்டிப் பார்க்கலாம்' என்றபடி.

இவை ஆங்கில மொழியின் மரபி-ருந்து மட்டுமல்லாமல், ஆசிரியனின் மொழி வளத்தாலும் கிடைத்திருப்பவை. இப்புதுமையும் பொ-வும் வாசகனுக்கு கிடைக்க வேண்டும் என்பதற்காகத்தான் இந்த அணுகுமுறை.

ஆங்கிலேய - ஃப்ரெஞ்சு உயர் குடியினரிடையே சில தரங்கள் உண்டு. கீழ்மட்டத்தில் உள்ள கனவானை baron என்பர். உயர் மட்டத்தில் 'இளவரசன்'. ஆக, இவ்வரிசை baron - viscount - count - marquis - duke - prince என்றமையும். இதில் ஃபிரான்ஸுக்கும் இங்கிலாந்துக்கும் ஓரிரு நுணுக்க வேறுபாடுகளும் உண்டு. இந்நாவ-ன் ஃபிரெஞ்சு நாட்டுக் குடும்பத்தரம் marquis ஆகும். அக்குடும்பத்தினரை marquis என்றே அழைப்பர். பெயர் அரிதாகவே குறிப்பிடப்படும்.

-சா. தேவதாஸ்.

I

1868 ஆம் ஆண்டு மே மாதத்தில் ஒரு பிரகாசமான நாளில், லுவ்ரே அருங்காட்சியகத்து மண்டபத்தில் ஒரு சுழல் மெத்தையில், ஒரு கனவான் சாய்ந்திருந்தார்; நுண்கலை ரசிகர்களுக்கு வருத்தம் ஊட்டும் வகையில், அம் மெத்தை அதன் பிறகு அகற்றப்பட்டுவிட்டது, நமது கனவான், மியூரில்லோவின் நேர்த்திமிகு மடோன்னா சித்திரத்தை உற்று நோக்கியவாறு இருந்தார். சிறந்த வழிகாட்டி நூலொன்றையும் கண்ணாடியையும் அருகில் வைத்து விட்டு, குல்லாயை அகற்றியிருந்தார். அந்நாள் மிகவும் வெப்பமாக இருந்ததால், நடந்து வந்தது சிரமமாக இருந்தது; கைக்குட்டையைத் திரும்பத் திரும்ப முகத்தில் துடைத்தார். இருந்த போதிலும் களைப்பு அவருக்குச் சகஜமானதல்ல என்பது பார்த்தாலே தெரியும்; ... தனது குறிப்பில் அடங்கிய சித்திரங்கள் அனைத்தையும் பார்வையிட்டதனால், கண்கள் திகைப்புக் கொள்ள, கவனம் வேதனை தருவதாகவும் மாறவே, அழகியல் தலைவ- உண்டாகி அவர் சாய்ந்திருந்தார். அனைத்துச் சித்திரங்களையும் மட்டுமல்லாமல், தன்னைச் சுற்றிலும் எண்ணற்ற பிரெஞ்சு யுவதிகள் தலைசிறந்த ஓவியங்களை நகல் எடுத்துக் கொண்டிருக்கும் பிரதிகளையும் பார்வையிட்டிருந்தார்; உண்மையைச் சொல்வதானால், அசலைவிட நகலையே பெரிதும் போற்றினார். அவரது உடல் தோற்றம் அவர் ஒரு சுறுசுறுப்பான திறமைசா- என்பதை உணர்த்தும்; உண்மையாகவே, இரவு முழுவதும் கணக்கு வழக்குகளைப் பார்வையிட்டு ஒரு கொட்டாவி கூட இல்லாமல் சேவல் கூவுவதைக் கேட்டிருக்கிறார். ஆனால், **ஏபேலும் டிடியனும் ருபென்ஸூம்** புதியவகையான கணிதமாக, நமது கணவானின்

வாழ்வில் முதல் தடவையாக, தெளிவில்லாத அவநம்பிக்கை யுடன், நம் நண்பரை உற்சாகமூட்டின.

பலநாட்டு மனிதர்களைக் கவனித்திருக்கும் ஒருவனுக்கு, இந்த வளர்ச்சியடையாத கலை ரசிகனது நாடு எது என்பதைத் தீர்மானிப்பதில் சிரமமிருக்காது. அச்சூழல் மெத்தையில் இருந்த கனவான் அமெரிக்க பிரஜைக்கு ஒரு சக்திவாய்ந்த வகைமாதிரி. ஆனால், அவர் ஒரு சிறந்த அமெரிக்கர் மட்டுமல்ல; முத-ல் உடலமைப்பைப் பொறுத்தமட்டில் நேர்த்தியானவர். எல்லாரையும் ஈர்க்கும் வகையில் முழுமையான ஆரோக்கியமும் வல்லமையும் கொண்ட மனிதர். அவர் ஒரு சதைப்பிடிப்பான கிறித்தவர் என்றால், அதை அறியாதிருந்தார். தொலைதூர இடமொன்றுக்கு கடந்து செல்ல வேண்டுமானால் சாதாரணமாகவே சென்றுவிடுவார். படகுவிடவோ, துப்பாக்கியால் சுடவோ, வாள் வீசவோ தெரியாது - இந்தக் கேளிக்கைகளுக்கெல்லாம் அவருக்கு நேரமிருக்காது. உணவு விஷயத்தில் அதிக ஆசை இல்லாவிட்டாலும், லுவ்ரே அருங்காட்சியகத்துக்கு வருமுன்னதாக, இரவில், **ஆங்கிலைஸ்** உணவகத்தில் சாப்பிட்டிருந்தார் - அது தவிர்க்கப்படாத அனுபவம் என்று யாரோ சொல்-யிருந்தனர். வழக்கமாக, பரபரப்பில்லாமல் அமைதியாக இருப்பவர்; அன்று, அணிவகுத்துச் செல்லும் இராணுவவீரன் போலத் தோற்றமளித்தார். எப்பொழுதும் புகை பிடிப்பதில்லை. சுருட்டுகள் உடல் ஆரோக்கியத்திற்கு நல்லது என்று கூறப்படுவதை நம்பத்தயாராக இருந்தார்; ஆனால் ஹோமியோபதி பற்றி அவருக்கு எவ்வளவு சொற்ப ஞானமோ, அவ்வளவு ஞானமே புகையிலை பற்றியும். நல்ல வடிவமைப்பும் உயர்ந்த செம்பட்டை முடியும் கொண்டதாகத் தலை இருந்தது. செம்பட்டை நிறம் கொண்ட உடலும் நன்கு வளர்ந்த மூக்கும் பெற்றிருந்தார். குளிர்ந்த சாம்பல் நிறத்தில் தெளிவான கண்கள்; மீசை தவிர நன்கு 'ஷேவ்' செய்யப்பட்ட முகம். … வெறுமை அல்லாத ஒரு குறிப்பிட்ட தெளிவற்ற தன்மை, குறிப்பிட்ட எந்த ஒன்றுக்கும் தன்னை வரித்துக் கொள்ளாத பார்வை, வாழ்வின் சந்தர்ப்பங்களைப் பொதுவாக ஏற்றுக் கொள்ளும் போக்கு, தன்னிச்சைப்படி பெரும்பாலும் நடத்தல் போன்றவை பல அமெரிக்க முகங்களின் குணநலன்கள். நமது நண்பரின் கண்தான் அவரது கதையைப்

பெரிதும் சொன்னது; அனுபவமும் களங்கமற்ற தன்மையும் ஒன்று திரண்டு உருவான கண். அது முரண்பட்ட குறிப்புகளை உணர்த்துவதாயிருந்தது; காதல் நவீனத்துக் கதாநாயகனது கண்ணாக இல்லாவிட்டாலும், நாம் பார்க்க விரும்பும் எந்த பாவத்தையும் அதில் பார்த்துவிட முடியும். கடுமையான ஆனால் நட்பான, வெளிப்படையான ஆனால் எச்சரிக்கையான, சுறுசுறுப்பான ஆனால் நம்பக்கூடிய, நன்னம்பிக்கையான ஆனால் சந்தேகிப்பதான, நம்பிக்கையான ஆனால் வெட்கமடைவதான அக் கண்ணில், அதீத அறிவார்த்தமான தாகவும் அதீத நகைச்சுவை உணர்வுமிக்கதாகவும், வழங்கும் சலுகைகளில் அலட்சியமும் உறுதிப்பற்றும் ஆழ்ந்த உணர்வும் இருப்பதை உணரலாம் ... நாம் அவரை அணுகியிருப்பது, ஒரு வேளை, சாதகமில்லாத தருணத்தில்; எந்தவிதத்திலும், அவர் தன் உருவத்தை வரைவதற்காக தோற்றம் தரவில்லை. அழகியல் கோட்பாடுகளில் திகைப்படைந்து, கலைஞனின் உழைப்பை அவனது தகுதியோடு குழப்பிக் கொண்டு குற்றவுணர்வோடு (மடோனா சித்திரத்தை நகல் எடுக்கும் யுவதியின் கடும் உழைப்புக்காகப் பாராட்டுகிறார்) அங்கிருக்கிறார் அவர். முடிவெடுத்தல், உடல் ஆரோக்கியம், உல்லாசத்தன்மை, செழிப்பு - இவையெல்லாம் அவர் கூப்பிடுவதற்காகக் காத்திருந்தன; பார்வைக்கு அவர் நடைமுறைரீதியிலான மனிதர்; ஆனால், அக்கருத்து அவரைப் பொறுத்தவரை வரையறுக்கப்படாத, மர்மமிகு எல்லை களைக் கொண்டது; கற்பனையை எழுச்சியடையச் செய்வது.

சித்திர நகல் எடுக்கும் பெண் தன் வேலையைத் தொடரும்போது, அவ்வப்போது, கனவான் மீது பார்வையை வீசினாள். மடித்த கரங்களுடன் நிற்பதும், தலையை ஒவ்வொரு பக்கமாகத் தொங்க விடுவதும், மெ-ந்த கரத்தால் கன்னத்தை வருடுவதும், பெருமூச்செறிவதும் மயக்கம் அடைவதும், பாதங்களைத் தரையில் அடித்துக் கொள்வதும், குலைந்த மயிர்க்கற்றைகளை ஒன்று சேர்க்க ஹேர் பின்களுக்காகத் தடுமாறுவதும் போன்ற துணை நாடகம் ஒன்று நுண்கலை ஈடுபாட்டாளருக்கு அவசியம் என்று அவள் மனதில் தோன்றியிருக்க வேண்டும். இவற்றுடன் அலைபாயும் பார்வையும் சேர்ந்து கொண்டது. இறுதியில், கனவான் எழுந்து, தன் குல்லாயைக் கவிழ்த்துக் கொண்டு, அவ்விளம்

பெண்ணை அணுகினார். அவளது ஓவியத்தின் முன்னமர்ந்து, சில கணங்கள் நோக்கினார். அப்போது அதையறியாதவள் போல அவள் பாசாங்கு செய்தாள். அடுத்து, தனக்குத் தெரிந்த ஒரே ஒரு ஃபிரெஞ்சு வார்த்தையான "combien?" என்பதைக் கூறி, அதன் பொருளை விளக்குவது போல ஒரு விரலைக் காட்டினார்.

அவள் ஒருகணம் பார்த்துவிட்டு, தோள்களைக் குலுக்கி, தூரிகையினையும் வண்ணத்தட்டினையும் வைத்துவிட்டு, கைகளைப் பிசைந்தபடி நின்றாள்.

"எவ்வளவு?" என்று ஆங்கிலத்தில் கேட்டார். "combien?" "மதிப்பிற்குரிய தாங்கள் இதனை வாங்க விரும்புகின்றீர்களா?" என்று ஃபிரெஞ்சு மொழியில் அம்மாது கேட்டாள்.

"மிக நேர்த்தி, அழகு. combien?" திரும்பவும் அமெரிக்கர் கேட்டார்.

"என் சிறிய சித்திரம் தங்களை மகிழ்விக்கிறது. இது ஒரு அழகான விஷயம்."

''மடோன்னா, ஆம்; நான் ஒரு கத்தோ-க்கன் அல்லாவிட்டாலும் இதனை வாங்க விரும்புகின்றேன். Combien? இங்கு குறிப்பிடுக". தன் பையி-ருந்து பென்சிலை எடுத்து, வழிகாட்டி நூ-ன் ஓரத்தில் எழுதுமாறு காட்டினார். அவரைப் பார்த்தவாறே, கன்னத்தில் பென்சிலை உரசிக் கொண்டிருந்தாள். ''இது விற்பனைக்கில்லையா?'' என்று வினவினார். இன்னும் அவள் பார்த்துக் கொண்டேயிருந்தாள். இந்தப் பேராசை நிறைந்த புரவலத்தன்மையை பழைய கதைபோல பாவிக்க விரும்பினாலும், அவளது கண் உள்ளக்கிடக்கையைக் காட்டிக் கொடுத்தது. அவளைப் பாதித்து விட்டோமோ என்று அவர் அஞ்சினார். அலட்சியம் செய்வது போல் காட்டிக் கொள்ளவே முயற்சி செய்தாள். "நான் தப்பேதும் செய்துவிடவில்லையே? உனக்குச் சிறிது ஆங்கிலம் கூடத் தெரியாதா?" என்று வினவினார்.

குறுகிய நேரத்தில் நடிக்கத் தெரிந்த அவளது திறமை குறிப்பிடத்தக்கது. தீட்சண்யமும் பிரக்ஞையும் நிறைந்த கண்ணால் குறிவைத்தபடி, அவருக்கு பிரெஞ்சு மொழி பேசத் தெரியாதா என்று வினவினாள். பிறகு, வழிகாட்டி நூலை

எடுத்து, ஒரு மூலையில் ஒரு எண்ணைக் குறித்து, நூலை அவரிடம் நீட்டிவிட்டு, வண்ணத்தட்டைத் திரும்பவும் எடுத்தாள்.

தம் நண்பர் எண்ணை வாசித்தார் : "2000 பிராங்குகள்" சிறிது நேரம் பேசாமல் இருந்துவிட்டு, யுவதி வண்ணங்களைத் தீட்ட ஆரம்பித்ததைப் பார்த்துக் கொண்டிருந்தார். ''ஒரு பிரதிக்கு, அது உயர்ந்த விலை அல்லவா?" என்று இறுதியில் கேட்டார்.

வண்ணத் தட்டி-ருந்து தன் கண்களை உயர்த்தி, கனவானை பாதத்தி-ருந்து தலைவரை நோட்டம் விட்டதும், பாராட்டக்கூடிய அறிவுத்திறனோடு, சரியான பதிலை வெளியிட்டாள்: "ஆம், உயர்ந்த விலைதான். ஆனால், என் பிரதி குறிப்பிடத்தக்க பண்புகள் பெற்றது; அதற்கும் சிறிது கூட குறைக்க முடியாது."

கனவானுக்கு ஃபிரெஞ்சு மொழியைப் புரிந்து கொள்ள முடியவில்லை. ஆனால், அவர் புத்திசா-த்தனமானவர் என்று குறிப்பிடுகிறேன், அதனை நிரூபணம் செய்ய இங்கு ஒரு நல்ல சந்தர்ப்பம். இயற்கையான உள்ளுணர்வு அவள் நேர்மையானவள் என்று உணர்த்தியது. அழகு, திறமை, ஒழுக்கம்; அனைத்தையும் ஒருங்கே பெற்றிருப்பவள்! ''ஆனால் இதனை நிறைவு செய்ய வேண்டும்'' என்று தீட்டப்படாத சித்திரத்தின் கரத்தினைச் சுட்டிக்காட்டினார்.

"பரிபூரணமாக நிறைவு செய்யப்படும் - பரிபூரணங்களின் பரிபூரணமாக!" என்று உரக்கக் கூவினாள்; தன் உறுதியை உறுதிப்படுத்துவது போல, மடோன்னாவின் கன்னத்தின் மத்தியில் ஆரஞ்சு வண்ணத்தைத் தோய்த்தாள்.

"மிகவும் சிவப்பு, மிகவும் சிவப்பு" என்று அமெரிக்கர் பதி-றுத்தார். மியூரில்லோவைக் காட்டியபடி, "அவள் நிறம் மிகவும் நாசூக்கானது" என்றார்.

''நாசூக்கானது? நாசூக்காகவே இருக்கும், கனவானே. அப்படியே செய்துவிடுகிறேன். என் கலையின் அனைத்து இரகசியங்களும் அறிவேன். இதனை எங்கே அனுப்பி வைக்க அனுமதிப்பீர்கள்? உங்கள் முகவரி!"

‘‘என் முகவரி? ஓ.யெஸ்’’ பையி-ருந்து சிறு அட்டை ஒன்றை எடுத்து ஏதோ எழுதினார். ஒரு கணம் தயங்கிவிட்டு, ‘‘இது நிறைவு செய்யப்பட்டதும், எனக்குப் பிடிக்கா விட்டாலும், வாங்குமாறு கட்டாயப்படுத்தப் படுவேனா? என்றார்.

“கனவானைப் போலவே அவளும் நன்றாக யூகித்தாள். சிறிய விஷமப்புன்னகையுடன் சொன்னாள்: ‘‘கனவான் விஷமத்தனமானவர் இல்லை என்று உறுதியாக நம்புகின்றேன்.

“விஷமத்தனமா?” அவர் சிரிக்க ஆரம்பித்தார். “ஓ, இல்லை. நான் விஷமம் செய்யவில்லை. மிகவும் விசுவாசமானவன். ஒரே மாதிரியானவன் தெரிந்ததா?”

‘‘கனவான் ஒரேமாதிரியானவர். முழுமையாக நம்புகின்றேன். அது அரிதான பண்பு. அடுத்தவாரமே கூட, முடிந்தால், தந்துவிடுகிறேன். தங்களின் முகவரி அட்டையை எடுத்துக் கொள்கிறேன்.” அதி-ருந்து பெயரை வாசித்தாள்: “கிறிஸ்டோபர் நியூமன்” உரத்துச் சொல்ல முயற்சி செய்து, சிரித்துவிட்டாள். ‘‘உங்கள் ஆங்கிலப் பெயர்களே ஒரு மாதிரியானவை!”

‘‘கிறிஸ்டோபர் கொலம்பஸ் பற்றி எப்போதாவது கேள்விப்பட்டது உண்டா?” என்று நியூமன் சிரித்துக் கொண்டே கேட்டார்.

“நிச்சயமாக. அவர் அமெரிக்காவைக் கண்டு பிடித்தவர். பெரிய மனிதர்.”

‘‘அவர் நினைவாகவே எனக்குப் பெயரிட்டனர் என் பெற்றோர்’’

“கனவான் அமெரிக்கரா?”

“தெரியவில்லையா?’’

“என் சித்திரத்தை அங்கா கொண்டு போகிறீர்கள்?”

“நிறைய ஓவியங்களை வாங்க இருக்கிறேன்”

“இந்தக் கௌரவம் குறைவானது அல்ல. கனவானுக்கு மிகுந்த ரசனை உண்டு என்று உறுதியாகக் கூறுகிறேன்.”

"ஆனால், உன் முகவரி அட்டையைத் தரவேண்டும். உன் அட்டை, தெரிகிறதா?"

ஒரு கணம் தீவிரமாக இருந்துவிட்டு, "என் அப்பா உங்களுக்காகக் காத்திருப்பார்" என்றாள்.

இப்போது நியூமனின் உள்ளுணர்வு தவறு செய்தது. "உன் அட்டை, உன் முகவரி' என்று திரும்பவும் கேட்டார்.

"என் முகவரி? ... நீங்கள் ஓர் அமெரிக்கர். ஒரு கனவானுக்கு என் முகவரி அட்டை தருவது இதுதான் முதல் தடவை" என்றபடி ஒரு வருகை அட்டையை நீட்டினாள். "செல்வி நியோமிநியோசி" அப்பெயரைத் துல்-யமாக உச்சரித்தார் கனவான்.

"மிகச்சரியாக. இதோ என் அப்பா, துணைக்காக வந்திருக்கிறார், வீட்டுக்கு அழைத்துச் செல்ல" என்றாள் நியோமி. "அவருக்கு ஆங்கிலம் தெரியும். அவர் வேண்டிய ஏற்பாடு செய்வார்" கண்ணாடியைத் தூக்கியபடி, நியூமனைக் கவனித்துக் கொண்டுவரும் வயதான ஒருவரை அழைத்தாள்.

நியோசி ஒரு விக் அணிந்திருந்தார். அது வினோத வண்ணத்தில் இருந்தது. அவரது சிறிய, பணிவான; வெறுமையான முகத்திலும் தொங்கிக் கொண்டிருந்தது. முதியோரின் மோசமான நிலைக்குச் சிறந்த உருவம். அவரது சிதைந்த மேல் சட்டை, கையுறைகள், மிகவும் பாலீஸ் செய்யப்பட்ட மிதியடிகள், துருப்பிடித்த குல்லாய் போன்றவை அவர் ஏகப்பட்ட இழப்புகளை அனுபவித்தவர் என்றும் நல்ல பழக்கங்களை இன்றும் வைத்திருப்பவர் என்றும் கூறிக்கொண்டிருந்தன. அத்துடன் நியோசி நம்பிக்கை இழந்தவர். துன்பம் அவரை நாசப்படுத்தியது மட்டுமல்ல, அச்சமூட்டியிருக்கிறது. பகைச் சக்திகளை எழுப்பி விடுவோமோ என்ற அச்சத்தில், எஞ்சிய வாழ்வை முன்பாதங்களால் அளவெடுத்து அடி எடுத்து வாழ்ந்தார். தன் மகளிடம், இந்தப் புதிய கனவான், முறையில்லாமல் ஏதாவது சொல்-க் கொண்டிருந்தால், நியோசி அவரிடம் சென்று மெதுவாக பொறுத்துக் கொள்ளுமாறு வேண்டுவார்.

"கனவான் இந்த ஓவியத்தை வாங்கியிருக்கிறார்" அப்பெண் கூறினாள். "இது முடிந்ததும் அவரிடம் நீங்கள் சேர்ப்பித்துவிட

வேண்டும்"

"வண்டியில் வைத்து!" என்றார் நியோசி. நள்ளிரவில் சூரியன் உதயமாவதைக் காண்பவர் போலத் தென்பட்டார்.

"நீங்கள்தான் இந்நங்கையின் தந்தையா?" நியூமன் சொன்னார். "நீங்கள் ஆங்கிலம் பேசுவீர்கள் எனச் சொன்னாள் என்று நினைக்கிறேன்"

"ஆங்கிலம் பேச - ஆம்" வயதானவர் சொல்-விட்டு கைகளைப் பிசைந்தார். "ஒரு வண்டியில் வைத்து கொண்டு வருகிறேன்"

"அப்படியானால், ஏதாவது சொல்லுங்கள். சிறிது நன்றி தெரிவியுங்கள் - மிகவும் கூடாது" என்றாள் மகள்.

"சிறிது, மிகச் சிறிது" நியோசி குழப்படைந்தார்.

"எவ்வளவு"

"2000" நியோமி சொன்னாள். "குழப்பம் செய்துவிடாதீர்கள், அவர் பின்னடித்துவிடப்போகிறார்"

"இரண்டாயிரம்" என்று உரத்துக் கூறினார் வயதானவர். பொடி டப்பியைத் தேட தள்ளாடினார். நியூமனைக் கா--ருந்து தலைவரை பார்த்தார்; பிறகு, மகளையும், அதன் பிறகு சித்திரத்தையும் பார்த்தார். கவனம், மோசமாக்கி விடாதே" என்று கத்தினார்.

"நாம் வீட்டுக்குச் செல்ல வேண்டும்; நியோமி கூறினாள். "ஒருநாளில் நிறைய வேலை. கவனமாக எடுத்து வரவும்" அவள் தனது உபகரணங்களை ஒழுங்குப்படுத்த ஆரம்பித்தாள்.

"உங்களுக்கு எப்படி நன்றி கூறுவது?" நியோசி கேட்டார். "எனது ஆங்கிலம் போதாதே"

"நான் ஃபிரெஞ்சு பேச விரும்புகின்றேன்" நியூமன் நல்லெண்ணத்துடன் கூறினார். "உங்கள் மகள் மிகவும் புத்திசா-"

"ஓ, கண்ணீர் நிறைந்த கண்களால் பார்த்தபடி, பல தடவை துயரத்துடன் தலையசைத்தார். "அவளைப் படிக்க வைத்தேன். ஒன்றையும் விட்டு வைக்காமல். 10 பிராங்குகளுக்கு ஒரு பாடம். 12 பிராங்குகளுக்கு தைல வண்ணப்பாடங்கள்.

அப்போதெல்லாம் பிராங்குகளைப் பார்க்கவேயில்லை. அவள் ஓர் ஓவியர். அல்லவா?"

"அப்படியானால் உங்களுக்கு வீழ்ச்சிகள் ஏற்பட்டிருக் கின்றன என்று புரிந்து கொள்ளலாமா?"

"வீழ்ச்சிகள்? ஓ. துரதிருஷ்டங்கள் - கொடுமையானவை!"

"வியாபாரத்தில் தோல்வியா?"

"மிகவும் தோல்வி, சார்"

"பயப்பட வேண்டாம். மீண்டும் உங்கள் கா-ல் நிற்கலாம்" வயதானவர் தன் தலையை ஒருபுறமாகத் தொங்கப்போட்டுக் கொண்டு வேதனையுடன் அக்கனவனைப் பார்த்தார். கலைஞன் சொல்வதை உணர்ச்சியில்லாத வேடிக்கையாகக் கருதினார்.

"என்ன சொல்கிறார்?" நியோசி வேண்டினாள்.

ஒரு சிட்டிகைப் பொடியை எடுத்தபடி, நியோசி சொன்னார் : "நான் திரும்பவும் செல்வத்தை திரட்டலாம் என்கிறார்"

"ஒரு வேளை அவர் உங்களுக்கு உதவலாம். வேறென்ன?"

"நீ ஒரு புத்திசா- என்கிறார்"

"அது சாத்தியமானதே. நீங்களே நம்பவில்லையா, அப்பா"

"நம்புவதா, என் மகளே? இந்தச்சான்றுடன்!" என்று கூறியபடி வியப்புமிகு அஞ்ச- செய்பவராக, அரைகுறையாக மோசமாக தீட்டப்பட்டிருக்கும் ஓவியத்தைப் பார்த்தார்.

"ஃபிரெஞ்சு கற்க விரும்பவில்லையா என்று கேளுங்கள்"

"ஃபிரெஞ்சு கற்க"

"பாடல்கள் மூலம் பயில"

"பாடல்கள் மூலம் உன்னிடமிருந்தா"

"உங்களிடமிருந்து"

"என்னிடமிருந்து. நான் எப்படிப் பாடங்கள் சொல்-த்தர?"

"விரைவாகக் கேளுங்கள் அவரை"

திகைத்து நின்ற நியோசி, மகளின் பார்வையால் சரியான

நிலைக்கு வந்தவராகி, தைரியத்தை வரவழைத்துக கொண்டு, "எமது அழகான மொழியைப் பயில தங்களுக்கு அவகாசம் இருக்குமா" என்று கனவானை வினவினார்.

"ஃபிரெஞ்சு படிக்க?"

"சிறிது உரையாடல்!"

''உரையாடல் - அதுதான். உயர்ந்த சமூகத்தவரின் உரையாடல்" என்றாள் செல்வி நியோமி.

"எங்கள் ஃபிரெஞ்சு உரையாடல் புகழ்பெற்றது. அது பெரிய திறன்" வயதானவர் தொடர்ந்தார்.

"ஆனால், சிரமமானது இல்லையா"

''உங்களைப் போன்றவருக்கு சிரமம் இல்லை. ஒவ்வொன்றிலும் அழகைக் காணும் உங்களுக்கு"

"நான் ஃபிரெஞ்சு பேசுவேன் என்று கற்பனைக் கூடச் செய்ததில்லை. இருந்தாலும், ஒருவனுக்கு எவ்வளவு தெரிகிறதோ அவ்வளவு நல்லது"

"கனவான் அதனை மகிழ்வோடு தெரிவிக்கிறார்"

''அது மிகவும் உதவி செய்யும் என நினைக்கிறேன். பாரிஸைச் சுற்றிவர."

"கனவான் சொல்ல வேண்டிய சிரமமான விஷயங்கள் இருக்கின்றன"

"நான் சொல்லவிரும்பும் ஒவ்வொன்றும் சிரமமாகவே இருக்கின்றது. ஆனால் நீங்கள் பாடங்கள் சொல்-த் தருகிறீர்கள்?"

"நான் முறையான பேராசிரியர் இல்லை" ஒத்துக்கொண்டார் பெரியவர். "இருந்த போதிலும் நான் ஒரு பேராசிரியன் என்று சொல்-க்கொள்ளலாம்" என்று மகளைப் பார்த்துக் கூறினார்.

"இது அரிதான வாய்ப்பு என்று கூறிவிடுங்கள். ஒரு கனவான் இன்னொரு கனவானுடன் உரையாடுவது! நீங்கள் என்னவாக இருக்கிறீர்கள், இருந்து வருகிறீர்கள் என்பது நினைவில் இருக்கட்டும் என்றாள் மகள்.

“இரு மொழிகளைப் பொறுத்த வரையிலும் ஆசிரிய ரில்லை! முன்பாவது நிறையதெரியும். இப்போதோ வெகு சொற்பம்! பாடங்களுக்கு கட்டணம் என்று கேட்டால்?”

“கேட்கமாட்டார்”

“அவர் விரும்புவது என்று கூறலாமா?”

“கூடாது! அது முறையில்லை”

“அவர் கேட்டால் என்ன சொல்வது?”

நியோமி தனது சிறிய வட்டக் குல்லாயை வைத்துக்கொண்டு ரிப்பன்களை சரி செய்தாள். “பத்து பிராங்குகள்” என்று உடனடியாகச் சொன்னாள்.

“ஓ, என் மகளே, ஒரு போதும் சொல்லமாட்டேன்”

“அப்படியானால், சொல்ல வேண்டாம். பாடங்கள் முடியும்வரை அவர் கேட்கமாட்டார். கட்டணத்தை நான் பார்த்துக் கொள்கிறேன்”

நியோசி குற்றவுணர்வு நிறைந்த பார்வையுடன் நியூமனைக் கவனித்துக் கொண்டிருந்தார். பாடம் போதிக்கும் அவரது திறமை குறித்து நியூமன் வினவவே இல்லை. மொழியியல் சம்பந்தமாக நியூமன் எப்போதும் சிந்தித்ததில்லை. ... “நீங்கள் எப்படி ஆங்கிலம் கற்றீர்கள்?” என்று பெரியவரைக் கேட்டார்.

“நான் இளைஞனாய் இருந்தபோது துயரங்கள் வருவதற்கு முன்னதாக”

“ஆனால், ஒரு மாதத்தில் நான் எவ்வளவு ஃபிரெஞ்சு படித்துவிட முடியும்?”

“அவர் என்ன சொல்கிறார்” நியோமி கேட்டாள். நியோசி விளக்கினார்.

“ஒரு தேவதைபோல பேசுவார்” மகள் கூறினாள்.

“நான் எவ்வளவு கற்றுத்தரமுடியுமோ அவ்வளவு!” என்றார். தன் மகளிடமிருந்து வந்த சைகையைக் கருத்தில் கொண்டு, “உங்கள் விடுதியில் காத்திருக்கிறேன்” என்றார்.

“ஓ. யெஸ். நான் ஃபிரெஞ்சு கற்க விரும்புகிறேன். அது முடியாத காரியம் என்றே நினைத்தேன். நீங்கள் எங்கள்

மொழியைக் கற்றிருக்கும்போது, நான் உங்கள் மொழியைப் படித்தால் என்ன? நாம் உரையாடும்போது உற்சாகமான விஷயம் பற்றி, உரையாட வேண்டும்."

"நீங்கள் மிகவும் நல்லவர். என்னைக் கவர்ந்துவிட்டீர்கள். இருவருக்கான உற்சாகமும் மகிழ்வும் உங்களிடம் இருக்கிறது"

"இல்லை. நீங்கள் துடிப்போடும் உற்சாகத்தோடும் இருக்க வேண்டும். அதுதான் நம் பேரத்தின் அம்சம்.

தன் கரத்தை நெஞ்சில் வைத்தபடி தலைவணங்கினார்! நல்லது, நீங்கள் ஏற்கனவே ஜீவனூட்டிவிட்டீர்கள்"

"என் ஓவியத்தை எடுத்து வாருங்கள். அப்போது பணம் தருகிறேன். அது பற்றிப் பேசிக்கொள்வோம். அது சுவையான விஷயமாக இருக்கும்."

நியோமி தன் உபகரணங்களை எடுத்துக் கொண்டு, விலை உயர்ந்த **மடோனா**வை தந்தையின் பொறுப்பில் விட்டாள். சால்வையை எடுத்துப் போர்த்திக் கொண்டு, புன்னகையுடன், புரவலரிடமிருந்து விடைபெற்றாள்.

II

அவர் சுழல்மெத்தைக்கு திரும்பிச் சென்று, இன்னொரு புறத்தில் அமர்ந்தார். அங்கு, **பால் வெரோனிஸ்** தீட்டிய கேனாவின் திருமண விருந்து (Marriage feast of cana) ஓவியம் இருந்தது. களைப்படைந்திருந்த அவருக்கு, அச் சித்திரம் பொழுதைக் கழிக்க உதவியது; அதில் அவர் ஒரு பிரேமையைக் கண்டார்; அழகான விருந்து எப்படி இருக்க வேண்டும் என்ற அவரது கருத்தாக்கத்தை நிறைவு செய்வதாக இருந்தது. அச்சித்திரத்தின் இடது பக்க மூலையில், பொன்னிற தலையலங்காரத்தின் மத்தியில் மஞ்சள் நிற மயிர்க்கற்றை களுடன் மாது ஒருத்தி இருந்தாள்; அவள் அருகி-ருப்பவரிடம் குனிந்து, கவனித்துக் கொண்டிருந்தாள். கூட்டத்தில் அவளைக் கண்டு, பாராட்டிக் கொண்டிருந்தார் நியூமன்; அத்துடன், அவளையும் ஒரு இளைஞன் பிரதிசெய்து கொண்டிருப்பதைக் கவனித்தார். உடனே, கலைப்பொருள் - சேகரிப்பவனது பிரக்ஞை வந்துவிடவே, ஏன் இதனையும் வாங்கக் கூடாது, என்று தோன்றியது. பத்து நிமிடங்களுக்கு முன்புதான் முதல் சேகரிப்பைத் துவக்கியிருக்கிறார்; இப்போதோ கலை ஆதரவு செய்வதை மகிழ்வூட்டும் ஒன்றாக உணர்ந்தார். அவரது சிந்தனை அவரது நல்-யல்பைத் துரிதப்படுத்தவே, இன்னொரு 'combien?' என்று கேட்கும் தருவாயில் நின்றிருந்தார். இரண்டு அல்லது மூன்று அம்சங்கள் குறிப்பிடத்தக்கன, அவற்றை இணைக்கும் தருக்க ரீதியான தொடர் குறைபாடுடையதாக இருப்பினும். செல்வி நியோமி அதிகமாகவே கேட்டாள் என்பது தெரியும்; அதற்காக எவ்வித தீய எண்ணமும் கொள்ளவில்லை; ஒரு பொருத்தமான தொகையை இவ்விளைஞனுக்குத் தரவேண்டும் எனத் தீர்மானித்தார். அத்தருணத்தில், அங்கு நுழைந்த வேறொரு மனிதரால்,

அவர் கவனம் இழுக்கப்பட்டது. அவரிடம் வழிகாட்டி நூலோ, கண்ணாடியோ இல்லாவிட்டாலும், அருங்காட்சியகத்துக்குப் புதியவர் என்றே தோன்றியது. வெண்குடை ஒன்றை ஏந்தியபடி, பால் வெரோனிஸின் ஓவியத்தின் முன் மிக நெருங்கி, ஓவிய அம்சங்கள் அவ்வளவாகத் தெரியாத நிலையில், நின்றார். கிறிஸ்டோபர் நியூமனுக்கு எதிராக நடந்து, திரும்பினார்;

நம் நண்பருக்கு, அப்போது அவர் யார் என்பதை, சந்தேகமறப் புரிந்து கொள்ள வாய்ப்பு ஏற்பட்டது. துள்ளிக்குதித்து, வெண்குடையுடன் இருப்பவரைப் பற்றிக் கொண்டார்; அவரோ விழித்துக் கொண்டிருந்தார். அழகான தாடியுடன் இருந்த அவர், யாருடனும் விரும்பிக் கைகுலுக்குபவர் போன்றே காட்சியளித்தார். அம்முகத்தைப் பற்றி நியூமன் என்ன நினைத்தார் என்று எனக்குத் தெரியாது, ஆனால், எதிர்வினை போதாது என்பதை உணர்ந்தார்.

"எனக்குத் தெரியவில்லை என்று சொல்லாதே" என்றார் சிரித்துக் கொண்டே.

அவரின் குரல் அம்மனிதரின் நினைவைத் துரிதப்படுத்தவே, அவரது முகம் முழுமையாக விரிவடைய, அவரும் சிரித்தார்.

"நியூமன் - இங்கே, எப்படி - யார்தான் நினைத்திருக்க முடியும்? நீ எவ்வளவோ மாறியிருக்கிறாய், தெரிகிறதா?"

"நீ மாறவில்லை"

"நல்லதுக்கு இல்லை, சந்தேகமே இல்லை. எப்போது வந்தாய் இங்கு?"

"மூன்று நாட்களுக்கு முன்பு"

"ஏன் தெரியப்படுத்தவில்லை?"

"நீ இங்கே இருக்கிறாய் என்றே தெரியாது"

"இந்த ஆறு ஆண்டுகளாக இங்குதான்"

"நாம் சந்தித்து எட்டு அல்லது ஒன்பது வருடங்கள் இருக்கும்"

"அந்த மாதிரிதான். நாம் இளைஞர்களாக இருந்தோம்"

“சண்டையின் போது புனித லூயிஸில் இருந்த போது. நீ இராணுவத்தில் இருந்தாய்”

“இல்லவே இல்லை. நீதான் இருந்தாய்”

“நான் இருந்தேன் என்று நம்புகிறேன்”

“விபத்து இல்லாமல் வெளிவந்தாயா”

“காலோடும் கையோடும் வெளியேறினேன் - திருப்தி யுடனும். அதெல்லாம் வெகுநாளாகிவிட்டது மாதிரி தோன்றுகிறது”

“ஐரோப்பாவில் எவ்வளவு நாள் இருந்திருக்கிறாய்?”

“பதினேழு நாட்கள்”

“முதல் தடவையாக?”

“ஆம், அப்படியே”

“அழியாத செல்வத்தைத் தேடினாயா?”

கிறிஸ்டோபர் நியூமன், ஒரு கணம் அமைதியாக இருந்துவிட்டு, புன்னகையுடன் “ஆம்” என்றார்.

“அதனைச் செலவழிக்க பாரீஸ் வந்தாயா?”

“நல்லது, பார்க்கலாம். ஆக, ஆண்கள் இங்கே அந்த குடைகளைக் கொண்டு வருகின்றனர்”

“நிச்சயமாக. அவையெல்லாம் பெரிய விஷயங்கள். அவற்றால் அவ்வளவு சௌகரியங்கள்”

“எங்கே புதைத்து வைக்கிறீர்கள்”

“எங்கு வேண்டுமானாலும்”

“நல்லது, டிரிஸ்ட்ரம். உன்னைக் கண்டுபிடித்ததில் மகிழ்ச்சி. பாரிஸின் உள்ளும் புறமும் உனக்குத் தெரியும் என நினைக்கிறேன்”

டிரிஸ்ட்ரம் கனிந்த புன்னகை செய்தார். “நிறையக் காட்டக்கூடிய மனிதர்கள் இல்லை. நான் உன்னைக் கவனித்துக் கொள்கிறேன்.”

‘சில நிமிடங்களுக்கு முன் நீ இல்லாதது ஒரு வருத்தம். இப்போதுதான் ஒர் ஓவியத்தை வாங்கினேன்.”

"ஓவியத்தை வாங்கினாயா? ஏன், அவற்றை விற்கவும் செய்கிறார்களா?"

"ஒரு பிரதியைக் குறிப்பிடுகிறேன்"

"ஓ, அப்படியா" என்றார் டிரிஸ்ட்ரம். **டிடியன்**களையும் **வாண்டைக்**களையும் பார்த்து தலையசைத்தபடி, "இவையெல்லாம் அசல் ஓவியங்கள்"! என்று கேட்டார்.

"அப்படித்தான் நம்புகிறேன்"

"ஆ" என்றார் டிரிஸ்ட்ரம் மர்மமாக. "வெகு நுணுக்கமாக நகல் செய்துவிடுகின்றனர். போ- நகை செய்பவர்கள் மாதிரி. இராயல் அரண்மனைக்குச் சென்று பார், பாதிச் சாளரங்களில் "போ-" ஓவியங்கள்தான். சட்டம் அனுமதிக்கிறது. ஆனால், உன்னால் வேறுபடுத்திச் சொல்-ட முடியாது. உண்மையைச் சொல்வதானால், நான் அதிகமாக இதில் தலையிடுவதில்லை. என் மனைவியிடம் விட்டுவிடுவேன்."

"ஆ, உனக்கு மனைவியொருத்தி இருக்கிறாளா?"

"நான் சொல்லவில்லையா? மிகவும் நல்ல பெண்; நீ அவளைப் பார்க்க வேண்டும். இயானா தெருவில் இருக்கிறாள்.

"அப்படியானால், நீ குடும்பம், குழந்தைகள், வீடு என்றாகிவிட்டாய்?"

"ஆம்; நல்ல வீடு. இரு குழந்தைகள்"

"நல்லது. நான் பொறாமைப்படுகிறேன்"

"ஓ, இல்லவே இல்லை" என்றபடி தன் குடையால் ஒரு தட்டு தட்டினார் நியூமனை.

"மன்னிக்கவும்; நான் பொறாமைப்படுகிறேன்"

"பொறாமைப்படமாட்டாய், நீ பார்க்கும் போது - பார்க்கும் போது -"

"உன் வீட்டைப் பார்க்கும் போது என்பதை அர்த்தப்படுத்தவில்லை?"

"நீ பாரிஸைப் பார்க்கும் போது, இங்கே, நீ உனது எஜமானனாக இருக்கவே விரும்புவாய்"

"ஓ, நான் வாழ்நாள் முழுவதும் எனது எஜமானனாக இருந்திருக்கிறேன். அது அலுத்துவிட்டது."

"நல்லது, பாரிஸில் முயற்சி செய்து பார். உனக்கு என்ன வயது?"

"முப்பத்தாறு. இப்போதுதான் பிரெஞ்ச கற்க ஏற்பாடு செய்திருக்கிறேன்"

"பாடங்கள் அவசியமில்லை. நீயே கற்றுக் கொள்வாய். நான் இதற்கெனப் படித்ததேயில்லை"

"ஆங்கிலத்தைப் போலவே பிரெஞ்சும் பேசுவாய் நீ என நினைக்கிறேன்"

"மிக அழகாக. அது ஒரு நேர்த்தியான மொழி. எல்லா நல்ல விஷயங்களையும் இதில் சொல்கிறார்கள்"

"அப்படியானால் நீயும் பிரகாசமாக இருக்க வேண்டும்"

"துளி கூட இல்லை. அதுதான் இதில் உள்ள அழகு"

இவ்விஷயங்களைப் பரிமாறிக் கொண்டே, அவர்கள் நெடுநேரம் அங்கேயே நின்று கொண்டிருந்தனர். தான் வியப்படைந்துவிட்டதாகவும், அமர்வதற்கு சந்தோஷப் படுவதாகவும் ட்ரிஸ்ட்ரம் கூறினார்.

மிக மரியாதையுடன் தான் உட்கார்ந்திருக்கும் சுழல் மெத்தையைச் சுட்டிக் காட்டினார் நியூமன். "இது பெரிய இடம், இல்லையா?" என்றார்.

"பெரிய இடம், பெரிய இடம். உலகிலேயே உன்னதமான இடம்" சுற்று முற்றும் பார்த்தவராக, ட்ரிஸ்ட்ரம், "இங்கே புகைக்க அனுமதிக்கின்றார்களா?" என்றார்.

நியூமன் விழித்தார். "புகைக்க? உறுதியாகத் தெரியாது. என்னை விட உனக்குத்தான் விதிகள் தெரிந்திருக்கும்"

"எனக்கு? இதற்கு முன் வந்ததே இல்லை"

"எப்போதும்? ஆறு வருடங்களில்?"

"பாரிஸுக்கு வந்த புதிதில் என் மனைவி, ஒரு முறை, இங்கே இழுத்து வந்திருக்கிறாள் என்று நம்புகிறேன். திரும்பவும் நான் இங்கே தலைகாட்டியதில்லை"

"ஆனால் பாரிஸ் நன்றாகத் தெரியும் என்று சொல்கிறாய்"

"இதனைப் பாரிஸ் என நான் அழைப்பதில்லை" என்றார் ட்ரிஸ்ட்ரம், உறுதியோடு, "வா, இராயல் அரண்மனைக்குப் போய் புகைப்போம்"

"நான் புகைப்பதில்லை"

"சிறிது மது, அப்படியானால்"

ட்ரிஸ்ட்ரம் தன் நண்பனை அழைத்துச் சென்றார். லுவ்ரே அருங்காட்சியகப் படிக்கட்டுகளின் வழியே, புகழ்மிக்க மண்டபங்களைக் கடந்து சென்றனர். தன்னைச் சுற்றிப் பார்த்தபடியே, ஒன்றும் சொல்லாமல் நடந்து வந்தார் நியூமன். கட்டடத்தின் வெளியே வந்ததும், "உன்னிலையில் நான் இருந்தால் வாரம் ஒருமுறை இங்கு வருவேன்" என்றார்.

"ஓ, இல்லை. நீ வரமாட்டாய்!" என்றார் ட்ரிஸ்ட்ரம். "நீ அப்படி நினைக்கிறாய், ஆனால் வரமாட்டாய். உனக்கு நேரமிருக்காது. எப்போதும் போக நினைப்பாய், ஆனால் போக முடியாது. பாரிஸில் அதை விட உல்லாசமான இடங்கள் உள்ளன. சித்திரங்கள் பார்க்க, இத்தா-தான் பொருத்தமான இடம், சிறிது பொறுத்திரு. அங்கே நீ போவாய்; வேறெதுவும் செய்ய முடியாது அங்கு.

"இது ஒரு பயங்கரமான நாடு; ஒரு கண்ணியமான சுருட்டுக் கிடைக்காது. நான் ஏன் அங்கே சென்றேன் என எனக்குத் தெரியவில்லை. உலவிக் கொண்டிருந்தவன், 'லுவ்ரே' பெயரைப் பார்த்ததும் உள்ளே என்னதான் இருக்கும் என்று பார்த்துவிட வந்துவிட்டேன். உன்னை அங்கே பார்க்கா விட்டால், மிகவும் வருத்தமடைந்திருப்பேன். நான் ஓவியங்களை விரும்புவதில்லை. யதார்த்தம்தான் எனக்குப் பிடிக்கும்." "பண்பாடு" அதிகமாக ஏறிய நபர்கள் பொறாமைப்படும் வகையில், இந்தச் சூத்திரத்தை அள்ளி வீசினார் ட்ரிஸ்ட்ரம்.

இருவரும் ரிவோ- தெரு வழியாக நடந்து சென்று இராயல் அரண்மனையில் நுழைந்து, சிறிய மேசைகளின் முன் அமர்ந்தனர். நிறையக் குழுமியிருந்தனர், நீரூற்றுகள் பொங்கி வழிந்தன. பாண்ட் இசை முழங்கியது. நல்ல சூழல்.

வீட்டி-ருப்பது போல. பால் கலவாத காபியைப் பருகினர் இருவரும்.

"இப்போது உன்னைப் பற்றிச் சொல். உனது திட்டங்கள் என்ன, எண்ணங்கள் என்ன. எங்கிருந்து வருகிறாய். எங்கே போகிறாய்? முத-ல், எங்கே தங்கியிருக்கிறாய்?" என்று வினவினார் ட்ரிஸ்ட்ரம்.

"கிராண்ட் விடுதியில்"

"அது சரியில்லை. மாற்றிவிடு"

"மாற்றிவிட. ஏன், நான் பார்த்ததில் சிறந்த விடுதி அதுதான்"

"உனக்கு 'சிறந்த' விடுதி தேவையில்லை. உனக்குச் சிறிய, அமைதியான, உனது தேவையை நிறைவேற்றும், உன்னை அடையாளம் கண்டு கொள்ளும் விடுதிதான் தேவை"

"நான் மணியைத் தொடு முன்பே, அடித்தேனா என்று அறிய ஓடி வருகின்றனர். எனக்கு மரியாதையோடு பணி செய்கின்றனர்"

"நீ அவர்களுக்கு எப்போதும் 'டிப்ஸ்' கொடுக்கிறாய் என நினைக்கிறேன். அது மோசம்"

"எப்போதும்? இல்லவே இல்லை. நேற்று ஒருவன் ஏதோ எடுத்துவந்துவிட்டு, அங்குமிங்கும் அலைந்து கொண்டிருந் தான். நாற்கா-யைக் காட்டி, உட்காரமாட்டாயா என்றேன். அது மோசமா?"

"மிகவும்"

"ஆனால் உடனே சென்றுவிட்டான். எந்தவிதத்திலும், அந்த இடம் எனக்குப் பிடித்திருக்கிறது. நேற்று, கிராண்ட் விடுதியின் முகப்பில் அமர்ந்து, காலை இரண்டு மணி வரை, போவோர் வருவோரைப் பார்த்துக் கொண்டிருந்தேன் ..."

"நீ மிகவும் மகிழ்ச்சியடைந்துவிடுகிறாய். நீ தேர்ந்தெடுக்க முயன்றால் இன்னும் நல்லது. நீ நிறைய பணம் திரட்டியிருக்கிறாய், இல்லையா?"

"போதுமான அளவு"

"அப்படிச் சொல்பவர்கள் மகிழ்ச்சியாக இருக்கட்டும். எதற்கும் போதுமான அளவு?"

"சிறிது ஓய்ந்திருக்க, குழப்பமானவற்றை மறந்திருக்க, என்னைச் சுற்றிலும் உள்ளதைக் கவனிக்க, உலகத்தைப் பார்க்க, நல்ல நேரத்தைப் பெற, என் சிந்தனையை முன்னேற்ற, பிடித்திருந்தால் ஒருத்தியை மணந்து கொள்ள - போதுமான அளவு"

நியூமன் மெதுவாக, நிறுத்தி நிறுத்திப் பேசினார். இதுதான் அவரது பாணி.

"**ஜூபிடர்!** ஒரு நிகழ்ச்சித் திட்டமே இருக்கிறது!" என்று கூவினார் ட்ரிஸ்ட்ரம். நிச்சயமாக, அனைத்துக்கும் பணம் தேவை, குறிப்பாக மனைவி; அவள் தராதவரை. என் மனைவி தந்த மாதிரி. எப்படிச் சேகரித்தாய்?"

நியூமன் குல்லாயை முன்தலையி-ருந்து தள்ளினார், கைகளை மடித்தார், கால்களை நீட்டினார். இசையைக் கேட்டார், சுற்றியுள்ள பரபரப்பான கூட்டத்தைக் கவனித்தார். நீரூற்றுகளைப் பார்த்தார். "நான் உழைத்தேன்"

ட்ரிஸ்ட்ரம் சில கணங்கள் அவரைப் பார்த்துவிட்டு, "எதில் உழைத்தாய்?" என்றார்.

"ஓ, ஏராளமானவற்றில்"

"நீ ஒரு சுறுசுறுப்பானவன் என்று நினைக்கிறேன்"

தன் நண்பனுக்குத்தன் பழைய கதையை விவரித்தார் நியூமன். அது ஒரு தீவிரமான மேற்கத்தையக் கதை. போர் முடிந்து கௌரவ விருதுகளுடன் வெளியேறினார் நியூமன். நான்கு வருட இராணுவ வாழ்வு அவரைக் கோபத்துடன் வெளியேறச் செய்தது. வாழ்க்கை, காலம், பணம், ஆரம்பகால இலட்சியம் மற்றும் 'துடிப்பு' - போன்ற உயர்ந்த விஷயங்கள் வீணாகின்றனவே என்ற கசப்புணர்வு. ஆகவே, அமைதியான துறைகளில் ஆற்றலுடனும் ஆர்வத்துடனும் ஈடுபட்டார். அப்போது, ஏறக்குறைய, சல்-க்காசு இல்லாதவராக இறங்கினார்; பாதையும் இலக்கும் பற்றிய தெளிவும் உறுதியும்தான் அவரது மூலதனமாக இருந்தன. சுவாசம் போல முயற்சியும் காரியமும் இயற்கையாகக் கை வந்தவை அவருக்கு. அவரது ஆற்றல் போலவே அனுபவமும் பரந்தது. பதினான்கு வயது பையனாக இருந்த போதே, அவசியம் காரணமாக, தெருவில் இறங்கி, இரவுச் சாப்பாட்டுக்கு

சம்பாதிக்க ஆரம்பித்தார். துணிச்சலுடன் பல காரியங்களில் இறங்கினார். மோசமான தோல்விகளும் பெரிய வெற்றிகளும் மாறி மாறி வந்தன. சோதனையில் இறங்குவது அவர் பிறவிக்குணமாக இருந்தது. ஒரு காலத்தில், தோல்வி அவரைப் பிரியாமல் இருந்தது; துரதிருஷ்டம் மாறிமாறி வந்தது; தொட்டதெல்லாம் பொன்னாகாமல் சாம்பலாகியது. அவரது துரதிருஷ்டம் உச்சத்தில் இருக்கும்போது, இயற்கைக்கு மீறிய ஒரு சக்தி இருக்கவே செய்கிறது என்ற கருத்து உதித்தது. ஆனால், அந்த மர்மமிகு சக்தி சைத்தான்தான் என்ற முடிவுக்கு வந்து, அதனுடன் பகைமை பாராட்டினார். சல்-க்காசு இல்லாமல், துயரத்தைத் தணிக்க வழிவகை தெரியாமல், பெரிய நகரில் அலைந்து திரிந்திருக்கிறார். இந்தச் சந்தர்ப்பத்தில்தான், அவர், சான்பிரான்ஸிஸ்கோவில் நுழைந்தது. தொடர்ந்து, அதிர்ஷ்டம் வரலாயிற்று ... நிறையப் பணம் சேர்த்தார். கிறிஸ்டோபர் நியூமனின் ஒரே நோக்கம் பணம் குவிப்பதாகவே இருந்தது என்பதை ஒத்துக் கொள்ளத்தான் வேண்டும்.

இவ்வுலகில் அவர் அடியெடுத்து வைத்ததே செல்வம் திரட்டத்தான் எனக் கருதினார். இக்கருத்தே அவர் தொடுவானத்தை நிறைத்து, அவரது கற்பனையை நிறைவு செய்தது. பணத்தின் பயன்பற்றியோ, இச்செல்வத்தை சேகரித்துவிட்டு வாழ்க்கையில் என்ன செய்வது என்பது பற்றியோ 35 வருட வாழ்வில் நினைத்ததில்லை. வாழ்க்கை ஒரு சிறந்த விளையாட்டாக இருந்தது அவருக்கு, அதில் அதிகபட்சம் விளையாடியிருக்கிறார். இறுதியில் வெற்றி பெற்று, பரிசைத் தட்டிச் சென்றார்; அவற்றை வைத்துக் கொண்டு என்ன செய்வது இப்போது? இப்போதாவது, பிறகாவது, அவருக்கு இக்கேள்வி எழவே போகிறது, அதற்கான பதில் நம் கதைக்குரியது. இது வரை அவர் கற்பனை செய்திருந்த தத்துவத்தை விட, சாத்தியமான பதில்கள் பல இருக்கலாம் என்ற தெளிவற்ற உணர்வு அவருக்கு இருக்கவே செய்தது."

"இங்கே துடிப்பாக உணரவில்லை என்பதைச் சொல்-யாக வேண்டும். என் முக்கிய ஆற்றல்களால் பயனில்லை இங்கு. சின்னக் குழந்தையைப் போல உணர்கிறேன். ஒரு சிறு குழந்தை கூட இங்கு என்னை அழைத்துச் சென்றுவிடலாம்.

"ஓ, நான் உனது குழந்தையாக இருப்பேன்" என்றார் ட்ரிஸ்ட்ரம் வேடிக்கையாக. உன் கரத்தைப் பிடித்து நான் செல்கிறேன், என்னிடம் ஒப்படைத்துவிடு உன்னை."

"நான் ஒரு நல்ல உழைப்பாளி. ஆனால், நான் சுற்றித்திரியும் ஒருவனாகவே என்னை நினைக்கிறேன், இப்போது. என்னை குஷிப்படுத்தவே வெளிநாடு கிளம்பினேன். அதனை எப்படித் தெரிந்து கொள்ளப் போகிறேன் என்பது சந்தேகமாக இருக்கிறது."

"ஓ, எளிதில் கற்றுக்கொள்ளலாம்"

"நல்லது, ஒருவேளை கற்றுவிடலாம். அதற்கான உறுதி என்னிடம் உள்ளது. ஆனால் என் மேதமை அத்திசையில் படியவில்லை. சுற்றித்திரிவதில் நான் சுயமாக இருக்க முடியது உன்னைப் போல"

"ஆம், நான் ஒரு சுயமான நபர்தான் என்று நினைக்கிறேன், லுவ்ரே அருங்காட்சியகத்து ஆபாசமான சித்திரங்கள் மாதிரி?"

"அத்துடன்,

சந்தோஷம் தேடப் பிரயத்தனம் செய்யமாட்டேன்; எளிதாக இருக்க வேண்டும். மிகவும் சோம்பேறியாக இருப்பதை உணர்கிறேன். இதைப்போலவே ஆறுமாதத்தையும் கழிக்கப் பிரியப்படுகிறேன். ஒரு மரத்தடியில் உட்கார்ந்து, இசையைக் கேட்டபடி. ஒரே ஒரு விஷயம் இருக்கிறது; நல்ல சங்கீதத்தைக் கேட்க வேண்டும்."

"இசையும் ஓவியங்களும்! தேவனே, என்ன உயர்ந்த ரசனைகள்! என் மனைவி அழைப்பது போல நீங்கள் ஒரு அறிவாளர், நான் துளிக்கூட இல்லை. ஆனால், மரத்தடியில் அமர்வதைவிட வேறு நல்லதைக் காணலாம். முத-ல், பொழுதுபோக்கு விடுதிக்கு வரவேண்டும்."

"என்ன பொழுது போக்கு விடுதி?"

"மேற்கத்தைய மாதிரி. எல்லா அமெரிக்கரையும் அங்கே பார்க்கலாம்; அனைத்துச் சிறந்த அமெரிக்கர்களையும். உனக்கு 'poker' விளையாட்டு தெரியுமா?"

"ஓ, நான் சொல்வது" என்று கோபத்துடன் பொழிந்தார் நியூமன். 'விடுதியில் அடைத்து, சீட்டாட்டம் ஆட வைக்கப்

போகிறாயா. இதற்காக நான் இவ்வளவு தூரம் வரவில்லை"

"பிறகு எதற்கு வந்திருக்கிறாய்! புனித லூயிஸில் 'poker' விளையாடுவதை விரும்பினாய், எனக்கு ஞாபகமிருக்கிறது."

"நான் ஐரோப்பாவைப் பார்க்க வந்திருக்கிறேன். என்னால் முடிந்த அளவு சிறந்த விஷயங்களை, எடுத்துச் செல்ல. பெரிய விஷயங்களையெல்லாம் பார்வையிட்டு, புத்திசா-கள் செய்வதை நானும் செய்யும் பொருட்டு, வந்திருக்கிறேன்."

"புத்திசா-கள்? பணிகிறேன். என்னை ஒரு முட்டாள் என்று தீர்மானித்துவிட்டாய்."

"உன் மனைவிக்கு அறிமுகப்படுத்திவை"

ட்ரிஸ்ட்ரம் தன் நாற்கா-யி-ருந்து துள்ளி எழுந்துவிட்டார். "ஒரு போதும் செய்யமாட்டேன், என்னிடமிருந்து எந்த உதவி பெறுதலையோ, உன்னிடமிருந்து பெறுதலையோ விரும்ப மாட்டாள் அவள்"

"யார் விஷயத்திலும் நான் தலையிடப்போவதில்லை. நான் கர்வமானவனும் இல்லை. அதனால்தான் புத்திசா-களிட மிருந்து சிறந்த உதாரணத்தை பின்பற்ற விரும்புகின்றேன்.

"நல்லது, நான் ஒரு ரோஜாவாக இல்லாவிடிலும், அதனருகில் வாழ்ந்திருக்கிறேன். சில புத்திசா-களை உனக்கு காட்டுகிறேன். ஜெனரல் பக்கார்டைத் தெரியுமா? சி.பி. ஹாட்சைத் தெரியுமா? செல்வி கிட்டி உப்ஜானைத் தெரியுமா?"

"அவர்கள் நட்பைப் பெற்றால் மகிழ்ச்சியடைவேன்; நண்பர்களைப் பெற விரும்புகின்றேன்"

அமைதியற்றவராக, சந்தோஷப்பட்டவராகத் தோன்றினார் ட்ரிஸ்ட்ரம்; ஒரு பக்கமாக நண்பரைப் பார்த்துவிட்டு, கேட்டார்:

"இதெல்லாம் எதற்காக? புத்தகம் எழுதப்போகிறாயா?"

நியூமன், ஒரு பக்க மீசையைத் திருகி, அமைதியாக இருந்து விட்டு, பிறகு பதில் தந்தார்:

"இரண்டு மாதங்களுக்கு முன்னதாக, ஒருநாள், வினோத நிகழ்ச்சி ஒன்று நடந்தது. முக்கியமான வியாபார விஷயமாக நியூயார்க் வந்திருந்தேன்; அது பெரிய கதை - பங்குச்

சந்தையில் ஒருவரை ஒருவர் வெற்றி கொள்ளும் போட்டி. இப்போட்டியாளன், ஒருமுறை என்னிடம் அற்பமாக நடந்திருக்கிறான். அவன் மேல் பகை உணர்வும் ஆறாதிருந்தது. நான் கடுமையாக உணர்ந்தேன். சந்தர்ப்பம் கிடைத்தால் அவனை ஒழித்துவிடுவது என்று முடிவு கட்டினேன். அறுபதாயிரம் டாலர் சம்பந்தப்பட்டது அப்போட்டி. நான் வென்றுவிட்டால், பிறகு அவனால் ஒன்றும் செய்ய இயலாது. வேறு கதி இல்லை. ஒரு வண்டியில் ஏறிச் சென்றேன். அந்த வண்டியில்தான் - இந்த அழியாத, வரலாற்று முக்கியத்துவமிக்க வண்டியில்தான் - நான் குறிப்பிட்ட வினோதம் நிகழ்ந்தது. அது சாதாரண வண்டிதான். மங்கிய தோற்றம் கொண்டது. பல அயர்லாந்து சவ ஊர்வலங்களுக்குச் சென்றது மாதிரி தெரியும். சிறு தூக்கம் வந்தது; என் வியாபாரத்தினால் பரபரப்படைந்தாலும், இரவு முழுவதும் பயணம் செய்தது தூக்கத்தை வரவழைத்தது. திடீரென்று தூக்கத்தி-ருந்தோ அல்லது கனவு கண்டதி-ருந்தோ விழித்தது போல் உணர்ந்தேன், ஓர் அசாதாரணமான நிலையில் - நான் செய்யப்போவதற்காக வெறுப்புணர்வு கொண்டு 'அது' மாதிரி அப்போது என்னிடம் தோன்றியது. வ-க்க ஆரம்பிக்கும் பழைய புண் மாதிரி. அதன் பொருளை விளக்க முடியாது என்னால். அந்த முழு விஷயத்தையும் வெறுத்தேன்; அதைக் கை கழுவிவிட துடித்தேன். அறுபதாயிரம் டாலர்களை இழப்பது, கை நழுவிப் போகச் செய்வது, திரும்ப அதன் ஓசை கேட்க முடியாமல் செய்வது, உலகிலேயே மிக கசப்பான காரியமாகப்பட்டது. என் விருப்பமில்லாமலேயே இவை தானாக நடந்தன; நாடக அரங்கில் நாடகம் பார்ப்பது போல் உணர்ந்தேன். என்னுள் அது நிகழ்வதை உணர முடிந்தது. நம்மால் சிறிது கூடப்புரிய இயலாத விஷயங்கள் நம்முள் நடக்கின்றன என்பதை வைத்து இதனைப் புரிந்து கொள்வாய்."

"ஜூபிடர்! என் சதை ஊர்வது போல் செய்கிறாய்! வண்டியில் நீ உட்கார்ந்திருக்கும் போது, நாடகத்தைப் பார்த்துக் கொண்டு, நீ அழைப்பது போல, மற்றவன் வீரநடைபோட்டு அறுபதாயிரம் டாலர்களை எடுத்துச் செல்வது."

"சிறு எண்ணங்கள் கூட எனக்கு இல்லை. ஆனால், காரணம் விளங்கவில்லை எப்போதும்." வண்டி லாஸ் ஸ்ட்ரீட்

பகுதியின் நின்றது. நான் இன்னும் வண்டியில்தான் இருந்தேன். என்ன வந்து விட்டது எனக்கு! கணநேரப் பித்து, நீ சொல்வாய். நான் விரும்பியதெல்லாம், **வால் ஸ்ட்ரீட்**டை விட்டு வெளியேறுவதுதான். ப்ரூக்ளின் படகுத்துறைக்குச் செல்ல ஓட்டுநரிடம் சொன்னேன். அவன் என்னைப் பைத்தியமாக நினைத்திருக்கக்கூடும். ஒருவேளை பைத்தியமாக இருந்திருக்கலாம், அப்படியானால், இன்னும் நான் பைத்தியம்தான். பெரிய தீவின் பசுமை இலைகளைப் பார்ப்பதில் காலைப் பொழுதைக் கழித்தேன். வியாபாரமே பிடிக்கவில்லை, அதைத் தூக்கி எறிந்துவிட்டு, சிறு விடுதலை வேண்டுமென உணர்ந்தேன். எனக்குப் போதுமான பணம் இருந்தது. அல்லது எனக்கில்லாவிட்டால் நான் பெற்றிருக்க வேண்டும். என் தோளுக்குள் ஒரு புதிய மனிதன் இருப்பதை உணர்ந்து, புத்துலகத்திற்காக ஏங்கினேன். ஒன்றை மிகவும் விரும்பும்போது, அதனைப் பெற வேண்டியதைச் செய்திட வேண்டும். அதனைச் சிறிது கூடப் புரிந்து கொள்ளவில்லை நான். ஆனால், பழைய குதிரையிடம் கடிவாளத்தை கொடுத்துவிட்டு, அதன் போக்கில் விட்டுவிட்டேன். அதனை விட்டு வெளியேறிய உடனே, ஐரோப்பாவுக்குப் பயணமானேன். அதுதான் நான் இங்கே உட்கார நேர்ந்தது.”

“அந்த வண்டியை நீ வாங்கியிருக்க வேண்டும். அது ஒரு பாதுகாப்பான வண்டி இல்லையா? அதனை விற்றுவிட்டு, வியாபாரத்தி-ருந்து விலகிவிட்டாயா?”

‘‘என் நண்பன் ஒருவனிடம் ஒப்படைத்திருக்கிறேன். நினைக்கும் போது, திரும்பவும் எடுத்துக் கொள்ளலாம். பன்னிரண்டு மாதம் கழித்து, என்னிடம் வந்துவிடும்.. கடிகார ஊசல் திரும்ப ஆட ஆரம்பித்துவிடும். தற்போதைக்கு நான் சுதந்திரமாக இருக்கிறேன்.”

“இத்தகைய கம்பீரமான ஓய்வைக் கழிக்க என்னைப் போன்ற நபர் உதவி செய்ய முடியாது. முடிசூட்டிய தலைகளுடன் நீ அறிமுகமாக வேண்டும்.”

“எப்படி?”

‘‘அதை நான் விரும்புகிறேன். நேர்மையாகவே நீ சொல்கிறாய் என்பதைக் காட்டுகிறது.”

“நிச்சயமாக, நேர்மையாகவே சொல்கிறேன். சிறந்ததைப் பெறவிரும்புகிறேன் எனச் சொல்லவில்லையா? வெறும் பணத்தால் உயர்ந்ததைப் பெற்றுவிட முடியாது, ஆனால், பணம் பெரிதும் உதவி செய்யும். அத்துடன், சிறிது சிக்கலையும் சமாளிக்கத் தயாராக இருக்கிறேன்.”

“நம்பிக்கையில்லாமல் இல்லையே, என்ன?”

“சிறிது கூட எண்ணமில்லை. ஒருவன் பெறக்கூடிய மிகப் பெரிய உல்லாசத்தைப் பெற விரும்புகின்றேன். மக்கள், கலை, இயற்கை எல்லாம்! உயர்ந்த மலைகள், நீல ஏரிகள், நேர்த்திமிகு ஓவியங்களைப் பார்க்க விரும்புகிறேன். அழகான தேவாலயங்கள், புகழ்பெற்ற மனிதர்கள், மிக அழகிய பெண்களைப் பார்க்க விரும்புகின்றேன்.”

‘‘அப்படியானால் பாரிசில் தங்கு. எனக்குத் தெரிந்த மலைகள் இங்கு இல்லை; ஒரே ஏரி இருக்கிறது, அது நீல நிறத்தில் இல்லை. மற்றவை எல்லாம் இருக்கின்றன. ஏராளமான ஓவியங்கள், தேவாலயங்கள், புகழ்மிகு மனிதர்களுக்குப் பஞ்சமேயில்லை, அது போலவே அழகிய பெண்களுக்கும்.’’

“ஆனால், இந்தப் பருவத்தில் பாரிஸில் தங்க முடியாதே? கோடை நெருங்குகின்றதே”

“ஓ, கோடையில் ட்ரவில்லுக்குப் போ”

“ட்ரவில் என்றால்”

“புதிய பிரெஞ்சுத் துறைமுகம். பாதி அமெரிக்கர் அங்கே போகின்றனர்.”

“ஆல்ப்ஸுக்கு அருகாமையில் இருக்கிறதா?”

‘‘நியூபோர்ட், ராக்கி மலைத்தொடருக்கு எவ்வளவு அருகாமையில் இருக்கிறதோ, அவ்வளவு அருகாமையில்’’

“ஓ, ப்ளாங்க் மலைச்சிகரத்தைப் பார்க்க வேண்டும். மற்றும், ஆம்ஸ்டர்டாம், ரைன் நதி, பல இடங்கள். குறிப்பாக, வெனிஸ், வெனிஸ் பற்றி நிறைய நினைத்திருக்கிறேன்.”

‘‘ஆ, உன்னை என் மனைவிக்கு அறிமுகம் செய்ய வேண்டும்.”

III

மறுநாள் நியூமன் அவருடன் விருந்து சாப்பிடச் சென்ற போது, இந்தச் சடங்கை நிறைவேற்றினார். ட்ரிஸ்ட்ரம் தம்பதியரின் வீடு நவீன வசதிகள் கொண்டதாக இருந்தது. "வீட்டுக் கவலை வந்தால், இங்கு வந்து விடு. நாங்கள் கவனித்துக் கொள்கிறோம்" என்றார் ட்ரிஸ்ட்ரம்.

"நீங்கள் வீட்டுக் கவலையை மறந்துவிடுவீர்கள்" என்றாள் திருமதி ட்ரிஸ்ட்ரம். அவள் கணவர் விழித்தார்; அவரால் அறிய முடியாத தொனியை மனைவி பெற்றிருந்தாள். அவள் உண்மையிலேயே சொன்னாளா அல்லது வேடிக்கையாகச் சொன்னாளா என்று அவரால் சொல்-ட முடியாது. சந்தர்ப்பங்கள் அப்படியாக ஏற்பட்டு, அவளிடம் ஒரு முரணை ஏற்படுத்தியிருந்தன. அவளது ரசனை, பலவிதங்களில் கணவரிடமிருந்து மாறுபட்டிருந்தன; அடிக்கடி அவள் விட்டுக்கொடுத்தாலும், அவளது விட்டுக் கொடுத்தல்கள் அனுதாபம் கொண்டிரா என்பதை ஒத்துக்கொள்ளத்தான் வேண்டும்.

தவறான எண்ணத்தை தவிர்க்க, தாமதமின்றி, இது சொல்-யாக வேண்டும் - அவளது சுதந்திரமான சிறு திட்டங்கள் நிச்சயமாக அடுத்தவரின் உதவியை, ஆண்களின் உதவியை, நோக்காதது. சுற்றித் திரியும் செலவுகளைச் சரிகட்ட அவள் பண்புகளை வளர்க்கவில்லை. அதற்குப் பல காரணங்கள் உண்டு. முதலாவதாக, அவள் சாதாரண முகத்தைக் கொண்டிருந்தாள்; அவளது தோற்றம் குறித்து எவ்வித பிரமைகளும் இல்லை. நல்லது, கெட்டது அனைத்தும் அறிந்திருந்தாள், தன்னை ஏற்றுக் கொண்டாள். அது எவ்வித சிரமமும் இல்லாமல் செய்ய முடிந்தது என்று சொல்ல

முடியாது. சிறுமியாக இருந்த போது, கண்ணாடியைப் பார்த்து கொண்டே, மணிக்கணக்காக அழுதிருக்கிறாள். பின்னர், ஒரு துணிச்சலுடன், வேறு வழியின்றி, தன்னை மிகவும் துரதிருஷ்டசா-யான பெண் என பிரகடனப்படுத்தியிருக்கிறாள். ஐரோப்பாவுக்கு வந்த பிறகே, இந்த விஷயத்தை தத்துவார்த்தமாக எடுத்துக் கொள்ளப் பழகிக் கொண்டாள். 'ஒரு பெண்ணின் முதல் வேலை அழகாக இருப்பதல்ல, இனிமையாக இருப்பதே' என்பது அவளது அபிப்பிராய மாகியது. அழகாக இல்லாமலேயே இனிமையாக இருக்கும் பல பெண்களையும் சந்தித்திருக்கிறாள். இசைக் கலைஞர் ஒருவர், பொறுமை இழந்த ஒரு சமயம், 'அழகான குரல் முறையாகப் பாடுவதற்குப் பெரும் தடையாக இருக்கிறது' என்று கூறியதை அவள் கேட்டிருக்கிறாள். நல்ல பண்புகளைப் பெறுவதற்கு அழகான முகமும் தடையாக இருக்கிறது என்பதும் அந்த அளவு உண்மையே என்று அவளுக்குத் தோன்றியது. ஏற்புடைத்தாக நடக்க வேண்டும் என்று திருமதி ட்ரிஸ்ட்ரம் செய-ல் இறங்கியபோது அதில் தனி ஈடுபாடும் கொண்டிருந்தாள். எந்த அளவு வெற்றி பெற்றிருப்பாள் என்பது என்னால் சொல்ல இயலாது; துரதிருஷ்டவசமாக, நடுவழியில் அவள் நின்றுவிட்டாள். அவள் சொல்லும் காரணம், சுற்றியிருப்பவர் யாரும் அதனை உற்சாகப்படுத்த வில்லை. அதை நிறைவேற்றுவதற்கான உண்மையான அறிவு அவளிடம் இல்லை அல்லது அக்காரியத்தின் பொருட்டே அதனைச் செய்தாள் என்று எனக்குச் சொல்லத் தோன்றுகிறது. அந்த ஏழை மாது மிகவும் முழுமையடையாது இருந்தாள். அழகு சாதனங்களின் ஒத்திசைவில் தோற்ற அவள், பரிபூரணமாக ஆடை அணிவதில், அதனை ஈடுகட்டினாள் ... இயற்கையில் அவள் வெட்கப்படும் சுபாவம் கொண்டிருந்தாள். அவள் அழகியாகப் பிறந்திருந்தாலும் அச்சுபாவமே கொண்டிருப்பாள். இப்போது அவள் துரதிருஷ்டசா-, சமயங்களில் நண்பர்களிடமிருந்து விலகி ஒதுங்கிவிடுவாள்; விநோதமாக, புதியவர்களிடம் சகஜமாக இருந்துவிடுவாள். அவள், கணவனை வெறுத்தாள், மிகவும் வெறுத்தாள். திருமணம் செய்யாதிருக்கவே விரும்பினாள். தான் விரும்பிய புத்திசா-க் காதலன் தன்னை மறந்து விடவே, முட்டாளை மணந்து கொண்டாள். இவரோ தன்னை விரும்பி மணந்து கொண்டதாக நினைத்துப் பெருமைப்பட்டுக் கொண்டார்.

அமைதியற்றவளாக, அதிருப்தியடைந்தவளாக, கனவு காண்பவளாக, தனிப்பட்ட ஆசைகள் இல்லாதவளாக, சிறிது கற்பனை செய்யும் ஆசை கொண்டவளாக, முன்னர் கூறியபடி மிகவும் முழுமையடையாதிருந்தாள். சில அம்சங்களை, அவற்றின் துவக்க நிலையில், நிறையக் கொண்டிருந்தாள். ஆனால், அவை எங்கும் இட்டுச் செல்லாமல் வீணாயின. இருந்தாலும் அவளிடம் புனித நெருப்பின் ஓர் ஒளிக்கீற்று இருக்கவே செய்தது.

எல்லாச் சந்தர்ப்பங்களிலும் பெண்களின் தோழமையை நியூமன் விரும்பினார்; வழக்கமான ஈடுபாடுகள் இல்லாத நிலையில், இப்போது, சரிக்கட்டுமுகமாக, அதனை நாடினார். திருமதி ட்ரிஸ்ட்ரம் பற்றி வெகுவாக நினைத்தார்; அவளும், வெளிப்படையாகவே அதற்கேற்றவாறு நடந்தாள். இம்முதல் சந்திப்புக்குப் பிறகு, பல மணி நேரங்களை, அவளது வரவேற்பறையிலே கழித்தார். இரண்டு அல்லது மூன்று பேச்சுக்களுக்குப் பிறகு, வேகமான நண்பர்களாக மாறிவிட்டார். பெண்களுடன் நியூமனின் நடத்தை விநோதமானது; தன்னை அவர் புகழ்கிறார் என்றறிய ஒரு பெண்ணுக்கு அறிவுத் திறன் இருக்க வேண்டும். அவரிடம் வீர தீரச் செயல்கள் இல்லை. ஸோபாவில் அவருக்கு அருகில் ஒரு பெண் இருக்கும் போது அவரால் சாதாரணமாக இருக்க முடியாது. அவர் வெட்கப்படுபவரும் அல்ல; வெட்க சுபாவத்துடன் போராடுபவர்களிடம் தோன்றும் அருவருப்பும் இல்லை; தீவிரம், கவனம், பணிவு, அதிகமாக மௌனம், மரியாதை உணர்வில் அடிக்கடி நீந்திக் கொண்டிருப்பார். இவ்வுணர்வு கொள்கை ரீதியானது இல்லை; உணர்ச்சிவசப் பட்ட தன்மையாலும் இல்லை. பெண்கள் நிலை குறித்து அவர் சிந்தித்ததேயில்லை; ... ஒன்றுமில்லா அற்பனுக்கும் உணவு, உடை, இருப்பிடம், வாக்களிக்கும் உரிமை இருக்கும் போது, அவனை விட வ-மை குறைந்த பெண்களுக்கு, அவர்களது உடல் தோற்றமே அழகாக இருக்கும் போது, எவ்விதத்திலும் பொதுப்பணத்தில் பராமரிப்புக்கு உரியவர்களே - என்பது அவர் அபிப்பிராயம். இதற்காக வரி கட்டவும் தயாராக இருந்தார் நியூமன். மேலும், பெண்கள் தொடர்பான பல மரபான விஷயங்கள், அதைப் பொறுத்தவரை, புதிய, தனிப்பட்ட மனப்பதிவுகளாக இருந்தன; ஒருபோதும் அவர்

நாவல் வாசித்ததில்லை ...

-திருமதி ட்ரஸ்ட்ரத்தின் ஆலோசனையைக் கேட்பதில் பெரும்பகுதி நேரத்தைச் செலவிட்டார்; அவ்வாலோசனை அவர் கேட்காதது என்பதையும் சொல்-யாக வேண்டும். அதனைக் கேட்பதற்கான சக்தியில்லாதவராகவும் இருந்தார்; ஏனெனில், சிக்கல்கள் வருவதை உணரவேயில்லை அவர்; எனவே பரிகாரம் தேட எந்த ஆர்வமும் இருக்க நியாயமில்லை. அவரைச் சுற்றியிருக்கும் குழப்பமிகு பாரிஸ் உலகம், சாதாரண விஷயமாகப்பட்டது. அது ஒரு பரந்த, ஆச்சரியமான காட்சி; ஆனால், அது அவரது கற்பனையில் பற்றி எரியவும் இல்லை அல்லது ஆர்வத்தை எரிச்சலூட்டவும் இல்லை. கைகளைப் பையில் வைத்துக்கொண்டு, உற்சாகமான மன நிலையில், முக்கியமானது எதனையும் நழுவிவிடாமல் ஆசை கொண்டு, நிறைய விஷயங்களைப் பார்வையிட்டார். மற்றவர்களைக் காட்டிலும் திருமதி ட்ரிஸ்ட்ரத்தின் பேச்சில் அவளது 'ஆலோசனை', பொழுது போக்கு அம்சமாக இருந்தது. அவள் தன்னைப் பற்றிப் பேசுவதை ரசித்தார்; அவளது அறிவுத்திறனின் ஓர் அம்சமாகவேபட்டது. ஆனால் அவள் சொன்னதை காரியத்தில் பிரயோகிக்கவோ அல்லது அவளிடமிருந்து நீங்கிய பிறகு நினைவுபடுத்தவோ விரும்பவில்லை அவர். அவளைப் பொறுத்தவரை, அவரை அப்படியே உடைமையாக்கி விட்டாள்; மாதத்தில் பல தடவை நினைப்பதற்குரிய சுவையான ஒன்றாக ஆகிவிட்டார். அவருடன் ஏதாவது செய்தல் வேண்டும் என விரும்பினாள் - அது என்ன என்பதை அறியாமலே. அவரைப்பற்றி நிறைய விஷயங்கள் இருக்கின்றன; செல்வமிக்கவர், ஆற்றல் வாய்ந்தவர், எளிதானவர், நட்பானவர் என்ற அம்சங்கள். தற்போதைக்கு, அவள் செய்யக்கூடியது, அவரை விரும்புவதுதான். அவரை அழைத்துச் சென்று, ஒரு ஐம்பது பேருக்கு அறிமுகப்படுத்தி, அவ்வெற்றியில் மிகவும் நிறைவு கொண்டாள். நியூமன் எல்லாவற்றையும் ஆமோதித்து, எல்லாருடனும் இணங்கி கைகுலுக்கி, பரபரப்பானாலும் பரவசமானாலும் சகஜமாக ஏற்பவராகக் காணப்பட்டார். தன் மனைவியின் பேராசை குறித்து குற்றம் சொல்-, தன் நண்பருடன் ஐந்து நிமிடம் கூட தன்னால் இருக்க முடியவில்லை என்று கூறினார்

டாம்ட்ரிஸ்ட்ரம். நிகழ்ச்சிகள் எப்படி நடக்கப்போகின்றன என்று தெரிந்திருந்தால், நண்பரை இயானா தெருவுக்கே அழைத்து வந்திருக்கமாட்டார். இரு நண்பர்களும் முன்னர், நெருக்கமானவர்கள் இல்லை; ஆனால், நியூமன் தன் நண்பர் குறித்த முந்தைய மனப்பதிவை நினைவுக்கு கொணர்ந்தார், திருமதி ட்ரிஸ்ட்ரமும் நினைவுக்கு கொணர்ந்தாள். அவள் எவ்விதத்திலும் அவரை தனது நம்பிக்கைக்குப் பாத்திரமாக்க வில்லை. 25 வயதில் ட்ரிஸ்ட்ரம் நல்லவராக இருந்தார்; இந்த விஷயத்தில் அவர் மாறவே இல்லை; ஆனால் அவரது வயதில் வேறு அம்சங்களும் வேண்டுமே. அவர் பழக இனிதானவர் என்று பிறர் சொல்வர்; ஆனால் அது நனைந்த பஞ்சு விரிவது போன்றதே; அது உயர்ந்த சமூக உணர்வு அல்ல. அரட்டை அடிப்பதிலும் சுற்றுவதிலும் மன்னர். பழைய நினைவுகளில் நியூமனுக்குப் பிரேமை உண்டு, ட்ரிஸ்ட்ரம் இப்போது சாதாரணமாக ஆகிவிட்டதைக் காண கஷ்டமாக இருந்தது. இப்போதைய அவரது அபிலாஷைகள், கேளிக்கை விடுதியில் சீட்டாடுவது, பரத்தைகளின் பெயர்களை அறிவது, அனைவருடன் கை குலுக்குவது ... போன்றவைதான். அவமானகரமாக சோம்பேறியாக, உற்சாகமிழந்தவராக, பகட்டாரவாரமிக்கவராக இருந்தார். நியூமன் மிகவும் எரிச்சலடைந்தார்; ட்ரிஸ்ட்ரத்துக்கு அமெரிக்க ஐக்கிய நாடுகள் ஏன் நன்றாகப் படவில்லை என்பதை அறியவே முடியவில்லை.

நியூமன் எப்போதும் முனைப்பான தேசபக்தராக இருந்ததில்லை; ஆனாலும் ட்ரிஸ்ட்ரம் போன்றவர்களைப் பார்க்கும் போது, இவ்வளவு பெரிய நாட்டை விட்டு எப்படி விலகி இருக்க முடிகிறது இவர்களால் என்று வருத்தப்படுவார்; அமெரிக்காவைக் குறை கூறும் அமெரிக்கரைச் சிறைப்பிடித்து இழுத்து வந்து பாஸ்டனில் வாழச் செய்ய வேண்டும் என்று கூறுவார். ட்ரிஸ்ட்ரம் எவ்விதப் பகைமையும் கொள்ளாமல் நியூமனை மேற்கத்திய கேளிக்கை விடுதியில் மாலைப் பொழுதைக் கழிக்குமாறு வற்புறுத்தினார்.

நியூமன் பல தடவை ட்ரிஸ்ட்ரம் தம்பதியரின் இல்லத்தில் விருந்துண்டார். ஆனால், அவர்கள் அடிக்கடி சண்டையிட்டுக் கொண்டனர்; ஒருவர் சொல்வதை மற்றவர் அங்கீகரிப்ப தில்லை.

கணவனும், மனைவியும் இப்படி இருப்பது நியூமனை வெறுப்படையச் செய்தது. யாராவது ஒருவர் மிகவும் வருத்தப்படுவர் என்று நியூமன் உறுதியாக எண்ணினார். அது ட்ரிஸ்ட்ரம் அல்ல என்பது தெரியும். திருமதி ட்ரிஸ்ட்ரம் அவளது சாளரங்களுக்கு முன்பு 'பால்கனி' வைத்திருந்தாள். ஜுன் மாலைப்பொழுதுகளை அங்கிருந்து கழிப்பாள். கேளிக்கை விடுதிகளை விட அவன் அதனை மிகவும் விரும்புவதாக நியூமன் சொல்வது வழக்கம். சிலதடவை ட்ரிஸ்ட்ரத்தைத் தொடர்ந்து விடுதிக்கு வருவதாக கூறிய நியூமன், மறந்துவிடுவார். திருமதி ட்ரஸ்ட்ரம் அவரைப் பற்றி பல கேள்விகள் தொடுத்தாள், அவரும் சளைக்காது பதி-றுத்தார். தன்னைப் பற்றியே பேசுபவர் இல்லை என்றாலும், அவளது அக்கறை நேர்மையானது என்றுணர்ந்ததால் தன்னைப் பற்றி நிறையக் கூறினார். பிலடெல்பியாவைச் சேர்ந்த அவள், பாரிஸில் தங்கி எட்டு ஆண்டுகளாகிவிட்டன; தன்னை ஒரு மெ-ந்த, உற்சாகமற்ற கீழைத்தேச நபராகக் கருதும் வகையில் பேசினாள். அவர் எப்போதாவது காத-த்திருக்கிறாரா என்றறியத் தீவிரமாகவும் உணர்வுபூர்வமாகவும் விரும்பினாள். ஆனால் நியூமன் அதற்கான சிறு குறிப்புக் கூடத்தரவில்லை தன் பேச்சில். எனவே, நேரிடையாகவே வினவினாள். சிறிது தயங்கிவிட்டு "இல்லை" என்றார். அதைக் கேட்டு மகிழ்வதாகவும், அவர் ஒரு உணர்ச்சி இல்லாத மனிதர் என்ற அவளது சொந்த அபிப்பிராயம் உறுதிப்படுகிறது என்றும் சொன்னாள்.

"உண்மையாகவா? நீ அப்படியா நினைக்கிறாய்? உணர்ச்சி உள்ள மனிதனை எப்படி அடையாளம் கண்டு கொள்வாய்"

''நீங்கள் மிகவும் எளிமையானவரா அல்லது மிக ஆழமானவரா என்று முடிவுகட்ட முடியவில்லை"

"நான் மிக ஆழமானவன். அதுதான் உண்மை"

"ஒரு குறிப்பிட்ட தொனியில், நீங்கள் ஒரு உணர்ச்சியற்றவர் என்று கூறினால் நீங்கள் ஒத்துக்கொள்வீர்கள் என நம்புகிறேன்"

"குறிப்பிட்ட தொனி? முயற்சி செய்து பார்"

"நீங்கள் நம்புவீர்கள். ஆனால் கவலைப்பட மாட்டீர்கள்"

"எல்லாம் தவறாக எடுத்துக் கொண்டிருக்கிறாய். நான் மிக

உன்னிப்பாக அக்கறை கொள்ள வேண்டும், ஆனால் உன்னை நம்பக்கூடாது. உண்மை என்னவென்றால், உணர்ந்து பார்க்க எனக்கு நேரமிருப்பதில்லை. நானை உணர்ந்து கொள்ள, வீனே காரியங்களைச் செய்ய வேண்டியிருக்கிறது"

"அவற்றை அற்புதமாக நீங்களே செய்திருக்கலாம் சில சமயங்களில் என்று என்னால் கற்பனை செய்ய முடிகிறது"

"ஆம், அதில் தவறொன்றுமில்லை"

"நீங்கள் ஆவேசத்தில் இருக்கும் போது அது உகப்பாக இருக்காது"

"நான் எப்போதும் ஆவேசத்தில் இருந்ததில்லை"

"அப்படியானால், கோபமாக அல்லது அதிருப்தி கொண்டவராக"

"நான் எப்போதும் கோபப்பட்டதில்லை; அதிருப்தி யடைந்தும் வெகுநாளாகிவிட்டது; எப்போது என்பதும் மறந்துவிட்டது"

"நீங்கள் கோப்பட்டதில்லை என்பதை நம்ப மாட்டேன்; ஒரு மனிதன் சில நேரங்களில் கோபப்படத்தான் வேண்டும்; அவ்வுணர்வுகளைக் கட்டுப்படுத்தி இருக்கும் அளவு நல்லவருமில்லை, கெட்டவருமில்லை நீங்கள்"

"ஐந்து வருடங்களுக்கு ஒரு முறை கட்டுப்பாட்டை இழந்து விடுகிறேன்"

"அப்படியானால், அந்தக் கட்டம் நெருங்குகிறது. உங்களைக் கண்டு ஆறுமாதங்கள் ஆவதற்குள் உங்களை ஆவேசத்தில் பார்க்க விரும்புகின்றேன்"

"என்னை ஒன்றில் சிக்க வைப்பதைக் குறிப்பிடுகிறாயா?"

"நான் வருத்தப்படப் போவதில்லை. நீங்கள் விஷயங்களை உணர்ச்சியில்லாமல் எடுத்துக் கொள்வீர்கள். அது என்னை அலுப்படைய வைத்துவிடுகிறது. அடுத்து, நீங்கள் மிகவும் மகிழ்வாக இருக்கிறீர்கள். மிகவும் ஏற்புடைத்தானவற்றை நீங்கள் பெற்றிருக்கிறீர்கள் இவ்வுலகில் - முன்னதாகவே உங்கள் மகிழ்வை வாங்கிவிட்ட பிரக்ஞையும் அதற்கு விலைகொடுத்து விட்ட உணர்வும் உங்களுக்கு இருக்கிறது.

ஒரு நாளைக்கூட கருத்தில் கொண்டதான குறிப்பு உங்கள் முகத்தில் இருக்கவே இல்லை. உங்கள் எதிர்பார்ப்புகள் முடிந்துவிட்டன"

"நல்லது நான் மகிழ்ச்சியாக இருப்பதாகவே நினைக்கிறேன்"

"மிக விநோதமாக, வெற்றிகரமாக இருக்கிறீர்கள்; அமெரிக்கர்கள் எப்படிப் பணம் சேர்க்கின்றார்கள் என்பதை ஏற்றுக் கொள்ள முடிவதில்லை. இப்போது உங்கள் முன்னதாக உலகமே இருக்கிறது. நீங்கள் செய்ய வேண்டியதெல்லாம் அனுபவிப்பதுதான்."

"நிறைய செல்வம் உள்ளவன் என்றுதான் நினைக்கிறேன். அதுதான் அலுப்படையச் செய்திருக்கிறது என்னை. அத்துடன், நிறையக் குறைபாடுகள் இருக்கின்றன. நான் ஒரு அறிவு ஜீவி இல்லை."

"ஒருவர் உங்களிடம் எதிர்பார்ப்பதில்லை அதனை" என்றார் ட்ரிஸ்ட்ரம். நொடிப் பொழுதில், "அத்துடன், நீங்கள் அறிவு ஜீவியாக இருக்கிறீர்கள்" என்பதைச் சேர்த்து சொன்னார்.

"நான் அறிவு ஜீவியோ இல்லையோ நல்ல நேரத்தைப் பெற விரும்புகிறேன். நான் பண்பட்டவனில்லை, படித்தவனில்லை; வரலாறு பற்றியோ அல்லது கலைகள் பற்றியோ, அந்நிய மொழிகள் பற்றியோ துளிக்கூடத் தெரியாது. ஆனால், அதற்காக முட்டாளும் இல்லை; ஐரோப்பாவை பற்றிச் சிறிது தெரிந்து கொள்ளத்தான் கிளம்பியிருக்கிறேன். என் விலா எலும்புக்கடியில் எதையோ உணர்கிறேன் - அதனை விளக்கிக் கூற இயலாது - ஒருவகையான உணர்வு, தேடிப்பார்க்க வேண்டும், பரிசோதனை செய்ய வேண்டும் என்று ..."

"சபாஷ்! மிக அழகு. நீங்கள்தான், தனது கள்ளங்கபடமற்ற தன்மை, வல்லமையுடன் வெளிக்கிளம்பி, மெ-ந்த பழைய உலகில், சிறிது நோக்கிய பின், பாய்ந்து பற்றிப்பிடிக்க வந்திருக்கும் பெரிய மேற்கத்தைய காட்டுமிராண்டி."

"ஓ, நான் ஒரு காட்டுமிராண்டி இல்லை. அதற்கு முற்றிலும் மாறானவன். காட்டுமிராண்டிகளைப் பார்த்திருக்கிறேன்; அவர்கள் எப்படிப்பட்டவர்கள் என்பதை அறிவேன்"

“நீங்கள் ஒரு கொள்ளையர் தலைவன் அல்லது போர்வை போர்த்தி, இறகுகள் அணிந்தவர் என்று அர்த்தப்படுத்தவில்லை நான். நிறைய அர்த்த வேறுபாடுகள் உண்டு.”

“நான் மிகவும் நாகரிகமானவன். அதி-ருந்து இம்மியும் விலகுவதில்லை. நீ நம்பாவிடில், அதனை நிரூபணம் செய்யத்தயார்.”

“நீங்கள் நிரூபணம் செய்வதை விரும்புகின்றேன். உங்களை சிக்கலான இடத்தில் மாட்டிவிட ஆசைப்படுகிறேன்.”

“தயவு செய்து அப்படியே செய்க”

“அதில் ஒரு முனைப்பான ஒ- இருக்கிறது”

“ஓ, என்னைப் பற்றிய நல்லபிப்பிராயம் எனக்குண்டு”

“அதனைச் சோதனையில் பார்க்க விருப்பம். சிறிது அவகாசம் கொடுங்கள். செய்து காட்டுகிறேன்.”

திருமதி ட்ரிஸ்ட்ரம் சிறிது நேரம் அமைதியாக இருந்தாள்; தன் உறுதியை நிறைவேற்றுபவள் போல. அன்று மாலை அவள் வெற்றி பெறுவாள் என்று தோன்றவில்லை; அவர் விடைபெறும் போது, திடீரென்று, “உண்மையாகச் சொல்வதானால், நான் உங்களை நம்புகின்றேன். என் தேசபக்தியை நீங்கள் புகழ்கின்றீர்கள்” என்றாள்.

“உன் தேசபக்தியை!”

அப்படித்தான். அதனை விளக்க நெடுநேரமாகும், நீங்கள் புரியாமலே போய்விட வாய்ப்புண்டு. அத்துடன், அதனை ஒரு பிரகடனமாக ஏற்றுக் கொள்ள வேண்டும். அது உங்களுடன் தனிப்பட்ட முறையில் சம்பந்தப்படவில்லை; நீங்கள் எதனைப் பிரதிநிதித்துவப்படுத்துகிறீர்களோ அதனுடன். அதிருஷ்டவசமாக, நீங்கள் இவற்றையெல்லாம் அறியவில்லை அல்லது உங்கள் முனைப்பு வேதனைப்பட முடியாத அளவு அதிகரிக்கும் ...”

தான் எதனைப் ‘பிரதிநிதித்துவப் படுத்துகிறோம்’ என்பது குறித்து வியந்து நின்றார்.

“என் சிக்கலை மன்னித்துவிடுங்கள், என் ஆலோசனையை மறந்துவிடுங்கள். நீங்கள் என்ன செய்ய வேண்டும் என்று

கூறத் துணிந்தது எனது முட்டாள்தனம். பிரச்னையைச் சந்திக்கும் போது அதிகமாக என்ன செய்ய முடியுமோ அதனைச் செய்யுங்கள், நீங்கள் நன்றாகவே சமாளிப்பீர்கள். சிக்கல் இருக்கும் போது, நீங்களே முடிவு செய்து கொள்ளுங்கள்."

"நீ சொன்ன ஒவ்வொன்றையும் நினைவில் வைத்திருப்பேன். இங்கு நிறையச் சம்பிரதாயங்களும் முறைகளும் இருக்கின்றன."

"நான் சொல்ல விரும்புவதும் அவற்றைத்தான். முறைகளும் சம்பிரதாயங்களும்தான்"

"ஓ, அவற்றை அனுசரிக்கவே விரும்புகிறேன். இன்னொருவனைப் போல எனக்கும் அந்த உரிமை இல்லையா? அவர்கள் என்னைக் கண்டு பீதியடைய விரும்பவில்லை. அவற்றை மீறும்படியான அனுமதியை எனக்குத் தர வேண்டிய அவசியமில்லை. அதனை ஏற்கமாட்டேன்"

"அதுவல்ல நான் சொல்ல வந்தது. உங்கள் பாணியில் அவற்றை அனுசரித்துக் கொள்ளுங்கள். சிறந்த கேள்விகளை நீங்களே விடுவித்துக் கொள்ளுங்கள். முடிச்சை அறுங்கள்/ அவிழுங்கள், நீங்கள் விரும்பியபடி"

"ஓ, நான் உறுதியாக இருக்கிறேன், அதில் தள்ளாடி விழமாட்டேன்"

அடுத்த முறை, நியூமன் இயானா தெருவுக்கு விருந்துண்ணச் சென்றது ஞாயிற்றுக் கிழமையில். அன்று, ட்ரிஸ்ட்ரம் தம்பதியரும் நியூமனும் பல விஷயங்கள் குறித்துப் பேசினர். இறுதியில், நியூமன் ஒரு பெண்ணை மணந்து கொள்ள வேண்டும் என்று திருமதி ட்ரிஸ்ட்ரம் கூறினாள்.

"அவள் சொல்வதைக் கவனி. பிடிவாதம் அவளுக்கு" என்றார் ட்ரிஸ்ட்ரம். ஞாயிற்றுக்கிழமைகளில் கடுமையாகவே இருப்பார் அவர்.

"நீங்கள் திருமணம் செய்யக் கூடாது எனத் தீர்மானிக்க வில்லை, என்று நினைக்கிறேன்"

"விண்ணுலகம் மன்னிப்பதாக! திருமணம் செய்வது என்று

தீர்மானமாகவே இருக்கிறேன்."

"அது மிக எளிது" - ட்ரிஸ்ட்ரம்.

''நல்லது, அதற்காக, நீங்கள் ஐம்பது வயது வரை காத்திருக்க விரும்பவில்லை என நினைக்கிறேன்"

"மாறாக, விரைவில் முடிக்கவே விரும்புகிறேன்"

"பெண்ணொருத்தி தானாக முன்வந்து திருமணம் முடித்துக் கொள்ளுங்கள் என்று கூறுவாள் என எதிர்பார்க்கிறீர்களா?"

"இல்லை. நான் முன்மொழிய விரும்புகிறேன். அதுபற்றி நிறைய நினைத்திருக்கிறேன்."

"உங்கள் எண்ணங்களைச் சிறிது சொல்லுங்களேன்"

"நல்லது. நன்றாக திருமணம் செய்ய விரும்புகிறேன்"

"அப்படியானால், அறுபது வயதுப் பெண்ணைத் திருமணம் முடிக்கவா?"

"நல்லது, என்ன பொருளில்?"

"எல்லாப் பொருளிலும். என்னை மகிழ்விப்பது கடினம்"

''ஒன்றை நினைவில் கொள்ள வேண்டும் நீங்கள். ஃபிரெஞ்சுப் பழமொழி சொல்வது மாதிரி. உலகிலேயே உள்ள மிக அழகியானாலும் அவளிடம் உள்ளதைத்தான் தர இயலும்.''

"நீங்கள் கேட்பதானால், வெளிப்படையாகச் சொல்கிறேன். திருமணம் முடிக்க வேண்டும் என்பதை மிகவும் விரும்புகின்றேன். அதனைத் துவக்க இதுதான் தருணம். அதனை அறிவதற்குள் எனக்கு நாற்பது வயதாகிவிடும். பிறகு தனிப்பட்டவனாக, ஆதரவற்றவனாக, உற்சாகமற்றவனாக ஆகிவிடுவேன். ஆனால், இப்போது திருமணம் முடித்தால், இருபது வயதாக இருக்கும் போது அவசரப்பட்டு முடிக்காத வரை, நன்றாக யோசித்துப் பார்த்துச் செய்ய முடியும். அதனை அழகான முறையில் நிறைவேறுற்றுதல் வேண்டும். தவறுகள் செய்ய விரும்பாதது மட்டுமல்ல, பெரிய வெற்றியாகவும் இருக்குமாறு விரும்புகிறேன். என் மனைவி மிகப் பெரியவளாக இருத்தல் வேண்டும்"

"ஒரு வேளை, நீங்கள் நிறைய எண்ணியிருக்கலாம். முதல் விஷயம், நீங்கள் காத-க்க வேண்டும்."

"எனக்குப் பிடித்தவளாக இருக்கும் போது காத-ப்பேன். என் மனைவி வசதி குறைந்தவளாக இருத்தல் வேண்டும்."

"நீங்கள் உயர்ந்தவர். பெரிய மனைவியாகப் பார்க்க ஒரு சந்தர்ப்பம் இருக்கிறது"

"இது அழகில்லை. ஒருவனைத் தன்னிலையி-ருந்து இழுத்து வந்து, சிரித்துப் பரிகாசம் செய்கிறாய்"

"நான் உறுதி கூறுகிறேன். உண்மையாகவே பேசுகிறேன். அதனை நிரூபிக்க, ஒருவரன் கொண்டு வருகிறேன். திருமணம் செய்யத் தயாரா?"

"எனக்காக மனைவி வேட்டையில் இறங்கவா?"

"ஏற்கனவே பார்த்தாகிவிட்டது. நான் அழைத்து வருகிறேன்"

"ஓ, அழைத்து வா. நாம் என்ன திருமண ஏற்பாடுகளா செய்கின்றோம். நீ உனது திருமணத் தரகை விரும்புகிறாய் என்று அவர் நினைக்கக்கூடும்"

"என் அபிப்பிராயங்களுக்கேற்ற பெண்ணை அழைத்துவா. நாளைக்கே மணமுடித்துக் கொள்கிறேன்"

"உங்களுக்கு ஒரு விநோதமான தொனி இருக்கிறது. என்னால் புரிந்து கொள்ள முடியவில்லை. நீங்கள் மிகவும் இரக்கம் அற்றவராக, கணக்குப் போடுபவராக இருப்பீர்கள் என நினைக்கவில்லை நான்"

"நல்லது, நான் ஒரு பெரிய யுவதியை விரும்புகிறேன். அதி-ருந்து இம்மியும் நகரவில்லை. அது கிடைக்குமானால் நான் அடைந்தே தீருவேன். பிறகெதற்காக இத்தனை வருஷங்களாகப் போராடியிருக்கிறேன், உழைத்திருக்கிறேன்? நான் வெற்றி பெற்றிருக்கிறேன், வெற்றியை வைத்து இப்போது என்ன செய்வது? அதற்குப் பொருத்தமான பெண் வேண்டும். நினைவுச் சின்னம் ஒன்றில் சிலை வைப்பது மாதிரி, அவள் எவ்வளவு அழகியோ அவ்வளவு நல்லவளாகவும் இருத்தல் வேண்டும். எவ்வளவு நல்லவளோ அவ்வளவு புத்திசா-யாகவும் இருத்தல் வேண்டும். ஒரு பெண் ஆசைப்படும் அனைத்தையும் அவள் பெற்றுக் கொள்ளலாம்.

அமெரிக்கன் 46

எனக்கு மனைவியாக இருக்க மிகவும் தகுதியானவளாக இருந்தாலும் அது பற்றி ஆட்சேபணை இல்லை. நான் புரிந்து கொள்ள இயலாத அளவு, புத்திசா-த்தனமாகவும் அறிவு நிரம்பியவளாகவும் இருக்கலாம். அது பற்றி நான் மகிழவே செய்வேன். ஒரு வார்த்தையில் சொல்வதானால், சந்தையில் கிடைக்கும் மிக நேர்த்தியான பொருள் தேவை."

"இதையெல்லாம் ஏன் முத-லேயே சொல்-யிருக்கக் கூடாது. என்னை விரும்புமாறு இவ்வளவு நாள் முயற்சி செய்து கொண்டிருக்கிறேனே நான்" என்று ட்ரிஸ்ட்ரம் கோரினார்.

"இது மிகச் சுவையானது" திருமதி ட்ரிஸ்ட்ரம் ஆரம்பித்தாள். "தன் மனதை அறிந்திருக்கும் மனிதனை அறிய விரும்பு கின்றேன்"

"நீண்ட நாட்களாக என் மனதை அறிவேன். வாழ்வின் ஆரம்பத்திலேயே, அழகான மனைவியை பெறவேண்டும் என்று முடிவு செய்துவிட்டேன். சந்தர்ப்பங்கள் மீதான பெரிய வெற்றி அது. அழகு என நான் சொல்வது, பழக்கவழக்கங் களிலும் சிந்தையிலும் அழகு, அதே போலத் தோற்றத்திலும். இதில் ஒவ்வொரு மனிதனுக்கும் சம உரிமை உண்டு. அவனால் முடிந்தால் அடைந்து கொள்ளலாம். சில குறிப்பிட்ட ஆற்றல்களுடன் அவன் பிறந்திருக்க வேண்டிய அவசியம் இல்லை. அவனது மன உறுதியைப் பயன்படுத்தினால் போதும்"

"உங்கள் திருமணம் ஒரு பகட்டான விஷயமாகப் படுகிறதே"

"நல்லது அப்படியேதான். என் மனைவியைப் பார்த்து மக்கள் புகழ்ந்தால் நான் குதூகலம் அடைவேன்."

"இதற்குப் பிறகு யாரை பணிவானவன் என்று அழைப்பது!"

"ஆனால் யாரும் நான் புகழுமளவு புகழமாட்டார்கள்"

"உங்களுக்கு நல்ல ரசனை இருக்கிறது"

"உண்மையாகவே அதனை நம்புகின்றேன்"

"அப்படியானால், ஏற்கனவே பார்க்க ஆரம்பித்திருக்க வேண்டும் என நினைக்கிறேன்"

"நிறைய வாய்ப்புகளுக்கேற்ப"

"திருப்திப்படுத்துமளவு ஒன்றையும் பார்க்கவில்லையா?"

"இல்லை. என்னை நிறைவு செய்யும் ஒன்றை இதுவரை சந்திக்கவில்லை என்றே கூறவேண்டும்"

"ஃபிரெஞ்சு புனைவியல் கவிகளின் கதாநாயகர்களை நினைவு படுத்துகிறீர்கள். அவர்களை உலகில் எதுவும் திருப்தி செய்துவிடாது. அத்துடன், நீங்கள் உண்மையாகவே சொல்கிறீர்கள். உங்களுக்கு உதவி செய்ய விரும்புகின்றேன்."

"அவருடன் இணைக்க விரும்பும் பெண் யார், பிரியமானவளே" என்று ட்ரிஸ்ட்ரம் கூவ ஆரம்பித்தார். "பல அழகான யுவதிகள் நமக்குத் தெரியும். ஆனால் பெரிய பெண்கள் சாதாரணமல்லவே"

"அந்நிய நாட்டவளானால் ஆட்சேபிப்பீர்களா" என்று அவர் மனைவி தொடர்ந்தாள்.

"எந்த அயர்லாந்துப் பெண்ணும் விண்ணப்பிக்க வேண்டியதில்லை" நியூமன் சிறிது நேரம் யோசித்துவிட்டுச் சொன்னார்: "எனக்குத் தப்பபிப்பிராயங்கள் எதுவும் இல்லை, வெளிநாட்டவர் என்பதற்காக. ஒரு ஜப்பானிய மாதைத் திருமணம் செய்து கொள்வேன், அவள் விரும்பினாள்."

"ஐரோப்பாவை மட்டும் எடுத்துக் கொள்வோம். ஒரே விஷயம், அவள் உங்கள் ரசனைக்குரியவளாக இருத்தல் வேண்டும்?"

"மற்ற விஷயங்கள் சரியாக அமைந்தால், என் நாட்டுப் பெண்ணொருத்தியை விரும்புவேன். இருவரும் ஒரே மொழி பேச வேண்டும், அது ஒரு வசதியாக இருக்கும். வெளிநாட்டுவாசி என்பதற்காக அஞ்சவில்லைநான். அத்துடன், ஐரோப்பாவில் தேர்ந்தெடுப்பது என்ற கருத்தை வரவேற்கிறேன். அது தேர்ந்தெடுக்கும் களத்தை விரிவாக்கு கிறது. நிறைய எண்ணிக்கையி-ருந்து பொறுக்கும்போது, உனக்குப் பிடித்த ஒன்றாக உயர்ந்ததை தேர்ந்தெடுக்கலாம்."

"அத்தகைய பெண்ணொருத்தி இருக்கிறாள். அவள் பெயர் கிளேர்"

"உன் நண்பி திருமணம் செய்ய விரும்புகின்றாளா?"

"துளிக்கூட இல்லை. அவள் மனதை மாற்றுவது உங்கள்

வேலை. அது எளிதானது இல்லை. அவளுக்கு ஒரு கணவன் இருந்தான். அவன் தன் இனம் குறித்த தாழ்ந்த அபிப்பிராயத்தையே அவளிடம் தந்துவிட்டுச் சென்றான்"

"ஓ, அப்படியானால், அவள் ஒரு விதவை"

"நீங்கள் ஏற்கனவே அஞ்ச ஆரம்பித்துவிட்டீர்களா? அவளது பதினெட்டாவது வயதில் பெற்றோரால் செய்து வைக்கப்பட்ட திருமணம் அது. விரும்பாத ஒருவனுக்குப் ஃபிரெஞ்சு பாணியில் நடந்தது. ஆனால், அவனுக்கு, இரண்டு வருடத்தில் மடிந்துவிடும் நல்ல ரசனை இருந்தது. இப்போது அவளுக்கு 25 வயது."

"ஆக அவள் ஃபிரெஞ்சுக்காரி"

''தந்தை வழியில் ஃபிரெஞ்சுக்காரி, தாய் வழியில் இங்கிலாந்துக்காரி, உண்மையில் அவள் அதிகமாக இங்கிலாந்துக்காரிதான். உங்களை விடவும், என்னை விடவும் அழகாக ஆங்கிலம் பேசுகிறாள். இருவழியிலும், அவளது குடும்பம் மிகத் தொன்மையானது. அவள் தாய் ஆங்கிலக் கத்தோ-க்க பிரபுவின் மகள். அவளது தந்தை இறந்துவிட்டதால், தாயோடும் மணமுடித்த சகோதரரோடும் வாழ்ந்து வருகிறாள். இன்னொரு சகோதரர் இருக்கிறார். அவர் ஒரு மாதிரி. பல்கலைக்கழகத் தெருவில் அவர்களுக்கு பழைய உணவகம் ஒன்று உண்டு. ஆனால் அவர்களது சொத்து சிறிதுதான். எனவே, சிக்கனத்துக்காக ஒன்றாக வாழ்கிறார்கள். நான் சிறுமியாக இருந்தபோது கிறித்தவ மதத்தவரால் நடத்தப்படும் ஆங்கிலப் பயிற்றுமொழிப் பள்ளியில் சேர்க்கப்பட்டேன்; அப்போது என் தந்தை ஐரோப்பிய சுற்றுலா சென்றிருந்தார். அது எனக்குப் பிடிக்கவில்லை. ஆனால், பெல்-கார்ட் குடும்பத்தைச் சேர்ந்த கிளேரைச் சந்தித்து நட்பாக்குவதற்கு சாதகமாக இருந்தது. அவள் என்னைவிட இளையவள்; ஆனாலும், விரைவில் நட்புக் கொண்டோம். அவளைப் பெரிதும் மதித்தேன்; அவளும் முடிந்த அளவு அதனைத் திரும்பச் செலுத்தினாள். அவர்கள் வீட்டினர் மிகவும் கட்டுப்பாடு செய்தனர். நான் கான்வென்ட்டை விட்டு நீங்கியதும் அவள் என்னை விட்டுவிட்டாள். அவளது அந்தஸ்துக்குரியவள் அல்ல நான்; இப்போதும் அப்படித்தான். ஆனால், சில சமயம் சந்திப்பதுண்டு. அவர்கள் எல்லாம்

பெரிய ஆட்கள். ஒரு மைல் உயரத்தில் இருப்பவர்கள். நீண்ட பாரம்பர்யம் கொண்டவர்கள் ..."

"இவளைத்தான் நீ மணமுடிக்கச் சொல்கிறாயா? அணுகக்கூட முடியாத ஒரு பெண்ணை?"

"ஆனால், இப்பொழுதுதான் சொன்னீர்கள் தடைகளையே காணவில்லை என்று"

திருமதி ட்ரிஸ்ட்ரத்தைப் பார்த்தபடி தன் மீசையைத் திருகிக் கொண்டு, "அவள் ஒரு அழகியா?" என்றார் நியூமன்.

"இல்லை"

"ஓ, அப்படியானால் பிரயோஜனமில்லை"

"அவள் அழகியல்ல, ஆனால் அழகானவள். இரண்டும் வித்தியாசமானவை. அழகி என்பவளது முகத்தில் குற்றங்கள் இருக்காது; அழகான பெண்ணின் முகத்தில் குற்றங்கள் இருக்கலாம்; ஆனால் அவை அம்முகத்தின் கவர்ச்சியை ஆழப்படுத்தும்."

"கிளேர் சீமாட்டியை நினைவுகூர்கிறேன். அவளை ஒரு முறை பார்த்தவர் இரண்டாவது தடவை பார்க்க விரும்பார்" என்றார் ட்ரிஸ்ட்ரம்.

"இரண்டாம் தடவை அவளைப் பார்க்கமாட்டார் என்று என் கணவர் குறிப்பிடுவது பொருத்தமான விளக்கம்தான்"

"அவள் நல்லவளா? புத்திசா-யா"

"அவள் பரிபூரணமானவள்; அதற்கு மேல் சொல்லமாட்டேன். அறிய இருக்கும் ஒருவரிடம் அந்நபரைப் பற்றி புகழும்போது, விவரணங்களில் நுழைவது நல்லதல்ல. நான் மிகைப்படுத்தமாட்டேன். வெறுமனே அவளை சிபாரிசு செய்கிறேன். எனக்குத் தெரிந்த பெண்களில் அவள் தனித்து நிற்கிறாள்."

"அவளைப் பார்க்கப் பிரியப்படுகிறேன்"

"அதற்கு ஏற்பாடு செய்கிறேன். ஒரே வழி, அவளை விருந்துக்கு அழைப்பதுதான். முன்னர் பல தடவை அழைத்திருக்கிறேன், அவள் வருவாளா என்று எனக்குத் தெரியாது. அவளது நிலப்பிரபுத்வகாலத்து அம்மா இரும்புக்

கரம் கொண்டு வீட்டை நிர்வகிப்பதால், அவரது வரிசையில் இல்லாதவரை சந்திக்க அனுமதிக்க மாட்டாள். ஆனால், குறைந்த பட்சம், நான் அழைக்கலாம்."

அந்த வேளையில், ஒரு வேலையாள் வந்து, வரவேற்பறையில் புதியவர்கள் வந்திருப்பதாகக் கூறினாள். அவர்களை வரவேற்க அவள் சென்றபோது, டாம் ட்ரிஸ்ட்ரம் தன் விருந்தினரை அணுகி, "இதில் உன் காலை வைக்காதே. இதில் ஒன்றுமில்லை" என்றார்.

"நீ இன்னொரு கதை சொல்கிறாயா?"

''கிளேர் சீமாட்டி பெண்களில் பெரிய வெண்ணிற பொம்மை மாதிரி. அவள் கர்வம் கொண்டவள்"

"ஓ, அவள் கர்வியா?"

''உன்னை மெ-ந்த காற்றாகப் பார்த்து புறக்கணித்து விடுவாள்''

"அப்படியானால், பார்ப்பதற்கு நன்றாக இருக்கமாட்டாளா?"

ட்ரிஸ்ட்ரம் தன் தோள்களைக் குலுக்கினான் ''நீ அறிவார்த்தமாக இருந்தாலே புரிந்துக்கொள்ளக்கூடிய அழகு அது. ஆனால், நான் உள்ளே சென்று தோழர்களை குஷிப்படுத்த வேண்டும்'' நியூமன், வரவேற்பறை நண்பர்களுடன் சேர்ந்து கொள்வதற்குள், சிறிது நேரம் சென்றது. அங்கு சிறிது நேரமே இருந்தார். திருமதி ட்ரிஸ்ட்ரம் நேரிடையாக அறிமுகப்படுத்திய ஒரு பெண் கூறுவதைக் கேட்பதும், அமைதியாக இருப்பதுமாக நேரத்தைக் கழித்தார். தற்போது திருமதி ட்ரிஸ்ட்ரத்துக்கு விடை கூற வந்தார்.

"அப்பெண் யார்?"

''செல்வி டோரா ஃபிஞ்ச். எப்படி விரும்புகிறீர்கள் அவளை?''

"ரொம்பவும் பேசுகிறாள்"

"தன்னை ரொம்பவும் பிரகாசமாக இருப்பதாகக் கருதுபவள். நிச்சயமாக, உங்கள் ரசனை கடுமையானது."

"உன் நண்பியை மறந்து விடாதே. அவள் பெயரென்ன? பெருமிதம் கொண்ட அழகி. விருந்துக்கு அவளை அழைத்து

விட்டு, எனக்கு தெரிவிக்கவும்" என்று கூறிவிட்டு கிளம்பினார்.

சிலநாள் கழித்துத் திரும்பி வந்தார்; அந்த மாலை வேளையில் திருமதி ட்ரிஸ்ட்ரத்தை வரவேற்பறையில் கண்டார். அவளுடன் இளமை கொண்டவளும் வெண்ணிற உடை உடுத்தியவளுமான ஒரு பெண் இருந்தாள். இருவரும் எழுந்தனர்; புதியவள் விடை பெறுவதாகத் தோன்றியது. நியூமன் நெருங்கும் போது, திருமதி ட்ரிஸ்ட்ரத்திடமிருந்து வந்த முக்கியத்துவம் நிரம்பிய சைகையைப் புரிந்து கொண்டார்.

தன் தோழியிடம், "நமது நல்ல நண்பர்களில் ஒருவர் இவர். கிறிஸ்டோபர் நியூமன். அவரைப் பற்றி உங்களிடம் சொல்-இருக்கிறேன்; அவரும் உங்கள் நட்பைப் பெற பெரிதும் விரும்புகிறார். நீங்கள் விருந்துக்கு வர இசைந்தால், நான் அவருக்கு ஒரு வாய்ப்பு நல்க முடியும்" என்றாள்.

புதியவள் நியூமனை நோக்கினாள் புன்னகையுடன், இவள்தான் பெருமிதம் கொண்ட அழகான கிளேர் சீமாட்டி, உலகிலேயே அழகான பெண், உறுதிகூறப்பட்ட முழுமை, வரனாக வரவிருக்கும் இலட்சியம் என்பதை அறிந்ததும், தன் அறிவாற்றலையெல்லாம் சிறிது அடைத்துக் கொண்டிருந் தாலும், நீண்ட அழகிய அவளது முகத்தையும், பிரகாசமான இரண்டு கண்களையும் கருத்தில் கொள்ளத் தவறவில்லை.

"நான் மிகவும் மகிழ்ச்சியடைவேன். துரதிருஷ்டவசமாக, திருமதி ட்ரிஸ்ட்ரத்துக்கு சொல்-க் கொண்டிருந்தது போல, திங்களன்று, நான் கிராமப்புறம் செல்கிறேன்"

"நான் பெரிதும் வருந்துகின்றேன்" என்றார் நியூமன் பவ்வியத்துடன்.

"பாரீஸ் வரவர வெப்பமாக ஆகிக்கொண்டுவருகிறது"

"திரு. நியூமன் உங்களைப் பற்றி அறிந்து கொள்ள பிரியப்படுகிறார்" என்று, திடீரென்று ஒரு முடிவுக்கு வந்தவளாக, புன்னகை செய்தபடி கூறினாள் ட்ரிஸ்ட்ரம்.

"அது எனக்கு மிகுந்த மகிழ்வைத் தரும்"

"கிளேர் சீமாட்டி அவ்வளவு சொல்வதே பெரிய விஷயம்"

"நான் உனக்குப் பெரிதும் கடமைப்பட்டிருக்கிறேன்.

என்னை விடத் திருமதி ட்ரிஸ்ட்ரம் எனக்காக நன்றாகப் பேசக்கூடியவள்" என்றார் நியூமன்.

"பாரிஸில் நீண்ட நாள் இருக்கப்போகிறீர்களா?" என்றாள் கிளேர் அதே மெல்-ய பிரகாசத்துடன்.

"நாம் தங்க வைப்போம்" எனப் பதில் தந்தாள் திருமதி ட்ரிஸ்ட்ரம்"

"ஆனால் என்னைத் 'தங்க வைத்'துக் கொண்டிருக்கிறாய்" என்றபடி தோழியின் கையைக் குலுக்கினாள்.

"ஒரு கணம் மட்டும்"

கிளேர் சீமாட்டி நியூமனைத் திரும்பவும் நோக்கினாள்; ஆனால் இந்தத் தடவை புன்னகையின்றி. அவளது கண்கள் சிறிது நேரம் பார்வையை நீடித்தன.

"என்னை வந்து பார்ப்பீர்களா?"

திருமதி ட்ரிஸ்ட்ரம் அவளை முத்தமிட்டாள். நியூமன் தன் நன்றியைத் தெரிவித்தார். சீமாட்டி விடைபெற்றாள். திருமதி ட்ரிஸ்ட்ரம் வாசல் வரை சென்று வழியனுப்பிவிட்டுத் திரும்பினாள். கைகளைப் பிசைந்தபடி, "இது ஒரு அதிருஷ்டவசமான வாய்ப்பு. அவள் என் அழைப்பை மறுத-க்கவே வந்திருந்தாள். ஆனால் நீங்களோ அல்லது அவளோ, மூன்று நிமிட நேர இறுதியில் தன் வீட்டுக்கு அழைக்குமாறு செய்து வென்றுவிட்டீர்கள்."

"வென்றது நீதான். நீ மிகவும் கடுமையாக இருக்கக்கூடாது அவளிடம்"

"என்ன சொல்கிறீர்கள்?"

"அவள் பெருமிதங்கொண்டவள் எனத் தோன்றவில்லை. அவள் வெட்கப்படும் சுபாவத்தினள் என்றுதான் கூறுவேன்"

"நீங்கள் துல்-யமாகப் பிரித்துப் பார்க்கிறீர்கள். அவள் முகம் குறித்து என்ன நினைக்கிறீர்கள்?"

"அது அழகானது"

"அழகானது என்றே நானும் நினைக்கிறேன். நிச்சயமாக நீங்கள் போய்ப்பார்க்க வேண்டும்"

"நாளை"

"இல்லை, நாளை கூடாது. நாளை மாறுநாள். அது ஞாயிறு. அவள் பாரிஸை விட்டு திங்களன்று கிளம்புகின்றாள். நீங்கள் பார்க்காவிட்டால், இது, குறைந்தபட்சம், ஒரு துவக்கமாக இருக்கும்" என்று கூறி சீமாட்டியின் முகவரியைத் தந்தாள்.

கோடைகாலத்தின் பிற்பக-ல் ஃபிரான்ஸின் அமைதியான தெருக்களின் வழியாக நடந்து வந்தார் நியூமன். அந்தரங்கம் குவிந்திருப்பதைக் குறிப்பாகக் காட்டுவனவாக வீடுகள் தோன்றின. அவ்வாறு செல்வந்தர்கள் வாழ்வது விநோத மானது என்று நியூமன் நினைத்தார்; அவரது இலட்சியம் எல்லாம், வீடுகள் தங்கள் பிரகாசத்தை உள்ளும் புறமும் வேறுபாடின்றி கொட்டிக் கொண்டிருக்க வேண்டும் என்பதே. அவர் அனுப்பப்பட்டிருந்த வீடு, இருண்ட, தூசிபடிந்த, வண்ணம் தீட்டப்பட்டிருந்த முகப்புக் கொண்டிருந்தது. அது, மூன்று புறங்களிலும் சாளரங்களால் சூழ்ந்த மண்டபத்துக்குள் நியூமனை அனுப்பியது. அந்த இடம் முழுவதும் நிழலால் மூழ்கியிருந்தது. 'கான்வென்ட்' பற்றி நியூமன் நினைத் திருந்ததை ஒத்திருந்தது. மண்டபத்தைத் தாண்டிச் சென்றதும், போர்ட்டிகோவின் படிகளில் அமர்ந்திருந்த ஒருவரைக் கண்டார். நியூமன் நெருங்கியதும் அவர் எழுந்து, அழைப்பு மணியில் கை அழுத்தினார். நியூமன் நெடுநேரம் காத்திருக்க வேண்டுமே என்று புன்னகையுடன் கூறினார். வேலையாட்கள் சிதறிக் கிடக்கின்றனர். அவரே அழைப்பு மணியை அழுத்த வேண்டி இருக்கிறது. அவர் இளைஞர்; அவரது ஆங்கிலம் அருமையாக இருக்கிறது. அவரது புன்னகை வெளிப்படை யானது. நியூமன் "கிளேர் சீமாட்டி" என்றார்.

"என் சகோதரி இருக்கிறாள் என்றே தெரிகிறது. உங்கள் வருகை அட்டையைக் கொடுத்தால், நானே அவளிடம் கொண்டு செல்கிறேன்"

வருகை அட்டையைக் கொடுத்தபடி அவ்விளைஞரைக் கவனித்தார். அவரது பார்வை தனித்த விதமாக உறுதியூட்டும் வகையில் உள்ளது. அவரது முகத்தை விரும்பினார்; அது கிளேர் சீமாட்டியினுடையது போல இருந்தது. அவளது சகோதரன் என்றே தெரிகிறது. அந்த இளைஞரும், தன்

பங்குக்கு, நியூமனை வெகு துரிதமாக ஒரு நோட்டம் விட்டார். வருகை அட்டையை எடுத்துக் கொண்டு வீட்டிற்குள் நுழையும் போது, சிறிது வயதானவர் வாசற்படியில் தோன்றினார். அவர் மாலை நேரத்து உடையில் இருந்தார். நியூமனைக் கவனமாகப் பார்த்தார், நியூமனும் அவரைப் பார்த்தார். "கிளேர் சீமாட்டி" என்று திரும்பவும் கூறினார் இளைஞர், புதியவரை அறிமுகப்படுத்துவது போல். மற்றவர், அவ்வட்டையை அவரிடமிருந்து வாங்கி, வேகமாக வாசித்து, நியூமனை திரும்பவும் உச்சி முதல் உள்ளங்கால்வரை நோட்டமிட்டு விட்டுச் சொன்னார்:

"கிளேர் சீமாட்டி வீட்டில் இல்லை"

இளைஞர் நியூமனிடம் திரும்பி, "நான் பெரிதும் வருந்துகிறேன்" என்றார்.

நியூமன் நட்பார்ந்த முறையில் அவருக்குத் தலையசைத்து, தான் அவரிடம் எந்தக் கோபமும் கொள்ளவில்லை என்பதை உணர்த்தி, திரும்ப அடி எடுத்து வைத்தார். வேலையாட்கள் தங்குமிடத்துக்கருகில் நின்றார். அவர்கள் இருவரும் இன்னும் போர்ட்டிகோவில் நின்று கொண்டிருந்தனர்.

அங்கு வந்த மூதாட்டி ஒருத்தியிடம்,

"நாயுடன் இருக்கும் கனவான் யார்?" என்றார் நியூமன்.

"அது திருவாளர் கோம்ட்"

"மற்றவர்"

"திருவாளர் மார்க்யூஸ்"

"ஒரு மார்க்யூஸ். ஓ, அப்படியானால் அவன் சமையல்காரன் இல்லை"

IV

ஒரு அதிகாலைப்பொழுதில், நியூமன் அலங்காரம் செய்வதற்கு முன்பு, அவர் அறையில் ஒரு வயதானவர் சித்திரம் தாங்கிய இளைஞனுடன் நுழைந்தார். பாரிஸ் நகரத்துப் பரபரப்பில், நியூமன், நியோசியையும் அவரது திறமை வாய்ந்த மகளையும் மறந்தேவிட்டார். ஆனால் இது ஒரு அருமையான ஞாபகமூட்டல்.

"என்னை மறந்துவிட்டீர்களோ என்று பயப்பட்டேன்" என வயதானவர், பல மன்னிப்புகளுக்கும் வாழ்த்துக்களுக்கும் பிறகு, ஆரம்பித்தார். "பல நாட்களாகக் காக்க வைத்து விட்டோம். முன்னுக்குப் பின் முரணானவர்கள், நம்பிக்கை மோசம் செய்பவர்கள் என்றெல்லாம் குற்றம் சாட்டினீர்கள். ஆனால், இறுதியில் என்னைப் பாருங்கள். அழகான **மடோன்னா**வையும் பாருங்கள். என் நண்பனே, அதனை ஒரு நாற்கா-யில் வை, ஒளி படும்படி. அப்போதுதான் திருவாளர் பாராட்ட முடியும்."

அச்சித்திரம் ஓர் அங்குல தடிப்புக்கு வண்ணப்பூச்சும், ஓர் அடி அளவு வெளிச்சட்டமும் கொண்டு, காலை ஒளியில் மின்னியது, கண் சிமிட்டியது. நியூமனின் கண்களுக்கு அது அழகானதாகவும் விலை மதிப்பு வாய்ந்ததாகவும்பட்டது. அது ஒரு சந்தோஷமான பேரம் என்றும் அதனை உடைமையாக்கிக் கொள்வதில் பெருமை என்றும் கருதினார். மெத்தனமாகப் பார்த்தபடி தன் அலங்காரத்தைத் தொடர்ந்தார். நியோசி உதவியாளை அனுப்பிவிட்டு, கைகளைப் பிசைந்து கொண்டு, புன்னகை செய்தபடி இருந்தார்.

"வியப்பான வகையில் முடிக்கப்பட்டிருக்கிறது இது. அங்குமிங்கும் அற்புதமான கீற்றுகள் உள்ளன. நீங்களும்

பார்க்கலாமே, சார். நாங்கள் பொ-வார்டில் வரும்போது இது மிகவும் கவனத்தை ஈர்த்தது. அடுத்து, படிப்படியான தொனிகள்! அதுதான் வண்ணம் தீட்டும் முறை. நான் அவளின் தந்தை என்பதால் இதனைச் சொல்லவில்லை. ரசனை மிகுந்த ஒருவர் இன்னொருவரிடம் பேசுவது போல் எண்ணித்தான் சொல்கிறேன். இது ஒரு நேர்த்தியான படைப்பு. இவற்றை உருவாக்குவதும், இவற்றைப் பிரிவதும் சிரமமானது. எங்களால் இதனை வைத்துக் கொள்ள முடிந்தால், ஒரு போதும் தரமாட்டோம்" என்று கூறி பலவீனமாகச் சிரித்தார் நியோசி.

... அவரது ஆங்கிலத்தில் இங்கிலாந்துப் பெருநகரங்களின் கொச்சையும் கலந்திருந்தது. அவரது சொற்கோவை குறைபாடுடையது. அதனைப் ஃபிரெஞ்சுப் பூச்சுக்களால் சரிசெய்தார். ஃபிரெஞ்சுச் சொற்களை அவருக்கேயுரித்தான முறையில் ஆங்கிலப்படுத்தியும், மரபுத் தொடர்களை மொழிபெயர்த்தும் பேசினார். அவர் பேசியதில் பாதிதான் நியூமனால் புரிந்து கொள்ள முடிந்தது; அது அவருக்கு வேடிக்கையாக இருந்தது. அவரது நல்-யல்பை, வறுமையில் உழல வேண்டிய நிலைதான் உறுத்தியது. தனது செழிப்பு என்ற பஞ்சால் அதனைத் துடைத்தெறிய விரும்பினார். நியோமியின் தந்தை, எதிர்பாராத சந்தர்ப்பங்களை உண்டாக்க ஆர்வம் கொண்டவராகக் காணப்பட்டார்.

"வெளிச்சட்டத்துடன் சேர்ந்து நான் எவ்வளவு தரவேண்டும்" என்று கேட்டார் நியூமன்.

"மொத்தம் மூவாயிரம் ஃபிராங்குகள்"

"ரசீது தர முடியுமா?"

"கொண்டு வந்திருக்கிறேன்"

நியூமன் பணத்தை தந்தார்.

"உங்கள் மகள் எப்படி இருக்கிறாள். என்னில் பெரிய மனப்பதிவை ஏற்படுத்திவிட்டாள்"

"மனப்பதிவு? திருவாளர் மிகவும் நல்லவர். திருவாளர் அவளது தோற்றத்தைப் புகழ்கிறீர்கள்?"

"அவள் மிகவும் அழகானவள், நிச்சயமாக"

"ஐயோ பரிதாபம், ஆம், அவள் அழகானவள்தான்"

"அவள் அழகாக இருப்பதில் என்ன தீங்கு?"

நியோசி தரைவிரிப்பில் பார்வையைப் பதித்தபடி, தலையைக் குலுக்கினார். பிரகாசமாகவும், விரிவடையவும் செய்யும் பார்வையால் நியூமனைப் பார்த்தபடி, "திருவாளருக்குத் தெரியும் பாரிஸ் எப்படிப்பட்டது என்று. அழகுக்கு ஆன்மா இல்லாத போது அவள் அழகுக்கு ஆபத்தானவள்" என்றார்.

"ஆ, உங்கள் மகள் விஷயம் அதுவல்லவே. அவள் இப்போது செல்வம் நிறைந்தவள்"

"வெகு உண்மை; ஆறு மாதங்களுக்கு நாங்கள் பணக்காரர்கள். என் பெண் நல்லவளானால் நான் நன்றாகத் தூங்க முடியும்"

"இளைஞர்கள் குறித்து அஞ்சுகிறீர்களா?"

"இளைஞர்கள், வயதானவர்கள்"

"அவள் ஒரு கணவனை அடைய வேண்டும்"

"ஒன்றுமில்லாமல், ஒருத்தி கணவனை அடைய முடியாது. அவளை அப்படியே ஏற்றுக் கொள்ளும் கணவன் அமைய வேண்டும். ஒரு காசு கூட அவனுக்குத் தர முடியாது. ஆனால், இளைஞர்கள் அதையா பார்க்கப் போகிறார்கள்?"

"அவள் திறமையே அவளுக்கு வரதட்சணை"

"ஆ, அது காசாக மாற்றப்பட வேண்டியிருக்கிறது. அது நாள்தோறும் நடப்பதில்லை"

"நல்லது, உங்கள் இளைஞர்கள் மோசமானவர்கள். அவ்வளவுதான் நான் சொல்வேன். உங்கள் மகளுக்காக அவர்கள் தரவேண்டும். மாறாக அவர்கள் கேட்கக்கூடாது"

"அவையெல்லாம் உன்னதக் கருத்துக்கள்; அவையெல்லாம் இந்த நாட்டுக் கருத்துக்கள் அல்லவே;"

"உங்கள் மகளுக்கு எவ்வளவு தேவை?"

நியோசி, அடுத்து என்ன வரப்போகிறதோ என்று வியந்த வராக, விழித்தார். ஆனால், வேகமாகத் தன்னிலைக்கு

வந்தவராகி, ஒரு நல்ல இளைஞனைத் தனக்குத் தெரியும் என்றும், ஆயுள் காப்பீட்டுக் கழகத்தில் பணிபுரிகிறான் என்றும், 15000 ஃபிராங்குகளுக்குச் சரி சொல்வான் என்றும் பதி-றுத்தார்.

"உங்கள் மகள் ஒரு அரை டஜன் ஓவியங்கள் எனக்காகத் தீட்டட்டும். அவளது வரதட்சணையைப் பெறட்டும்"

"அரை டஜன் ஓவியங்கள் - அவளது வரதட்சணை! திருவாளர் கவனமில்லாமல் பேசவில்லையே"

"**மடோன்னா**வைப் போல, லுவ்ரே அருங்காட்சியகத்தில், ஆறு அல்லது எட்டுச் சித்திரங்கள் உருவாக்கினால் அதே விலை தருகிறேன்"

நியோசி நன்றியுடன் திகைப்பிலாழ்ந்தார் ஒரு கணம், பிறகு, நியூமனின் கரத்தைப் பற்றிக் கொண்டு, நீர் நிரம்பிய விழிகளால் நோக்கியபடி, "அதைப் போல அழகாக? ஆயிரம் தடவை அழகாக இருக்கும் - அவை உன்னதமானதாக, மாட்சிமை மிக்கதாக இருக்கும். ஆ, எனக்கு மட்டும் சித்திரம் தீட்டத் தெரிந்தால், நான் கூட ஒரு கரம் தந்திருக்க முடியும் அவளுக்கு! உங்களுக்கு நன்றி தெரிவிக்க நான் என்ன செய்யட்டும்?" என்றார்.

"ஓ, நீங்கள் போதுமான அளவு நன்றி பாராட்டிவிட்டீர்கள்"

"ஒன்று இருக்கிறது. ஃபிரெஞ்சுப் பாடங்கள் கற்றுக் கொடுக்க உங்களிடமிருந்து எதுவும் வாங்கமாட்டேன்"

"பாடங்கள்? நான் மறந்துவிட்டேன். உங்கள் ஆங்கிலத்தைக் கேட்பதே ஃபிரெஞ்சுப் பாடம் படித்த மாதிரிதான்"

"ஓ, ஆங்கிலம் கற்பிப்பதை தொழிலாகக் கொள்ளவில்லை. எனது அழகான மொழியைக் கற்றுக் கொடுக்க நான் எப்போதும் சித்தமாக இருக்கிறேன்."

"நீங்கள் இங்கே இருப்பதால், நாம் ஆரம்பிப்போம். இது நல்ல நேரம். நான் காபி பருகப் போகிறேன்; ஒவ்வொரு காலையிலும் ஒன்பதரை மணிக்கு வந்து உங்கள் பங்குக் காபியையும் பருகுங்கள்"

"திருவாளர் காபியும் வழங்குகின்றாரா? மிக நல்லது"

"ஆரம்பிக்கலாம். காபி மிகச்சூடாக இருக்கிறது. அதனை

ஹென்றி ஜேம்ஸ் 59

ஃபிரெஞ்சில் எப்படிச் சொல்வது?"

அடுத்த மூன்று வாரங்கள், ஒவ்வொருவரும், மதிப்பிற்குரிய நியோசியின் சிறுஉருவம் நியூமனின் அறைக்கு வந்து சென்றது. நம் நண்பர் எவ்வளவு ஃபிரெஞ்சு பயின்றார் என எனக்குத் தெரியாது. அவரே சொல்வது மாதிரி, நன்மை ஒன்றும் விளையாவிட்டாலும், கேடில்லை; அது குதூகலமாக இருந்தது ... எங்கு சென்றாலும் கிராமப்புறத்தில் உள்ளவர்களுடன் பேசிப்பழக வேண்டும் என்ற எண்ணங்கள் அவருக்கு உண்டு. வெளிநாடு செல்லும்போது கிராமப்புற வாழ்வைக் கவனிப்பது அருமையானது என அவருக்கு வழங்கப்பட்ட ஆலோசனையும் அவரது முடிவை உறுதிப் படுத்தியது ... நியூமன் புள்ளி விவரங்களில் நாட்டம் செலுத்தினார். அங்கு எப்படி வாழ்க்கை ஓடுகிறது என்றறிய ஆர்வம் காட்டினார். என்ன வரிகள் செலுத்தப்படுகின்றன என்று தெரிந்து கொண்டார். அங்குள்ள வியாபார முறைகள், எவ்விதம் லாபம் கணக்கிடுகின்றனர், எவ்வாறு வாழ்க்கைப் போராட்டம் நிகழ்த்தப்படுகின்றது என்பவையெல்லாம் அவர் ஈடுபாடு காட்டித் தெரிந்து கொண்டவை. நிறைய ஏற்றத்தாழ்வைக் கண்ட நியோசி விர-டுக்கில் பொடியை வைத்தபடி, இத்தகவல்களையெல்லாம் நியூமனுக்கு வழங்கினார். நியூமனது பணம் ஒருபுறமிருக்க - நியோசி உரையாடலைப் பெரிதும் விரும்பினார், அதுவும் அவரது சீர்கேடுற்ற வாழ்க்கைக்கட்டத்திலும் அவரது நவீனத் தன்மைகள் மாசுறவில்லை. பிரெஞ்சுக்காரர் என்ற முறை யிலேயே, அவரது விஷய ஞானம் தடுமாறும் போதும், அத்தவறுகளைத் தகுந்த சமாதானங்களால் விளக்கத் தெரிந்திருந்தார்.

... நியூமன் முதியவரது சொந்த வாழ்க்கையை விசாரித்தார். தானும் மகளும் குறைந்த பணத்தைக் கொண்டு வாழ்க்கையை நடத்தி வருவதாகக் கூறினார் நியோசி. தற்போது கிடைத்திருக்கும் பணத்தைக் கொண்டு சிறிது அதிகம் செலவழிக்க முடியும்; ஆனால், இன்னும் எண்ணியே செலவழிக்க வேண்டிய நிலை. தன் மகள் மட்டும் இன்னும் போதிய ஒத்துழைப்புத் தருவதில்லை என்று வறுத்தப்பட்டார். "இளமையாகவும் அழகாகவும் இருக்கும் ஒருத்திக்குப் புதிய ஆடைகளும் கையுறைகளும் தேவையாக உள்ளது;

லுவ்ரேயின் செழிப்புக்கு மத்தியில் ஒருத்தி மோசமான கவுன்களை அணிய முடியாது"

"தன் ஆடைகளுக்கும் செலவுக்கு ஏற்றவகையில் அவள் சம்பாதிக்கின்றாளே"

நியோசி பலவீனமான, உறுதியற்ற கண்களால் அவரைப் பார்த்தார். என் மகளது திறமைகள் போற்றப்படுகின்றன, கிறுக்கப்பட்ட ஓவியங்கள் நன்கு விலை போகின்றன என்றெல்லாம் சொல்-யிருப்பார்; தனக்குச் சம அந்தஸ்து தந்து பழகும் புதியவரான இவரது நல்ல நோக்கத்தை அவமதித்ததாக இருக்கக்கூடாது என்பதற்காகச் சொல்லாமல் இருந்துவிட்டார். அதனால், சிறிது விட்டுக் கொடுத்த நிலையில், "அவளது திறமைவாய்ந்த நகல் பிரதிகள் விலைமதிப்பற்றவையாக இருப்பதாலே, வாங்குவோரை எட்டத்தில் நிறுத்திவிடுகின்றன" என்று கூறினார்.

"ஆனால் செல்வி நியோமி இவ்வளவு கலை ஈடுபாடு கொண்டிருக்கும் போது, நீங்கள் ஏன் அன்று அவளைக் குறித்து கவலைப்பட்டீர்கள்?"

"நியோசி யோசித்தார்; இதில் முன்னுக்குப் பின் முரணிருப்பதைக் கண்டார்; அவரை இக்கட்டான நிலைக்கு கொண்டு வந்துவிட்டது. பொன் முட்டையிடும் வாத்தை அடித்துக் கொன்றுவிட விரும்பாவிட்டாலும் - நியூமனின் பரந்த, தாராளமனப்பாண்மையை - தனதுப் பிரச்னையை எல்லாம் கொட்டித் தீர்த்துவிட எண்ணினார். "அவள் சிறந்த கலைஞராகத்தான் இருக்கிறாள். அது உறுதியானதுதான். ஆனால் அவள் கண்டவருடன் சுற்றித் திரிகிறாள். இதில், நேர்மையாகவே அவள் வந்து இருக்கிறாள். அவள் தாயும் அப்படி இருந்தவள்தான்" என்று கசப்புணர்வுடன், தலையசைத்தபடி கூறினார்.

"உங்கள் மனைவியுடன் மகிழ்வாக இருக்கவில்லையா?"

"அவளிடம்தான் நான் வருத்தப்பட்டு உழன்றது"

"அவள் ஏமாற்றினாள்?"

"வருடா வருடம் என் பார்வையிலேயே நான் மிக முட்டாளாக இருந்ததால், தூண்டுதல் அதிகமாக இருந்தது.

இறுதியில், கண்டுபிடித்துவிட்டேன். என் வாழ்வில் ஒரே ஒரு சமயம்தான் நான் அஞ்சவேண்டிய மனிதனாக இருந்தேன். அது எனக்கு நன்றாகத் தெரியும். அது அந்த நேரத்தில்தான்! இருப்பினும், அது குறித்து எண்ண விரும்பவில்லை. அவளை நேசித்தேன் - எந்த அளவு என்று உங்களுக்குச் சொல்ல இயலாது. அவள் மோசமான பெண்."

"அவள் இப்போது இல்லையா?"

"அவளது கணக்கில் சேர்ந்துவிட்டாள்"

"அப்படியானால், அவளது மகள் மீதான பாதிப்பு குறித்து அஞ்சவேண்டியதில்லை"

"மகளைக் குறித்து அப்படி ஒன்றும் அக்கறை கொள்ளவில்லை அவள்" ஆனால் நியோமிக்கு பாதிப்பு ஒன்றும் வேண்டியதில்லை. அவளே போதுமானவள். என்னை விட வல்லமையானவள்"

"உங்களுக்கு கீழ்படிவதில்லையா அவள்?"

"நான் கட்டளையிடாததால் அவள் பணிய வேண்டிய தில்லை. என்ன பிரயோஜனம்? அது அவளை எரிச்சலூட்டி சிறிது கலவரத்துக்கு வழிகாட்டும். தாயைப் போல புத்திசா- அவள். அதனால் காலத்தை வீணாக்கமாட்டாள். குழந்தையாக இருந்த போது - நான் மகிழ்ச்சியாக இருந்த சமயம் அல்லது அப்படி இருந்ததாக நினைத்த சமயம் - வரைதலும் வண்ணந்தீட்டுதலும் முதல்தர பேராசிரியர்களிடமிருந்து பயின்றாள். அவர்கள் எல்லாம் அவளுக்குத் திறமை இருப்பதை உறுதிப்படுத்தினர். அதனை நம்புவதில் மகிழ்ந்தேன். பிறரைச் சந்திக்கச் செல்லும் போதெல்லாம், அவளது ஓவியங்களை எடுத்துச் சென்று, அவர்களுக்கு எடுத்துக்காட்டுவது வழக்கம். நினைவிருக்கிறது, ஒரு மாது, அவற்றை விலைக்கு விற்க வந்திருப்பதாக எண்ணியபோது, நான் வருத்தப்பட்டேன். பிறகுதான் எனது இருண்ட நாட்கள் தொடர்ந்தன; நியோசி சீமாட்டி துரோகம் செய்தது. அதன் பிறகு நியோமிக்கு இருபது பிராங்கு பாடங்கள் கிடையாது போயின. ஆனால், காலப்போக்கில், அவள் வயதடைந்த போது, குடும்பத்தை நடத்த வேண்டிய கட்டாயம் ஏற்பட்ட போது, அவள் வண்ணத்தட்டையும் தூரிகையையும் எடுத்தாள்.

சில நண்பர்கள் அதனை மிகவும் நம்ப முடியாத ஒன்றாகக் கருதினர்; அவள் சிறிய குல்லாய் செய்வதில் ஈடுபடலாம் என்று ஆலோசனை கூறினர். ... லுவ்ரே அருங்காட்சியகத்தில் இரண்டு ஆண்டுகளைக் கழித்துவிட்டாள். அது, எங்களை இலட்சாதிபதிகளாக்கிவிட்டது என்று சொல்ல முடியாது. ஆனால், ரோம் ஒரு நாளில் கட்டப்படவில்லை என்று நியோமி கூறுகிறாள்; தான் மிகவும் முன்னேறுவதாகவும், தன் வழிக்கே விட்டுவிடுமாறும் வேண்டுகிறாள். உண்மையைச் சொல்வதானால், தன்னை உயிரோடு புதைக்கும்படியான எண்ணம் எதுவும் அவளுக்கில்லை. உலகத்தைப் பார்க்கவும், உலகத்தால் பார்க்கப்படுவதற்கும் பிரியப்படுகிறாள். இருட்டில் தன்னால் உழைக்க முடியாது என்று அவளே கூறுகிறாள். அவளது தோற்றத்திற்கு இது இயல்பானதே. புதியவர்கள் வந்து போய்க்கொண்டிருக்கும் அவ்விடத்தில், தனியாக இருக்கும் அவளுக்கு என்ன நேருமோ என்பது குறித்து நாளுக்கு நாள் கவலைப்படுவதையும் நடுங்குவதையும் வியப்புறுவதையும் என்னால் தவிர்க்க இயலவில்லை.

எப்போதும் அவளருகில் இருக்க முடியாது. காலையில் அவளுடன் சென்று, பிறகு, அழைத்துவருவதற்காகச் செல்வேன்; இடைப்பட்ட சமயத்தின் போது நான் அருகில் இருப்பதை விரும்புவதில்லை அவள்; நான் அவளை நடுங்கச் செய்வதாக கூறுகிறாள். அவளில்லாமல் நான் நாள்தோறும் அலைவது என்னை நடுங்கச் செய்வது மாதிரி சொல்கிறாள் அவள்! ஆ, ஏதாவது அவளுக்கு நடந்துவிட்டால்!" என்று தன் உள்ளங்கைகளைப் பற்றியபடி, தலையைப் பின்னோக்கி அசைத்துக் கொண்டு, சொன்னார்.

"ஓ, எதுவும் நடக்காது என்றே யூகிக்கின்றேன்"

"அவளைச் சுட்டுத்தள்ள வேண்டும்"

"ஓ, அவளை மணம் செய்து கொடுப்போம். நாளை அவளை லுவ்ரேயில் கண்டு, எனக்குப் பிரதி செய்ய வேண்டிய ஓவியங்களைத் தேர்ந்தெடுக்கிறேன்"

நியூமனின் பெரிய வேலைத்திட்டத்தை ஒப்புக் கொண்டவளாக, நன்றி தெரிவித்து மகள் அனுப்பிய செய்தியை, நியோசி கொண்டு வந்திருந்தார். இவ்வுரையாடல் நிகழ்ந்த, அடுத்த காலையில், நியூமன் லுவ்ரேயில்

நியோமியைக் காண விரும்பினார். ஏதோ சிந்தனை வயப்பட்டவராக நியோசி தோன்றினார். நிறைய பொடி போட்டார். விடை பெறும்போது, ஒருகணம் நியூமனை நோக்கினார் வெளிறிய கண்களால்.

"என்ன விஷயம்" நம் கதாநாயகன் வினவினார்.

''ஒரு தந்தையின் இதய வேண்டுதலை மன்னிக்கவும். எல்லையற்ற நம்பிக்கைக்குரியவர் நீங்கள். ஆனால், உங்களை எச்சரிப்பதை தவிர்க்க முடியவில்லை என்னால். நீங்களும் ஒரு மனிதர்தான், இளைஞர், சுதந்திரமானவர். எனவே, செல்வி நியோமியின் கள்ளமற்ற தன்மையினை மரியாதை செய்யுமாறு வேண்டிக்கொள்ள அனுமதியுங்கள்"

என்ன வந்துவிட்டது என்று வியப்புற்ற நியூமன் சிரித்துவிட்டார். அவரது கள்ளமற்ற தன்மையும் வெளிப்பட்டு விட்டது என்று கூற நியூமன், இளம்மாதை மரியாதையுடன் நடத்த உறுதி தருவதுடன் திருப்திபட்டுக் கொண்டார். பெரிய சுழல் மெத்தையில் அமர்ந்த அவள் தனக்காகக் காத்திருப்பதைக் கண்டார். ஆனால் வழக்கமாக வேலை நேர உடை அணிவது போல் அணிந்திருக்கவில்லை. சிறிய தொப்பி, கையுறைகள் அணிந்து, வெண்குடை தாங்கியிருந்தாள். இப்பொருட்கள் எல்லாம் கவனமாகத் தேர்வு செய்யப்பட்டு, அவள் இளமைக்கு மெருகூட்டுவனவாக இருந்தன. நியூமனுக்கு மரியாதை தெரிவித்து, நன்றி பாராட்டினாள். அழகான பெண்ணொருத்தி இங்கு நின்று, தனக்கு நன்றி சொல்வதைப் பார்க்கும் போது அவருக்குச் சங்கடமாக இருந்தது. அருமையான பழக்கவழக்கங்களும் நேர்த்தியான பேச்சும் கொண்ட இந்தப் பரிபூரணமான பெண் தன்னிடமிருந்து பணம் வாங்கும் நிலையில் இருக்கிறாளே என்பது அவருக்கு ஒரு மாதிரியாக இருந்தது. அதெல்லாம் ஒன்றும் பெரிய விஷயமில்லை, அவளது சேவையை பெரிய காரியமாக நினைப்பதாக நியூமன் கூறினார்.

''நீங்கள் பிரியப்படும்போது பரிசீலனை செய்து கொள்ளலாம்" என்றாள் நியோமி.

அந்த அறையினையும் பிற அறைகளையும் மெதுவாகச் சுற்றி வந்தனர், அரை மணி நேரமாக. அந்த இடச் சூழ்நிலையை மனதில் எண்ணிய நியோமி, நியூமனுடன்

இருக்கும் பேட்டியை விரைவில் முடித்துக் கொள்ள விரும்பவில்லை.

"என்ன விதமான ஓவியங்களை விரும்புகின்றீர்கள்? புனிதமானவையா? உலகியல் சார்பானவையா?"

"இரண்டிலும் கொஞ்சம். ஆனால் நான் விரும்புபவை பிரகாசமாகவும் மகிழ்வூட்டுவதாகவும் இருத்தல்வேண்டும்"

"மகிழ்வூட்டுவதாக? மகிழ்வூட்டுவதாக, இந்த பயபக்திமிகுந்த லுவ்ரே அருங்காட்சியகத்தில், ஒன்றுமில்லை. நம்மால் முடிந்ததைத் தேடுவோம். இன்று, நீங்கள், நன்றாகப் பிரெஞ்சு பேசுகிறீர்கள். என் அப்பா விந்தைகள் புரிந்திருக்கிறார்"

"ஓ, நானொரு மோசமான மாணவன்; ஒரு மொழியைக் கற்க முடியாத அளவு வயதானவன்"

"மிக வயதானவன்? நீங்கள் ஒரு இளைஞர். என் அப்பாவை எப்படி உணர்கிறீர்கள்?"

"அவர் ஒரு நல்ல, முதிய, கனவான். என் தவறுகள் குறித்துச் சிரிப்பதேயில்லை அவர்."

"நேர்மையானவர். விதிவிலக்கானவர். இலட்சங்களைக் கொடுத்து நம்பலாம்"

"நீ எப்போதும் அவருக்கு கீழ்ப்படிவதுண்டா?"

"கீழ்ப்படிவது?"

"அவர் சொல்வதைச் செய்வதுண்டா?"

அம்மாது நின்று, அவரை நோக்கினாள். அவளது கண்களில் பிடிவாதத்தின் ரேகை இருக்கவே செய்தது. "அதனை ஏன் கேட்கிறீர்கள்?"

"தெரிந்து கொள்ள விரும்புவதால்"

"என்னை மோசமான பெண்ணாக நினைக்கிறீர்கள்" என்றவாறு வினோதமான புன்னகை செய்தாள்.

நியூமன் அவளை ஒருகணம் நோக்கினார். அவள் அழகாக இருப்பதைப் பார்த்தார்; ஆனால், சிறிதும் திகைப்படைய வில்லை. நியோசி அவளது கள்ளமற்ற தன்மைக்காக

வேண்டியது நினைவுக்கு வரவே மிண்டும் ஒருமுறை சிரித்தார். அவளது முகம் இளமை, முதிர்ச்சி என்பவற்றின் விநோதக் கலவையாயிருந்தது; பேராசையுடன் கூடிய உள் நோக்கங்கள் இருப்பதைக் காண முடிந்தது. தந்தையை நடுங்கவைக்கும் அளவு அழகிதான் அவள்; அவளது கள்ளமற்ற தன்மையை அவள் எப்போதும் பிரிந்ததில்லை என்று நியூமன் அங்கே உணர்ந்தார். ஆனால், அவள் அப்படி ஏதும் கொண்டிருந்ததில்லை. அவளது பத்து வயதி-ருந்து உலகை கவனித்து வந்திருக்கிறாள். அவளது நீண்ட காலைப்பொழுதுகளில் லுவ்ரேயில் **மடோன்னா**க்களையும் **புனித ஜான்**களை மட்டும் அவள் பரிசீலனை செய்யவில்லை; அவளைச் சுற்றியுள்ள பலவிதமான மானுட இயற்கையினையும் கவனித்திருக்கிறாள்; அதி-ருந்து தனது முடிவுகளை அனுமானித்து இருக்கிறாள். ஒரு வகையில், நியோசி ஓய்வாக இருக்க வேண்டும் என்று நியூமனுக்குத் தோன்றியது; அவரது மகள் பிடிவாதமாக ஏதோ செய்து கொண்டிருக்கிறாள், ஆனால், முட்டாள்தனமாக எதனையும் செய்யமாட்டாள். ... அவள் இப்படித் தன்னை ஏன் பார்க்க வேண்டும் எனத் தன்னையே கேட்டுக் கொண்டார். அவளை மோசமான பெண்ணாக நினைத்ததாக ஒத்துக் கொண்டால், அவள் பிரியப்படுவாள், என அவருக்கு ஒரு எண்ணம் தோன்றியது.

“ஓ, இல்லை. உன்னை அந்த மாதிரி முடிவு கட்டுவது எனது மோசமான செயலாக இருக்கும். எனக்குத் தெரியவில்லை”

“ஆனால், என் தந்தை புகார் செய்திருக்கிறார் உங்களிடம்”

“நீ கண்டபடி சுற்றித்திரிபவள் எனச் சொன்னார்”

“கனவான்களிடம் இந்த மாதிரி விஷயங்களைச் சொல்-க் கொண்டு இருக்கக்கூடாது அவர். ஆனால், நீங்கள் நம்பவில்லை?”

“இல்லை, நான் நம்பவில்லை”

புன்னகையுடன் திரும்பவும் அவரை நோக்கினாள். பிறகு, ‘புனித கேதரீனது திருமணம்’ என்ற சிறு இத்தா-ய ஓவியத்தைச் சுட்டிக் காட்டினாள். “எப்படி ரசிக்கிறீர்கள்?”

“எனக்கு இனிதாக இருக்கவில்லை. மஞ்சள் உடையில் உள்ள யுவதி அழகாக இல்லை”

“ஆ, நீங்கள் ஒரு பெரிய கலை ஆர்வலர்”

“சித்திரங்களை ரசிப்பதில்? இல்லவே இல்லை; அவைகளைப் பற்றி வெகு சொற்பமே அறிவேன்”

“அப்படியானால் அழகான பெண்களை ரசிப்பதில்?”

“அதிகம் அறிந்தது வெகு சொற்பமே”

“அழகான இத்தா-யப் பெண் சித்திரம் ஒன்றைச் சுட்டிக்காட்டி, “அதைப்பற்றி என்ன சொல்கிறீர்கள்? அதனை உங்களுக்காக சிறிய அளவில் தீட்டித் தருகிறேன்” என்றாள்.

“சிறிய அளவில்? ஏன் அந்த அளவிலேயே செய்யக்கூடாது?”

வெனீஸ் நகரத்துத் தலைசிறந்த படைப்பின் பொங்கும் அழகைப் பார்த்து விட்டு, தலையசைத்தாள் நியோமி. “எனக்குப் பிடிக்கவில்லை அந்த யுவதியை. அவள் முட்டாள்தனமாக இருக்கிறாள்”

“நான் விரும்புகின்றேன். தீர்மானமாக, நான் அவளைப் பெற்றேயாக வேண்டும், ஆளுயர அளவில். அங்கு எப்படி முட்டாள்தனமாக இருக்கிறாளோ, அதே மாதிரி”

தனது பரிகாசப் புன்னகையுடன், மீண்டும் தனது பார்வையை அவரிடம் பதித்தாள். “அவளை முட்டாள் தனமாகப் பார்க்கச் செய்வது மிக எளிதாக இருக்கும் எனக்கு”

“என்ன சொல்கிறாய்?”

“உண்மையில், நீங்கள் அந்த ஓவியத்தை விரும்புகின்றீர்கள் - அப்பொன்னிற முடி, சாம்பல் நிற வெண்மையான பட்டு, முத்துவடம், இரண்டு மாட்சிமையான கரங்கள்?”

“எல்லாவற்றையும் - அது இருப்பதைப் போல”

“வேறொன்றும் தேவையில்லையா?”

“ஓ, வேறுசிலவும் வேண்டும். ஆனால், அதுவும் தேவை.”

நியோமி ஒருகணம் திரும்பி, மண்டபத்தின் மறுகோடிக்குச் சென்று, தெளிவின்றித் தன்னை நோக்கியவாறு நின்றாள்.

“அவ்விதமாக ஓவியங்களுக்கு ஆர்டர் தருவது நன்றாகத்தான் இருக்கிறது. ஆளுயர வெனீஸ் நகர சித்திரங்கள்! அந்த விதமாக நீங்கள் ஐரோப்பாவைச் சுற்றிப்பார்க்கப் போகிறீர்கள்”

“ஆம், சுற்றுலா சென்றுவர திட்டமிட்டிருக்கிறேன்”

“ஆர்டர் தருவது, வாங்குவது, பணம் செலவழிப்பது”

“நிச்சயமாக, சிறிது செலவழிப்பேன்”

“அது மகிழ்வாக இருக்கிறது. பரிபூரணமான நிலையில் சுதந்திரமாக இருக்கிறீர்களா?”

“ ‘சுதந்திரம்’ என்பதை எப்படி அர்த்தப்படுத்துகிறாய்?”

“கவலைப்பட உங்களுக்கு ஒன்றுமில்லை - குடும்பம் இல்லை, மனைவி இல்லை, காத- இல்லை?”

“ஆம், பொறுத்துக் கொள்ளும் அளவில் சுதந்திரம் இருக்கிறது”

“நீங்கள் மிகவும் மகிழ்வாக இருக்கிறீர்கள்; எவ்வளவு நாள் பாரிஸில் தங்கப் போகிறீர்கள்?”

“சில தினங்கள் மட்டுமே”

“ஏன் இங்கிருந்து போகிறீர்கள்?”

“பாரீஸ் சூடாகிக் கொண்டு வருகிறது. ஸ்விட்சர்லாந்து போயாக வேண்டும்”

“ஸ்விட்சர்லாந்துக்கு? அது நல்ல தேசம். ஏரிகளும் மலைகளும், கற்பனையைச் சிதறடிக்க வைக்கும் பள்ளத் தாக்குகள், பனி நிறைந்த சிகரங்கள்! உங்களுக்கு வெற்றி வாழ்த்துக்கள். அதே சமயம், வெப்பமிகு கோடை முழுவதும், இங்கு உட்கார்ந்து உங்கள் சித்திரங்களைத தீட்டிக் கொண்டிருப்பேன் நான்”

“உன் வசதிப்படி தீட்டலாம்”

மேலும் நடந்து சென்று, வேறு பல ஓவியங்களைப் பார்வையிட்டனர். நியூமன் தனக்குப் பிடித்ததைச் சுட்டிக்காட்ட, நியோமி விமர்சித்து வந்தாள்; வேறு சிலதைச் சொன்னாள். பிறகு திடீரெனப் பேச்சை மாற்றி, சொந்த விஷயத்தைப் பேச ஆரம்பித்தாள்.

"அன்று என்னுடன் உங்களைப் பேசவைத்தது எது?"

"உன் சித்திரத்தைப் பாராட்டினேன்"

"ஆனால், வெகு நேரம் தயங்கினீர்கள்"

"ஓ, நான் எதையும் அவசரப்பட்டுச் செய்வதில்லை"

"ஆம், நீங்கள் என்னைக் கவனிப்பதை அறிந்தேன். ஆனால், நீங்கள் என்னுடன் பேசப் போகிறீர்கள் என்று நினைக்கவே இல்லை. உங்களுடன் இப்போது நடந்து வருவேன் என்று கனவுகூட கண்டதில்லை. இது அதிசயமானது"

"இது இயற்கையானது"

"ஓ, மன்னிக்கவும்; எனக்கல்ல. சுற்றித்திரிபவளாக நினைக்கின்றீர்கள், நான் எப்போதும் யாருடனும் வீதியில் நடந்து சென்றது கிடையாது. நம் பேட்டிக்குச் சம்மதம் அளித்தபோது என் தந்தை என்ன நினைத்துக் கொண்டிருந்தார்?"

"உண்மையல்லாத குற்றச்சாட்டுக்காக வருந்திக் கொண்டிருந்தார்"

நியோமி அமைதியாக இருந்தாள்; கடைசியில் ஓர் இருக்கையில் அமர்ந்தாள். "நல்லது, ஐந்து பிரதிகள் முடிப்பது என்று முடிவு கட்டுவோம். என்னால் எவ்வளவு அற்புதமாகச் செய்ய முடியுமோ அவ்வளவு அற்புதமாக ஐந்து சித்திரங்கள். இன்னும் ஒன்றை தேர்ந்தெடுக்க வேண்டும். ரூபன்ஸ் சித்திரங்களில் சிறந்த ஒன்றான அதனை நீங்கள் விரும்பவில்லையோ - **மெடிஸியின் திருமணம்?** வெறுமனே பார்த்து, அது எவ்வளவு அழகாக இருக்கிறது என்று சொல்லுங்கள்"

"ஓ, யெஸ்; அதனை விரும்புகின்றேன்; அதனையும் முடித்துவிடு"

"அதனுடன் முடித்துவிட - நல்லது" அவள் சிரித்தாள். அவரைப் பார்த்துக் கொண்டே, ஒரு கணம் உட்கார்ந்திருந்தாள்; பிறகு, திடீரென எழுந்து அவர் முன் நின்றாள். புன்னகையுடன், "உங்களைப் புரிந்து கொள்ளவில்லை" என்றாள். "எப்படி ஒரு மனிதன் இவ்வளவு அறியாமையுடன் இருக்க முடியும் என என்னால் புரிந்து கொள்ளமுடியவில்லை"

“ஓ, உறுதியாக, நான் அறியாமைமிக்கவன்தான்”

“இது முட்டாள்தனமானது! எப்படித் தீட்டுவது என்றே எனக்குத் தெரியாது”

“எப்படித் தீட்டுவது என்று உனக்குத் தெரியாது?”

“பூனை மாதிரி தீட்டுகிறேன்; ஒரு நேர்க்கோடு வரையத் தெரியாது எனக்கு. அன்று நீங்கள் வாங்கும் வரை, ஒரு சித்திரம் கூட விற்றது கிடையாது.” வியப்புமிகு இத்தகவலை தந்து கொண்டே அவள் சிரித்தவாறு இருந்தாள்.

நியூமன் சிரித்துவிட்டார். ‘‘ஏன் இதனை என்னிடம் சொல்கிறாய்?’’

“ஏனெனில் ஒரு புத்திசா- இவ்வளவு தவறுவது எனக்கு எரிச்சலைத் தருகிறது; என் சித்திரங்கள் கொடூரமானவை”

“நான் வைத்திருப்பது - ”

“அது வழக்கமானவற்றைவிட மோசமானது”

“நல்லது, இருந்தாலும் அதனை விரும்புகின்றேன்”

கடைக்கண்ணால் அவரைப் பார்த்தாள். ‘‘அவ்வாறு சொல்வது அழகானது. தொடர்ந்து செல்லுமுன் உங்களை எச்சரிப்பது என் கடமை. உங்கள் கட்டளை சாத்தியமில்லாதது, தெரியுமா. என்னை என்ன நினைத்துக் கொண்டீர்கள்? அது பத்து பேர் செய்யக் கூடிய வேலை. லுவ்ரேயில் உள்ள சிக்கலான ஆறு ஓவியங்களைத தேர்ந்தெடுத்து என்னிடம், ஒரு டஜன் கைக்குட்டைகளைத் தயார் செய்யச் சொல்வது மாதிரி, பிரதி செய்யச் சொல்-யிருக்கிறீர்கள்”

சிறிது குழப்பத்துடன் அவ்யுவதியை நியூமன் நோக்கினார். முட்டாள்தனமான தவறுக்காக குற்றம்சாட்டப்பட்ட போதிலும், நியூமன் சாதாரணமானவரல்ல. நியோமியின் திடீர் வெளிப்படைப் பேச்சு, அவள் நேர்மையானவள் என்பதை உணர்த்துவதைக் காட்டிலும், வேறு ஏதோ உள்நோக்கத்தைக் கொண்டிருக்கலாம் என நினைத்தார். அவள் விளையாடு கிறாள்; அவரது அழகியல் குருட்டுத்தனத்துக்காக அனுதாபம் காட்டவில்லை அவள்; அவள் வெற்றி காண எதிர்பார்த்தது எதனை? பந்தயம் பெரியது, ஆபத்தும் பெரியது; பரிசும் தாராளமானதாக இருக்கும். பரிசு பெரியதாக இருப்பதை ஒத்துக்

கொண்டாலும், நியோமியின் துணிச்சலுக்காக, ஒரு கணம், பாராட்டாமல் இருக்க முடியவில்லை அவரால்.

''நீ விளையாடுகிறாயா? அல்லது உண்மையிலேயே பேசுகிறாயா?''

''ஓ, உண்மையிலேயே'' என்று கூவினாள், அவளது அசாதாரணமான புன்னகையுடன்.

"சித்திரங்கள் பற்றித் தெரிந்ததெல்லாம் வெகு சொற்பமே; அவை எப்படித் தீட்டப்படுகின்றன என்பது குறித்தும் அதுதான்; அவற்றையெல்லாம் முடிக்காவிட்டால், நிச்சயமாக வேண்டாம். முடிந்ததைச் செய்"

"அது மோசமாக இருக்கும்"

"ஓ, அது மோசமாக இருக்கும் என தீர்மானித்துவிட்டால், நிச்சயமாக, அது அப்படித்தான் இருக்கும். ஆனால், பிறகேன் நீ சித்திரம் வரைவதில் முழுமூச்சாக இறங்க வேண்டும்?"

"வேறெதுவும் செய்யத் தெரியாது; உண்மையான திறமை எதுவும் எனக்கில்லை"

''அப்படியானால், உன் அப்பாவை ஏமாற்றிக் கொண்டிருக்கிறாய்''

"அவருக்கு நன்றாகத் தெரியும்"

"இல்லை, உன்னை அவர் நம்புகிறார் என்று உறுதியாக நினைக்கிறேன்"

"என்னைக் கண்டு அஞ்சுகிறார். நான் சித்திரம் வரைந்து கொண்டே போகிறேன், நீங்கள் சொல்வது மாதிரி. ஏனெனில், தெரிந்து கொள்ள விரும்புகின்றேன். எந்த விதத்திலும் அதனை ரசிக்கின்றேன். இங்கே இருப்பது பிடித்தமானது: ஒவ்வொரு நாளும் வருவதற்குறிய இடம் இது; இருண்ட அறையிலோ, முற்றத்திலோ உட்கார்ந்திருப்பதைவிட, பித்தான்கள் விற்பதைவிட மேலானது இது."

''நிச்சயமாக, இது மிகவும் வேடிக்கையானது. ஆனால், ஓர் ஏழைப் பெண்ணுக்கு இது செலவுமிகுந்த வேடிக்கை யல்லவா?''

"ஓ, எனது நிலை மிகத்தவறு, அதில் சந்தேகமேயில்லை. ஆனால், பிற ஏழைப்பெண்கள் மாதிரி என் சம்பாத்தியத்தைத் தேடிக்கொண்டு - உலகத்தைவிட்டு நீங்கி, சிறு இருண்ட பொந்துகளில் தைத்துக் கொண்டிருப்பது - இருப்பதைவிட சயான் நதியில் விழுந்துவிடுவேன்"

"அதற்கு அவசியமில்லை. நான் வழங்க இருப்பதை தந்தை சொன்னாரா?"

"நீங்கள் வழங்குவது?"

"திருமணம் செய்து கொடுக்க விரும்புகின்றார். வரதட்சணைக்காக தொகையைப் பெற நான் ஒரு வழி கூறினேன்"

"அவர் அனைத்தையும் சொன்னார். என் மீது ஏன் இவ்வளவு அக்கறை எடுத்துக் கொள்கிறீர்கள்?"

"என் அக்கறை உன் அப்பா மீது. நான் சொன்னதில் உறுதியாக இருக்கிறேன். உன்னால் முடிந்ததை தீட்டு. நீ தீட்டியதை நான் வாங்கிக் கொள்கிறேன்"

நிலத்தைப் பார்த்துக் கொண்டே யோசித்துக் கொண்டிருந்தாள் சிறிது நேரம். "பன்னிரண்டாயிரம் ஃபிராங்கு களுக்கு எந்தவிதமான கணவனைப் பெற முடியும்?"

"நல்ல ஒரு இளைஞனைத் தனக்குத் தெரியும் என உன் அப்பா கூறினாரே?"

"மளிகைக் கடைக்காரர்களும், கசாப்புக் கடைக்காரர்களும்! நன்றாக மணமுடிக்க இயலாவிட்டால் திருமணமே செய்து கொள்ளமாட்டேன்"

"மிகவும் கடுமையாக இருக்க வேண்டாம் என அறிவுரை கூறுகிறேன். அந்த அறிவுரைதான் நான் தரவிரும்புவ தெல்லாம்"

"நீங்கள் சொன்னது என்னை மிகவும் வதைக்கிறது. அது எந்த நன்மையினையும் செய்யவில்லை. ஆனால், என்னால் தவிர்க்க முடியவில்லை"

"அது என்ன செய்ய முடியும் என்று எதிர்பார்த்தாய்?"

"என்னால் தவிர்க்க முடியவில்லை, அவ்வளவுதான்"

"நல்லது, உன் சித்திரங்கள் மோசமாக இருக்கலாம்; ஆனால் நீ மிகவும் புத்திசா-. இருந்த போதிலும், உன்னைப் புரிந்து கொள்ள இயலவில்லை. வந்தனம்"

எந்தப் பிரதிப-ப்பும் காட்டவில்லை அவள்; விடை கூறவும் இல்லை. வேறுபுறம் திரும்பி, கைகளின் பின்புறத்தில் தலையைச் சாய்த்துக் கொண்டு உட்கார்ந்திருந்தாள் ஒரு பெஞ்சில். நியூமன், ஒருகணம் நின்றுவிட்டுக் கிளம்பினார். அவளிடம் ஒப்புக்கொண்டதைவிட சிறப்பாகப் புரிந்து கொண்டிருந்தார் அவளை. அவள் வெளிப்படையாகச் சுற்றித் திரிகிறாள் என தந்தை கூறிய வாசகத்துக்கு ஒரு நடைமுறை வியாக்கியானமாக இக்காட்சி விளங்குகிறது.

V

திருமதி ட்ரிஸ்ட்ரத்துக்கு கிளேர் சீமாட்டியின் வீட்டுக்குச் சென்ற பிரயோஜனமில்லாத வருகையைக் குறிப்பிட்டபோது, அவள் நியூமனை நம்பிக்கையிழக்க வேண்டாம் என்று வேண்டினாள்; கோடை முழுவதும் திட்டமிட்டபடி "ஐரோப்பாவை பார்க்க" வேண்டும் என்றும், இலையுதிர் காலத்தில் பாரிஸுக்குத் திரும்பி, குளிர்காலத்தில் சௌகரியமாகத் தங்கிவிடலாம் என்றும் கூறினாள். "அதுவரை கிளேர் சீமாட்டி பொருத்திருப்பாள். ஒரு நாளி-ருந்து இன்னொரு நாளில் திருமணம் செய்துவிடக் கூடிய பெண்ணல்ல அவள்" பாரிஸுக்குத்தான் திரும்பவுது பற்றிய தெளிவான உறுதியை நியூமன் தரவில்லை; ரோம் பற்றியும் நைல் பற்றியும் கூடப் பேசிய அவர், கிளேர் சீமாட்டியின் தொடர்ந்த விதவைக் கோலம் குறித்த அக்கறையி-ருந்து விலகியே இருந்தார். அவரது வழக்கமான வெளிப்படையான இயல்புக்கு மாறாக இருந்தது இந்தச் சந்தர்ப்பம்; ஒரு வேளை மர்மமான உணர்ச்சியின் துவக்க நிலையில் நியூமன் இருப்பதால் இப்படி இருந்திருக்கலாம். பிரகாசமான இரண்டு கண்களின் பார்வையில் வசப்பட்ட அவர், அவ்வளவு சீக்கிரம் அவளைப் பார்க்காமல் விலகி நிற்க முடியாது. திருமதி ட்ரிஸ்ட்ரத்துக்கு மற்ற விஷயங்களை ஏராளமாகச் சொன்னார்; ஆனால், குறிப்பிட்ட இந்த விஷயத்தை மட்டும் தன் ஆலோசனையிலேயே வைத்துக் கொண்டார். நியோசியிடமிருந்து அன்புடன் விடைபெற்றுக் கொண்டார். அவளைப் பொறுத்தவரை, தான் நியோமியுடன் உரையாடிக் கொண்டிருந்த போது, நீல உடை தரித்த **மடோன்னா** கூட அங்கு இருந்திருக்க முடியும் என்று உறுதி கூறினார். பிறகு, மெதுவாகத்தன் ஓய்வில் பயணம் செய்யும் முறையில்,

தீவிரமும் திசைப்போக்கும் கொண்டு இலட்சியத்துடன், பயணத்தைத் துவக்கினார். யாரும் அவரைவிடக் குறைந்த வேகத்தில் செல்வதாகத் தோன்றவில்லை. ஆனாலும், அவ்வளவு குறைந்த நேரத்தில் அவர் சாதித்தது போல யாரும் சாதிக்கவில்லை. பயணம் செய்யும்போது அவரிடமிருந்த அருமையான சில நடைமுறை உள்ளுணர்வுகள் உதவி புரிந்தன. அந்நிய நகரங்களில், உள்ளுணர்வு மூலம் வழிகளை அறிந்து, ஒரு வார்த்தைகூடப் புரிந்து கொள்ள முடியாத மொழிகளில் உரையாடி, பயணம் செய்தார். சாதாரண பயணிக்கு முக்கியமில்லாததாகத் தோன்றும் விஷயங்களையும் அறிவதில் நாட்டம் கொண்டார், குறிப்பு எடுத்தார். பாரிஸை விட்டுக் கிளம்பியபின் முத-ல் அவர் நின்றது அழகான பிரஸ்ஸல்ஸ் நகரில்; அங்கு, அமெரிக்க நாகரிகத்தின் அடையாளமான தெருக்காரரர்கள் திரும்பவும் அங்கு தோன்றியிருப்பதைக் கண்டு நிறையக் கேட்டுக் கொண்டார்.

Hotel de ville யின் அழகான **கோதிக்** கோபுரத்தைக் கண்டு வியப்புற்றார்; இத்தகைய ஒன்று சான்பிரான்சிஸ்கோவில் 'எழுப்ப' முடியாதா என்று ஆச்சரியப்பட்டுக் கொண்டார். கூட்டம் நிரம்பிய சதுக்கத்தில், இக்கட்டடத்தின் முன்பு, அரை மணி நேரம் நின்று கொண்டிருந்தார், ஆபத்தையும் பொருட்படுத்தாமல்.

... ஐரோப்பா தனக்காக உருவாக்கப்பட்டுள்ளதேயில்லாமல் தான் ஐரோப்பாவுக்காக உருவாக்கப்படவில்லை என நம்பினார். தனது சிந்தையை வளர்த்துக் கொள்ள விரும்புவதாக அவர் கூறியிருக்கிறார்; ஆனால் கண்ணாடியில் தன்னை அறிவார்த்தமாகக் கண்டுவிட்டாலோ சிறிது சங்கடமும், ஒரு குறிப்பிட்ட அவமானமும், ஏன் - ஒரு பொய்யான அவமானம் - அடைந்துவிடுவார். இந்த வகையிலோ அல்லது வேறு எந்த வகையிலோ நியூமனுக்கு உயர்ந்த மதிப்புணர்வு கிடையாது; மனிதனுடைய வாழ்க்கை எளிதாக இருத்தல் வேண்டும் என்பது நியூமனின் முதன்மையான நம்பிக்கை. உலகம் என்பது, அவருக்கு ஒரு பஜார், அதில் நாம் அழகான பொருட்களை வாங்குகிறோம். கட்டாயமாக வாங்க வேண்டிய ஒன்று இருப்பதாக அவர் எந்த அளவு ஒத்துக் கொள்ளுகிறாரோ, அந்த அளவுதான் சமூக நிர்ப்பந்தம் குறித்தும். தொந்தரவு செய்யும் சிந்தனைகள் பற்றி

அவருக்கு வெறுப்பு மட்டுமல்ல, தார்மீக ரீதியான அவநம்பிக்கையும் உண்டு. ஒருவனது நல்ல ரீதியான செல்வமே ஒருவனுக்கு அந்தஸ்து வழங்கும் இலட்சியம்; வழங்குவதற்கும் பெற்றுக்கொள்வதற்குமான செல்வம் ... புகைவண்டி பிடிப்பதற்கு விரைவதை அவர் எப்போதும் வெறுத்திருக்கிறார். நியூமன் தன் பயணத்தை ரசித்தார்; ஒரு முறை நீரோட்டத்தில் கலந்துவிட்டால் பிறரைப்போல, தன்னை மாற்றிக் கொள்வார். ஒருவரது கொள்கைகள் பெரிதல்ல; ஒருவரது நல்-யல்பே, பெரிய விஷயம். நம் நண்பர் புத்திசா-, அது குறித்து அவர் ஒன்றும் செய்ய முடியாது. பெல்ஜியம், ஹாலந்து, ரைன்லாந்து, ஸ்விட்சர் லாந்து, வடக்கு இத்தா- என்றபடி திட்டமில்லாமல், அனைத்தையும் பார்த்துக் கொண்டு பயணம் செய்தார். எப்போதும் அணுக எளிதானவர், ஏனெனில் செல்வந்தர் களுக்கு ஐரோப்பாவால் நல்கப்படும் பிரத்யேக வசதிகளைத் தவிர்த்துவிட்டு பொது விடுதிகளிலும் இல்லங்களிலும் தங்கக்கூடிய பழக்கம் உடையவர். சுற்றுப்பயணத்தின் போது, ஒரு தேவாலயம், ஒரு கலைக்கூடம், ஓர் அழிபாடு போன்றவை பார்ப்பதற்காகச் சிபாரிசு செய்யப்பட்டால், அவர் சொல்வதெல்லாம், அவ்வாறு சிபாரிசு செய்தவரை உள்ளங்கால் முதல் உச்சி வரை நோக்கிவிட்டு, மேசையில் அமர்ந்து, மதுபானங்கள் கொணர கட்டளையிடுவார். இதற்குள், அந்த நபர் மரியாதையாக ஒதுங்கிவிடுவார். இல்லாவிட்டால், அந்நபரைத் தன்னுடன் அமர்ந்து பானம் பருகுமாறு சொல்-, இந்த தேவாலயமோ, அல்லது கலைக்கூடமோ மனுஷனுக்கு ஏதாவது உதவி செய்யப்போகிறதா என்று கேட்டாலும் சந்தேகப்படுவதற் கில்லை. கடைசியில், கால்களை நீட்டிக் கொண்டு எழுந்து நின்று, கடிகாரத்தைப் பார்த்தபடி, “என்ன? இவ்வளவு தூரம்?” என்று கேட்பார். பதில் எதுவாயினும் மறுக்காமல், பார்ப்பதற்குக் கிளம்பிவிடுவார். திறந்த வண்டியில் ஏறி, கேள்விகளுக்குப் பதில் கூற ஏதுவாக நடத்துனரை அருகில் அமரச் செய்து, ஓட்டுநரை வேகமாக ஓட்டச் சொல்-, புழுதி படிந்த நகர்ப்புறங்கள் வழியாக, புனித யாத்திரை கேந்திரத்தை அடைவார். இலக்கு ஏமாற்றமாகவோ, தேவாலயம் அற்பமானதாகவோ, அல்லது அழிபாடு வெறும் குப்பைகளின் குவியலாக இருந்தாலோ, அவ்வாறு சிபாரிசு செய்தவரின் மீது

கோபப்படமாட்டார், ஆத்திரமடையமாட்டார். சிறியவை ஆனாலும் பெரியவை ஆனாலும் ஒன்றுபோலவே பாவித்து, வழிகாட்டி ஒப்பிப்பதை பவ்வியமாகக் கேட்டு, இன்னும் பார்க்க வேண்டியவை இருக்கின்றனவா என வினவி, திரும்புவது அவரது வழக்கம். நல்லதும் தீயதுமான கட்டிடக்கலை குறித்த அவரது பகுப்பாய்வு குறித்து அஞ்ச வேண்டியே இருக்கிறது. மிகத் தாழ்ந்த கட்டிடங்களைக் கூட அவர் வெகுநேரம் உன்னிப்பாகக் கவனித்திருக்கிறார். ஐரோப்பாவில் அவரது பொழுது போக்கில், அழகானவற்றைப் போல, அருவருப்பான தேவாலயங்கள் ஓர் அம்சம். அந்நிய நகரம் ஒன்றில், வழிகாட்டப்படாமல், அவராகத் திரிந்து துயரமிகு தேவாலயக் கோபுரத்தை பார்த்தவாறே, மக்களுக்குத் தொண்டு புரிந்தவரின் உருவத்தைப் பார்த்தவாறே, உள்ளூர அதிர்ச்சி அடைந்துவிடுவார். அது பரபரப்போ அல்லது குழப்பமோ அன்று. அது ஒரு ஆழமற்ற பொழுது போக்குத்தான்.

ஹாலந்தில், தற்செயலாக, ஓர் இளம் அமெரிக்கனைச் சந்தித்து, அவனுடன் பயணியின் நட்புக் கொண்டார். இருவரும் மிக வித்தியாசமானவர்கள்; ஆனாலும், சிலவாரங்களுக்கு, பயணம் செய்ய ஏற்றவன்தான், நியூமனின் நண்பன் பெயர் பாப்காக்; யூனிட்டரி தேவாலயத்தில் ஆராதனை நடத்தி வைக்கும் பொறுப்பேற்றவன். நாகரிகமாக உடையுடுத்தி, கவரும் உடல் தோற்றத்தைக் கொண்டவன். மஸாஸுஸட்டில் டார்ச்செஸ்டரை பிறப்பிடமாகக் கொண்ட அவன், நியூ இங்கிலாந்தின் இன்னொரு புறநகர்ப் பகுதியில் ஒரு சிறு கூட்டத்தினரின் ஆன்மீகப் பொறுப்பை மேற்கொண்டிருந்தான். அவனது செரிக்கும் திறன் பலவீனமானதாகையால், கிரகாம் ரோட்டிடையே சாப்பிட்டு வந்தான். ஆனால், அவற்றை, ஐரோப்பாவுக்கு வந்த பிறகு, உண்ணுமிடங்களில் காணமுடியவில்லை - ஒரு சமயம், தனது வியாபார நிமித்தமாக, நியூமன் பாப்காக்கின் ஊரில் தங்க நேர்ந்தது; அது அவருக்கு வேடிக்கையாக இருந்தது. உடன் வந்த பயணிகளும் நெருக்கமாகப் பழகினர்; ஆனால், இவ்வளவு அதீத வேறுபாடுடையவர்கள், வீட்டில் இருக்கும்போது இப்படித் தொடர்பு கொள்வார்களா என்பது மிகவும் சாத்தியமற்றதே. அவர்களெல்லாம், எவ்வளவு சாத்தியமோ, அவ்வளவு வேறுபாடுமிக்கவர்கள். இவைபற்றி

யெல்லாம் எப்போதும் நினைக்காத நியூமன், இடத்துக்கு ஏற்ப ஏற்றுக்கொண்டார்; ஆனால் பாப்காக், தனிமையில் இதுபற்றி யோசிக்கும் சுபாவமிக்கவன்; மாலையில் தன் அறைக்குச் சென்று, விருப்பு வெறுப்பு இல்லாமல் பகுத்தறிய முற்படுவான். நம் நாயகனுடன் தொடர்பு கொண்டிருப்பது நன்மை விளைவிக்கும் என்பதில் உறுதியில்லாது இருந்தான்; அவரது வாழ்க்கை அணுகுமுறை முற்றிலும் வேறாக இருந்தது. நியூமன் அற்புதமான, தாராளமான நபர்; அவர் உன்னதமான நபர் என்றும் அவரை விரும்பாமல் இருப்பது சாத்தியமில்லை என்றும் அவரிடம் பாப்காக் சிலசமயம் சொல்வதுண்டு. ஆனால், அவரது கடமை உணர்வை கூர்மைப்படுத்துவதும், தார்மீக வாழ்வை விரைவுபடுத்துவதும் விரும்பத்தக்கது அல்லவா? அவர் எல்லாவற்றையும் விரும்பினார், எல்லாவற்றையும் ஏற்றுக் கொண்டார். எல்லாவற்றிலும் உலகை கண்டார்; பிரித்துப் பார்க்கவில்லை, உயர்ந்த குரல் கொண்டிருக்கவில்லை. நியூமனிடம் "தார்மீகப் பிரதிப-ப்பு" இல்லை என்று குற்றம் சாட்டினான் பாப்; ஏனெனில் அது மிக முக்கியமானது என்று கூறினான். அவன் சித்திரங்களையும் தேவாலயங்களையும் அதிகமாக நாடினான், திருமதி ஜேம்ஸனின் படைப்பைத் தன் பெட்டியிலேயே எடுத்து வந்திருந்தான்; அழகியல் பகுப்பாய்வில் ஆனந்த மடைந்தான்; பார்க்கும் ஒவ்வொன்றி-ருந்தும் விநோதமான மனப்பதிவுகள் பெற்றான். ஆனால், அவனது இரகசி ஆன்மாவில், ஐரோப்பாவை வெறுக்கவே செய்தான்; நியூமனின் ஒட்டுமொத்தமான அறிவார்ந்த விருந்தோம்பல் தன்னை எரிச்சல்படுத்துவதாக உணர்ந்தான். என் விளக்கம் எட்டாத ஆழத்தில் பாப்காக்கின் தார்மீக உணர்வு படிந்திருக்கும் என அஞ்சுகின்றேன். அவன் ஐரோப்பிய மனோபாவத்தை நம்பவில்லை, ஐரோப்பிய தட்பவெட்பத்தால் பாதிக்கப் பட்டான். ஐரோப்பிய சாப்பாட்டு நேரத்தை வெறுத்தான். ஐரோப்பிய வாழ்வு தூய்மையற்றதாக முறைகேடுகள் நிறைந்ததாகத் தோன்றியது அவனுக்கு. இருந்த போதிலும், அவனுக்கு நேர்த்தியான அழகுணர்வு இருந்தது; அழகு பெரும்பாலும், மேற்கூறிய அதிருப்திதரும் சூழல்களுடன் இணைபிரியாதிருப்பதால், ஐரோப்பாவை முழுமொத்தமாக மோசமானதாக முடிவு கட்ட வரமுடியவில்லை அவனால். ஆனால், அது மோசமானதாக முடிவு கட்ட வரமுடியவில்லை

அவனால். ஆனால், அது மோசமானதாக இருக்கிறது என எண்ணினான்; ஒழுங்குப்படுத்தப்படாத ஆளுமை மிக்க நியூமனால் கெட்டதைப் பிரித்துப் பார்க்க இயலவில்லை என்பது அவனுக்கு வருத்தமூட்டியது. உலகின் எந்த மூலையிலும் தீமை இருப்பது பற்றி, பால்குடிக்கும் குழந்தைக்குத் தெரிந்த அளவே பாப்காக்குக்கும் தெரியும். பாரிஸில் கட்டடக்கலை பயின்று கொண்டிருந்த சகமாணவன் ஒலென், தன்னை திருமணம் முடிக்க எதிர்பார்க்காத ஒருத்தியுடன் கொண்டிருந்த காதல்விவகாரம்தான் பாப்காக் தெளிவாக உணர்ந்த தீமை. பாப் இந்தச்சம்பவத்தை நியூமனுக்கு விவரித்தான்; புகழ்ச்சிக்கு உரியதல்லாத அடைமொழியை அப்பெண்ணுக்கு நியூமன் பயன்படுத்தினார். மறுநாள், அப்பெண்ணின் குணநலனைச் சரியாக விளக்கு வதான வார்த்தையை நியூமன் பயன்படுத்தினாரா, என் வினவினான். நியூமன் சிரித்தார். ''அக்கருத்தை விளக்க நிறையச் சொற்கள்உண்டு. நீ உனக்குப் பிடித்ததை எடுத்துக் கொள்ளலாமே!''

"ஓ, நான் சொல்ல விரும்புவது, அவள் வித்தியாசமான வகையில் பார்க்க வேண்டியவள் அல்லவா? அவள் உண்மையிலேயே அவனை மணக்க எதிர்பார்த்தாள் என்று உங்களுக்குத் தெரியவில்லையா?''

"நிச்சயமாக இல்லை; அவள் ஒரு பெரிய பெண் என்பது குறித்து சந்தேகமில்லை''

''அப்படியும் சொல்லவில்லை நான். அதனை நினைவுபடுத்தியிருக்கக்கூடாது - கருதிப்பார்த்திருக்கக்கூடாது - என்றே அஞ்சினேன். நல்லது, பெர்சிவலுக்கு இதைப்பற்றி எழுதுகிறேன்''

பெர்சிவலுக்கு எழுதியிருந்தான் (பெண் உண்மையிலேயே, வெட்ககரமான துணிச்சலான முறையில் பதி-றுத்து இருந்தாள்); அப்பெண்ணை 'பெரியவளா'க நினைப்பது நியூமனிடம் உள்ள கவனமற்ற, கரடு முரடான குணம் என்று எண்ணினான். நியூமனின் இரத்தனச் சுருக்கமான முடிவுகள் அவனை அதிர்ச்சிக்குள்ளாக்கின, உலுக்கின. மேற்கொண்டு சொல்ல முடியாமல் நண்பர்களை அடக்கிவிடுவதும் அல்லது பண்படுத்தப்பட்ட மனச்சாட்சி கொண்டவர் என்பதற்குப்

பொருத்தமில்லாமல், சாதகமான அறிகுறிகள் இல்லாத போதுகூட நண்பர்கள் மத்தியில், சட்டென்று உதிர்த்துவிடுவார். இருந்தாலும், பாப்காக் அவரை நேசித்தான்; சமயங்களில் அவர் வேதனை தருபவராகவும் குழப்பம் தருபவராகவும் இருந்தாலும் அது அவரை விலக்குவதற்கான காரணமாகாது என நினைவு கூர்ந்தான். மானுட இயல்பை முற்றிலும் வேறான வடிவங்களில் காணவேண்டும் என சிபாரிசு செய்திருப்பது பாப்காக்குக்கு பிடிப்பதாக இருந்தது. உரையாடும் தருணங்களில் தனது ஆன்மீகச் சத்தை சிறிது நியூமனிடம் ஏற்றிவிட பாப் அடிக்கடி முயன்றதுண்டு, ஆனால் நியூமனின் இயல்பு அதற்கு இடங்கொடாது. சல்லடை கொள்ளும் தண்ணீரைவிட அதிகமாக அவரது மனம் கொள்ளாது. நியூமன் இலட்சியங்களைப் புகழ்ந்தார், அவற்றை நிறையப் பெற்றிருப்பதாக பாப்பை வல்லமையாளனாகக் கருதினார். தன் நண்பன் வழங்கியவற்றையெல்லாம் ஏற்றுக்கொண்ட நியூமன், அவற்றை பத்திரமானது எனத் தான் கருதிய இடத்தில் வைத்துவிடுவார். ஆனால், அதன் பிறகு நியூமன் தினசரி பயன்படுத்தும் பொருட்களில், தனது பரிசுகளும் இருப்பதை, அடையாளம் கண்டுகொள்வதில்லை பாப்.

இருவரும் சேர்ந்தே ஜெர்மனியையும் ஸ்விட்ஜர் லாந்தையும் சுற்றினர். அங்கு வெகுநேரம் நீல ஏரிகளில் களித்தனர். இறுதியில், வெனிஸை அடைந்தனர். பாப் சோர்வு கொண்டவனாகி, சிறிது எரிச்சலடைபவராகவும் மாறி விட்டான். மனதை எங்கோ செலுத்தியவனாக, தன்னை மறந்தவனாகக் காணப்பட்டான் பாப். தனது திட்டங்களைக் கூறுவதில் ஒருசமயம் ஒன்றும் இன்னொரு சமயம் மற்றதுமாக முரண்பட்டான். நியூமன், வழக்கம் போல, நண்பர்களைச் சேர்த்தார், கலைக்கூடங்களிலும் தேவாலயங்களிலும் மனம்போல நேரத்தைச் செலவிட்டார். நிறைய ஓவியங்களை வாங்கினார், இருவாரங்கள் வெனிஸை வெகுவாக அனுபவித்தார். ஒருமாலையில், தன் விடுதிக்குத் திரும்பிய போது, தனக்காகத் தோட்டத்தில் பாப் காத்திருப்பதைக் கண்டார். இளைஞன் நெருங்கி வந்து, இருண்ட கண்களால் நோக்கியபடி அவர்கள் பிரிந்தே ஆகவேண்டும் என்பதற்காக அஞ்சுவதாகக் கூறினான். நியூமன் தனது வியப்பையும் வருத்தத்தையும் தெரிவித்துவிட்டு, “ஏன் பிரிவு அவசியமாகி

விட்டது?" என்று வினவினார். "நான் உங்களிடம் அலுப்படைந்துவிட்டேன் என அஞ்ச வேண்டாம்"

"என்னிடம் நீங்கள் அலுப்படையவில்லையா?"

"ஏன் வேண்டும்? நீ ஒரு திறமைசா-. அத்துடன், நான் எதைக் கண்டும் அலுப்படைவது கிடையாது"

"நாம் ஒருவரையொருவர் புரிந்து கொள்ளவில்லை"

"நான் உன்னை புரிந்துகொள்ளவில்லையா? ஏன், புரிந்து கொண்டதாகவே நம்பினேன். ஆனால், நான் புரிந்து கொள்ளா விட்டால் என்ன? அதில் என்ன தீங்கு இருக்கிறது?"

"நான் உங்களைப் புரிந்து கொள்ளவில்லை"

"ஓ, இறைவனே, அதனைப் பொருட்படுத்தவில்லை நான்" என்றார் சிரிப்புடன்.

"ஆனால், அது என்னை விரட்டுகிறது; என்னை அமைதியற்றவனாக ஆக்குகிறது. எதையும் செய்ய முடியவில்லை. இது எனக்கு நல்லது என நான் நினைக்க வில்லை"

"நீ மிகவும் கலைப்படுகிறாய்; அதுதான் உன்னிடம் உள்ள விஷயம்"

"நிச்சயமாக, அப்படித் தோன்றலாம். சின்ன விஷயங்களைக் கடுமையாகப் பார்ப்பதாக நீங்கள் நினைக்கிறீர்கள், நீங்கள் எளிதாக எடுத்துக் கொள்கிறீர்கள் என நான் நினைக்கிறேன். நாம் எப்போதும் ஒத்துப்போக இயலாது."

"ஆனால், வெகுவாக ஒத்துப்போயிருக்கிறோமே"

"இல்லை, நான் ஒத்துப்போகவில்லை. எனக்கு கஷ்டமாக இருக்கிறது. ஒரு மாதத்துக்கு முன்பே உங்களிடமிருந்து பிரிந்திருக்க வேண்டும்"

"ஓ, கொடூரம்! எதனையும் ஏற்றுக்கொள்வேன்"

பாப், இரு கரங்களிலும் முகத்தைப் புதைத்துக் கொண்டான். இறுதியில், "என்னிலையை நீங்கள் பாராட்டுவதாக நான் நினைக்கவில்லை. ஒவ்வொன்றிலும் உண்மையை அடைய முயல்கின்றேன். நீங்களோ வேகமாகப் போகின்றீர்கள்.

என்னைப் பொறுத்தவரை நீங்கள் மிகவும் உணர்வாவேசம் மிக்கவர். அதிகச் செலவாளி. நாம் கடந்து வந்த பகுதியை மீண்டும் ஒருமுறை நானாகப் பார்த்துவர வேண்டும் என உணர்கின்றேன். நிறையத் தவறுகள் செய்துவிட்டதாக அஞ்சுகின்றேன்"

"ஓ, எனக்கு நிறைய காரணங்கள் தர வேண்டிய அவசியமில்லை. என் தோழமையில் அலுப்படைந்து விட்டாய். அப்படிச் செய்வதற்கு உனக்கு உரிமை இருக்கிறது."

"இல்லை, இல்லை, நான் அலுப்படையவில்லை. அலுப்படைவது என்பது மிகத் தவறானது."

"நான் விட்டுவிட்டேன். ஆனால், நிச்சயமாக, அது உன்னை தவறுகள் செய்ய வைக்காது. உன் வழியே போ. நான் உன்னை இழந்து, அதன் துயரை உணர்வேன்; ஆனால், நான் வெகு எளிதில் நண்பர்களைப் பெறுவேன் என்று நீ பார்த்திருக்கிறாய். நீ உனக்குத்தானே தனிமைப்பட்டுப்போவாய்; ஆனால், நீ உணரும்போது ஒரு வரி எழுது, உனக்காக எங்கு வேண்டுமானாலும் காத்திருப்பேன்"

"மிலனுக்குத் திரும்புவேன் என நினைக்கிறேன். லூயினியைச் சரியாக மதிப்பிடவில்லை என அஞ்சுகின்றேன்"

"பாவம் லூயினி"

"லூயினியை அதிகமாக மதிப்பிட்டுவிட்டேனோ என்று அஞ்சுவதைக் குறிப்பிடுகின்றேன். அவர் ஒரு முதல்தர ஓவியர் என நான் நினைக்கவில்லை"

"லூயினி? ஏன், அவர் பரவசப்படுத்துகிறார் - மாட்சிமை மிக்கவர். அழகான பெண்ணைப்போல அவரது மேதமையில் ஏதோ ஒன்று இருக்கிறது. ஒரே விதமான உணர்வை ஒருவருக்குத் தருகிறது அது.

நியூமன் வழக்கத்துக்கு மாறாக அப்பாலை விஷயங்களில் பறந்தார் என்பதைச் சொல்-யாக வேண்டும்; ஆனால் மிலனைக் கடந்து செல்லும் போது அவ்வோவியரிடம் மிகுந்த ஈடுபாடு கொண்டார்.

"திரும்பவும் வந்துவிட்டீர்கள். ஆம், நாம் பிரிவதே நல்லது" என்றான் பாப்காக். மறுநாள் திரும்ப நடக்க ஆரம்பித்து,

ஓவியம் குறித்த தனது மதிப்பீட்டைச் சரிப்படுத்திக் கொள்ள கிளம்பினான்.

சிலநாட்களுக்குப் பிறகு தனது நண்பர்களிடமிருந்து ஒரு கடிதம் கிடைக்கப் பெற்றார் நியூமன் -

"பிரியமான திருவாளர் நியூமன்,

ஒரு வாரத்துக்கு முன்பு, வெளியில், உங்களிடம் நான் நடந்து கொண்ட முறை புதிராகவும் நன்றியற்றதாகவும் தோன்றியிருக்கலாம்; அதனை விளக்க விரும்புகிறேன். நாம் பிரிந்துவிட வேண்டும் என்ற எண்ணம் நெடுநாளாக மனதில் ஓடியது; ஆனால், அது சுலபத்தில் நடக்கக்கூடியதாகத் தெரியவில்லை. முதலாவதாக, என் திருச்சபையால் வழங்கப்பட்ட பணத்தில் நான் ஐரோப்பாவைச் சுற்றி வருகின்றேன். பழைய உலகத்தின் கலை, இயற்கைப் பொக்கிஷங்களைக் கண்டு சிந்தையைச் செழிப்பூட்டும் ஒரு வாய்ப்பையும், அதற்கான விடுமுறையினையும் தந்திருக் கின்றனர். ஆகவே, என் நேரத்தை எவ்வளவு சிறப்பாகச் செலவழிக்க வேண்டுமோ அவ்வளவு சிறப்பாகச் செய்ய வேண்டும் என உணர்கின்றேன். பொறுப்புணர்வு இருக்கிறது. நீங்களோ, அந்த நேரத்தின் மகிழ்ச்சி கிடைத்தால் போதும் என்று இருக்கிறீர்கள்; அது என்னால் பின்பற்ற இயலாதது. சில முடிவுகளுக்கு வந்து குறிப்பிட்ட சில அம்சங்கள் குறித்து தீர்மானிப்பது அவசியம் என உணர்கின்றேன். கலையும் வாழ்க்கையும் மிகத் தீவிரமான விஷயங்களாக எனக்குத் தோன்றுகின்றன; நமது ஐரோப்பியப் பயணத்தில் கலையின் மாபெரும் தீவிரத்தை குறிப்பாக நினைவு கூர்வது அவசியம். ஒன்று, ஒருகணம், உற்சாகப்படுத்தினால், அதுவே போதும் என்று நீங்கள் நினைப்பதாகத் தோன்றுகிறது. மேலும், சமயங்களில், உங்கள் குதூகலத்தில் ஒரு கவனமற்ற நம்பிக்கையினைக் கொண்டிருப்பது, அவநம்பிக்கையாகத் தோன்றுகிறது எனக்கு. எந்தவிதத்திலும் உங்கள் வழி எனது வழியன்று, ஒரு போதும் நாம ஒன்றாகச் செல்வது அறிவுடைமையாகாது. இருப்பினும், உங்கள் வழி பற்றிச் சொல்வதற்கு நிறைய இருக்கிறது, அதன் ஈர்ப்பை உணர்ந்திருக்கின்றேன், வெகு வ-மையாக உங்கள் தோழமையில். அது இல்லாவிட்டால், உங்களிடமிருந்து

என்றோ பிரிந்திருப்பேன். ஆனால், நான் மிகவும் குழப்பமடைந்தேன். தவறு எதுவும் செய்திடவில்லை என நம்புகின்றேன். நிறைய வீணாக்கிய நேரத்தைச் சரிக்கட்ட வேண்டியிருப்பதாக உணர்கின்றேன். இவையெல்லாம் தன்முனைப்பானவை அல்ல என்பதை நீங்கள் தெரிந்து கொள்ள வேண்டும். தனிப்பட்ட மரியாதை உங்களிடம் உண்டு. ஒரு நாளில், நான் சமநிலையைத் திரும்பப் பெறும்போது, மீண்டும் சந்திப்போம். உங்கள் பயணங்களை அனுபவிப்பீர்கள் என நம்புகின்றேன்; வாழ்வும் கலையும் மிகவும் முக்கியத்துவம் நிரம்பியவை என்பதை மட்டும் நினைவில் கொள்ளுங்கள். உங்கள் நேர்மையான, நலங்கோரும் நண்பனை நம்புங்கள்,

பெஞ்சமின் பாப்காக்.

பின்குறிப்பு : லூயினியால் பெரிதும் குழப்பமடைந் திருக்கிறேன்."

நியூமனிடம் ஒரு தனிப்பட்ட பரவசத்தையும் திகைப் பையும் ஏற்படுத்தியது இக்கடிதம். முத-ல், பாப்காக்கின் மெல்-ய மனச்சாட்சி தலையாய கே-க்கூத்தாகத் தோன்றியது; மிலனுக்குத் திரும்பிச் சென்று மேலும் ஆழமான குழப்பத்தில் மாட்டியது அவனது பண்டிதத்தனத்துக்குரிய பரிசாகத் தோன்றியது. பிறகு, இவையெல்லாம் சக்திமிகுந்த மர்மங்கள் என நியூமன் சிந்தித்தார். அவரே, அவன் குறிப்பிட்டிருந்தபடி, அவநம்பிக்கையாளராக இருக்கலாம்; வாழ்க்கை உரிமைகளையும் கலைக்கருவூலங்களையும் அவர் கருதும் முறை முறையற்றதாக நெறிகெட்டதாக இருக்கலாம். நெறிபிறழ்ந்த தன்மை மீது நியூமனுக்கு மிகுந்த வெறுப்புண்டு. ...பாப்பின் கடிதத்துக்கு எப்படி பதில் எழுதுவது என்று தெரியவில்லை. அவரது நல்-யல்பு இளைஞனின் விரிவான குற்றச்சாட்டுகளின் மீது கோபப்படுவதைத் தடுத்தது. பதிலே எழுதவில்லை. ஓரிருநாள் கழித்து, அபூர்வப் பொருள் விற்கும் கடையொன்றில், பதினாறாம் நூற்றாண்டைச் சேர்ந்த, தந்தத்தாலாகிய குரூரமான சிறு சிற்பத்தைக் கண்டார். எந்தக் குறிப்பும் இல்லாமல் அதனை நண்பனுக்கு அனுப்பி வைத்தார். கிழிந்த ஆடையுடன், குவிந்த கரங்களுடன் முழந்தாளிட்டபடி இருக்கும் துறவி ஒருவரின் சிற்பம். அற்புதமாகச் செதுக்கப்பட்டது அது; ஒரு கணத்தில், ஆடைக்

கிழிச-ன் வழியாக அவரது இடுப்பில் தொங்கிக் கொண்டிருக்கும் தடித்த கோழிக் குஞ்சைப் பார்த்துவிடலாம். நியூமனின் எண்ணத்தில் அச்சிற்பம் எதனைக் குறிக்கிறது? அத் துறவியைப் போல இளைஞனும் 'கடுமை'யாக இருக்கப் போவதைக் குறிக்கின்றதா அல்லது நெருங்கிப் பரிசீலனை செய்ததில் வெளிப்பட்ட மாதிரி, அத்துறவியை போலவே சிறப்பாக வெற்றி பெற்றிட முடியாது என நியூமன் அஞ்சுவதைக் குறிக்கின்றதா? பாப்காக்கின் துறவு மனப்பான்மை மீதான நியூமனின் கே-த்தாக்குதல் என்றும் நினைக்க முடியாது; ஏனெனில், அது உண்மையிலேயான அவநம்பிக்கையைக் காட்டுவதாக இருக்கும். எந்த விதத்திலும், அவரது நண்பனுக்கு விலையுயர்ந்த பரிசையே அனுப்பியிருக்கிறார்.

வெனீஸை நீங்கின நியூமன், டிரால், வியன்னா சென்று, தெ.ஜெர்மனி ஊடாக மேற்கு நோக்கித் திரும்பினார். இலையுதிர் காலத்தில் பாதென்-பாதென் நகரத்தில் பலவாரங்கள் தங்கினார். அந்த இடம் இரம்மியமாக இருந்தது; அங்கிருந்து கிளம்புவதற்கான அவசரமும் அவருக்கில்லை. அத்துடன், குளிர்காலத்தில் என்ன செய்வது என தீர்மானித்துக் கொண்டிருந்தார். பாதென் மலர்ப்படுக்கைகளைச் சுற்றிச் செல்லும் சிற்றாறு ஒன்றின் அருகாமையில் உயர்ந்திருந்த மரங்களினடியில் அமர்ந்து, பார்வையிட்டுக்கொண்டிருந்தார். நிறையப் பார்த்திருக்கிறார், அனுபவித்திருக்கிறார், செய்திருக்கிறார்; முதுமையடைந்தவராகவும் இளமை உள்ளவராகவும் உணர்ந்தார். பாப்காக்கை நினைவுபடுத்தினார்; முடிவுகள் எடுக்கும் அவனது ஆசையினையும் நினைத்தார். அப்பழக்கத்தைத் தனக்கும் மேற்கொள்ளுமாறு கூறியதில் தான் எந்தவித பிரயோஜனமும் அடையவில்லை என்பதையும் நினைத்தார். ஒரு சில முடிவுகளை ஒன்றாகக் குறித்துவைக்க இயலாதா அவரால்? இதுவரை அவர் பார்த்ததில் பாதென்-பாதென் நகரம்தான் அழகியது, ஆர்கெஸ்ட்ரா இசை மாலைப்பொழுதில் கேட்பது மிக உயர்ந்தது. இது அவரது முடிவுகளுள் ஒன்று! ஆனால், போட்டிகளை ஒதுக்கி வைத்துவிட்டு, வெளிநாடு கிளம்பியது புத்திசா-த்தனமானது என நினைக்க ஆரம்பித்தார்; இப்படி உலகத்தைப் பார்ப்பது மிகச் சுவையான விஷயம். நிறையத் தெரிந்து கொண்டிருக்

கிறார்; என்ன என்று அவரால் சொல்ல இயலாது, ஆனால், அவரது தொப்பிப்பட்டைக்குக் கீழே அதனை வைத்திருக் கிறார். அவர் விரும்பியதைச் செய்திருக்கிறார்; பெரியவற்றை பார்த்திருக்கிறார்; தன் சிந்தைக்கு, அதனால் இயலுமானால், முன்னேற்றிக் கொள்ள, சந்தர்ப்பம் தந்திருக்கிறார். அது முன்னேறியிருக்கிறது என்று உவகையுடன் நம்பினார். ஆம், இப்படி உலகைப் பார்ப்பது ஆனந்தமானது, அதனை இன்னும் கொஞ்சம் அதிகமாகச் செய்யப் பிரியப்படுவார். 36 வயதான அவரின்முன் ஒரு அழகான வாழ்க்கைப் பரப்பு இருக்கிறது இன்னும், வாரங்களை எண்ண வேண்டிய அவசியமில்லை. அடுத்து எங்கு செல்வது? திருமதி ட்ரிஸ்ட்ரத்தின் வரவேற்பறையில் கண்ட பெண்ணின் கண்களை நினைவு படுத்தினார் எனச் சொல்-யிருக்கிறேன்; நான்கு மாதங்கள் கழிந்துவிட்டன, இன்றும் அதனை மறக்கவில்லை அவர். அவர் பார்த்திருக்கிறார் - பார்ப்பதை ஒரு விஷயமாகக் கொண்டிருக்கிறார் - இடைப்பட்ட சந்தர்ப்பத்தில், வேறு அநேக விஷயங்களைப் பார்வையிட்டிருக்கிறார். ஆனால், இப்பொழுது நினைப்பது கிளேர் சீமாட்டி பற்றித்தான். அவர் மேலும் உலகைப் பார்க்க விரும்பினால், அதனை கிளேர் சீமாட்டியின் கண்களில் பார்க்கலாமா?

நிச்சயமாக, எதையாவது அவர் பார்க்கக்கூடும், அதனை இந்த உலகம் என்றோ அல்லது அடுத்த உலகம் என்றோ அழைத்துக் கொள்ளுங்கள். வடிவமற்ற இந்த சிந்தனைகளின் போது, அவரது கடந்தகால வாழ்வு குறித்தும், ‘தொழில்’ தவிர வேறு எதுவும் தலையில் இல்லாத நீண்ட வருடங்கள் குறித்தும் நினைத்துப் பார்த்தார். இப்போது, அவையெல்லாம் மிகத் தொலைவில் இருக்கின்றன. ஏனெனில், அவரது இப்போதைய நோக்கு விடுமுறை போன்றது. அது அநேகமாக ஒரு வெட்டி விலகுதல். ட்ரிஸ்ட்ரத்திடம், கடிகார ஊசல் பின்னோக்கி ஆடுகிறது என்று சொல்-யிருக்கிறார், அது இன்னும் முற்றுப்பெறவில்லை என்றே தோன்றியது. இன்னும், ‘தொழில்’ என்பது வெவ்வேறு நேரங்களில் வெவ்வேறு அம்சங்களைக் சுட்டி நிற்பதாக இருந்தது அவர் மனதில். அதன் சங்கி-த் தொடரில் மறந்துபோன ஓர் துயரம் கிளைக் கதைகள்/சம்பவங்கள் நினைவில் முகிழ்ந்துவந்தன. சிலவற்றை மெத்தனமாகக் கருதினார்; சிலவற்றி-ருந்து விலகினார். அவையெல்லாம் பழைய முயற்சிகள், பழைய

காரியங்கள், சுறுசுறுப்பு, கூர்மையின் தொன்மைக் காலத்து உதாரணங்கள். சிலவற்றைக் குறித்துப் பெருமிதம் கொண்டார்; இன்னொரு மனிதரைப் பார்த்துக் கொண்டிருப்பது போல தன்னையே பாராட்டிக் கொண்டார். பெரும் காரியங்களை ஆற்றும் பல குணநலன்கள் அங்கு இருந்தன; முடிவு, தீர்மானம், துணிச்சல், தீட்சண்யமான கண், வலுவான கரம். சிலவற்றைக் குறித்து அவர் வெட்கமடைந்தார் என்று கூறுவது மிகவும் அதிகப்படியான மதிப்பீடாகிவிடும்; ஏனெனில் ஆபாசகாரியங்கள் செய்ய நியூமனுக்கு விருப்பமில்லை. சபலத்தின் தோற்றத்தை, நேரிடையான மற்றும் பகுத்துணராத தாக்குதலால் உருச்சிதைய வைக்கும் இயற்கையான தூண்டுதல் பெற்றவராக இருந்தார். நியூமனுக்கு ஒரு பார்வையிலேயே, நேரியது, குறுக்கு வழியிலானது என்பவற்றை உணர்ந்துவிடும் திறன் இருந்தது. மிகமோசமானது எதனையும் செய்யா விட்டாலும், குறிப்பிட்டுச் சொல்லும்படியாக அழகானது எதையும் செய்யவில்லைதான். துயரங்களுடன் துயரங்களைச் சேர்க்கவே ஆண்டுகளாக உழைத்தார், இப்பொழுது வியாபாரத்தைவிட்டு நீங்கி இருந்தார், பணம் பெறும் வியாபாரம் வறண்டதாக, மலட்டுத்தனமிக்கதாகத் தோன்றியது. பையை நிரப்பிக் கொண்ட பிறகு பணம் பெறும் முறையை இகழ்வது எளிதுதான்; வெகு ஆரம்பித்திலேயே இந்த அறவுணர்வு நியூமனுக்கு தோன்றியிருக்க வேண்டும். இன்னொன்றையும் குறிப்பிடவேண்டும், இன்னொரு பகுதி செல்வத்தையும் நியூமனால் பெற்றிருக்க முடியும், விரும்பியிருந்தால். அதோடு, அவர் நீதிபோதனை செய்ய வில்லை என்பதையும் சொல்-யாக வேண்டும். கோடைகாலம் முழுவதும் அவர் கண்டதெல்லாம் செழிப்பான அழகான உலகம்தான்; அங்கு கூரிய இரயில்வே மனிதர்களோ பங்குச்சந்தை தரகர்களோ இல்லை.

பாதென்-பாதெனில் தங்கியிருக்கும்போது திருமதி ட்ரிஸ்ட்ரத்திடமிருந்து கடிதம் வரப்பெற்றார்; இயானா தெரு நண்பர்களுக்கு அனுப்பிய மிகக் குறைந்த செய்திகள் பற்றி திட்டியிருந்தாள்; வெளிப்புறப் பகுதிகளிலேயே தங்கிவிடக் கூடிய மோசமான திட்டம் எதுவும் இல்லாமல், உடனடியாக, உலகிலேயே மிகச்சௌகரியமான நகரத்துக்கு வருவதைத் தெரிவிக்குமாறு வேண்டியிருந்தாள். நியூமனின் பதில்:

‘‘நான் சொற்பமாகவே கடிதம் எழுதும் பேர்வழி, என்னிடமிருந்து எதனையும் எதிர்பார்க்கமாட்டாய் என அறிந்திருப்பாய் என்று நினைத்திருந்தேன். என் வாழ்க்கை முழுவதும் நட்பார்ந்த முறையில் ஒரு இருபது கடிதங்களாவது எழுதியிருப்பேனா என்பது சந்தேகமே. அமெரிக்காவில் என் தொடர்புகளை தந்தி மூலமே செய்து கொள்வேன். இது தூய்மையான நட்புக் கடிதம்; உனக்கு ஒரு ஆர்வமிருக்கிறது, அதனை மதிப்பாய் என நம்புகின்றேன். இந்த மூன்று மாதங்களாக எனக்கு நிகழ்ந்தவை அனைத்தையும் அறியவிரும்புகின்றாய். உனக்குச் சொல்ல சிறந்த வழி, என்னிடமிருக்கும் எனது பென்சில் குறிப்புகளுடன் கூடிய அரை டஜன் வழிகாட்டி நூல்களை அனுப்பிவைப்பதுதான். எங்கெல்லாம் கோடு, அல்லது சிலுவைக்குறி, அல்லது ஒரு ‘அழகானது!’ அல்லது ஒரு ‘மிக உண்மை!’ அல்லது ‘மிக மெ-து!’ போன்றவற்றைக் காண்கின்றாயோ, அவற்றில் ஏதாவது ஒருவிதப் பரபரப்பு அடைந்திருப்பேன் என அறிவாய். உன்னைப் பிரிந்ததி-ருந்து, என் வரலாறு அதுவாகத்தான் இருக்கும். பெல்ஜியம், ஹாலந்து, ஸ்விட்ஜர்லாந்து, ஜெர்மனி, இத்தா- - பட்டிய-ல் உள்ள முழு இடங்களுக்கும் சென்று இருக்கிறேன். எந்த மனிதனைக் காட்டிலும், அதிகமாக, மடோன்னாவைப் பற்றியும் தேவாலயக் கோபுரங்கள் பற்றியும் அறிந்திருக்கிறேன் எனலாம். மிக அழகிய விஷயங்கள் சிலவற்றைப் பார்த்திருக்கிறேன், குளிர்காலத்தில் கணப்புக்கு முன்னமர்ந்து அவை பற்றிப் பேசுவோம். பாரிஸுுக்கு எதிராக, என் முகம் இல்லை என்பதை நீ அறிவாய். எல்லாவிதமான திட்டங்களும் தரிசனங்களும் கொண்டிருந்தேன், ஆனால், உனது கடிதம் அவற்றையெல்லாம் அடித்துக் கொண்டு போய்விட்டது. எவ்வளவு அதிகமாக உலகைப் பார்க்கின்றேனோ, அவ்வளவு அதிகமாகப் பார்க்க விரும்புகின்றேன். சில சமயம் தூரக்கிழக்குப் பற்றி நினைத்து, நாவில் கிழக்கிந்திய நகரங்களின் பெயர்களை உருட்டிக்கொண்டிருக்கின்றேன்; டமாஸ்கஸ், பாக்தாத், மதீனா மற்றும் மெக்கா. கிறித்தவ மதச் சேவையில் சேர்ந்திருக்கும் நண்பர் ஒருவருடன், கடந்த மாதத்தில் ஒருவாரம், கழித்தேன். பல பெரிய விஷயங்கள் இருக்கும் போது ஐரோப்பாவில் கண்டபடி நான் சுற்றித் திரிவது

குறித்து அவமானமடையவேண்டாம் என்றார். தேடிக் கண்டுபிடிக்க ஆசை இருக்கிறது; ஆனால், பல்கலைக்கழகத் தெருவில் தேடிக் கண்டுபிடிப்பதே நல்லது என நினைக் கின்றேன். அந்த அழகியிடமிருந்து எப்போதாவது எதுவும் கேள்விப்பட்டாயா? அடுத்த முறை வீட்டுக்குச் செல்லும்போது அவள் நிச்சயமாக இருக்க, உன்னால் உறுதிபெற முடிந்தால், நேராக பாரீஸை நோக்கி வருவேன். முதல் தரமான மனைவி எனக்குத் தேவை. இந்தக் கோடையில் நான் கடந்து வந்த எல்லா அழகிகள் மீதும் கவனம் செலுத்தினேன், ஆனால் யாரும் என் எண்ணத்திற்குப் பொருந்துவதாக இல்லை அல்லது அருகில் கூட வரவில்லை. இப்பொழுது குறிப்பிட்ட அழகி என் அருகில் இருந்தால், இவற்றையெல்லாம் ஆயிரம் மடங்கு அதிகமாக ரசித்திருப் பேன். பாஸ்டனி-ருந்து ஒரு யூனிடரி தேவாலய ஆராதனை நடத்துபவன் நண்பனாக உடன் சுற்றினான். ஆனால் வெவ்வேறு மனநிலை காரணமாக வெகுவிரைவிலேயே பிரிய வேண்டினான். நான் தாழ்ந்த மனம் கொண்டவன், நெறி கெட்டவன், கலை-கலைக்காகவே என்று கூறும் பக்தன் - என்றெல்லாம் கூறினான்; இவை யெல்லாம் என்னைப் பாதித்தன, ஏனெனில் அவன் மிக இனியவன். பிறகு, மிக விரைவிலேயே இங்கிலாந்து நாட்டவர் ஒருவரைச் சந்தித்தேன். ஆரம்பத்தில், மிகுந்த நம்பிக்கை அளிக்கும் வகையில் நட்புக் கொண்டேன். புத்திசா-யான அவர், இலண்டன் பத்திரிகைகளில் எழுதுபவர், பாரிஸைப்பற்றி ட்ரிஸ்ட்ரம் தெரிந்த அளவு தெரிந்திருப்பவர். ஒருவாரம் சேர்ந்து சுற்றிவிட்டு, வெகுவிரைவிலேயே வெறுப்புடன் பிரிந்துவிட்டார். நான் ஒரு பாதி, மிகவும் சீலமிக்கவன்; மிகக்கண்டிப்பான நெறியாளன்; மனச்சாட்சி போல சபிக்கப்பட்டிருப்பவன்; மெதடிஸ்ட் பிரிவைச் சேர்ந்தவனைப் போல விஷயங்களை முடிவு செய்வதாகவும், வயதானவர் மாதிரி பேசுவதாகவும் சொன்னார். இது உண்மையிலேயே திகைப்பூட்டுவதாக இருக்கிறது. என் இரு விமர்சகர்களில் யாரை நான் நம்புவது? அதுபற்றிக் கவலைப்படாமல், இருவருமே முட்டாள்கள் என விரைவிலேயே முடிவு கட்டினேன். ஆனால் ஒன்றில் மட்டும் நான் தவறானவன் என ஏமாற்ற யாராலும் முடியாது: அது, உன் விசுவாசமான நண்பராக இருப்பது, கிறிஸ்டோபர் நியூமன்.''

VI

நியூமன் டமாஸ்கஸையும் பாக்தாதையும் விட்டுவிட்டு பாரிஸுக்குத் திரும்பினார், இலையுதிர் காலம் முடிவதற்குள். டாம்ட்ரிஸ்ட்ரம், தனது அந்தஸ்துக்கு ஏற்ப எண்ணித் தேர்ந்தெடுத்திருந்த சில அறையில் தங்கினார் நியூமன். அவரது சமூக அந்தஸ்து கணக்கில் எடுத்துக் கொள்ளப்பட்டிருக்கிறது எனப் பின்னர் அறிந்தபோது, ஒன்றும் செய்ய இயலாதவராக இருந்தார். ட்ரிஸ்ட்ரத்தின் அக்கறையி-ருந்து விடுபட வேண்டினார். ''எனக்கு சமூக அந்தஸ்து இருந்தது எனத் தெரியாது; அப்படிப் பெற்றிருந்தால், அது என்ன என்பது பற்றித் துளிக்கூடத் தெரியாது. இரண்டாயிரம் அல்லது மூன்றாயிரம் பேரைத் தெரிந்து அவர்களை விருந்துக்கு அழைப்பது சமூக அந்தஸ்து இல்லையா? உன்னையும் உன் மனைவியையும் பிரெஞ்சுப் பாடங்கள் போதித்த திரு நியோசியையும் எனக்குத் தெரியும். ஒவ்வொருவரையும் சந்தித்துக் கொள்ள உங்களை நான் விருந்துக்கு அழைக்க முடியுமா? முடியுமானால், நாளை விருந்துக்கு வர வேண்டும்"

''அது என்னிடம் நன்றி பாராட்டுவதாக இல்லை. போனவருடம், எனக்குத் தெரிந்த ஒவ்வொரு ஜீவனுடனும் உங்களை அறிமுகப்படுத்தியிருக்கிறேன்'' என்றாள் திருமதி ட்ரிஸ்ட்ரம்.

"ஆமாம், நீ அறிமுகப்படுத்தினாய்; நான் மறந்துவிட்டேன். ஆனால், நான் மறந்துவிட நீ விரும்பியதாக எண்ணினேன்; நீ அவர்களையெல்லாம் வெறுப்பதாகக் கூறினாய்''

''ஆ, நான் என்ன சொன்னேன் என்பதை நீங்கள் நினைவுபடுத்தி வைத்திருக்கும் விதம் எனக்குப் புகழ்ச்சியாக இருக்கிறது, குறைந்தபட்சம். எதிர்காலத்தில், மோசமான

வற்றையெல்லாம், தயவு செய்து, மறந்துவிட்டு, நல்லவற்றை மட்டும் நினைவில் கொண்டிருங்கள். ஆனால், நாங்கள் அறைகளைத் தேர்ந்தெடுக்கும் பொறுப்பை என் கணவரிடம் நட்பில் தந்தால், நீங்கள் கொடூரமான இடத்தில் சிக்குவீர்கள் என்று மட்டும் முன்னதாக எச்சரிக்கிறேன்"

"கொடூரம்? சகியே?" என்று கூவினார் ட்ரிஸ்ட்ரம்.

"இன்று மோசமானது எதையும் நான் கூறக்கூடாது; இல்லாவிட்டால் இன்னும் கடுமையான மொழியைப் பிரயோகித்திருப்பேன்"

"அவள் என்ன சொல்லுவாள் என நீங்கள் நினைக்கிறீர்கள், நியூமன்? இப்போது அவள் முயன்றால், இரண்டு அல்லது மூன்று மொழிகளில் தன் அதிருப்தியைத் தெரிவிக்கக்கூடும்; அதுதான் அறிவார்த்தமாக இருப்பது. அதுதான் அவளுக்குச் சாதகமாக இருக்கிறது; என்னால் ஆங்கிலம் தவிர வேறுமொழியில் பேச முடியாது. எனக்குப் பைத்தியம் பிடிக்கும் போது, நமது அன்னை மொழியையே சார்ந்திருக்க வேண்டியிருக்கிறது. அதில் ஒன்றுமில்லை இது போல"

தங்கும் விடுதி என்ற முறையில் எந்த அறையிலும் கண்ணை மூடிக்கொண்டு இருக்கத்தயார் என நியூமன் கூறினார். இது, ஒரு பாதி, நியூமனிடம் உள்ள உண்மை, ஆனால், இன்னொரு பாதி, அறம்... வசதி, சௌகரியம் குறித்து வெகுவான உணர்வு கிடையாது. ஆடம்பரம், அழகு குறித்த ஈடுபாடு இருப்பினும், அது சிலவகையான சந்தர்ப்பங்களால் நிறைவு செய்யப்பட்டுவிடும். மெதுவான நாற்கா-யி-ருந்து கடுமையான ஒன்றை வேறுபடுத்திச் சொல்லத் தெரியாது. வசதி பற்றிய அவரது அபிப்பிராயம், மிகப்பெரிய அறைகளில் வாழ்தல், அவற்றில் நிறைய இயந்திர சாதனங்கள் இருத்தல் - அவற்றில் பாதியைப் பயன்படுத்தும் சந்தர்ப்பம் இருக்காது அவருக்கு - என்பதுதான்; அந்த அறைகள் பிரகாசமாக, விரிவாக இருத்தல் வேண்டும். தொப்பியை வைத்துக் கொள்ளக்கூடிய அளவு அறை வேண்டும் என ஒருமுறை சொன்னார். மற்றபடி, மரியாதைமிகு எந்த மனிதனும் அழகானது" என்று உறுதி கூறினால் போதும், திருப்திப்பட்டுவிடுவார். அதற்கேற்ப, ட்ரிஸ்ட்ரம் ஓர் இருப்பிடத்தைத் தேர்ந்தெடுத்துக் கொடுத்தார். அது

பொ-வார்ட் ஹவுஸ்மானில், முதல் தளத்தில், பல அறைகள் கொண்டதாக, கண்ணாடிகளும், கடிகாரங்களும் உடையதாக இருந்தது. அவை மகத்தானவை என எண்ணினார் நியூமன், ட்ரிஸ்ட்ரத்தை நன்றி பாராட்டினார், உடனடியாக அதில் குடியேறினார்.

ஒருநாள், திருமதி ட்ரிஸ்ட்ரம், தனது அழகான தோழி கிராமப்புறத்தி-ருந்து திரும்பிவிட்டதாக நியூமனிடம் கூறினாள். மூன்று நாட்களுக்கு முன்பு, புனித சல்பைஸ் தேவாலயத்தை விட்டு வெளியே வரும்போது, சந்தித்ததாக விவரித்தாள். அடையாளம் தெரியாத ஆனால் அவள் பாராட்டும் லேஸ் தைப்பவளைத் தேடி தூரப் பிரதேசத்திற்குச் சென்றிருந்தாள் என்று முடித்தாள்.

“அக்கண்கள் எப்படியிருந்தன?”

“அக்கண்கள் அழுததால் சிவப்பாக இருந்தன! அவள் குற்றத்தை ஒப்புக்கொள்ள வந்திருந்தாள்”

“நீ சொல்-யிருப்பவற்றுடன் இது பொருந்தவில்லையே. வெளியிடுவதற்கு அவள் பாவம் செய்திருப்பது”

“அவை பாவங்களன்று; வருத்தங்கள்”

“எப்படித் தெரியும் அது உனக்கு?”

“தன்னைப் பார்க்க வருமாறு அழைத்தாள்; இன்று காலை சென்றேன்”

“எதனால் வருந்துகிறாள்?”

“நான் கேட்கவில்லை. அவளுடன் எச்சரிக்கையாகவே இருக்க வேண்டியிருக்கிறது. ஆனால், நான் எளிதில் யூகித்துவிட்டேன்.

அவளது வயதான தாயாராலும் பெரிய துருக்கிச் சகோதரனாலுமே அவள் வருத்தப்படுகிறாள். அவளை வதைக்கின்றார்கள். ஆனால், சுமூகமாக அவர்களை மன்னிக்க முடியும் என்னால்; ஏனெனில், அவள் ஒரு ஞானி, அவளிடமிருந்து ஞானத்தை வரவழைத்து பரிபூரணமாக்க வதைத்தல் அவசியமே”

“அது ஒரு சௌகரியமான சித்தாந்தம் அவளுக்கு.

முதியவர்களுக்கு இதனை தெரிவிக்கமாட்டாய் என நம்புகின்றேன். ஏன் தன்னை வதைக்க அனுமதிக்கிறாள் அவள்? அவளே அவளுக்கு எஜமானியாக இல்லையா?"

"சட்ட ரீதியாக, ஆமாம், நான் நினைக்கிறேன்; ஆனால், தார்மீக ரீதியாக, இல்லை. பிரான்ஸில் தாய் என்ன விரும்பினாலும் இல்லை என்று சொல்ல முடியாது. உலகிலேயே மிக வெறுக்கத்தக்க பெண்ணாக இருக்கலாம் அவள், நம் வாழ்வை வருந்தி உழலும் இடமாக மாற்றிடலாம்; ஆனால், அவள் தாய்தான்; அவளைப்பற்றித் தீர்ப்புக் கூற உரிமை இல்லை. வெறுமனே பணிந்து செல்ல வேண்டியதுதான். கிளேர் சீமாட்டி தலையை வணங்கி, சிறகுகளை மடக்கிக் கொண்டாள்."

"குறைந்தபட்சம், தனது சகோதரனை விலக்க இயலாதா, அவளால்?" "அவளது சகோதரன்தான் குடும்பத்தலைவன்; ஒருவரது இச்சைக்காக, செயல்படக்கூடாது, குடும்பத்திற் காகவே, குடும்ப முன்னேற்றத்துக்காகவே செயல்பட வேண்டும்"

"என் குடும்பம் என்னை என்ன செய்யச் சொல்லும் என வியக்கின்றேன்" என்றார் ட்ரிஸ்ட்ரம்.

"உங்களுக்கு ஒன்று இருக்க பிரியப்படுகிறேன்" - இது மனைவி.

"அந்த ஏழைப் பெண்ணிடமிருந்து எதனை வரவழைக்க விரும்புகின்றார்கள் அவர்கள்" என்று வினவினார் நியூமன்.

"இன்னொரு திருமணம். அவர்கள் செல்வந்தர்களல்ல, குடும்பத்தில் மேலும் பணத்தைச் சேர்க்க விரும்புகின்றார்கள்"

"உங்களுக்கு வாய்ப்பு இருக்கிறது" என்றார் ட்ரிஸ்ட்ரம்.

"கிளேர் சீமாட்டி மறுக்கின்றாள்" நியூமன் தொடர்ந்தார்.

"ஒருமுறை அவள் விற்கப்பட்டாள்; திரும்பவும் விற்கப்பட மறுக்கின்றாள், இயற்கையாக. முதல் தடவை சாதாரண பேரமே நடத்தியிருக்கிறாள். திருவாளர் சிண்ட்ரே சொற்பமான சொத்தினைத்தான் விட்டுச் சென்றார்"

"இப்போது யாருக்கு திருமணம் செய்து வைக்க விரும்புகின்றார்கள்?"

ஹென்றி ஜேம்ஸ் 93

"அதனைக் கேட்காம-ருப்பது நல்லது என்று நினைத்தேன்; அது யாராவது வெறுக்கத்தக்க பழைய பேர்வழியாயிருக்கும் அல்லது நிலைகுலைந்த **ட்யூக்காக** இருக்கும்."

"அதுதான் திருமதி ட்ரிஸ்ட்ரம். வாழ்வைப் போல அவ்வளவு பெரியவள்" என்று கூவினாள் ட்ரிஸ்ட்ரம். "அவளது கற்பனை வளத்தைக் கவனியுங்கள். ஒரு கேள்விகூடக் கேட்கவில்லை அவள் - கேட்பது அசிங்கமானது - இருப்பினும் அனைத்தும் தெரியும் அவளுக்கு. அவளது விரல் நுனியில் திருமதி சிண்ட்ரே குறித்த வரலாற்றை வைத்திருக்கிறாள். முழந்தாளிட்டபடி, தலைவிரித்துப்போட்டபடி, கண்ணீர் மல்கும் கண்களுடன் சீமாட்டி இருக்க, மற்றவர்கள், கம்புகளோடும், சிவந்த வெப்பமான இரும்புக் கம்பிகளோடும், அந்த **ட்யூக்கை** மறுத்தால் அவளைத் தாக்குவதற்காக சுற்றி நின்றுகொண்டிருப்பதாய் பார்த்திருக்கிறாள் அவள். உண்மை என்னவென்றால், இறந்த கணவனது சொத்து குறித்து எதையாவது குறைப்பட்டிருக்கலாம் அல்லது ஏதாவது இசைநாடகத்துக்கு அனுமதி மறுத்திருக்கலாம்."

நியூமன், இருவரையும் அவநம்பிக்கையுடன் நோக்கினார். "உன் தோழியை மகிழ்ச்சியற்ற திருமணத்துக்கு வற்புறுத்துகின்றார்கள் என உண்மையிலேயே சொல்கின்றாயா?"

"அது மிகவும் சாத்தியமே. அவர்கள் அதற்குத் திறமை பெற்றவர்கள்"

"ஒரு நாடகத்தில் நடப்பது போல இருக்கிறது. இருண்ட பழைய வீட்டில் கொடூரமான சம்பவங்கள் நிகழ்ந்து, திரும்பவும் செய்யப்படலாம் என்பதைப் போல"

"கிராமப்புறத்தில் நிசப்தமான இருண்ட வீடொன்றை வைத்திருப்பதாக திருமதி சிண்ட்ரே கூறினாள். அங்கே, கோடையின்போது, இத்திட்டம் உருவாகியிருக்க வேண்டும் என்றாள்.

"உருவாயிருக்க வேண்டும்; கவனியுங்கள் அதனை!" என்றார் ட்ரிஸ்ட்ரம்.

"வேறெதுபற்றியும் அவள் சிக்க-ல் மாட்டியிருக்கலாம் அல்லவா?"

"வேறெதுவும் இருந்தால், அது இன்னும் மோசமானதாக இருக்கும்"

"இது சாத்தியமானதா? இந்த மாதிரி இங்கும் செய்கிறார்களா? ஆதரவற்ற பெண்களை தாங்கள் வெறுப்பவர்களையே மணமுடிக்க கட்டாயப்படுத்துவது."

"ஆதரவற்ற பெண்களுக்கு உலகெங்கும் கடினமான நேரம்தான். எங்கு பார்த்தாலும் ஏராளமான துன்புறுத்தல்கள்"

"நியூயார்க்கில் அந்தவிதமாக நடக்கிறது" ட்ரிஸ்ட்ரம் சொல்ல ஆரம்பித்தார். "அற்பர்களை மணப்பதற்காகப் பெண்கள் வதைக்கப்படுகிறார்கள் அல்லது தாஜா செய்யப்படுகிறார்கள் அல்லது லஞ்சம் தரப்படுகிறார்கள் அல்லது இம்மூன்றும் சேர்ந்து செய்யப்படுகிறார்கள். இவற்றுக்கு முடிவேயில்லை."

"அதனை நம்பமாட்டேன், "நியூமன் பதில் தந்தார்" அமெரிக்காவில் பெண்கள் கட்டாயப்படுத்தப்படுகிறார்கள் என்பதை நம்பமாட்டேன். அந்த நாட்டின் ஆரம்ப காலத்தி-ருந்து, ஒரு டஜன் விவகாரங்களாவது இருக்க முடியுமா என நம்பவில்லை நான்."

"சிறகை விரித்த கழுகின் குரலைக் கவனித்துக் கேள்" கூவினார் ட்ரிஸ்ட்ரம்.

"சிறகை விரித்த கழுகு தன் சிறகுகளை பயன்படுத்த வேண்டும்" என்றாள் திருமதி ட்ரிஸ்ட்ரம். "திருமதி சிண்ட்ரேயின் உதவிக்குப் பறந்து செல்ல வேண்டும்."

"அவளது உதவிக்கு?"

"பறந்து சென்று, உங்கள் கா-டுக்கில் அவளைப் பற்றிக் கொண்டு, எடுத்து வந்துவிடுங்கள். திருமணம் செய்து கொள்ளுங்கள்"

சில கணங்கள் பதிலேதும் சொல்லாமல் இருந்தார் நியூமன்; பிறகு - "நான் நினைக்கிறேன்: திருமணம் செய்து கொள்வது பற்றிப் புளித்துப் போகுமளவு அவள் கேள்விப்பட்டிருப்பாள். அவளை நடத்த வேண்டிய அன்பான வழி, அவளைப் பாராட்ட வேண்டியது. இதனைப் பற்றிப் பேசாமல் இருப்பது. ஆனால், அந்த விதமான விஷயம் மோசமானது. கேட்பதற்கே

ஒரு மாதிரியாக இருக்கிறது.”

இதுபற்றி மேலும் பலதடவை கேள்விப்பட்டார் நியூமன். திருமதி ட்ரிஸ்ட்ரம் திரும்பவும் கிளேரைச் சந்தித்தாள்; திரும்பவும் சோகமாக இருப்பதைக் கண்டாள்; ஆனால், இந்தச் சந்தர்ப்பங்களில் கண்ணீரில்லை; அவளது அழகான கண்கள் தெளிவாகவும் அமைதியாகவும் இருந்தன. “அவள் உணர்வு கிலேசமின்றி, அமைதியாக, நம்பிக்கையற்று இருக்கிறாள்” என்றாள். நியூமன் திரும்பவும் பாரிஸ் வந்துவிட்டார் என்றும் திருமதி சிண்ட்ரேயின் நட்பைத் திரும்பவும் ஏற்படுத்திக் கொள்ள விரும்புகின்றார் என்றும் கூறியபோது அவளது நம்பிக்கையிழந்த நிலையிலும் புன்னகைப்பதைக் கண்டதாக, மேலும், கூறினாள்.

வசந்த காலத்தின்போது உங்களின் வருகையை நழுவவிட்டது குறித்து வருத்தப்படுவதாகவும், நம்பிக்கை இழந்துவிடவில்லை என்றும் கூறியதாக தெரிவித்தாள்'' உங்களைப் பற்றிக் கொஞ்சம் சொல்-யிருக்கின்றேன்''

அது சௌகரியமானது. என்னைப் பற்றிப் பிறர் தெரிந்து கொள்வதை விரும்புகின்றேன்''

இதன்பிறகு சில நாட்கள் கழித்து, ஒரு இலையுதிர்கால அந்திப் பொழுதில், நியூமன் திரும்பவும் பல்கலைக்கழகத் தெருவுக்குச் சென்றார். பெல்-கார்ட் ஓட்ட-ல், திருமதி சிண்ட்ரே வீட்டில் இருப்பதாகத் தெரிந்து கொண்டு அவள் வீட்டுக்குச் சென்றார். சம்பிரதாயங்களுக்குப் பிறகு, அவர் நுழைந்த அறை ஒன்றில், நெருப்புக்கு முன் ஒரு பெண்ணும் ஒரு கனவானும் அமர்ந்திருப்பதைக் கண்டார். அக்கனவான் சிகரெட் புகைத்துக் கொண்டிருந்தார். இரு மெழுகுவர்த்தி ஒளியும் நெருப்புச் சுடரும் தவிர வேறு வெளிச்சம் இல்லை அந்த அறையில். இருவரும் நியூமனை வரவேற்க எழுந்தனர்; நெருப்பு ஒளியில் திருமதி சிண்ட்ரேயை அடையாளம் கண்டு கொண்டார் நியூமன். அவருக்குத் தன் கரத்தை நீட்டியபடி புன்னகைத்தாள். அதுவே போதுமான பிரகாசமாகத் தோன்றியது. உடனிருப்பவரைச் சுட்டிக்காட்டி, “என் சகோதரர்” என்று மெதுவாகச் சொன்னாள் சீமாட்டி. அக்கனவான் அவருக்கு நட்பார்ந்த முறையில் வாழ்த்து தெரிவித்தார். அக்கனவான்தான் அன்று தன்னுடன் பேசிய இளைஞர் என்றும்

தன்னைக் கவர்ந்தவர் என்றும் தெரிந்து கொண்டார்.

''திருமதி ட்ரிஸ்ட்ரம் உங்களைப் பற்றி நிறையச் சொல்-யிருக்கிறாள்'' என்று அமைதியாகக் கூறினாள் திருமதி சிண்ட்ரே.

நியூமன், இப்போது உண்மையிலேயே தனது வேலை என்ன என்பதைக் கருதலானார். உலகின் விநோத மூலைக்குச் சென்றுவிட்டதைப் போன்ற வழக்கதிற்குமாறான, எதிர்பாராத உணர்வு கொண்டிருந்தார். பொதுவாக ஆபத்தை எதிர்பார்ப்பதோ, வரும் அழிவை முன்னதாகவே கூறுவதோ அவரது இயல்பில்லை. இந்தக் குறிப்பிட்ட சமயத்தில் அவருக்கு சமூக அச்சங்கள் எதுவுமில்லை. அவர் எளிதில் அச்சமடைந்துவிடக்கூடியவருமில்லை, வெட்கங்கெட்ட துணிச்சல்காரருமில்லை. எதையும் எளிதாக அவர் எடுத்துக் கொண்டாலும், சில விஷயங்கள் அவ்வளவாக எளிதாக இருப்பதில்லை என்பதனை அறிய வேண்டித்தான் இருக்கிறது. உயரே போகும்போது தான் எதிர்பார்த்த இடத்தில் படி இல்லாததைக் காண்பவனைப் போல உணர்ந்தார். வரவேற்கும் தோற்றமில்லாத இவ்வீட்டின் சாம்பல்நிற ஆழங்களில் நெருப்போரம் அமர்ந்து தன் சகோதரருடன் உரையாடிக் கொண்டிருக்கும், இந்த விநோதமான அழகியிடம் - அவருக்கு சொல்ல என்ன இருக்கிறது? நம்பவியலாத அந்தரங்கம் சூழப்பெற்றவளாகத் தோன்றுகிறாள்; என்ன காரணத்தை வைத்து அத்திரையை அகற்றுவது? கடல் போன்ற ஆழமான ஊடகம் ஒன்றில் விழுந்துவிட்டவராகவும் அதில் மூழ்கிவிட முயலவேண்டியவராகவும் தன்னை உணர்ந்தார். அதே சமயம் அவர், திருமதி சிண்ட்ரேயைப் பார்த்துக் கொண்டேயிருக்க, அவளும் ஏறிட்டு நோக்கினாள். அவர்களது கண்கள் சந்தித்தன; ஒரு கணத்துக்குப் பிறகு, வேறுபுறம் திரும்பியவளாகி, நெருப்பில் விறகுத்துண்டு போடுமாறு சகோதரரை அனுப்பினாள். ஆனால், அந்தக் கணமும் அந்தப் பார்வையுமே நியூமனுக்குப் போதுமானதாக இருந்தது. திருமதி. சிண்ட்ரேயை முத-ல் பார்த்தபோது ஏற்பட்ட மனப்பதிவினை நினைவுக்குக் கொண்டுவந்தார்; அது அவர் அறிந்திருந்ததை விட ஆழமானது. அவள் சுவாரஸ்யம் மிகுந்தவளாக, இனிதானவளாகக் காணப்பட்டாள்; ஒரு புத்தகத்தைத் திறந்து, அதன் முதல் வரியில் கவனத்தைப் பதித்தவராக இருந்தார்.

அவரை ஏராளமான கேள்விகள் கேட்டார்: எவ்வளவு அண்மையில் அவர் திருமதி ட்ரிஸ்ட்ரத்தைச் சந்தித்தார், பாரிஸில் எவ்வளவு நாள் அவர் இருந்திருக்கிறார், எவ்வளவு நாள் தங்கிடத் திட்டமிட்டிருக்கிறார் மற்றும் அதனை எப்படி விரும்புகிறார். "உங்களுக்கு அழகான தேசம் இருக்கிறது"

"ஓ, மகத்தானது! நீ பார்க்க வேண்டும்"

"நான் எப்போதும் பார்க்கப் போவதில்லை"

"ஏன் இல்லை?"

"நான் பயணம் செய்வதில்லை; அதிலும் தொலை தூரங்களுக்கு"

"ஆனால் சிலசமயம் சென்றுவிடுகிறாயே; இங்கேயே எப்போதும் இருப்பதில்லையே?"

"கோடை காலத்தில் சில சமயம் போவதுண்டு, கிராமப்புறத்துக்கு"

தனக்கு என்னவென்று தெரியாத மேலும் சில சொந்த விஷயங்கள் பற்றி கேட்கவிரும்பினார். "இங்கு மிகவும் அமைதியாக இருப்பதை நீ காணவில்லையா? தெருவை விட்டு வெகு தொலைவில்" 'இருண்டதாக' எனச் சொல்ல விரும்பியவர் அது நாகரிகமில்லை என விடுத்தார்.

"ஆம், வெகு அமைதியாக இருக்கிறது. அதனை நாங்கள் விரும்புகின்றோம்"

"ஓ, நீ அதனை விரும்புகின்றாய்"

"அத்துடன், என் வாழ்ககை பூராவும் இங்கே வாழந்திருக் கின்றேன்"

"வாழ்க்கை பூராவும் வாழ்ந்திருக்கிறாய்"

"நான் இங்கே பிறந்தேன்; எனக்கு முன் தந்தை இங்கே பிறந்தார், மற்றும் என் தாத்தா, பெரிய தாத்தாக்கள். இல்லையா, வாலெண்டின்?" என்று தன் சகோதரரைக் கேட்டார்.

"இங்கே பிறப்பது எங்கள், குடும்ப வழக்கம்" என்றார் அவர் சிரித்துக் கொண்டே; எழுந்து நின்று, சிகரெட் துண்டை

நெருப்பில் எறிந்தார். நியூமனைக் கவனமாகப் பரிசீ-ப்பவர் போலக் காணப்பட்டார்.

“அப்படியானால், எங்கள் வீடு மிகவும் தொன்மையானது” என்றார் நியூமன்.

“எவ்வளவு பழமையானது அண்ணா”

மெழுகுவர்த்திகளைக் கொளுத்திக்கொண்டு கூரைப் பகுதியில் காட்டினார் சகோதரர். ஓரிடத்தில் - 1627 என்று வருடம் குறிப்பிடப்பட்டிருந்தது. ‘‘அதைப் பார்த்துக் கொள்ளுங்கள். அது பழசா அல்லது புதுசா என்று உங்கள் பார்வைப்படி முடிவு செய்யுங்கள்”

‘‘நல்லது. இங்கே ஒருவரின் பார்வை வெகுவாக நகருகிறது. உங்கள் வீடு மிக விநோதமான கட்டிடப் பாணியில் உள்ளது.”

‘‘நீங்கள் கட்டிடக் கலையில் ஈடுபாடு கொண்டிருக் கிறீர்களா?”

“நல்லது, இந்தக் கோடையில்தான் அந்தச் சிரமத்தையும் மேற்கொண்டேன். பரிசீ-க்கவும் கணக்கிடவும் - 470 தேவாலயங்களை. அதனை ஈடுபாடு என்று அழைக்கிறீர்களா?”

‘‘ஒருவேளை நீங்கள் இறையிய-ல் ஈடுபாடு கொண்டிருக்கலாம்.

“குறிப்பாக இல்லை. நீங்கள், ரோமன் கத்தோ-க்கரா?” என்று திருமதி சிண்ட்ரேயைப் பார்த்து கேட்டார்.

“ஆமாம் சார்”

அவளது தொனியின் தன்மையால் அதிர்ச்சியடைந்தார்; திரும்பவும் அறையினை நோட்டம் விட்டார். “அங்கேயுள்ள எண்ணை எப்போதும் கவனித்ததில்லையா நீங்கள்?”

“முந்தைய வருடங்களில்”

நியூமனின் அசைவைக் கவனித்துக் கொண்டிருந்தான் அவளது சகோதரன். “ஒரு வேளை நீங்கள் இந்த வீட்டினைப் பரிசீ-க்க விரும்பலாம்.”

நியூமன் மெதுவாக அவரைப் பார்த்தார். அவர் முரண்படப்

பேசநாட்டம் கொண்டிருக்கின்றார் என்பது போன்ற தெளிவில்லாத எண்ணம் அவருக்குத் தோன்றியது. இளைஞரான அவர் முகத்தில் புன்னகையிருந்தது. கண்களில் கூத்தாடும் களிப்பு இருந்தது. 'அவரது பிரெஞ்சு வெட்கங்கெட்ட துணிச்சல் நாசமாய்போக!; என்று தனக்குத் தானே சொல்லும் தறுவாயில் இருந்தார். "அவர் எதற்காகப் புன்னகைத்துக் கொண்டிருக்கிறார்?"

நியூமன் திருமதி சிண்ட்ரேயை நோக்கினார்; அவளோ தரையில் பார்வையினைப் பதித்தவாறு இருந்தாள். பிறகு, பார்வையை உயர்த்தி, நியூமனை நோக்கிவிட்டு, சகோதரரிடம் திருப்பினாள். நியூமன், திரும்பவும் அவ்விளைஞரை நோக்கி, மிகவும் தன் சகோதரியை ஒத்திருப்பதைக் கண்டார். அது அவருக்குச் சாதகமாக இருந்தது; முதல் மனப்பதிவுக்கு ஏற்புடையதாக இருந்தது. அவரது அவநம்பிக்கை பறந்தது: தான் வீட்டைப் பார்க்கப் பிரியப்படுவதாகக் கூறினார்.

இளைஞர் வெளிப்படையாகச் சிரித்துவிட்டு, ஒரு கரத்தில் மெழுகுவர்த்தியை எடுத்துக் கொண்டு, "வாருங்கள், நல்லது" என்றார்.

அவரது தோள்களைப் பற்றியபடி திருமதி சிண்ட்ரே, "ஆ, வா, லெண்டின், நீங்கள் என்ன செய்யப் போகிறீர்கள்?"

"திரு நியூமனுக்கு வீட்டைச் சுற்றி காண்பிக்க. அது வேடிக்கையாக இருக்கும்."

"உங்களை அழைத்துச் செல்ல விடாதீர்கள். அது வேடிக்கையாக இருக்கிறது. எதையும் போல பழைய காலத்து வீடு இது" என்றாள் திருமதி சிண்ட்ரே.

"இது முழுவதும் ஆர்வம் நிரம்பிய பொருட்கள். அத்துடன், நான் சுற்றிக் காண்பிக்கப் போகிறேன். அரிதான சந்தர்ப்பம் இது" என மறுத்தார் வாலெண்டின்.

"நீங்கள் மிகவும் கெட்டவர்"

"முயலாவிட்டால் ஒன்றுமில்லை. வருகின்றீர்களா?" என்று நியூமனைப் பார்த்து வினவினார்.

"என் சகோதரருடன் சேர்ந்து இருண்ட வழிகளில் தள்ளாடிக் கொண்டிருப்பதற்கு, நெருப்பருகில் என்னுடன் பேசிக்

கொண்டிருப்பதை விரும்பமாட்டீர்களா?''

''ஒரு நூறுதடவை! வீட்டை வேறு ஒரு நள் பார்த்துக் கொள்வோம்''

இளைஞர் மெழுகுவர்த்தியைக் கீழே வைத்துவிட்டு,

"ஆ, பெரிய திட்டத்தை தோற்கடித்துவிட்டாய்" என்றார்.

''ஒரு திட்டம்? நான் புரிந்து கொள்ளவில்லை'' என்றார் நியூமன்.

"இதில் உங்கள் பங்கை சிறப்பாக செய்திருக்க முடியும். ஒருவேளை இன்னொரு நாளில் இதனை விளக்கும் வாய்ப்பு எனக்கிருக்கும்.''

''அமைதியாக இருங்கள். டீ கொண்டுவர மணியை அடியுங்கள்." என்றாள் திருமதி சிண்ட்ரே.

இளைஞர் பணிந்தார். இப்போது வேலையாள் டீ கொண்டு வந்து வைத்துவிட்டுப் போனான். அப்போது ஒரு பெண் அங்கே நுழைந்து, நியூமனுக்குத் தலைவணங்கி 'திருவாளர்' என்று கூறிவிட்டு, திருமதி சிண்ட்ரேயை அணுகி, அவள் நெற்றியில், முத்தமிட்டாள். சிண்ட்ரே அவளுக்கு வாழ்த்து தெரிவித்தாள். புதிதாக வந்தவள் இளமையாக, அழகாக இருந்தாள். சிறிய தொப்பியும் மேற்கோட்டும், பிற அரச குடும்பங்களுக்கேற்ற அலங்காரங்களும் கொண்டிருந்தாள். ஃபிரெஞ்சில் வேகமாகப் பேச ஆரம்பித்தாள். "ஓ, எனக்குக் கொஞ்சம் டீ தா, அழகானவளே, தேவனின் நேசத்திற்காக! நான் அலுப்படைந்து போய்விட்டேன்." நியூமனால் புரிந்து கொள்ள இயலவில்லை.

"இவள் என் மைத்துனி" என்றார் வாலெண்டின் நியூமன் பக்கமாக சாய்ந்தபடி.

"அழகாக இருக்கிறாள்''

''நேர்த்தியாக'' என்றார் இளைஞர். இந்தத்தடவையும் அவரது பேச்சில் முரண் இருக்கிறதா எனச் சந்தேகித்தார் நியூமன்.

கையில் தேநீர் கோப்பையுடன் நெருப்பின் இன்னொரு புறத்திற்குச் சுற்றி வந்தாள் அவனது மைத்துனி. பிறகு,

கையுறைகளைக் கழற்றியபடி, நியூமனை நோக்கினாள்.

"உனக்காக நான் செய்யக்கூடியது எதுவுமிருக்கிறதா, என் பிரிய சகியே'' என்றார் வாலெண்டின், பரிகாசம் கலந்த தொனியில்.

"வந்திருக்கும் திருவாளர்"

"திரு. நியூமன்"

"உங்களுக்கு மரியாதை தெரிவிக்க இயலாது அல்லது நான் டீ யைச் சிந்திவிடுவேன். ஆக, கிளேர் புதியவர்களை வரவழைக்கின்றாள்''

"வெளிப்படையாக!" என்றார், புன்னகையுடன். ஒரு கணம் நின்றுவிட்டு, திருமதி சிண்ட்ரேயை அணுகினார் நியூமன்.

ஏதோ சொல்ல விரும்புவது போல அவள் அவரைப் பார்த்தாள். ஆனால் எதைப் பற்றியும் சிந்திக்காத மாதிரி தோன்றினாள்; ஆகவே, வெறுமனே புன்னகைத்தாள். அவளருகில் அவர் அமர, அவள் டீ வழங்கினாள். அப்போது, அவளது பரிபூரணம் பற்றியும் தான் கனவு கண்ட எல்லா பண்புகளும் ஒருங்கே பெற்றவள் என்றும் திருமதி ட்ரிஸ்ட்ரம் கூறியது நினைவுக்கு வந்தது நியூமனுக்கு. அது, எவ்விதமான அவநம்பிக்கையின்றி அவளை நோக்கவும், தொல்லைப் படுத்தும் யூகங்கள் மேற்கொள்ளாமலும் இருக்க உதவின. அவளைப் பார்த்த முதல் கணத்தி-ருந்து அவரது அபிப்பிராயம் சாதகமாகவே இருந்தது. இருப்பினும், அவள் உயரமானவள்; அடர்த்தியான, அழகான கூந்தல் பெற்றவள்; பரந்த நெற்றி கொண்டவள். தெளிவான சாம்பல் நிறக் கண்கள் மனதைத் தொடும் வகையில் வல்லமை பெற்றவை; அவை இரண்டும் புத்திசா-யானவை; அவற்றை நியூமன் வெகுவாக ரசித்தார்; ஆனால், அவை அழகின் ஆழங்கள் பெற்றவையல்ல - அந்த பலவண்ணக் கதிர்கள் - புகழ் வாய்ந்த, அழகிகளின் நெற்றியினை ஒளியேற்றும். திருமதி சிண்ட்ரே, உண்மையில், மெ-ந்து இருந்தாள், அவள் வயதைவிட இளமையாகவே தோன்றினாள். அவளது ஆளுமையில் இளமையும் அடங்கியதுமான தன்மையும், வெட்கப்படுவதுமான தன்மையும் இருந்தன; பக்குவமற்ற தன்மையும் ஒய்ந்திருப்பதுமான இயல்பும் கலந்த, கள்ளமற்ற தன்மையும்

கண்ணியமும் கலந்த கலவையாகத் தோன்றினாள். அவள் பெருமிதமானவள் என்றழைத்ததில் திருமதி ட்ரிஸ்ட்ரம் உணர்த்தும் பொருள் என்ன என்று நியூமன் வியந்தார். இப்போது, அவள், நிச்சயமாக பெருமிதம் கொண்டவளாகத் தோன்றவில்லை அவருக்கு; அல்லது, அப்படியிருந்தால், அதனால் பிரயோஜனம் ஒன்றுமில்லை, அது போய்விட்டது. அவர் கருதும்படி அவள் நினைத்தால், இன்னும் உயரமாக அடுக்கி வைக்க வேண்டும் அதனை. அவள் அழகான பெண், அவளுடன் இருப்பது எளிது. அவள் பிரபுக்கள், **ட்யூக்கு**கள் குடும்ப அந்தஸ்து உடையவளா? ஒருவித வரலாற்று உருவமாக, இவ்வார்த்தைகளை அரிதாகவேக் கேள்விப் பட்டிருந்த நியூமன், அவற்றுக்கென குறிப்பிட்ட வடிவத்தை வழங்கவில்லை. ஆனால், அவை, இப்போது அவருக்குத் தோன்றி ஏதோ இனிமையானப் பொருள் ஏறியவையாகத் தெரிந்தன. அழகானவற்றை, மெ-தான பிரகாசமானவற்றை அடையாளப் படுத்துபவையாகத் தோன்றின.

“பாரிஸில் உங்களுக்கு நிறைய நண்பர்கள் இருக்கிறார்கள். நீங்கள் வெளியே போவதுண்டா?” என வினவினாள் திருமதி சிண்ட்ரே.

“நான் நாட்டியமாடுவதுண்டா என்று கேட்கிறாயா, அந்த மாதிரியானவை!”

“நாங்கள் சொல்வதுமாதிரி, சமூக விசேஷங்களுக்கு”

“நிறையப் பேரைப் பார்த்திருக்கிறேன். திருமதி ட்ரிஸ்ட்ரம் என்னை அழைத்துச் சென்றிருக்கிறாள். அவள் சொல்வதை யெல்லாம் செய்வதுண்டு நான்”

“நீங்களாக, வேடிக்கையினை விரும்புவதில்லையா?”

“ஓ, யெஸ், சில வகைகளை. நாட்டியமாட விரும்பு வதில்லை, அது போன்றவற்றை. நான் மிக வயதானவன், கட்டுப்பாடுள்ளவன். ஆனால், குதூகலமடைய விரும்பு கின்றேன்; அதற்காகவே ஐரோப்பா வந்தேன்”

“அமெரிக்காவிலும் நீங்கள் குதூகலமடையலாமே?”

“முடியவில்லை; எப்போதும் வேலை செய்து கொண்டி ருந்தேன். ஆனால் அதுதான் என் குதூகலமாக இருந்தது”

அத்தருணத்தில் இளைய சீமாட்டி வாலெண்டினுடன் இன்னொரு கோப்பை தேநீர் பருக வந்தாள். அவர்களுக்குத் தேநீர் தந்துவிட்டு, நியூமனுடன் பேச்சைத் தொடர்ந்தாள். ‘உங்கள் நாட்டில் மிகவும் வேலையில் ஈடுபட்டிருந்தீர்கள்?”

‘‘நான் வியாபாரத்தில் இருந்தேன். 15 வயதி-ருந்து வியாபாரத்தி-ருந்து வருகிறேன்''

“என்ன வியாபாரம்?” என்றாள் இளைய சீமாட்டி.

“எல்லா வியாபாரமும் செய்தேன்; ஒரு சமயம் தோல் விற்றேன்; இன்னொரு சமயம் கை கழுவும் பேசின்கள் தயாரித்தேன்”

திருமதி அர்பைன் சிறிது முகம் சுளித்தாள். ‘‘தோல்? அதனைப் பிடிக்காது எனக்கு. கைகழுவும் பேசின்கள் நல்லவை. சோப் வாசனைதான் எனக்குப் பிடிக்கும். அவைதான் உங்களுக்கு செல்வத்தைச் சேர்த்திருக்கும் என நம்புகின்றேன்”

நியூமன், சிறிது வேடிக்கை சேர்த்தும் பேசினார். “இல்லை, கை கழுவும் பேசின்களில் பணத்தைத் தொலைத்து, தோ-ல் ஈடுகட்டினேன்”

“பெரிய விஷயம், ஈடுகட்டுவது. பணம் சேகரிக்க நானும் முயற்சி செய்கிறேன். மறுக்கவில்லை. நீங்கள் பெற்றிருந்தால், நான் ஆட்சேபிக்கப் போவதில்லை. இதில் நான் ஜனநாயகவாதி - உங்களைப் போல, திருவாளரே. திருமதி சிண்ட்ரே பெருமிதம் கொண்டவள்; ஆனால், மிக நெருங்கிக் கவனிக்காவிட்டால், இச்சோக வாழ்வில் ஒருவர் நிறைய மகிழ்ச்சியடையலாம் என்று நான் கண்டிருக்கின்றேன்.”

‘‘விண்ணகமே! பெண்ணே, நீங்கள் எப்படித் தெரிந்து கொண்டீர்கள்” என்றார் வாலெண்டின், குரலைத் தாழ்த்தி.

‘‘ஒருவர் பேசக்கூடிய மனிதர் அவர். அத்துடன், அவையெல்லாம் என் கருத்துக்கள்.”

“ஆ, அவற்றை கருத்துக்கள் என அழைக்கிறீர்கள்”

‘‘ஆனால், நீங்கள் இராணுவத்தில் இருந்ததாக - போரின்போது, திருமதி ட்ரிஸ்ட்ரம் கூறினாளே'' என்றாள் திருமதி சிண்ட்ரே.

"ஆம், ஆனால், அது வியாபாரமல்ல"

"மிக உண்மை, இல்லாவிட்டால், ஒரு வேளை, நான் சல்-க்காசு இல்லாதிருப்பேன்" என்றார் அர்பைன் சகோதரர் வாலெண்டின்.

"அது உண்மையா? நீ மிகவும் பெருமிதம் வாய்ந்தவளாக இருப்பது? ஏற்கனவே கேள்விப்பட்டேன்"

திருமதி சிண்ட்ரே புன்னகைத்தாள். "நீங்கள் அப்படிக் காண்கிறீர்களா?"

"ஓ, நான் நீதிபதி அல்ல. நீ பெருமிதமிக்கவளாக இருப்பின், என்னிடம் சொல்ல வேண்டும். அல்லாவிடில், எனக்குத் தெரியாது போய்விடும்.

"அது சோக நிலையில் இருக்கும் பெருமிதமாக இருக்கும்"

"பாதி, அப்படி இருக்கும். ஏனெனில், நான் தெரிந்து கொள்ள விரும்பவில்லை. நீ, என்னை நன்றாக நடத்த விரும்புகின்றேன்"

சிரிப்போய்ந்து, தலையைப் பாதி தவிர்த்தபடி நியூமனை நோக்கினாள் திருமதி சிண்ட்ரே. அவர் என்ன சொல்லப் போகின்றாரோ என்பதற்கு அஞ்சியவளாக.

"நேரிடையான உண்மையை திருமதி ட்ரிஸ்ட்ரம் உனக்குச் சொன்னாள். உன்னைப் பற்றி நிறையத் தெரிந்து கொள்ள விரும்புகின்றேன். இன்று, வெறுமனே உன்னைப் பார்த்துப் போக வரவில்லை. என்னை திரும்பவும் அழைப்பாய் என்ற நம்பிக்கையில் வந்தேன்."

"ஓ, திரும்பவும் வருமாறு வேண்டிக் கொள்கின்றேன்"
"ஆனால், நீ வீட்டில் இருப்பாயா?"

"அப்படியே நம்புகின்றேன்"

நியூமன் எழுந்து, "நல்லது, பார்க்கலாம்" என்றார்.

"அண்ணா, திரு. நியூமனைத் திரும்பவும் வருமாறு அழையுங்கள்" என்றாள்.

நியூமனை உள்ளங்கா--ருந்து உச்சி வரை பார்த்துவிட்டுப் புன்னகையுடன், "நீங்கள் துணிச்சல்காரரா?" என்றார்

வாலெண்டின்.

"நல்லது, அப்படித்தான் நம்புகின்றேன்"

"உண்மையில், சந்தேகிக்கின்றேன். அப்படியானால், திரும்பவும் வாருங்கள்"

"ஆ, என்ன மாதிரி வரவேற்பு!" எனச்சிறிது வருத்தம் கலந்த புன்னகையுடன் முணுமுணுத்தாள் திருமதி சிண்ட்ரே.

"ஓ, திரு நியூமன் வர விரும்புகின்றேன் - குறிப்பாக அது எனக்கு ஆனந்தம் தரும். அவரது ஒரு வருகையை இழந்தால், எனக்கு வருத்தமாக இருக்கும். ஆனால், அவர் துணிச்சலோடு இருக்க வேண்டும் என்று மட்டும் கூறுவேன். ஒரு வலுவான இதயம், சார்" என்று கூறி கை குலுக்கினார் இளைஞர்.

"உங்களைப் பார்க்க வரமாட்டேன். திருமதி சிண்ட்ரேயைப் பார்க்க வருவேன்"

"எதற்கும் உங்களுக்கு வல்லமை தேவை"

"ஆ. வாலெண்டின்" என வேண்டிக்கொண்டாள் திருமதி சிண்ட்ரே.

"தீர்மானமாக, இங்கு ஏதாவது மரியாதையுடன் சொல்லக்கூடிய நபர் நான்தான்! என்னைப் பார்க்க வாருங்கள்; உங்களுக்கு வல்லமை அவசியமில்லை" என்றாள் திருமதி அர்பைன்.

நியூமன் சிரித்தார். அது, மொத்தத்தில் சம்மதமாகவும் இருக்கவில்லை. திருமதி சிண்ட்ரே தனது சகோதரியின் சவாலை அழகானதாகக் கருதவில்லை; ஆனால், சென்று கொண்டிருக்கும் விருந்தினரைக் கலவரத்துடன் நோக்கினாள்.

VII

திருமதி சிண்ட்ரேயைச் சந்தித்த ஒருவாரம் கழித்து, ஒரு மாலையில், நியூமனின் வேலையாள் ஒரு வருகை அட்டையைக் கொணர்ந்தான். அது திருமதி சிண்ட்ரேயின் சகோதரனுடையது. சில கணங்கள் கழித்து, பெல்-கார்டை வரவேற்கச் சொன்னார். அவரது முகம் உற்சாகம் கொண்டிருந்தது. "எதைக் கண்டு சிரிக்கிறார் இப்போது?" நம் நாயகன் தானே கேட்டுக் கொண்டார். ஆனால், அக்கேள்வியில் பகைமையில்லை. ஏனெனில், திருமதி சிண்ட்ரேயின் சகோதரர் நல்லவர் என உணர்ந்தார். இந்த அடிப்படையில் அவர்கள் ஒருவரையொருவர் புரிந்து கொள்ளுமாறு விடப்பட்டிருப்பதாக நியூமனுக்கு ஒரு முன்னுணர்வு தோன்றியது. சிரிப்பதற்கு ஏதாவது இருந்தால், தனக்கும் அதன் ஒரு பகுதி பார்க்கக் கிடைக்க வேண்டும் என விரும்பினார்.

"முத-ல், நான் தாமதமாக வந்திருக்கிறேனா" என்றார் இளைய பெல்-கார்ட்.

"தாமதமாக, எதற்கு?"

"உங்களுடன் ஒரு சுருட்டு புகைக்க"

"சுருட்டுகள் வைத்திருக்கின்றேன். அமருங்கள்"

"நிச்சயமாக, இங்கே புகைக்கமாட்டேன்"

"என்ன விஷயம்? அறை சிறியதாக இருக்கிறதா?"

"மிகப்பெரிது. நடன அறையிலோ அல்லது தேவாலயத்திலோ புகைப்பது மாதிரி"

"அதற்காகத்தான் சிரித்துக் கொண்டிருந்தீர்களா, இப்போது. ஆக, இதுமிக மோசமாக இருக்கிறதா?"

"மோசமா, சார்? இது மாட்சிமை மிக்கது"

"அதுதான் நான் நினைப்பது. வசதியாக இருங்கள். உங்கள் வருகை நட்பார்ந்த செயல். அதற்குக் கடப்பாடுடையவர் அல்ல நீங்கள். எனவே, இங்கு ஏதாவது உற்சாகப்படுத்தினால், உங்களுக்கு மகிழ்வாக இருக்கும். எவ்வளவு பெரிதாகச் சிரிக்க முடியுமோ அப்படிச் சிரியுங்கள்; என் விருந்தினர்கள் களிப்பாக இருக்க வேண்டும். ஆனால், ஒன்றுமட்டும், அந்த வேடிக்கையை நீங்கள் விளக்கியாகவேண்டும். எதனையும் இழக்க விரும்பவில்லை."

பெல்-கார்ட் விழித்தார். ஏதோ சொல்லநினைத்தவர், தன்னைக் கட்டுப்படுத்திக் கொண்டு, நாற்காயில் சாய்ந்தார், சுருட்டுப்புகைத்தார். இறுதியில், 'நிச்சயமாக, நான் உங்களைப் பார்க்க வந்தது நட்பார்ந்த காரியமே. இருப்பினும், ஓரளவு கடப்பாடு கொண்டிருக்கின்றேன். என் சகோதரி இவ்வருகையை விரும்பினால், சகோதரி விருப்பம் சட்டம் மாதிரி எனக்கு. இந்த நேரம் பார்க்க வருவதற்கு ஏற்றதல்ல என்றாலும், நான் வெறும் சம்பிரதாயத்தை நிறைவேற்ற வில்லை என்பதற்காக வருத்தப்படவில்லை.

"நல்லது. இதோ இருக்கின்றேன்"

"என்ன சொல்லுகின்றீர்கள் என்று தெரியவில்லை, சிரிப்பதற்கு வரம்பற்ற அனுமதி தந்ததன் மூலம். நிச்சயமாக, நான் பெரிய சிரிப்பாளிதான்; நிறையச் சிரிப்பது நல்லதுதான். ஆனால், இருவரும் சேர்ந்து சிரிக்கவோ அல்லது தனித்தனியாகச் சிரிக்கவோ நான் உங்கள் நட்பைப் பெற வரவில்லை. வெளிப்படையாகச் சொல்வதானால், நீங்கள் எனக்குப் பிடித்தவராக இருக்கிறீர்கள்"

அவர் நடுத்தர உயரத்துக்கும் தணிவாக, நல்ல ஆகிருதி உடையவராக, துடிப்பு மிக்கவராகக் காணப்பட்டார். வாலெண்டினுக்கு, ஆகிருதி துடிப்பை வென்றுவிடும் சூட்சுமம் இருந்தது என்பதைப் பின்னர் நியூமன் அறிந்தார்; மிகக் குள்ளமானவராக அவரே சொன்னமாதிரி, அடிவயிறுக்கு இடமில்லாமல் இருந்தார். அவர் சவாரி செய்தார், வாட் பயிற்சி செய்தார், உடற்பயிற்சிகள் செய்தார். "நீங்கள் எவ்வளவு நன்றாக இருக்கிறீர்கள்" என்று யாராவது வாழ்த்தினால், அவர் வெளிறிப் போய்விடுவார். 'நன்றாக' என்ற வார்த்தையில்

நாசத்தைக் கண்டுவிடுவார். வட்டத்தலையும், காதுகளுக்கு மேலே அடர்ந்த, பட்டுப் போன்ற மயிர்க்கொத்தும், பரந்த தாழ்வான நெற்றியும், சிறிய மூக்கும், காதல் கதையின் ஒரு பக்கத்தைப் போன்ற நாசூக்கான மீசையும் கொண்டவர். அவர் சகோதரியை ஒத்திருப்பது தோற்ற ஒற்றுமையால் அன்று; இருவரது கண்களின் வெளிப்பாடும் ஒரே மாதிரியானவை. அவரது முகம் தீவிரமான உயிர்ப்போடு, வெளிப்படையானதாக இருந்தது. அதன் தோற்றம் மணியைப் போன்றது, அதன் கைப்பிடி அவ்விளைஞனின் ஆன்மாவாய் இருக்கலாம்; அக்கைப்பிடியைத் தொட்டதும், அது உரத்த வெள்ளி நாதத்தை எழுப்பும். அவர் புன்னகைக்கும்போது, அச்செய்கை கோப்பையைக் கா- செய்பவன் தலைகீழாக கவிழ்ப்பது மாதிரி இருக்கும்; தன் உல்லாசத்தின் கடைசித் துளியை உங்களுக்குத் தருவார்.

"நான் இங்கு வந்து, அன்று ஏற்படுத்திய மனப்பதிவை, சிரமப்பட்டு நான் நடந்து கொண்ட பைத்தியம் போன்ற செய்கையை அகற்ற வேண்டும்" என்று என் சகோதரி கேட்டுக் கொண்டாள்.

"உண்மையிலேயே"

"என்னை ஒரு பைத்தியமாகக் காண வேண்டும் என்பதற்காக அப்படி முயலவில்லை நான். மாறாக, சாதகமான மனப்பதிவை உண்டு பண்ணவே விரும்பினேன். ஆனால், என்னை ஒரு முட்டாளாகச் செய்திருந்தேனேயானால், அது ஆன்மாவின் நோக்கமாக இருக்கும். அறிவின் இடையீடு உள்ள பைத்தியமாக வேண்டுமானால் என்னை முடிவு கட்டுங்கள்"

"ஓ, நீங்கள் என்னவாக இருக்கிறீர்கள் என்பதை நீங்கள் அறிவீர்கள் என்றே யூகிக்கின்றேன்"

"நான் அறிவோடு இருக்கும்போது, மிகவும் அறிவுடனேயே நடந்து கொள்கிறேன். ஆனால், என்னைப்பற்றி நான் பேசவரவில்லை. சில கேள்விகள் கேட்க விரும்புகின்றேன். அனுமதிப்பீர்களா?"

"ஒரு மாதிரி தாருங்களேன்"

"இங்கே நீங்கள் தனியாகவா இருக்கின்றீர்கள்?"

"முழு உண்மையாக. யாருடன் நான் வசிப்பது?"

"இப்போது நான் கேட்டுக் கொண்டுதான் இருக்கின்றேன், பதில்கூறவில்லை. நீங்கள் பாரிஸுக்கு வந்திருப்பது உங்கள் மகிழ்ச்சிக்காக?"

"ஒவ்வொருவரும் அதைக் கேட்கின்றார்கள். அது மிகவும் முட்டாள்தனமாகப்படுகிறது"

"ஆனால் எந்தவிதத்திலும் ஒரு காரணம் இருக்க வேண்டும்"

"என் ஆனந்தத்துக்காகவே வந்தேன். அது முட்டாள்தனமாக இருந்தாலும், அதுதான் உண்மை"

"நீங்கள் அதனை அனுபவித்துக் கொண்டிருக்கிறீகள்?"

"ஓ, அப்படித்தான் - அப்படித்தான்"

திரும்பவும் அமைதியாக சுருட்டுப் புகைத்தார். "என்னைப் பொறுத்தவரை, உங்கள் சேவைக்காகக் காத்திருக்கிறேன். உங்களுக்குச் செய்யும் எதனையும் மகிழ்வோடு செய்வேன். உங்கள் வசதிப்படி என்னிடம் வாருங்கள். நீங்கள் பார்க்க விரும்புவர் யாராவது இருக்கின்றார்களா? - நீங்கள் பார்க்க விரும்புவது ஏதாவது இருக்கிறதா? நீங்கள் பாரீஸை அனுபவிக்கவில்லை என்பது பரிதாபமாக இருக்கிறது."

"ஓ, நான் அனுபவிக்கவே செய்கிறேன். உங்களுக்கு மிகவும் கடமைப்பட்டிருக்கிறேன்"

"நேர்மையுடன் சொல்வதானால், நான் உங்களிடம் இப்படியெல்லாம் தாராளமாகப் பேசிக்கொண்டிருப்பதைக் காண எனக்கே முட்டாள்தனமாகப்படுகிறது. அவை நிறைய நல்லெண்ணத்தைப் பிரதிநிதித்துவம் செய்கின்றன, வேறெதையும் பிரதிநிதித்துவப்படுத்தவில்லை. நீங்கள் வெற்றிபெற்றவர், நான் தோல்வியுற்றவன், நான் உங்களுக்கு உதவி செய்கிறேன் என்பது பழிவாங்குவது போன்றது"

"எந்த வகையில் நீங்கள் தோல்வியடைந்தீர்கள்?"

"ஓ, நான் ஒரு துக்ககரமான தோல்வியாளன் அல்ல; உயரத்தி-ருந்து நான் வீழவுமில்லை, மிகுந்த சப்தம் எழுப்பவுமில்லை. உண்மையாகவே, நீங்கள் ஒரு வெற்றி யாளர். நீங்கள் செல்வம் திரட்டியிருக்கிறீர்கள், கட்டிடம்

கட்டியிருக்கிறீர்கள், நீங்கள் ஒரு நிதி, வர்த்தக சக்தி, மெதுவான இடத்தை அடையும்வரை உலகினைச் சுற்றிக் கொண்டிருக் கலாம், ஓய்வைச் சம்பாதித்து விட்ட பிரக்ஞையில் அதில் சாயலாம். அது உண்மையல்லவா? நல்லது, அதன் எதிரிடையானதைக் கற்பனை செய்து கொள்ளுங்கள், அதுதான் நான். நான் எதனையும் செய்யவில்லை - எதனையும் செய்ய இயலாது!"

"ஏன் இயலாது?"

"அது ஒரு நீண்ட கதை. ஒருநாள் உங்களுக்குச் சொல்வேன். அதே சமயம், நான் சரிதானே. ஆ! நீங்கள் ஒரு வெற்றியாளர்? நீங்கள் செல்வத்தைச் சேர்த்திருக்கிறீர்கள்? அதெல்லாம் என் வேலையல்ல, ஆனால், சுருக்கமாக, நீங்கள் செல்வந்தர்?"

''அப்படிச் சொல்வது முட்டாள்தனமானது. அப்பால் போடுங்கள், எந்த மனிதரும் செல்வந்தனல்ல"

"எந்த மனிதனும் ஏழை அல்ல என்று தத்துவாசிரியர்கள் உறுதிப்படுத்துவதைக் கேள்விப்பட்டிருக்கிறேன்; ஆனால், உங்களது சூத்திரம், வளர்ச்சியடைந்தது மாதிரி தோன்றுகிறது. பொதுவாக, நான் ஒப்புக் கொள்கிறேன், நான் வெற்றியாளரை விரும்பவுதில்லை, நிறையச் சொத்து சேகரித்த புத்திசா-களை வெறுக்கின்றேன்; அவர்கள் என்னை சங்கடப்படுத்து கின்றார்கள். ஆனால், உங்களைப் பார்த்தவுடனே, எனக்கு நானே சொல்-க் கொண்டேன், "நான் பழகக்கூடிய மனிதர் இங்கு இருக்கிறார்; அவரிடம் வெற்றியின் நல்ல இயல்பு படிந்திருக்கிறது; அவரிடம் நமது ஃபிரெஞ்சு பகட்டு இல்லை'' என்று. நாம் மிக வித்தியாசமானவர்கள், அது உறுதியாகத் தெரிகிறது; ஒரு மாதிரி நாம் உணரும்படியான அல்லது சிந்திக்கும்படியான விஷயம் எதுவும் இருப்பதாக நான் நம்பவில்லை. ஆனாலும், நாம் பழக முடியும் என உண்மையிலேயே நினைத்தேன், ஏனெனில் நாம் சண்டையிட முடியாத அளவு வித்தியாசமானவர்கள்.

"ஓ, நான் எப்போதும் சண்டையிடுவதில்லை"

"எப்போதும்? சமயங்களில் அது ஒரு கடமை - அல்லது, குறைந்தபட்சம் ஒரு சந்தோஷம். ஓ, என் வாழ்நாளில் மிக இனிதான சண்டைகள் இரண்டு அல்லது மூன்று இருக்கும்!

இச்சந்திப்பு வெகு நேரம் நீடித்தது. அவர்கள் பேசிக் கொண்டிருக்கையிலேயே அதிகாலைப் பொழுதின் மணிகள் அடிப்பதைக் கேட்டனர். வாலெண்டின், அவரது ஒப்புதல்படியே, பெரிய பேச்சாளி. அவர்களது இனக்குருதியின் ஓர் அம்சம் புன்னகை மூலம் நிறைய அனுகூலங்கள் வழங்குவது; மேலும் அவர்களது மரபில், ஒத்துப்போகாத கெட்டிதட்டிய பண்பே இருக்காது. அது நாகரிகத்திலும் விட்டுக் கொடுத்த-லும் பழகிப்போனது. ஃப்ரெஞ்சில் சொல்வது மாதிரி, வாலெண்டின் தூய்மையான ஊற்றுகளைச் சேர்ந்தவர். அவரது வாழ்க்கைச் சட்டமே, இதுவரையிலும், கண்ணியமான வராக இருப்பதே. சாதாரணமாக நல்ல அம்சங்கள் பொருந்திய ஒரு இளைஞருக்கு அது போதுமானதே என நினைத்தார். அவரிடம் உள்ளவையெல்லாம் சித்தாந்தரீதியாக வந்ததில்லை, உள்ளுணர்வு மூலமாகவே பெறப்பட்ட பண்புகள். ஆகவே, உயர்குடியினரிடம் உள்ள சில வெறுப்பூட்டும் நடத்தைகள் கூட அவரிடம் நல்லதன்மை பெற்றுவிடும். அவரது இளவயதில் மட்டரக ரசனைகள் கொண்டவராக சந்கேகத்துக் குள்ளாகியிருக்கின்றார்; எங்கே தெருப்புழுதியில் விழுந்து குடும்பப் பெயரினைக் கெடுத்திடுவாரோ என அவரது அம்மா அஞ்சியிருக்கிறாள். எனவே, பள்ளி வகுப்பிலும் உடற்பயிற்சி யிலும் கண்டிப்புடன் நடத்த ஏற்பாடு செய்யப்பட்டது. அவரது இயல்பானதன்மைகளை அவர்களால் கழித்திட இயல வில்லை; அவர் இளமையான உயர்குடியினரில் அதிருஷ்ட மிக்கவராக, மிகவும் எச்சரிக்கை இல்லாதவராகத் திகழ்ந்தார். இளமையில் சிறு கயிற்றால் பிணிக்கப்பட்டிருந்ததால், இப்போது குடும்பத்தின் கட்டுப்பாடுகள் மீது வெறுப்பு கொண்டுள்ளார். அவரது குடும்பப் பெயர் பாதுகாப்பாக இருப்பது, கனமில்லாத தலை கொண்ட அவரது கரங்களிலே யல்லாமல் பிற உறுப்பினர்களிடம் இல்லை என்று அவர் சொல்-யிருக்கிறார். உற்சாகம் கொண்ட இளைஞராகவும் அதிர வைக்கும் முதிர்ச்சி பெற்றவராகவும் விளங்குபவர். அமெரிக்காவில், இருபத்தைந்து மற்றும் முப்பது வயது இளைஞர்கள் முதிர்ந்த தலைகளும் இளமையான இதயங்களும் அல்லது குறைந்தபட்சம் இளமையான நெறிகளும் கொண்டிருப்பதை எண்ணிப்பார்த்தார் நியூமன், இங்கு, அவர்கள் இளமை மிகு தலைகளும் வயதான இதயங்களையும், சாம்பல்நிற, குழிவிழுந்த நெறிகளையும் கொண்டிருக்

கின்றனர்.

''உங்களிடம் நான் பெருமைப்படுவது, உங்கள் சுயேச்சையான தன்மை'' என்றார் பெல்-கார்ட். "உங்களது விரிந்த பரப்பு, வந்து போவதற்கான உங்கள் சுதந்திரம் உங்களிடமிருந்து எதிர்பார்க்கும், தங்களைப் பெரிதாக நினைக்கின்ற மக்களை நிறைய கொண்டிராது இருப்பது. நானோ பாராட்டப்பட வேண்டிய அம்மாவின் கண்ணிமை களின் கீழே வாழ்கின்றேன்"

''அது உங்களுடைய தவறுதான். உங்களது விரிந்த பரப்புகளைக் கட்டுப்படுத்துவது என்ன?"

''ஆனந்தமான எளிமை இருக்கிறது அவ்வாசகத்தில், ஒவ்வொன்றும் என்னைக் கட்டுப்படுத்துகின்றன. முத-ல், சல்-க்காசு என்னிடம் இல்லை.''

"ஆரம்பிக்கும்போது என்னிடமும் சல்-க்காசு இல்லை.''

"ஆ, உங்கள் ஏழ்மையே உங்கள் மூலதனமாக இருந்தது. அமெரிக்கன் என்ற முறையில், நீங்கள் பிறந்ததைப் போலவே, நீடிப்பது சாத்தியமில்லை - அதிகம் ஏழையாகப் பிறந்து - நான் புரிந்து கொள்கின்றேனா? எனவே, நீங்கள் செல்வந்தரானது தவிர்க்க முடியாதது. ஒருவரின் வாயில் நீர் ஊறவைக்கும் நிலையில் நீங்கள் இருந்தீர்கள். முழுமையாக நிறைந்திருக்கும் உலகைச் சுற்றிப் பார்த்தீர்கள்; நீங்கள் செய்ய வேண்டியது, கீழிறங்கிப் பற்றிக் கொள்ள வேண்டியதுதான் எனக்கண்டீர்கள். நான் இருபது வயதடைந்த போது, என்னைச் சுற்றிப் பார்த்தேன், அங்கு ஒவ்வொன்றும் 'கைகளை உயர்த்து!' என்ற வாசகம் பொறிக்கப்பட்டதாக இருந்தது; அது எனக்கு மட்டும்தான் என்பது அதில் உள்ள ரசமான அம்சம். என்னால் வியாபாரத்தில் நுழைய முடியவில்லை, பணம் சேர்க்க இயலவில்லை, ஏனெனில் நான் ஒரு பெல்-கார்ட் - பெல்-கார்டுகள் போனபர்ட்டுகளை அங்கீகரிப்பதில்லை. என்னால் இலட்சியத்தில் நுழைய முடியவில்லை, ஏனெனில் மந்த புத்தி கொண்டிருந்தேன். பணக்காரப் பெண்ணை மணக்க முடியவில்லை, ஏனெனில் எந்த பெல்-கார்டும் அவ்வாறு செய்ததில்லை, நான் ஆரம்பித்து வைப்பது முறையில்லாத தாகத் தோன்றியது. திருமண வயதான வாரிசுகள், ஒன்றுமில்லாமல் பெற முடியாது. அது, பெயர் பெயருக்காக

மற்றும் செல்வம் செல்வத்துக்காக இருந்தது. என்னால் செய்ய முடிந்ததெல்லாம் போப்பாண்டவருக்காகப் போராடியது. அதனால், புனிதத்தந்தைக்கோ எனக்கோ நன்மையொன்றும் விளைந்திடவில்லை. **கா-குலா*** வின் காலத்தின் ரோம் உற்சாகமான இடமாகத் திகழ்ந்தது, அதன் பிறகு, வீழ்ந்துவிட்டது. புனித ஏஞ்சலோ கோட்டையில் மூன்று வருடங்களைக் கழித்து, பின் பாதுகாப்பான வாழ்க்கைக்கு வந்தேன்."

"ஆக, உங்களுக்கு ஒரு தொழிலும் இல்லை - நீங்கள் ஒன்றும் செய்வதில்லை?"

''நான் ஒன்றும் செய்வதில்லை. என்னை நானே குஷிப்படுத்திக் கொள்ள வேண்டும், உண்மையைச் சொல்வதானால், என்னை நானே குஷிப்படுத்திக் கொள்கிறேன். அது தெரிந்துவிட்டால், ஒருவரால் செய்து கொள்ள இயலும். ஆனால், எப்போதும் செய்து கொண்டிருக்க முடியாது. அடுத்த ஐந்து வருடங்களுக்கு என்னால் இப்படி இருக்க முடியும், ஒரு வேளை, ஆனால், அதன் பின், என் தாகத்தை இழந்து விடுவேன் என்று பார்க்கமுடிகிறது. அப்போது என்ன செய்வது? நான் துறவியாவேன் என நினைக்கின்றேன். இடுப்பில் சிறிய கயிறைக் கட்டிக் கொண்டு, மடாலயத்தில் நுழைந்து விடுவேன். அது பழைய பழக்கம், பழைய பழக்கங்கள் நல்லனவாகவே இருந்தன. நம்மைப் போலவே, முழுமையாக வாழ்க்கையைப் புரிந்திருந்தனர் மக்கள். பிளக்கும் வரை பானையைக் கொதிக்க வைத்தனர், பிறகு அப்படியே அலமாரியில் வைத்துவிட்டனர்."

"நீங்கள் மிகவும் மதநம்பிக்கை உடையவரா?"

''நான் ஒரு நல்ல கத்தோ-க்கன். தேவாலயத்தை மதிக்கின்றேன். ஆசிர்வதிக்கப்பட்ட கன்னியைப் போற்று கின்றேன். சைத்தானுக்கு அஞ்சுகின்றேன்"

"நல்லது. தற்போது மகிழ்வும் எதிர்காலத்தில் மதமும் கொண்டிருக்கிறீர்கள். உங்களுக்கு என்ன குறை?"

''குறைபட்டுக் கொள்வது ஒருவரின் மகிழ்ச்சியின் அம்சம்தான். உங்களது சந்தர்ப்பங்களிலேயே ஏதோவொன்று எனக்கு எரிச்சலூட்டுகிறது. நான் பொறாமைப்பட்ட முதல்

மனிதர் நீங்கள்தான். இது தனித்தன்மையானது. பணமும் மூளையும் பெற்றவர்களாக என்னைவிடச் சாதகமான சூழ்நிலைகள் வாய்க்கப்பெற்றவர்களை நிறைய அறிவேன், ஆனால் அவர்கள் யாரும் என்னைப் பாதித்ததில்லை. ஆனால் நான் விரும்பக்கூடிய ஏதோவொன்றை நீங்கள் பெற்றிருக் கிறீர்கள். அது பணமன்று, அது மூளையுமில்லை - நீங்கள் அருமையானவர் என்பதில் சந்தேகமில்லை என்றாலுங்கூட, அது உங்களுடைய ஆறடி உயரமல்ல, நான் இன்னும் இரு அங்குலம் வளர விரும்பினாலுங்கூட. அது உலகத்தோடு ஒத்துப்போகும் பண்பு. "நான் பையனாக இருந்த போது, அந்த மாதிரிக் குணத்தினால்தான் பெல்-கார்டை மக்கள் அறிந்து கொண்டனர், என்று தந்தை கூறுவார். அதன்பால் என் கவனத்தை இழுத்தார். அதனை வளர்த்துக் கொள்ளும்படி ஆலோசனை கூறவில்லை. நாம் வளரும் போது அது தானாகவே படிந்துவிடும் என்றார். அது என்னிடம் படிந்திருப்பதாகவே நினைக்கின்றேன், ஏனெனில் எப்போதும் இருப்பதான உணர்வு இருக்கிறது. வாழ்வில் எனக்குரிய இடம் அமைக்கப்பட்டது, அதில் அமர்ந்து கொள்வது எளிதாக இருந்தது. ஆனால், நான் புரிந்த அளவு, நீங்கள் உங்களுக்கென ஓர் இடத்தை அமைத்து, கைகழுவும் பேசின்கள் தயாரித்து - உயரத்தி-ருந்து நோக்கும் ஒரு மனிதனாக எனக்குத் தோன்றினீர்கள். எதையோ நழுவவிட்டவனைப் போல என்னை உணர வைக்கிறீர்கள். அது என்ன?"

"அது நேர்மையான உழைப்பால் வரும் பெருமிதப் பிரக்ஞை - சில கைகழுவும் பேசின்கள் தயாரித்துவிட்டோம் என்பது - " என்று வேடிக்கையும் உண்மையும் கலந்து கூறினார்.

"ஓ, இல்லை. இன்னும் அதிகமாகச் செய்திருக்கக்கூடிய மனிதரை அறிவேன், கைகழுவும் பேசின்கள் மட்டுமல்ல - வலுவாக மணம் கமழும் மஞ்சள் சோப் தயாரிப்பாளர்கள் கூட எனக்குத் தெரியும். ஆனால், அவர்களெல்லாம் என்னைச் சங்கடப்படுத்தியதில்லை."

"அப்படியானால், அது, அமெரிக்கப் பிரஜையாக இருக்கும் உரிமையாக இருக்கலாம். அது ஒரு மனிதனை உயரத்தில் வைக்கிறது"

“சாத்தியமுண்டு. ஆனால், உயரத்தில் இல்லாத அல்லது பங்குச் சந்தை உரிமைகளில்லாத அமெரிக்கப் பிரஜைகளை நிறையத் தெரியும் என்று என்னை கூற வைக்கிறது. அவர்களைக் கண்டு பொறாமையடைந்தில்லை. நான் நினைக்கின்றேன், அது உண்மையில் உங்களது சாதனையாகவே இருக்க வேண்டும்.”

‘‘ஓ, நீங்கள் என்னை பெருமிதம் உள்ளவனாக ஆக்குகிறீர்கள்’’

‘‘இல்லை. பெருமிதம் அல்லது பணிவு சம்பந்தமாக ஒன்றுமில்லை - அது உங்களது எளிதான நடத்தையின் ஒரு பகுதி. எதையாவது இழக்க நேரிடும்போதே பெருமிதமாகவும், எதையாவது பெற்றுக் கொள்ளும் போதே பணிவாகவும் மக்கள் இருக்கின்றனர்.

“எதை இழக்கப் போகிறேன் என்று எனக்குத் தெரியாது; ஆனால் பெற்றுக் கொள்ள எதோ இருக்கிறது, நிச்சயமாக”

“அது என்ன?”

“உங்களை நன்றாக அறியும்போது சொல்வேன்”

‘‘அது விரைவிலேயே நடக்கும் என நம்புகின்றேன். அப்போது நீங்கள் அதனைப் பெற உதவமுடிந்தால், மகிழ்ச்சியடைவேன்’’

“ஒரு வேளை, நீங்கள் செய்யலாம்”

“அப்படியானால், உங்கள் ஊழியனை மறந்துவிடாதீர்கள்” என்று பதி-றுத்துவிட்டு, வெகு விரைவில் விடைபெற்றுக் கொண்டார் பெல்-கார்ட்.

அடுத்த மூன்று வாரங்களில் அனேக தடவைகள் இருவரும் சந்தித்தனர். முறையான உறுதிப்பாடுகள் எதுவுமின்றி ஒருவகைத் தோழமை கொண்டனர். நியூமனுக்கு, இலட்சிய ஃபிரெஞ்சுக்காரராகத் தோன்றினார் பெல்-கார்ட்; புனைவியல் மற்றும் மரபு கொண்ட பிரெஞ்சுக்காரர். வீரமிக்கவராக, பரந்துபட்டவராக, உற்சாகம் நிறைந்தவராக, தான் விளைவித்ததற்காகப் பிறரைவிடத்தானே பெரிதும் மகிழக்கூடியவராகத் தோன்றினார்; தெளிவான எல்லா சமூக ஒழுக்கங்களும் நிரம்பியவராக, ஏற்புடைத்தான உணர்வுகளின்

பக்தராக விளங்கினார்; தடுக்க முடியாத அளவு உற்சாகப் படுத்தியவராக, உல்லாசமிருந்தவராக இருந்தார். நியூமனால் தொடர்பு கொள்ள முடிந்த போது, போற்றத் தக்கதான பண்புநலன் பெற்றிருந்தார். எந்த இரு தோழர்களும் அவ்வளவு வித்தியாசமாக இருக்க முடியாது, ஆனால் அவர்கள் வித்தியாசங்களை நட்புக்கு அடிப்படையாகி, ஒவ்வொரு வருக்கும் விநோதமாக இருக்கும் வகையில் ஆனது.

... பெல்-கார்டின் வருகைக்குப் பதில் கூறுவதற்காக நியூமன் ஒரு சமயம், பெல்-கார்டின் இல்லத்திற்குச் சென்றார். பெல்-கார்ட் தன் நாட்டுச் சம்பிரதாயப்படி, தன்னைப் பற்றி தாராளமாகப் பேசிக் கொண்டிருந்தார்; தனது அந்தரங்க வாழ்வையெல்லாம் திறந்து காட்டினார். "எனது சமகாலத்தவரைவிட நான் அதிகமாகத் துயரப்படவில்லை" என்று ஒரு தடவை குறிப்பிட்டார். தனது பெண் நண்பர்கள் பற்றி அழகான விஷயங்களைக் கூறினார். அவர்களால் தீமையைவிட நன்மையே பெரிதும் என்று வெளிப்படுத்தினார். "ஆனால், அதனை ஆலோசனையாக நீங்கள் எடுத்துக் கொள்ள வேண்டாம். விஷயங்களைப் பொறுத்தவரை நான் நம்பத் தகுந்தவனில்லை; அவர்களைப் பொறுத்தவரை தப்பபிப் பிராயம் கொண்டிருக்கின்றேன்; நான் ஒரு இலட்சியவாதி."

நியூமன் புன்னகையுடன் கேட்டுக் கொண்டிருந்தார். அவரது உயர்ந்த உணர்வுகளுக்காகப் பாராட்டினார். ஆனால், பெண்களிடம் ஃபிரெஞ்சுக்காரன் திறமையைக் கண்டுபிடித் திருப்பதை மனத்தளவில் மறுத-த்தார்; அவற்றை தானே சந்தேகப்படுவதில்லை என்பதால். பெல்-கார்ட் தன் சரிதத்தை மட்டும் பேச்சில் கொண்டுவரவில்லை; நம் நாயகனது வாழ்க்கைச் சம்பவங்களை அறிய வினவினார். நியூமன் சில சிறந்த கதைகளைக் கூறினார். துவக்கத்தி-ருந்து எல்லா வேறுபாடுகளையும் சேர்த்துக் கூறினார். எப்போதெல்லாம் பெல்-கார்ட் நம்பிக்கையுணர்வு எதிர்ப்பதாகத் தெரிகிறதோ, அல்லது ஆட்சேபிக்கின்றாரோ அப்பொழுதுதான் சம்பவத்தின் நிறத்தை அதிகப்படுத்திவிடுவார் நியூமன். மேற்கத்தைய நகைச்சுவையாளருடன் அமர்ந்து, நம்பவியலாத கதைகள் பறப்பதை அறிந்திருந்த நியூமனது கற்பனை, நம்பக்கூடிய விந்தைகள் உண்டாக்கத் தெரிந்திருந்தது. பெல்-கார்டின் வழக்கமான சுபாவம் சிரித்து, தன்னைப் பாதுகாத்துக்

கொள்வது; எல்லாம் அறிந்த ஃபிரெஞ்சுக்காரர் என்ற தன் புகழ்நிலை நிறுத்த, அவர் எதைப்பற்றியும் சந்தேகித்தார், ஒட்டுமொத்தமாக. இதன் விளைவு, சிலகுறிப்பிட்ட விஷயங்களை நியூமனால், பெல்-கார்டிடம் நம்பச் செய்ய முடியவில்லை, திருப்திப்படுத்த முடியவில்லை.

''ஆனால், விவரணங்கள் அவசியமில்லை. நீங்கள் உண்மையாகவே சில வியத்தகு சாதனைகள் பெற்றிருக் கிறீர்கள்; வாழ்வின் சில வினோதப்பக்கங்களைப் பார்த்திருக் கிறீர்கள்; நான் பொ-வார்டில் அங்குமிங்குமாக நடப்பது போன்று, முழு கண்டத்தினையும் சுற்றி வந்திருக்கிறீர்கள். ஒரு பழிவாங்குதலுடன் கூட, உலகத்தின் ஒரு மனிதர் நீங்கள்! சில சோர்வுதரும் நேரங்களைக் கழித்திருக்கிறீர்கள், சில, அதீத, ஏற்க இயலாத விஷயங்களைச் செய்திருக்கிறீர்கள்; எந்த விதத்திலும், நீங்கள் கொஞ்சம் செய்திருக்கிறீர்கள். உங்கள் மனவ-மையைப் பயன்படுத்துகிறீர்கள், நிறையச் செல்வம் சேர்த்திருக்கிறீர்கள். மோசமான காரியங்களில் உங்களை முட்டாளாக்கிக் கொள்ளவில்லை, சமூக வசதிக்காக உங்கள் சொத்தினை அடமானம்வைக்கவில்லை. நீங்கள் விஷயங்களை எளிதாக எடுத்துக் கொள்கிறீர்கள், என்னை விடச் சில தப்பபிப்பிராயங்களே கொண்டுள்ளீர்கள். நானோ, ஒன்றுமே இல்லாதது மாதிரி நடித்து, உண்மையில் மூன்று அல்லது நான்கு தப்பபிப்பிராயங்கள் கொண்டிருக்கின்றேன். சந்தோஷ மானவர், நீங்கள் வல்லமையுள்ளவர், சுதந்திரமிக்கவர். ஆனால், இந்தச் சாதகமான விஷயங்களை வைத்துக் கொண்டு என்ன செய்யப் போகிறீர்கள்? அவற்றைப் பயன்படுத்த, உண்மையிலேயே, மென்மையான உலகம் அவசியம். நீங்கள் இங்கே இருப்பதில் யாது பயனும் இல்லை"

"ஓ, சிறிது பயன் இருக்கிறது என நினைக்கின்றேன்"

"என்ன அது?"

"இன்னொரு சமயம் சொல்வேன்"

இவ்விதமாக, தன் மனதில் உள்ள விஷயத்தை வெளியிடாமல், நாளுக்கு நாள் தாமதப்படுத்தினார், நம் நாயகன். அதே சமயம், அதனுடன் பரிச்சயமாகிக் கொண்டே வளர்ந்தார்; வேறு விதமாகச் சொல்வதானால், திருமதி சிண்ட்ரேயை மீண்டும் மூன்று முறை பார்த்து வந்தார். இரண்டு

முறைகளில்தான் திருமதி சிண்ட்ரே வீட்டில் இருந்தாள், அப்போதும் வேறு விருந்தினர்கள் வந்திருந்தனர். அவர்கள் எண்ணற்றவராக இருந்து திருமதி சிண்ட்ரேயின் கவனத்தை தமதாக்கிக் கொண்டனர். எனினும், சிறிது நேரம் நியூமனுக்காக ஒதுக்கினாள், அவ்வப்போதைய தெளிவில்லாத புன்னகையாக; அதன் தெளிவின்மையே அவருக்கு இனிமையூட்டியது. திருமதி சிண்ட்ரேயின் பார்வையாளர்களது வருகை, வெளியேற்றம், வாழ்த்து, அரட்டை போன்றவற்றை எதுவுமே பேசாது பார்த்துக் கொண்டிருந்தார். அது ஒரு நாடகம் போலவும், தன் பேச்சு அதன் நிகழ்வுக்கு இடையூறாக இருக்கும் எனவும் கருதினார். சமயங்களில், அந்த உரையாடலைப் புரிந்து கொள்ள ஒரு புத்தகம் அவசியம் என உணர்வார். வெண்குல்லா யுடன் வந்த பெண்மணி ஒருத்தி, தன்னிடமிருந்த சிவப்பு ரிப்பன்களை, ஒன்று இரு ஃபிராங்குகளுக்காக தன்னிடம் விற்க வந்ததை, அவர் எதிர்பார்க்கவில்லை, சில பெண்கள் அவரைக் கடுமையாகப் பார்த்தனர் - அல்லது மிக மென்மையாக - ஆண்கள் மட்டும் திருமதி சிண்ட்ரேயைத்தான் பார்த்தனர். அது தவிர்க்க இயலாதது; ஏனெனில், ஒருவர் அவள் அழகாக இருக்கிறாள் என அழைத்தாலும், அழைக்காவிட்டாலும், ஒருவரது காதில் தகுந்த இசை நிரம்புவது மாதிரி, ஒருவரது பார்வையில் அவள்தான் முழுமையாக நிறைந்திருப்பவளாகக் காணப்பட்டாள். நியூமன் அவளிடம் இருபது வார்த்தைகள்தான் பேசியிருப்பார், ஆனால் தீவிரமான உறுதிகள் வழங்காத உயர்ந்த மதிப்பினைத்தரும் மனப்பதிவோடு வெளியேறினார். அவர் பார்த்துக் கொண்டிருந்த நாடகத்தின் ஒரு பகுதியாக அவள் இருந்தாள், அவளது சகாக்களைப் போலவே. ஆனால், எப்படி மேடையை நிறைத்திருந்தாள், எப்படி நடித்தாள்! அவள் எழுந்தாலும் சரி அல்லது அமர்ந்தாலும் சரி, பிரியும் நண்பர்களுடன் கதவுவரை சென்றாலும், அவர்களும் வெளியே கிளம்பும்போது திரையை நீக்கினாலும் சரி, அவர்களைப் பார்த்துக் கொண்டே நின்று இறுதித் தலையசைப்பைத் தந்தாலும் சரி; அல்லது, நாற்கா-யில் சாய்ந்து கைகளைக் கட்டிக்கொண்டு, அமைதியாகக் கவனித்தபடி புன்னகை செய்தாலும் சரி; அவளை எப்போதும் தன் முன் வைத்துக் கொள்ள வேண்டும் என்னும்படியான உணர்வை நியூமனுக்கு வழங்கினாள். அது அவருக்கு முடிந்தால், மிக நல்லது. அது

அவருக்காக இருந்தால் இன்னும் நல்லது! அவள் மிக உயரமாக அதே சமயம் மெல்-யவளாக, துடிப்பு மிக்கவளாக அதே சமயம் அமைதியானவளாக, மிக நேர்த்தியானவளாக அதே சமயம் எளிமையானவளாக, வெளிப்படையானவளாக அதே சமயம் மர்மமிக்கவளாக இருந்தாள்! அந்த மர்மத்துடன் - மேடையை விட்டு இறங்கியபிறகு அவள் என்னவாக இருக்கிறாள் - நியூமன் அறிவதில் அக்கறை காட்டியது. மர்மங்களைப் பற்றிப் பேச தனக்கென அனுமதி இருக்கிறது எனச் சொல்-யிருக்க முடியாது உங்களுக்கு, அவரால். அவரால் கவிதை எழுத முடிந்திருந்தால், திருமதி சிண்ட்ரேயைப் பார்க்கும் போது நிலவைச் சுற்றியுள்ள தெளிவற்ற ஒளிவட்டத்தைப் பார்ப்பது போல இருக்கிறது என்று சொல்-யிருப்பார். அவள் ஒதுங்கிக் கொள்ளும் சுபாவம் உடையவள் அல்ல; ஓடும் தண்ணீரைப் போலவே வெளிப்படையானவள். அவளே சந்தேகிக்காத பண்புகளை அவள் பெற்றிருக்கிறாள் என நியூமன் உறுதியாக நினைத்தார்.

பல காரணங்களினால், இவற்றை பெல்-கார்டுக்குச் சொல்லாமல் இருந்தார் அவர். ஒரு காரணம், எந்தக் காரியத்தையும் செய்வதற்கு முன்பாக, அவர் கவனமிக்கவராக, யூகிப்பவராக, சிந்திப்பவராக இருப்பதால், சிறிதும் ஆர்வமில்லாதவராக இருந்தார். எனவே இதுபற்றிப் பேசாமல் இருப்பதே, மகிழ்ச்சியாக இருக்கும் - அது அவரை உற்சாகப்படுத்தியது, ஆக்கிரமித்துக் கொண்டது. ஆனால், ஒரு நாள், பெல்-கார்ட் அவருடன் உணவகத்தில் சாப்பிட்டுக் கொண்டிருந்தார். சாப்பிட்ட பிறகும் நெடுநேரம் அமர்ந்திருந்தார். கிளம்பும்போது, மாலைப் பொழுதைக் கழிக்க, தண்டிலார்ட் சீமாட்டியைப் பார்க்கலாம் என்றார். அவள் இத்தா-ய மாது; ஃபிரெஞ்சுக்காரனை மணந்தவள்; அவனோ அயோக்கியனாக இருந்ததால் அவள் வாழ்வு துயரமாகி விட்டது. அவளது பணத்தையெல்லாம் செலவழித்துவிட்டு, இல்லாத போது, அவளை அடிக்கவும் ஆரம்பித்தான். பெல்-கார்ட் உட்படப் பலருக்கு, அதனால் ஏற்பட்ட தன் நீலம் ஏறிய இடத்தையும் காட்டியிருக்கிறாள் அச்சீமாட்டி. கணவனிடமிருந்து விவாகரத்து பெற்று, எஞ்சியுள்ள செல்வத்தை ஒன்று திரட்டிக் கொண்டு, பாரிஸுக்கு வந்து ஒரு கர்னி ஓட்ட-ல் தங்கியிருக்கிறாள்.

அவள் ஒரு வீடு பார்த்துக் கொண்டிருக்கிறாள், விசாரித்தவாறே பிறரைச் சந்தித்திக்கின்றாள். அவள் அழகானவள், குழந்தையைப் போன்றவள், அசாதாரணமான வாசகங்கள் சொல்-யிருப்பவள். பெல்-கார்ட் அவளுடன் நட்புக் கொண்டிருக்கிறார். அவளிடம் அவருக்குள்ள அக்கறை, அவரே வெளிப்படுத்தியபடி, அவனுக்கு என்ன நேரும் என்று அறிவது.

"அவள் ஏழை, அழகாக இருக்கிறாள், முட்டாளாக இருக்கிறாள்; அவளால் ஒருவழியில்தான் போக முடியும் என்று எனக்குத் தோன்றுகிறது. அது பரிதாபகரமானது, ஆனால் வேறு வழியில்லை. ஆறுமாதங்கள் செல்லட்டும். அவள் என்னைக் குறித்து அஞ்சவேண்டியதில்லை. இந்த நிகழ்ச்சிப் போக்கை கவனித்துக் கொண்டிருப்பவன்தான் நான். எப்படி நடக்கப்போகிறது என்ற ஆர்வம்தான் எனக்கு. ஆம், நீங்கள் என்ன சொல்லப்போகிறீர்கள் என்று தெரியும்: இந்தக் கொடூரமான பாரிஸ் ஒருவரது இதயத்தைக் கல்லாக்கி யிருக்கிறது. ஆனால், அது ஒருவரது அறிவினைத் துரிதப்படுத்தி, ஒருவரது பார்வையினைப் பயன்படுத்திவிட்டுச் செல்கிறது! இந்தச் சிறு பெண்ணின் சிறு நாடகம் தானாகவே நடப்பதைப் பார்ப்பது எனக்கு அறிவார்ந்த மகிழ்ச்சி."

"அவள் தன்னை அழித்துக் கொள்ள முற்படும் போது நீங்கள் அவளைத் தடுக்க வேண்டும்!"

"அவளைத் தடுப்பது? எப்படித் தடுப்பது?"

"அவளுடப் பேசிப்பார்த்து, கொஞ்சம் ஆலோசனை தரலாம்"

பெல்-கார்ட் சிரித்தார். வானம் நம்மை விடுவிக்கட்டும்! அந்தச் சூழ்நிலையைக் கற்பனை செய்து பாருங்கள்! அவளைப்பார்த்து நீங்களே ஆலோசனை கூறுங்கள்"

இதன்பின்னர்தான், நியூமன் பெல்-கார்டுடன் தண்டிலார்ட் சீமாட்டியைப் பார்க்கச் சென்றிருந்தது. அவள் வெளிக் கிளம்பியபோது, பெல்-கார்ட் நன்பணைக் குற்றம் சாட்டினார். "எங்கே உங்களது புகழ்மிகு புத்திமதி? ஒரு வார்த்தையைக்கூட நான் கேட்கவில்லை"

"ஓ, நான் சொல்லாமல் விட்டுவிட்டேன்"

ஹென்றி ஜேம்ஸ்

"அப்படியானால், நீங்களும் என்னைப் போலவே மோசமானவர்தான்."

"இல்லை, எனெனில், அவளது நம்பிக்கையான தீரச் செயல்களில் எனக்கு 'அறிவார்த்த மகிழ்ச்சி' கிடையாது. அவள் தாழ்வுறுவதை சிறிதேனும் விரும்பவில்லைநான். வேறுவிதமாகவே பார்க்கிறேன். ஏன், உங்கள் சகோதரியை அனுப்பி பார்க்கச் செய்யக் கூடாது?"

"தண்டிலார்ட் சீமாட்டியைப் போய்ப் பார்ப்பது - என் சகோதரி?"

"நல்ல நோக்கத்துடன் அவளுடன் பேசமுடியும்"

"அந்த மாதிரி நபரை என் சகோதரி பார்க்க இயலாது; தண்டிலார்ட் சீமாட்டி ஒன்றுமில்லாதவள்; அவர்கள் எப்போதும் சந்திக்கப் போவதில்லை"

"உங்கள் சகோதரி தனக்குப் பிரியமானவர்களைப் பார்க்க வேண்டும் என்றே நினைக்கிறேன்" நியூமன் தனக்குள். அவளைச் சிறிது அதிகமாக தெரிந்து கொண்டபின், திருமதி சிண்ட்ரேயிடம் சொல்-, முட்டாள்தனமான இத்தா-ய மாதைப் பார்த்துப் பேசி வர அனுப்ப வேண்டும் என்று தீர்மானித்துக் கொண்டார்.

பெல்-கார்டுடன் உண்ட விருந்துக்குப் பிறகு, தன்னிடம் அவர், மீண்டும் தண்டிலார்ட் சீமாட்டியின் வீட்டுக்குச் சென்று, அவள் துயரங்களையும், காயங்களையும் விவரிப்பதைக் கேட்கவேண்டாம் என்று கூறியதற்கு மறுப்புத் தெரிவித்தார். "அதைவிடச் சிறந்தது இருக்கிறது. என்னுடன் வாருங்கள், மாலைப் பொழுதை என் கணப்புக்கு அருகில் கழிக்கலாம்" என்றார்.

பெல்-கார்ட் எப்போதும் நீண்ட உரையாடலை விரும்பினார். விரைவிலேயே, இருவரும் நியூமன் கணப் பருகே அமரலாயினர்.

அமெரிக்கன் 122

VIII

உங்கள் சகோதரி பற்றிக் கொஞ்சம் சொல்லுங்களேன்"

''இப்போதுதான் நினைக்கிறேன், அவளைப் பற்றி எப்போதும் நீங்கள் கேட்டதில்லையே என்று"

"அது நன்றாகத் தெரியும் எனக்கு"

"அது என்னை நீங்கள் நம்பாததனால் என்றால், மிகச்சரியே; அவளைப் பற்றி அறிவார்த்தமாகப் பேச இயலாது என்னால். அவளை அதிகமாகப் போற்றுகிறேன்"

"உங்களால் எப்படி இயலுமோ அப்படியே பேசுங்கள். உங்கள் வழியிலேயே"

''நல்லது, நாம் நல்ல நண்பர்கள்; **ஆரஸ்டஸ்-எலெக்ட்ரா*** வுக்குப் பின் கேள்விப்பட்டிராத அளவு சகோதர சகோதரி நாங்கள்; நீங்கள் அவளைப் பார்த்திருக்கிறீர்கள்; அவள் எப்படிப்பட்டவள் என அறிவீர்கள்; உயரம், ஒல்-, மென்மை, கண்ணியம், ஆக்கிரமிப்பு, பாதி உயர்ந்த யுவதி மற்றும் பாதி தேவதை; பெருமிதம் மற்றும் பணிவு, கழுகு மற்றும் புறா இவற்றின் கலவை. பல குற்றங்களுடன் ஒதுங்கிக் கிடந்த கல், சதையோடும் குருதியோடும் உருப்பெற்றது போன்ற சிலை. அவளது முகம், பார்வை, புன்னகை, குர-ன் தொனி ஆகியவை உங்களை எவற்றையெல்லாம் எதிர்பார்க்க அழைத்துச் செல்கிறதோ அவையனைத்துமான தகுதிகள் எல்லாம் பெற்றவள். பொதுவாக, ஒரு பெண் கவர்ச்சிகரமாகத் தோன்றும் போது '*எச்சரிக்கை!*' என்று கூறுவேன்; ஆனால் கிளேர் கவர்ச்சிகரமாகத் தோன்றுமளவு, உங்கள் கரங்களைக் கட்டிக்

கொண்டு, நீரோட்டத்தில் உங்களை இழுத்துச் செல்ல அனுமதிக்கலாம்; நீங்கள் பாதுகாப்பாக இருப்பீர்கள். ஆகவே, மிக நல்லவள்! அவளில் பாதியளவு முழுமை பெற்ற பெண்ணையோ பரிபூரணமானவளையோ நான் இதுவரை பார்த்ததில்லை. அவளிடம் எல்லாமும் இருக்கின்றன, அதுதான் நான் சொல்ல முடிவது."

"அவள் மிக நல்லவள். ஆ?"

"தெய்வீகமான நல்லவள்"

"அன்பான, தார்மீகமான, கண்ணியமான, தாராளமானவள்?"

"தாராளமே அவள்தான்; இருதடவை வடிகட்டிய அன்பு"

"அவள் புத்திசா-யா?"

"நான் அறிந்தவரை, மிகுந்த புத்திசாதுர்யம் மிக்கவள் அவள். ஒரு நாள், சிக்கலான பிரச்னையைக் கூறி முயற்சி செய்து பாருங்கள்; அறிந்து கொள்வீர்கள்"

"பாராட்டுதலை விரும்புவாளா?"

"எந்தப் பெண்தான் விரும்பாதவள்?"

"ஆ, அவர்கள் பாராட்டுதலை விரும்பும்போது, அதனைப் பெறுவதற்காக எல்லாத்தவறுகளையும் செய்கின்றார்கள்"

"அவள் மிகவும் விரும்புவாள் என்று சொல்லவில்லை. ஏதாவது முட்டாள்தனத்தைச் சொல்வதி-ருந்து வானம் என்னைத் தடுக்கட்டும்! அவள் எதிலும் 'மிகஅதிகமாக' இல்லை! அவள் ஆபாசமானவள் என்று நான் கூறினால், அது 'அதிகமாக' என்று அர்த்தமில்லை. இனிதாக இருப்பதை விரும்புவாள், நீங்கள் இனிதாக இருந்தாள் நன்றியுடையவளாக இருப்பாள். நீங்கள் இனிதாக இல்லாவிடில், அதனை விட்டுவிட்டு, தன்னைப் பற்றியோ உங்களைப் பற்றியோ மோசமாக ஒன்றும் நினைக்க மாட்டாள்.

"அவள் உல்லாசமானவளா அல்லது சோகமிக்கவளா?"

"இரண்டும்தான்; மாறி மாறி அல்லாமல், ஒரே சமயத்தில், அவளது களிப்பில் சோகமும், சோகத்தில் களிப்பும் இருக்கும். ஆனால், அவள் குறிப்பாக, உல்லாசமாக இருக்க வேண்டியதற்கு எந்தக் காரணமுமில்லை"

"அவள் மகிழ்வில்லாமல் இருக்கின்றாளா?"

"அதனைச் சொல்லமாட்டேன். ஏனெனில், துயரம் என்பது ஒருவர் விஷயங்களை எடுத்துக் கொள்ளும் தன்மையில் இருக்கிறது. ஆசிர்வதிக்கப்பட்ட கன்னி மேரி (Blessed virgin mary) கூறிய ஆலோசனைப்படியே, அவள் விஷயங்களை எடுத்துக் கொள்கிறாள். மகிழ்ச்சியின்றி இருப்பது பிறருக்கு ஒத்துக்கொள்ள இயலாமல் இருப்பதாகும்; அது அவளுக்கு உரியதன்று. ஆகவே, சந்தோஷமாக இருக்க ஏற்றவிதத் திலேயே சூழல்களை அமைத்துக் கொள்கிறாள்."

"அவள் ஒரு தத்துவஞானி!"

"இல்லை, அவள் வெறுமனே நல்ல பெண்"

"அவளது சூழல்கள், எந்தவிதத்திலும், ஏற்க இயலாததாக இருக்கிறதா?"

பெல்-கார்ட் ஒரு கணம் தயங்கினார் - எப்போதும் அவர் தயங்கியதில்லை.

"என் குடும்ப வரலாற்றுக்குள் புகுந்தால் நீங்கள் பெற நினைப்பதைவிட அதிகமாகவே தருவேன்"

"இல்லை, மாறாக, அதை மட்டும்தான் பெற நினைக்கின்றேன்"

"விசேஷமான, ஆவியுடன் தொடர்பு கொள்ளும் கூட்டத்தை ஏற்பாடு செய்ய வேண்டியிருக்கும். இப்போதைக்குப் போதுமானது, கிளேர் ரோஜாப்படுக்கையில் தூங்கவில்லை என்பது. பதினெட்டாவது வயதில், நன்றாக இருக்கும் என்று எதிர்பார்த்து ஒரு திருமணம் செய்தாள்; ஆனால் அது அணைந்து போகும் விளக்காக மாறியது. மோசமான மணமும் புகையும் தான். திருவாளர் சிண்ட்ரே அறுபது வயது நிரம்பிய முதியவர். சீக்கிரமே அவர் மடிந்துவிட, அவர் சொத்துக்களை அவரது குடும்பத்தினரே தக்க வைத்துக் கொண்டனர்; அவரது விதவை மேல் வழக்குத் தொடுத்து, கடுமையாக்கினர் வாழ்வை. தனது உறவினர்கள் சிலருக்கு தர்மகர்த்தாவாக விளங்கிய திரு. சிண்ட்ரே சில முறைகேடுகளில் குற்றவாளியாகத் தோன்றியதால், அவர்கள் வழக்கு வலுவாக இருந்தது. மேலும், விசாரணையின் போது தெரியவந்த சிண்ட்ரேயின்

சொந்த விஷயங்கள் சில என் சகோதரிக்கு அதிருப்தி தருவதாக இருந்தன. ஆகவே, அவள் வழக்கி-ருந்து விலகி, சொத்துக்களை கை கழுவிவிட்டார். இதற்குத் துணிச்சல் தேவை. ஒருபுறம் கணவனது குடும்பத்தினர் எதிர்த்துக் கொண்டிருக்க, இன்னொரு புறம் அவளது குடும்பத்தினரே கட்டாயப்படுத்திக் கொண்டிருக்கவுமான நிலை. கடைசியில், அம்மாவிடம் ஒரு உறுதிமொழி பெற்றுக் கொண்டு, வழக்கி-ருந்து விடுபட்டாள்.''

“என்ன உறுதிமொழி?”

“அடுத்து பத்து வருடங்களுக்கு, அவள் திருமணம் தவிர வேறெதுவும் செய்து கொள்ளலாம்”

“அவளது கணவனை மிகவும் வெறுத்தாளா?”

“எவ்வளவு என்று யாரும் அறியார்?”

‘‘கொடூரமான உங்கள் ஃபிரெஞ்சு மொழியில் இந்தத் திருமணம் நடந்திருக்கிறது - அவளது சம்மதமின்றி”

“அது ஒரு நாவலுக்கான அத்தியாயம். திருமணத்துக்கு ஒரு மாதம் முன்பு முதல் தடவையாக, திருவாளர் சிண்ட்ரேயைப் பார்த்தாள். அதன் பிறகு எல்லாம் ஏற்பாடு செய்யப்பட்டு விட்டது. அவரைப் பார்த்ததும் வெளிறிப்போனாள், திருமண நாள் வரை வெளிறியே இருந்தாள். திருமணக் கொண்டாட்டத்துக்கு முந்தைய மாலையில், மயங்கிவிழுந்து, இரவு முழுவதும் அழுது கழித்தாள். அவளது கரத்தைப் பற்றியபடி அம்மா இருக்க, என் சகோதரர் அங்குமிங்குமாக நடந்து கொண்டிருந்தார். இது வெறுப்பூட்டுவதாக இருக்கிறது என்று கூறினான், அவள் தெளிவாக மறுத்துரைத்ததால் அவள் பக்கமாக நான் இருப்பதாக சகோதரியிடம் கூறினாள். என் வேலையைப் பார்க்கும்படி கூறப்பட்டேன். அவள் சிண்ட்ரேயின் மனைவியாகிவிட்டாள்.”

“உங்கள் சகோதரர் நல்ல இளைஞராக இருக்க வேண்டும்”

“அவர் இளைஞராக இல்லாவிட்டாலும் நல்லவர். ஐம்பது வயதைக் கடந்தவர்; பதினைந்து வருடம் எனக்கு மூத்தவர். என் சகோதரிக்கும் எனக்கும் தந்தையாக இருந்து வருபவர். குறிப்பிடத்தக்க மனிதர். ஃபிரான்சின் சிறந்த முறைகள்

தெரிந்தவள். மிகவும் புத்திசா-; அதிகப்படிப்பாளி. திருமணமே முடிக்காத ஃபிரான்ஸ் இளவரசி குறித்த ஒரு வரலாற்றினை எழுதிக் கொண்டிருக்கின்றார்."

"நீங்கள் சகோதரரை நேசிக்கவில்லை"

"மன்னிக்கவும். நல்லமுறையில் வளர்க்கப்பட்டவர்கள் சகோதரரை நேசிக்கவே செய்வர்"

"நல்லது, அவரை நேசிக்கவில்லை நான், அப்படியானால்"

"அவரைத் தெரிந்து கொள்ளும் வரை காத்திருங்கள்"

"உங்கள் தாயும் குறிப்பிடத்தக்கவரா?"

"என் தாயாரை மிகவும் போற்றுகிறேன். அசாதாரண மானவள். அதை உணராமல் அவளை அணுகமுடியாது உங்களால்"

"இங்கிலாந்துக் கனவான் ஒருவரின் மகள் அவள் என நம்புகின்றேன்"

"புனித டன்ஸ்டனின் பிரபுடைய மகள்"

"புனித டன்ஸ்டனின் பிரபு குடும்பம் தொன்மையானதா?"

"ஆமாம். 16ம் நூற்றாண்டின் தந்தை வழியில்தான் நாங்கள் மிகவும் பின்னோக்கி இருப்பது - பின்னோக்கி, பின்னோக்கி, பின்னோக்கி குடும்பத்தின் முன்னாள் உறுப்பினர்களே. மூச்சிழந்து விடுவர். கடைசியாய் நிறுத்தி, மூச்சுவாங்கி, விசிறிக் கொண்டபடி பத்தொன்பதாம் நூற்றாண்டில் எங்கோ சார்- மாகனுக்குக் கீழே நிற்பர். அங்குதான் நாங்கள் தொடங்குகின்றோம்."

"அதில் பிழையொன்றும் இல்லையே?"

"இல்லையென்றே உறுதி கூறுகின்றேன். பலநூற்றாண்டுகளைச் சேர்ந்தவர்கள் என்றே தவறாக எடுத்துக் கொள்ளப்பட்டு வந்திருக்கிறோம்."

"நீங்கள் எப்போதும் பழைய குடும்பங்களிலேயே மணம் செய்கின்றீர்கள்"

"ஒரு விதியாக, நீண்ட வரலாற்றில் ஒரு சில விதிவிலக்குகள் இருந்தாலும், 17,18 ஆம் நூற்றாண்டுகளில்

மூன்று அல்லது நான்கு பெல்-கார்டுகள் பூர்ஷுவா குடும்பங்களி-ருந்து பெண் எடுத்துள்ளனர் - வழக்கறிஞர் பெண்களை மணமுடித்திருக்கின்றனர்"

"வழக்கறிஞர் மகள்; அது மிக மோசமானது, இல்லையா?"

"கொடுமையானது! எங்களில் ஒருவர், இடைக்காலத்தில் இன்னும் அழகாக செய்திருக்கிறார்: பிச்சைக்காரப் பெண்ணை மணமுடித்திருக்கிறார். அது உண்மையிலேயே நல்லது; ஒரு பறவையினையோ அல்லது ஒரு குரங்கினையோ திருமணம் செய்வது மாதிரி; அவளது குடும்பத்தைப் பற்றி நினைக்க வேண்டிய அவசியமே இல்லை. எங்கள் பெண்கள் நன்றாக நடந்துள்ளனர். யாரும் சிறு பிரபுக்கள் குடும்பத்துக்கு சென்றது கிடையாது."

"முத-ல் நீங்கள் என்னைச் சந்தித்தபோது எனக்காக எது வேண்டுமானாலும் செய்யக் காத்திருப்பதாகக் கூறினீர்கள். நினைவிருக்கிறதா?"

"நினைவு? மணியை எண்ணிக் கொண்டிருக்கிறேன்"

"மிக நல்லது; இங்கு ஒரு வாய்ப்பு உள்ளது. உங்கள் சகோதரி என்னைப் பற்றி நன்றாக நினைக்க உங்களால் முடிந்ததைச் செய்யுங்கள்"

பெல்-கார்ட் விழித்தார், புன்னகையுடன். "ஏற்கனவே, முடிந்த அளவு உங்களைப் பற்றி நன்றாகவே நினைக்கிறாள் என நினைக்கிறேன்."

"மூன்று அல்லது நான்கு தடவைகளில் பார்த்து உண்டான அபிப்பிராயம். அது சொற்பமே. இன்னும் அதிகமாக விரும்புகின்றேன். இது பற்றி நிறையச் சிந்தித்து, கடைசியில், உங்களிடம் சொல்லத் தீர்மானித்தேன். திருமதி சிண்ட்ரேயை மணமுடிக்க பெரிதும் விருப்பப்படுகிறேன்"

இறுதி அறிவிப்பைக் கேட்டதும் அவர் உற்று நோக்கியவாறு இருந்தார். அவரது புன்னகை இரண்டு அல்லது மூன்று விநோத கட்டங்களைத் தாண்டியது. அது விரைவதற்கான நொடிப் பொழுது தூண்டுதலை உணர்ந்தது. அது உடனே கட்டுப்படுத்திக் கொண்டது. சில நொடிகளுடன் தானே ஆலோசித்து விட்டு திரும்பிட தீர்ப்பு வழங்கிக் கொண்டது.

மெதுவாகத் தன்னை மறைத்துக் கொண்டது. முரட்டுத்தனமாக இருக்கக்கூடாது என்ற ஆசையில் ஒருவிதத் தீவிரம் மட்டும் இருந்தது. வாலெண்டின் முகத்தில் அதீத வியப்புணர்வு நிலவியது. அந்தச் சமயத்தில் விடைபெறுவது மரியாதை யல்ல என்பதையும் உணர்ந்தார். இருப்பினும், அவர் என்ன செய்வது?

"உங்களால் உதவமுடியாவிட்டால் சொல்-விடுங்கள்"

"இது முக்கிய விஷயம். சகோதரியுடன் உங்கள் விஷயத்தை வாதிட்டுப் பார்க்கின்றேன், ஏனெனில் நீங்கள் மணமுடிக்க விரும்புகிறீர்கள் அவளை? அதுதானே, ஆ?"

"ஓ, என் கட்சிக்கு வாதிடச் சொல்லவில்லை, அதனை நானே முயற்சி செய்து கொள்வேன். என்னைப் பற்றி ஒரு நல்ல வார்த்தை சொல்லுங்கள், அவ்வப்போது - நீங்கள் என்னைப்பற்றி நல்லவிதமாக நினைக்கிறீர்கள் என்று அறிய வையுங்கள்"

பெல்-கார்ட் இலேசாகச் சிரித்தார்.

"நான் வேண்டுவதெல்லாம் என் மனதிலுள்ளதை நீங்கள் அறியவேண்டும் என்பதே. அதைத்தான் நீங்கள் எதிர்பார்க்கிறீர்கள் என நினைக்கின்றேன், இல்லையா? இங்கு எது பழக்கமாக இருக்கிறதோ அதனையே செய்திட விரும்புகிறேன். ஏதாவது குறிப்பாகச் செய்ய வேண்டுமானால், சொல்லுங்கள், செய்கிறேன். முறையான சம்பிரதாயங் களில்லாமல் திருமதி சிண்ட்ரேயை அணுக மாட்டேன். உங்கள் அம்மாவைப் பார்த்துச் சொல்லவேண்டுமானால் அப்படியே செய்கிறேன். உங்கள் சகோதரரைக் கூடப் பார்த்து சொல்கின்றேன். நீங்கள் விரும்பும் யாரிடமும் சொல்கிறேன். வேறுயாரையும் தெரியாதாகையால், உங்களிடம் துவங்குகின்றேன். அது ஒரு சமூக நிர்ப்பந்தம். ஆனாலும் சந்தோஷமும் கூடத்தான்.

"ஆமாம்" சரியான உணர்வு கொண்டிருக்கிறீர்கள். ஆனால், என்னிடம் துவங்கியதற்காக சந்தோஷப்படுகிறேன்." அவர் தயங்கி, நிறுத்தினார். பிறகு திரும்பி அறையில் நெருக்கமாக நடந்தார். நியூமன் எழுந்து நின்றார்.

“வியப்படையவில்லை என்று நடிக்கமாட்டேன். இது ஒரு ஆசுவாசமாக இருக்கிறது” என்றார் ஃபிரெஞ்சுக்காரர்.

“அந்த மாதிரியான செய்தி எப்போதுமே வியப்பூட்டுவதுதான். நீங்கள் வியப்படைந்தது பற்றி ஒன்றுமில்லை, யாரும் எப்போதும் ஆயத்தமாக இருப்பதில்லை. ஆனால், நீங்கள் மிகவும் வியப்படைந்தால், நீங்கள் குறைந்தபட்சம் மகிழ்கின்றீர்கள் என் நம்புகிறேன்.”

“வெளிப்படையாகச் சொல்வதானால், நான் மகிழ்கின்றேனா அல்லது அச்சமடைகின்றேனா என்பது தெரியவில்லை.”

“நீங்கள் மகிழ்ந்தால் எனக்குச் சந்தோஷம். நான் உற்சாகம் கொள்வேன். நீங்கள் அச்சமடைந்தால் நான் வருந்துவேன்; ஆனால் உற்சாகம் இழக்கமாட்டேன். இதில் சிறந்ததை நீங்கள் செய்ய வேண்டும்.”

“அது மிகச் சரி - அதுதான் உங்களுக்குரிய ஒரு வித்தியாசமான போக்கு. நீங்கள் முழுமையாகத் தீவிரத்துடன் இருக்கிறீர்களா?”

“நான் பிரெஞ்சுக்காரனா, தீவிரமில்லாமஈருக்க? ஆனால், ஏன், நீங்கள் அச்சமடைய வேண்டும்?”

“ஏன், நீங்கள் உயர்குடியைச் சேர்ந்தவரில்லை, உதாரணத்துக்கு”

“எப்படி?”

“ஒரு **கவுண்ட்**, ஒரு **டியூக்**, ஒரு **மார்க்யுஸ்**? அது பற்றி எனக்குத் தெரியவில்லை. ஆனால் நாங்கள் உயர்குடியைச் சேர்ந்தவர்கள். அது ஒரு சிறந்த சொல், சிறந்த கருத்து; அதற்கு உரிமை கொண்டாடுகிறோம்”

“எதைக் கொண்டு சொல்கிறீர்கள், என்ன சான்றுகள்!”

“நீங்கள் விரும்பும் எதுவும்! நான் உயர்குடியினன் என நிரூபிக்க முயலப்போவதாக நீங்கள் நினைத்துக் கொள்ள வேண்டாம். நான் அப்படியில்லை என்று செய்யவேண்டியது நீங்களே.”

“எளிதாக முடியும் அது. நீங்கள் கை கழுவும் பேசின்கள்

தயாரித்திருக்கிறீர்கள்"

நியூமன் ஒரு கணம் விழித்தார். "ஆகையால் நான் உயர்குடியினன் இல்லை? என்னால் பார்க்க முடியவில்லை அப்படி. நான் செய்யாததைப் பற்றி கொஞ்சம் சொல்லுங்கள் - என்னால் செய்ய இயலாதது பற்றி" கேட்பதற்காகச் சொல்வதானால்,

"திருமதி சிண்ட்ரே போன்ற பெண்ணை உங்களால் மணமுடிக்க முடியாது."

"நான் தகுந்தவன் இல்லை என்று கூறுகிறீர்கள் என நம்புகிறேன்"

"மிருகத்தனமாக சொல்வதானால் - ஆமாம்!

பெல்-கார்ட் ஒரு கணம் தயங்கினார், அவர் தயங்கும் போது நியூமனின் கவனமான பார்வை ஆர்வமடைந்தது. கடைசி வார்த்தைகளுக்குப் பதிலாக ஒரு கணம் ஒன்று சொல்லாதிருந்தார். வெறுமனே சிறிது வெட்கமடைந்தார். பிறகு, கூரையை நோக்கினார். "நிச்சயமாக, கேட்பதற்காக எந்தப் பெண்ணையும் மணமுடிக்க எதிர்பார்க்கவில்லை. முதல், அவளுக்கு ஏற்றவகையில் இருக்க வேண்டும் என எதிர்பார்க்கின்றேன்.

அவள் என்னை விரும்பவேண்டும். ஆனால், ஒரு முயற்சி செய்வதற்குத் தகுதியில்லாதவனாக நான் இருப்பது உண்மையில் ஆச்சரியம்தான்"

பெல்-கார்ட் குதூகலம், அனுதாபம், குழப்பம் கலந்த தோற்றம் கொண்டிருந்தார். அப்படியானால், நாளையே சென்று சீமாட்டியிடம் மணமுடித்துக் கொள்ளுமாறு கேட்கத் தயங்கக் கூடாது"

"நான் எளிதில் திருப்தியடையாதவன்"

"அவள் மறுத்தால் நீங்கள் வியப்புறுவீர்கள்?"

"ஆம் என்று சொல்வது தன்முனைப்பாக இருக்கும். ஆனால், இருப்பினும், வியப்படையவே செய்வேன். ஏனெனில், அருமையான ஒன்றைத் தர இசைவாக இருக்கிறேன்."

"என்னவாக இருக்கும் அது?"

"அவள் விரும்பும் எதுவும். என் தரத்துக்கு வரும் பெண்ணைக் கண்டேனாகில், அவளுக்கு இல்லாதது எதையும் என்னால் பார்க்க இயலாது. வெகுநாளாகப் பார்த்து வருகிறேன், அத்தகைய பெண்கள் அரிது. நான் வேண்டும் பண்புகள் ஒன்று திரண்டிருப்பது சிரமமே. சிரமம் மறையுமானால் வெகுமதிப்புக்குரியது. என் மனைவிக்கு நல்ல இடம் கிடைக்கும், நானும் நல்ல கணவனாக இருப்பேன்."

"நீங்கள் விரும்பும் குணங்கள் - அவை என்ன?"

"நல்ல குணம், அழகு, புத்தி சாதுர்யம், சிறந்த கல்வி, நேர்த்தி எல்லாம், ஒரு வார்த்தையில் சொல்வதானால், அழகான பெண்ணை உருவாக்கும் அத்தனையும்"

"மற்றும் உயர்ந்த பிறப்பு. உண்மையாகவே"

"ஓ, தூக்கி எறியுங்கள், எல்லா வகையிலும் அது இருந்தால்"

"என் சகோதரியிடம் இவையெல்லாம் இருப்பதாக உங்களுக்குத் தோன்றுகிறது?"

"நான் எதிர்பார்க்கும் பொருத்தமான பெண் அவளே. என் கனவு நனவாகக் கூடியவள் அவளே."

"அவளுக்கு நீங்கள் நல்ல கணவனாக இருப்பீர்கள்?"

"அதைத்தான் அவளுக்கு நீங்கள் சொல்-ட விரும்புகிறேன்" தன் நண்பனின் தோளில் கையை வைத்தபடி, மே-ருந்து கீழாகப் பார்த்துவிட்டு, உரத்துச் சிரித்ததும், இன்னொரு கையை காற்றில் உதறினார். திரும்பவும் அறையில் ஒரு முறை நடந்துவிட்டு, நியூமனுக்கு முன்பாக நின்றார். "இவையெல்லாம் சுவையாக இருக்கின்றன - மிக விநோதமாக இருக்கின்றன. நான் இப்போது பேசிக் கொண்டிருந்ததெல்லாம் நானாகச் சொல்-யதல்ல, எனது மரபுகளுக்காக, மூடநம்பிக்கைகளுக்காகச் சொல்-யது. என்னைப் பொறுத்தவரை, உங்கள் திட்டம், எனக்குத் தூண்டுதல் செய்கிறது. முத-ல் திடுக்கிட வைத்தாலும், யோசித்த போது அதில் நிறையப் பார்க்க முடிகிறது. எல்லாவற்றையும் விளக்கிட முயல்வதால் பயன் இல்லை;

என்னைப் புரிந்து கொள்ளமாட்டீர்கள் நீங்கள். நீங்கள் ஏன் அதை விரும்புவீர்கள் எனப் பார்க்க முடியவில்லை என்னால்; அது பெரிய இழப்பல்ல."

"ஓ, இன்னும் விளக்க வேண்டியது இருந்தால், முயற்றி செய்யுங்கள்! கண்களைத் திறந்தபடியே ஆரம்பிக்க விரும்புகின்றேன். புரிந்து கொள்ள என்னால் இயன்றதைச் செய்வேன்."

"இல்லை எனக்கு அது ஒவ்வாதது. அதை விட்டுவிட்டேன். முத-ல் உங்களைப் பார்த்தபோதே விரும்பினேன். அப்படியே நடப்பேன். உங்களைக் கண்டு பொறாமைப்படுகிறேன் என முன்னரே கூறியிருக்கிறேன். ஆக, நடப்பவை நடக்கட்டும், நான் ஒன்றும் சொல்லமாட்டேன்."

"உங்கள் குடும்பமும் நண்பர்களும் எதிர்க்கவே செய்கிறார்கள் என நீங்கள் சொல்-ட்ட போதிலும், என் கண்கள் திறந்தே இருக்கின்றன. என்னை எதிர்ப்பதற்கான காரணங்களை எப்போதும் நான் நினைத்ததேயில்லை. உடனடியாகத் தீர்மானித்ததுதான் அந்த விஷயம், அந்த விதமாகப் பார்க்கும் போது, அதில் எதுவும் இருப்பதைக் காண முடியவில்லை. நான் எவ்வளவு முடியுமோ அவ்வளவு நல்லவன் என்றே நினைக்கின்றேன். சிறந்தவர்கள் யார் யர் எனச் சொல்ல நான் நடிக்கமாட்டேன். அது பற்றியும் போதுமான அளவு நினத்ததில்லை நான். உண்மையைச் சொல்வதானால், என்னைப் பற்றிய நல்ல விஷயம் எப்போதும் உண்டு எனக்கு; வெற்றியடைந்திருக்கும் ஒருவனால் அது தவிர்க்க இயலாதது. நான் தன்முனைப்புடையவன் என்பதை ஒத்துக்கொள்கிறேன். நான் மிக உயரத்தில் இல்லை - பிறரைப் போல உயரமாக - என்பதற்கு மட்டும் 'ஆமாம்' சொல்லமாட்டேன். இதுநான் தேர்ந்தெடுத்த சிந்தித்தலுக்குரிய விஷயமல்ல, துவக்கியது நீங்கள்தான். என்னைப் பாதுகாக்கும் நிலையில் எப்போதும் கனவு செய்து பார்த்ததில்லை அல்லது எனக்கு நானே நியாயப்படுத்த வேண்டிய நிலையை; ஆனால், உங்கள் குடும்பத்தினர் விரும்பினால், என்னால் முடிந்ததைச் செய்கிறேன்."

"ஆனால் சிறிது முன்பு, என் தாயையும், சகோதரரையும் பார்ப்பதாகக் கூறினீர்களே?"

"நாசமாய்ப்போக! மரியாதைக்காக விரும்பினேன்."

"நல்லது. அது பொழுது போக்காக இருக்கும். அப்படிப் பேசுவதற்காக மன்னித்துவிடுங்கள், அந்த விஷயம் எனக்கு ஒரு காட்சியாகத் திகழும். அது பரபரப்பானதாக இருக்கும். ஆனால், அவற்றையெல்லாம் விட, உங்களுக்காக அனுதாபப்படுகிறேன், என்னால் முடிந்த அளவு, எவ்வளவு சாட்சியாளனாக இருக்க முடியுமோ அதே அளவு நடிகனாகவும் இருப்பேன். நீங்கள் முதன்மையானவர். உங்களை நம்புகிறேன். உங்களை ஆதரிப்பேன். என் சகோதரியைப் போற்றும் காரணத்துக்காகவே. எல்லா மனிதரும் சமமானவர்களே - குறிப்பாக ரசனை உள்ளவர்கள்!"

"நீங்கள் நினைக்கிறீர்களா? திருமதி சிண்ட்ரே மணமுடிக்கக் கூடாது எனத் தீர்மானித்திருப்பதாக?"

"அதுதான் என் மனப்பதிவு. அது உங்களுக்கு எதிரானது அல்ல; அவள் மனத்தை மாற்ற வேண்டியது உங்கள் வேலை."

"அது கடினமாக இருக்கும் என அஞ்சுகின்றேன்"

"அது எளிதாக இருக்கும் என நானும் நினைக்கவில்லை. பொதுவாக, ஒரு விதவை ஏன் திரும்பவும் மணமுடிக்க வேண்டும் என்று தெரியவில்லை எனக்கு. அவள் திருமணத்தின் நன்மைகளைப் பெற்றிருக்கிறாள் - சுதந்திரம் மற்றும் அந்தஸ்து - குறைபாடுகளி-ருந்து நீங்கியுமிருக்கிறாள். திரும்பவும் ஏன் அவள் தலையை நுழைத்துக் கொள்ள வேண்டும் கண்ணியில்? அவளது வழக்கமான நோக்கம் பேராசை; ஒருவன் பெரிய நிலையை வழங்குவானானால், அவளை இளவரசியாக்கினால் அல்லது தூதராக ஆக்கினால், அவள் நினைத்துப் பார்க்கக்கூடும்"

"அந்த வழியில் திருமதி சிண்ட்ரே பேராசையுடையவளா?"

"யார் அறிவார்? அவள் என்னவாக இருக்கிறாள் அல்லது இல்லை என்பவை பற்றியெல்லாம் சொல்வதாக நடிக்கவில்லை நான். பெரிய மனிதரின் மனைவியாகும் நிலை குறித்து அவள் ஈர்க்கப்படலாம். ஆனால் ஒரு குறிப்பிட்ட வகையில், அவள் செய்வதெல்லாம் சாத்தியமில்லாததாகவே அமையும் என நம்புகின்றேன். மிகவும் நம்பிக்கையோடு இருக்காதீர்கள், ஆனால் முழுமையாகவும் சந்தேகப்பட

வேண்டாம். வெற்றி பெறுவதற்கான சிறந்த சந்தர்ப்பம், அவளது மனதுக்கு, மாறுபட்டவராக, எதிர்பாராதவராக, சுயமானவராக நீங்கள் தோன்ற வேண்டும், என்பதில்தான் இருக்கிறது; வேறு யாரையும் போல இருக்க முயல வேண்டாம்; வெறுமனே நீங்களாகவே இருங்கள், மொத்தமாக."

"உங்கள் ஆலோசனைக்காக மிகவும் கடமைப்பட்டிருக்கிறேன். நான் உங்களுக்காக உற்சாகத்தோடு இருக்கப் போகிறேன்."

"அது உற்சாகத்தை விடவும் அதிகமாக இருக்கும்; அது உத்வேகம் அளிப்பதாக இருக்கும். நான் என் பார்வைக் கோணத்தில் பார்க்க, நீங்கள் உங்களது பார்வைக் கோணத்தில் பார்க்கிறீர்கள். எதுவும் மாற்றத்துக்காகத்தானே! நேற்றுத்தான் சூரியனுக்குக் கீழ் புதியன எதுவும் கிடையாது என உறுதிப்படுத்தினேன்! எங்களது குடும்பத்தில் மணம் பேச வருபவராக நீங்கள் நுழைவது புதிதாகத் தோன்றாவிட்டால், நான் தவறாக எடுத்துக் கொள்ளப்பட்டவனாவேன். இதனை நல்லதென்றோ, கெட்டதென்றோ கூறமாட்டேன்; அதனைப் 'புதிது' என்றே கூறுவேன். தொடர்ந்து செல்லுங்கள், என் வாழ்த்துக்கள். ஆனால் நீங்கள் என்னைப் புரிந்து கொள்வது பரிதாபமே, நான் சொன்னபடி செய்து கொண்டிருக்கிறேன் என்பது உங்களுக்குத் தெரியவில்லை."

"ஓ, தவறானது எதையும் செய்திட வேண்டாம். என்னிடம் விட்டுவிடுங்கள் விஷயத்தை, அப்படியே. உங்கள் மனச்சாட்சியில் சுடும் எதனையும் ஏற்ற மாட்டேன்."

பெல்-கார்ட் மீண்டும் எழுந்தார்; அவர் உண்மையிலேயே பரபரப்படைந்திருந்தார்; அவரது கண்களில் வழக்கத்தைவிட மிகுந்த வெதுவெதுப்பான ஒளிக்கீற்று இருந்தது. "நீங்கள் எப்போதும் புரிந்து கொள்ள இயலாது - எப்போதும் தெரிந்து கொள்ள இயலாது. நீங்கள் வெற்றியடைந்து நான் உதவி செய்திருப்பதாக கூறியிருந்தால், நீங்கள் எப்போதும் நன்றியுடையவராக இருக்க மாட்டீர்கள். நீங்கள் அருமையானவராக இருப்பீர்கள், ஆனால் நன்றி மிக்கவராக அல்ல. ஆனால், அது ஒரு பொருட்டல்ல. எனது வேடிக்கை இருந்து கொண்டிருக்கும். நீங்கள் குழப்பமடைந்து

ஹென்றி ஜேம்ஸ் 135

காணப்படுகிறீர்கள்; அநேகமாக அச்சமூட்டப்பட்டவராகக் காணப்படுகிறீர்கள்."

"உங்களைப் புரிந்து கொள்ளவில்லை என்பது பரிதாபமே. பல வேடிக்கைகளை இழந்திருப்பேன்"

"நாம் சாத்தியமானவர்கள் என நான் சொல்-யிருப்பது உங்களுக்கு நினைவிருக்கும். திரும்பவும் எச்சரிக்கை செய்கிறேன். என் சகோதரர் விநோதமானவர், அவர்களைவிட விநோதமானவன் நான் என்று உண்மையிலேயே நம்புகின்றேன். என் சகோதரியும் சிறிது விநோதமானவள் என்று நீங்கள் பார்க்கலாம். வயதான மரங்களுக்கு வளைந்த கிளைகள்இருக்கும்; பழமையான வீடுகளில் புதிரான பிளவுகள் இருக்கும். பழங்கால இனங்களுக்குப் புதிரான இரகசியங்கள் இருக்கும். நாங்கள் எண்ணூறு வருட காலத்தைச் சேர்ந்தவர்கள் என்பதை நினைவில் கொள்ளுங்கள்."

"மிக நல்லது. அந்த மாதிரி விஷயத்திற்காகத்தான் நான் ஐரோப்பா வந்திருப்பது. என் திட்டத்திற்கு நீங்கள் வருகிறீர்கள்."

"அப்படியானால் இது ஒரு போட்டி; நான் ஏற்றுக் கொள்கிறேன். உங்கள் கட்சியை எடுத்துக் கொள்கிறேன். அது, உங்களை நான் பெரிதும் விரும்புகின்ற காரணத்தினால்; ஆனால் அது மட்டும்தான் காரணம் அல்ல."

"மற்றது என்ன?"

"நான் எதிரணியில் இருக்கிறேன். இன்னொருவரை வெறுக்கிறேன்"

"உங்கள் சகோதரர்?"

"பெல்-கார்ட் உதட்டில் விரலைவைத்தபடி 'ஹஸ்' என்று முணுமுணுத்தார்.

"பழங்கால இனங்களுக்குப் புதிரான இரகசியங்கள். உங்களைச் செய-ல் ஈடுபடுத்தி, என் சகோதரியை வந்து பாருங்கள், என் அனுதாபம் குறித்து உறுதியோடு இருங்கள்" அத்துடன் அவர் விடை பெற்றார்.

கணப்பருகே நாற்கா-யில் அமர்ந்த நியூமன், நெடுநேரம் தீச்சுவாலையை நோக்கியவாறு இருந்தார்.

அமெரிக்கன் 136

IX

மறுநாளே திருமதி சிண்ட்ரேயை பார்க்கப் போனார், வேலையாள் அவள் வீட்டி-ருப்பதாகக் கூறினாள். வழக்கம் போல, பெரிய படிகளில் ஏறி, வரவேற்பறையில் நுழைந்தார். அது வெறுமையாக இருந்தது. இப்போது அவள் வருவதாக வேலையாள் கூறினாள். தான் சந்தித்த மாலைப்பொழு தி-ருந்து அவளது சகோதரன் அவளைப் பார்த்துப் பேசியிருப்பாரா தன்னைப் பற்றி என நினைத்துப் பார்த்தார் நியூமன். அந்த வகையில் திருமதி சிண்ட்ரேயின் வரவேற்பு உற்சாகம் தருவதாக இருந்தது. அவரது உயர்வான போற்று தலைப் பற்றி அறிந்து கொண்டவளாக வரலாம் என்ற எண்ணத்தில் சிறிது பரபரப்புக் கொண்டிருந்தார். அவரது திட்டத்தை அவள் எப்படி எடுத்துக் கொண்டாலும், அதனை பொறுப்புடனோ முரணுடனோ எடுக்க மாட்டாள் என்பதில் முன்னதாகவே உறுதியுடன் இருந்தார். அவரது இதய ஆழத்தில் இருப்பதை அறிய முடிந்து அவள் பால் உள்ள அவரது நல்லெண்ணத்தை அளவிட முடிந்தால், அவள் மிக அன்புடன் இருப்பாள்.

அவள் தயங்குகின்றாளோ என வியப்புறும் வகையில் நீண்ட நேரம் கழித்து, வந்து சேர்ந்தாள். தனது வழக்கான புன்னகையுடன் கைகளை நீட்டினாள்; தனது மென்மையான, ஒளிவீசும் கண்களால் அவரை நேரிடையாக நோக்கி, குர-ல் நடுக்கம் எதுவுமின்றி, அவரைப் பார்ப்பத்தில் சந்தோஷம் அடைவதாகவும், அவர் நன்றாக இருப்பார் என நம்புவதாகவும் கூறினார். அவளிடம் அவர் ஏற்கனவே கண்டிருந்ததை - உலகத் தொடர்பினால் நீங்கிவிடும் தனிப்பட்ட வெட்கம் என்ற மெல்-ய மணம், ஆனால் எவ்வளவு காணப்படுகிறதோ

அவ்வளவு நெருக்கமாக அணுகுகிறீர்கள் என்று பொருள். இந்த நீடிக்கும் வெட்கம், உறுதியாகவும் நிச்சயமானதுமான அவளது பண்பிற்கு விநோதமான மதிப்பினை வழங்கியது; அதனை ஒரு சாதனையாக, அழகான திறமையாக, பியானோ இசைக்கலைஞரிடம் உள்ள நேர்த்தியான மீட்டலுடன் ஒப்பிடத்தக்கதாகத் தோன்றச் செய்தது, திருமதி சிண்ட்ரேயின் 'அதிகாரத்தன்மை'/நம்பகமான தன்மை ('authority') கலைஞர்களுக்குக் கூறப்படுவது மாதிரி, நியூமனைப் பெரிதும் கவர்ந்தது. ஒரு மனைவியை ஏற்று தன்னை நிறைவு செய்து கொள்ளும் போது, ஒரு மனைவி தன்னை அவ்விதம்தான் உலகுக்கு விளக்கிக் காட்ட வேண்டும் என்ற உணர்வுக்குத் திரும்ப திரும்ப வந்தார். இதில் உள்ள சிக்கல் என்ன வென்றால், கருவி பரிபூரணமானதாக இருக்கும் போது அது உங்களுக்கும் அதனைப் பயன்படுத்தும் மேதைமைக்கும் இடையிலே வந்து இடைஞ்சல் செய்யும். விரிவான கல்வியும், இளமையில் மர்மமிகு, சம்பிரதாயங்களையும் பண்பாட்டுப் போக்கினைக் கடந்த தன்மையும் பெற்றவளாகவும், சில மேன்மையான சமூகத் தேவைகளுக்கேற்ப விட்டுக் கொடுப்பவையாகவும் நவீன பாணியில் தன்னை அலங்கரித்துக் கொண்டவளாகவும் நியூமனுக்குத் தோன்றினாள். இவை யெல்லாம் சேர்ந்து, அவளை அரிதானவளாக மதிப்பு மிக்கவளாகத் தோன்றச் செய்தன - ஒரு விலை உயர்ந்த பொருள் என அவர் சொல்-யிருப்பார், சிறந்தது அனைத்தையும் தன்னிடம் உடைமையாக்கப் பேராசை கொண்ட ஒருவன், பெரிதும் விரும்பக் கூடிய ஒன்றாகக் காணப்பட்டாள். இயற்கையும் கலையும் அவளிடத்தில் எங்கே தங்கள் எல்லைக் கோடுகளை காட்டுகின்றன என ஆச்சரியப்பட்டார்.

நல்லபண்புகளி-ருந்து விசேஷமான நோக்கம் எங்கே பிரிகின்றது? எங்கே நாகரிகம் முடிகிறது, எங்கே நேர்மை துவங்குகிறது? தான் போற்றக்கூடிய பொருளை அதன் எல்லாச் சிக்கல்களுடனும் ஏற்றுக் கொள்ளத் தயாராக இருக்கும் போது, இக்கேள்விகளைத் தனக்குத் தானே கேட்டுக் கொண்டார் நியூமன்; ஆழ்ந்த பாதுகாப்பில், பின்னர், அதன் செயல்பாடு களைப் பரிசோதித்துக் கொள்ளலாம் என உணர்ந்தார்.

"உன்னைத் தனியாகக் காண்பதில் மிகுந்த மகிழ்ச்சி; இதற்கு

முன்பு இந்த அதிருஷ்டம் எனக்கு வாய்க்கவில்லை என நீ அறிவாய்''

"ஆனால் உங்கள் அதிருஷ்டத்தில் திருப்தியுடன் இருந்தீர்கள் முன்பு. என் பார்வையாளர்களை வேடிக்கையுடன் கவனித்துக் கொண்டிருந்தீர்கள். அவர்களைப் பற்றி என்ன நினைத்தீர்கள்?"

''ஓ, பெண்கள் அழகாக, நேர்த்தியாக, உரையாட-ல் சாதுர்யம் நிறைந்தவர்களாகக் கண்டேன். பிரதானமாக நினைத்து உன்னைப் போற்றவே அவர்கள் உதவினர் என்பதுதான்'' - இது நியூமனது பண்பில் உள்ள துணிச்சல் அல்ல - அது அவருக்குக் கைவராதது. தனக்கு வேண்டியது என்ன என்று உணர்ந்து அதனை அடைவதற்கு முயற்சிகள் செய்யும் ஒரு நடைமுறை மனிதனின் உள்ளுணர்வுதான் அது.

திருமதி சிண்ட்ரே திடுக்கிட்டவளாக, இமைகளை உயர்த்தினாள்; இவ்வளவு அதிகப் புகழ்ச்சியை எதிர்பார்க்க வில்லை.

"ஓ, அப்படியானால், என்னை நீங்கள் தனியே பார்ப்பது எனக்கு நல்லதிருஷ்டமன்று. யாராவது விரைவில் வருவார்கள் என நம்புகிறேன்."

''நான் நம்பவில்லை. குறிப்பாகக் கொஞ்சம் சொல்ல விரும்புகிறேன். உன் சகோதரரைப் பார்த்தாயா?"

"ஆம், ஒரு மணி நேரத்துக்கு முன்னர்"

"கடந்த இரவு என்னைப் பார்த்தது பற்றி சொன்னாரா?"

"அப்படிச் சொன்னார்"

''எதைப் பற்றிப் பேசிக்கொண்டிருந்தோம் எனச் சொன்னாரா?''

திருமதி சிண்ட்ரே சிறிது தயங்கினாள். நியூமன் இவ்வினாக்களைக் கேட்கும்போது சிறிது வெளிறிப் போனாள், வருவது அவசியமானாலும் அவ்வளவாக ஏற்புடையதல்ல என்ற எண்ணத்தில். "எனக்காகச் செய்தி எதுவும் கொடுத்தீர் களா?''

''சரியாகச் சொல்வதாயின், செய்தி அல்ல - எனக்கு உதவும்படி கேட்டேன்''

“அந்த உதவி, உங்களைப் புகழ்வது, இல்லையா?”

“ஆம், அந்த மாதிரிதான். என் பெருமையை புகழ்ந்தாரா?”

“உங்களைப் பற்றி நன்றாகவே சொன்னார். அது உங்களின் விசேஷ வேண்டுத-ன்படி செய்யப்பட்டது என அறிந்த போது, சிறிது கவனத்துடன் எடுத்துக் கொண்டேன்.”

“ஓ, அதனால் ஒன்றுமில்லை. தான் சொல்வதை நன்றாக நம்பாதவரை, உன்னிடம் என்னைப் பற்றிப் புகழ்ந்திருக்கக் கூடாது. அவ்வாறு செய்ய முடியாதபடி அவர் மிகவும் நேர்மையானவர்”

“நீங்கள் மிக ஆழமானவரா? என் சகோதரரைப் புகழ்வதன் மூலம் என்னை மகிழ்ச்சிப்படுத்த முயல்கின்றீர்களா? அது நல்ல வழி என்று ஒப்புக்கொள்கிறேன்”

“என்னைப் பொறுத்தவரை, வெற்றி பெறும் எந்த வழியும் நல்லதே. எனக்கு உதவுமானால், எந்நாளும் உன் சகோதரரைப் புகழ்வேன். அவர் ஒரு சிறிய கனவான். தன்னால் இயன்றதை எனக்குச் செய்வதாக உறுதியளித்திருப்பதன் மூலம் நான் அவரை சார்ந்திருக்கலாம் என உணர வைத்திருக்கிறார்.”

“அதைப் பற்றிப் பெரிதாக எண்ண வேண்டாம். அவரால் சிறிது கூட உதவ முடியாது.”

“நிச்சயமாக, என் வேலையினை நானே செய்ய வேண்டும். அது நன்றாகத் தெரியும். நல்ல சந்தர்ப்பம்தான் வேண்டும். அவர் உனக்குச் சொன்னதி-ருந்து, நீ என்னைப் பார்க்க இசைந்ததன் மூலம் நீ எனக்கு வாய்ப்புத் தந்து கொண்டிருப்ப தாகவே தோன்றுகிறது”

“என் சகோதரருக்கு உறுதியளித்ததன் பேரில் உங்களைச் சந்தித்துக் கொண்டிருக்கிறேன்.”

“உன் சகோதரருக்கு வாழ்த்துக்கள். கடந்த மாலையில் நான் அவரிடம் சொன்னது இதுதான்: ‘‘நான் பார்த்த எந்தப் பெண்ணைவிடவும் உன்னை அதிகமாகப் போற்றுகிறேன். உன்னை மனைவியாக அடையப் பெரிதும் விரும்புகிறேன்’ இந்த வார்த்தைகளை எவ்விதக்குழப்பமுமின்றி, உறுதியோடு கூறினார். தன் கருத்தால் முற்றிலும் நிறைந்தவராக, அதனை தனதாக்கிக் கொண்டவராக, தனது மனச்சாட்சியின்

உயரத்தி-ருந்து அனைத்து நேர்த்திகளும் சேர்ந்த திருமதி சிண்ட்ரேயைப் பார்ப்பது போலக் காணப்பட்டார். ஆனால், புன்னகையோடும் ஒளியோடும் இதுவரை கவனித்துக் கொண்டிருந்த அவளது முகத்தி-ருந்து அவை நீங்கி, உதடுகள் பிரிந்தவளாக, துயரமுகமூடி அணிந்தவளைப் போல நியூமனைப் பார்த்துக் கொண்டிருந்தாள். அதில் அவளுக்கு வருத்தமூட்டும் அம்சம் இருக்கிறது. ஆனாலும், அதற்காக, அவளது பொறுமையின்மை கோபக்குரலாக மாறவில்லை. எங்கே அவளைப் புண்படுத்திவிட்டோமோ என வியப்புற்றார் நியூமன்: சுயேச்சையான தனது பக்தி ஏன் ஏற்க முடியாததாக இருக்கிறது எனக்கற்பனை செய்து பார்க்க முடியவில்லை அவரால். எழுந்து அவள் முன் நின்று பேசத் துவங்கினார்: "இவ்வாறு சொல்வதற்கு உன்னைச் சிறிதளவே பார்த்திருக்கிறேன் என்பதை அறிவேன்; கூறுவது மரியாதைக் குறைவானது என்று கருதுமளவு சிறிதளவே பார்த்திருக் கிறேன்; கற்பனையில் உன்னைப் பார்த்திருக்கிறேன்; பழைய நண்பனைப் போலவே அநேகமாக தோன்றினாய். ஆகவே, நான் சொல்பவை வெறுமனே துணிச்சலும் வாழ்த்துக்களும் முட்டாள்தனமும் அல்ல - அந்த மாதிரியாகப் பேச இயலாது என்னால், அந்த மாதிரிப்பேசத் தெரியாது எனக்கு, தெரிந்தாலும் அப்படிப் பேசமாட்டேன் உன்னிடம். அந்த வார்த்தைகள் எவ்வளவு தீவிரம் கொண்டிருக்க முடியுமோ, அவ்வளவு தீவிரம் கொண்டவை. உன்னை அறிந்த மாதிரி, நீ எவ்வளவு அழகான, இணக்கமான பெண் என்ற வியப்பில் வெளிவந்தவை. ஒரு நாள், உன்னை இன்னும் நன்றாக அறிவேன், ஆனால் பொதுவான எண்ணம் இப்போது என்னிடம் இருக்கிறது. நீ மிகவும் பரிபூரணமானவள் என்பது தவிர, இதுவரை நான் தேடிக் கொண்டிருந்த சரியான பெண் நீ தான். என்னால் எந்தவித எதிர்பார்ப்புகளும், உறுதியும் செய்திட முடியாது. ஆனால், நீ என்னை நம்பலாம். இதையெல்லாம் சொல்வதற்கு, இது மிகவும் ஆரம்ப கட்டம் என்பதை அறிவேன்; அநேகமாக தாக்குவது மாதிரி. ஆனால், ஏன் நேரம் எடுத்துக் கொள்ளக்கூடாது, முடிந்தால்? சிந்திக்க நேரம் வேண்டுமாயின் - நிச்சயமாக, எடுத்துக் கொள் - எவ்வளவு விரைவில் ஆரம்பிக்கின்றாயோ அவ்வளவு நல்லது. என்னைப் பற்றி என்ன நினைக்கிறாய் என அறியேன்; ஆனால், என்னைப் பற்றிய மர்மம் எதுவுமில்லை. நான் எப்படிப்

பட்டவன் என்பதை பார்க்கிறாய். எனது முந்தைய வரலாறு பற்றியும் தொழில்கள் பற்றியும் அவை எனக்கு எதிராக இருப்பது பற்றியும் சகோதரர் சொல்-யிருக்கின்றார்; என் குடும்பம் மிக உயரத்தில் நிற்பது பற்றியும் சொல்-யிருக்கிறார். அதனை என்னால் புரிந்து கொள்ள முடிய வில்லை, ஏற்க முடியவில்லை. அது பற்றி எல்லாம் நீ கவலைப்பட வேண்டியதில்லை. நான் திடமானவன் என்று மட்டும் உறுதி கூறுகிறேன். மனது வைத்து விட்டேனாகில், சில வருடங்களில், நான் யார், எப்படிப்பட்டவன் என விளக்குவதில் காலத்தை வீணாக்க வேண்டிய அவசிய மிருக்காது எனக்கு. இருப்பதை எதிராக நின்று பார்க்கிறாய். என்னிடம் மறைவான கேடுகளோ அல்லது அசிங்கமான தந்திரங்களோ இல்லை என நேர்மையுடன் நம்புகின்றேன். நான் அன்பாவன், அன்பானவன், அன்பானவன். ஒரு மனிதன் ஒரு பெண்ணுக்கு என்னவெல்லாம் தர முடியுமோ அதனை உறுதிப்படுத்துகிறேன். நிறையச் செல்வமிருக்கிறது, வெகுவாக, சில நாளில், நீ அனுமதித்தால், விவரணங்களில் ஈடுபடுவேன். பணத்தால் பெறக்கூடிய அனைத்துச் சௌகரியங்களையும் நீ பெற்றிடலாம் ... இவையெல்லாம் என் இதயத்தில் உள்ள விஷயங்கள்! அதனை வெளியிடுவது நல்லதே. அது உனக்கு ஏற்க முடியாததாயின் வருந்துகிறேன். ஆனால், விஷயங்கள் எவ்வளவு தெளிவாக இருக்க முடியும் என்பது குறித்து நினைத்துப்பார். விரும்பாவிட்டால், இப்பொழுது பதில் கூற வேண்டாம். நினைத்துப்பார், மிக மெதுவாக. சாதகமான ஒரு முடிவுக்கு வா. அது உண்மையாகவே இருக்கும்."

நியூமன், எப்போதுமில்லாத அளவு நீளமாய் பேசியபோது, திருமதி சிண்ட்ரேயின் பார்வை அவரிடம் பதிந்திருந்தது. பேச்சை நிறுத்தியபோது பார்வையைத் தரையில் நோக்கிப் பின் தன் முன் நேராகத் திருப்பினாள். பின், அவள் எழுந்த போது அவள் சிறிது நடுங்குகின்றாள் என்பதைக் கூர்மையான கண்கள் கவனித்திருக்க முடியும். மிகத் தீவிரமாகவே நோக்கியபடி இருந்தாள் இன்னும். "மிகவும் கடமைப்பட்டிருக் கின்றேன். இதுப் புதிராகத் தோன்றுகிறது. ஆனால் ஒரு சிறிதும் காத்திருக்காது நீங்கள் சொன்னது பற்றி மகிழ்கின்றேன். நீங்கள் சொன்ன அனைத்தையும் பாராட்டுகின்றேன். நீங்கள் மிகுந்த கௌரவம் செய்திருக்கிறீர்கள் எனக்கு. ஆனால், நான்

திருமணம் செய்யக்கூடாது என தீர்மானித்திருக்கின்றேன்."

"ஓ, அவ்வாறு சொல்ல வேண்டாம். நன்றாகச் சிந்தித்துப் பார்க்க வேண்டும். நீ மிக இளமையானவள், அழகானவள், மகிழ்ச்சியாக இருக்கவும் பிறரை மகிழ்ச்சிப்படுத்தவுமே பெரிதும் படைக்கப்பட்டவள். உன் சுதந்திரத்தை இழப்பது குறித்து அஞ்சினால், நீ நடத்திக் கொண்டிருக்கும் வாழ்க்கை அடிமைத்தனமானதாகும். நீ நினைத்தே பார்த்திராத வாழ்வை நடத்திடலாம். உலகில் நீ வாழ நினைக்கும் எந்த இடத்துக்கும் அழைத்துச் செல்ல தயாராக இருக்கிறேன். நீ மகிழ்ச்சி யில்லாமல் இருக்கின்றாயா? நீ மகிழ்ச்சியின்றி இருப்பதாகவே என்னால் உணர முடிகிறது. மகிழ்ச்சியின்றி இருக்க உனக்கு எந்த உரிமையும் இல்லை. அதற்கு ஒரு முடிவு கட்ட என்னை அனுமதி."

அவர் சொன்னவற்றால் அவள் ஈர்க்கப்பட்டால், அது நினைத்துப்பார்க்கக்கூடியதுதான். அவரது குரல் மென்மையாக, கேள்வி கேட்பதாக, நாசூக்கான வாதமாக, மிக நேசித்த குழந்தையிடம் பேசிக் கொண்டிருப்பது போல் இருந்தது. அவளைக் கவனித்தபடியே நின்றார், அவள் பார்வையை அவரிடமிருந்து திருப்பினாள். இப்போது முயற்சி செய்து பேசியவளாகக் காணப்பட்டாள். "நான் ஏன் மணமுடிக்கக் கூடாது என்பதற்கு உங்களுக்கு விளக்க முடியாதவாறு நிறையக் காரணங்கள். என் மகிழ்ச்சியைப் பொறுத்தவரை, நான் மகிழ்வாக இருக்கின்றேன். நீங்கள் வழங்குவது புதிராக இருக்கிறது. ஆனால், என்னால் ஏற்றுக்கொள்ள இயல வில்லை. இதற்கு உறுதியளிக்காவிட்டால், திரும்ப நீங்கள் வரவேண்டாம் எனக்கேட்டுக்கொள்வேன்."

"ஏன் முடியாததாக இருக்கிறது? முத-ல், நினைத்துப் பார்க்கலாம். முதல் தடவையிலேயே உவப்பாக இருக்கும் என எதிர்பார்க்கவில்லை நான். சிறிது சிந்தித்தால் நீ திருப்தியடைவாய் என்றே நினைக்கிறேன்."

"உங்களைத் தெரியாது எனக்கு. எவ்வளவு சொற்பமாக உங்களைத் தெரியும் என நினையுங்கள்"

"மிகக் கொஞ்சம், நிச்சயமாக. ஆகவே, உனது இறுதி முடிவை இந்த இடத்திலேயே கேட்கவில்லை. 'இல்லை' என்று மட்டும் கூறவேண்டாம் என்றே கேட்கிறேன். என்னை

நம்புமாறு செய். நீ விருப்பப்படும்வரை காத்திருக்கிறேன். இடைப்பட்ட வேளையில் நிறைய என்னைப் பார்த்து, சிறப்பாகத் தெரிந்து கொள்ளலாம், சாத்தியமான கணவன் என்று பார்க்கலாம்; மனதைச் சரிப்படுத்தலாம்."

"மரியாதையின்றி வீட்டைவிட்டு வெளியேறி, திரும்ப வரவேண்டாம் என்று நான் வேண்டிக்கொண்ட கணத்தி - ருந்து, உங்களைக் கவனித்துக் கொண்டிருக்கிறேன், உங்களுக்கு நமபிக்கை அளிப்பதாகத் தோன்றுகிறேன். என் முடிவுக்கு எதிராக உங்களைக் கவனித்துக் கொண்டிருக்கிறேன். அது நீங்கள் அழகாகப் பேசுவதால், இன்று காலையில் உங்களை வரப்போகும் கணவராகச் சந்திக்க வேண்டும் என்று யாராவது என்னிடம் கூறியிருந்தால், அவரைச் சிறிது பைத்தியமாக நினைத்திருப்பேன். உங்களைக் கவனித்துக் கொண்டிருக்கிறேன்!"

"நல்லது, எல்லாவற்றையும் சொல்-யிருக்கிறேன். எந்தவிதக் கட்டுப்பாடுமின்றி உன்னை நம்புகின்றேன்; ஒரு மானுடரைப் பற்றி எவ்வளவு நல்லது நினைக்க முடிகிறதோ அவ்வளவு நினைக்கின்றேன். என்னை மணமுடிப்பதன் மூலம். நீ பாதுகாப்பாக இருக்கலாம் என உறுதியாக நம்புகின்றேன். நான் இப்போது கூறிக்கொண்டிருந்தது போல, என்னிடம் கெட்ட வழிகள் இல்லை. உனக்கு நிறையச் செய்ய முடியும் என்னால். உனக்குப் பழக்கப்பட்ட வகையில் பண்பட்ட வனாக, நாசூக்கானவனாக இல்லை என்று நீ அஞ்சவேண்டாம். நான் மிகவும் நாசூக்கானவன்! நீ பார்க்கப்போகிறாய்!"

திருமதி சிண்ட்ரே சிறிது நேரம் நடந்து, சாளரத்தின் முன் பீங்கான் பாத்திரத்தில் வளரும் செடி முன்பு சிறிது நின்று, ஒரு மலரைப் பறித்து, விரல்களில் சுற்றியவளாகத் திரும்பினாள். அமைதியாக உட்கார்ந்தாள். நியூமன் இன்னும் பேசலாம் என்பதற்கு அனுமதியளிப்பது போல இருந்தது.

"நீ திருமணம் செய்வது சாத்தியமற்றது என்று ஏன் கூறவேண்டும்? அப்படிச் செய்யக்கூடிய ஒரு விஷயம், நீ ஏற்கனவே திருமணம் செய்திருப்பது. திருமணத்தில் நீ மகிழ்ச்சியின்றி இருந்ததாலா? அதுதான் காரணமாகலாம். உன் குடும்பம் கட்டாயப்படுத்துவதாலா. உன்னிடம் தலையிடு வதாலா, துன்புறுத்துவதாலா? அது இன்னொரு காரணமாக

அமெரிக்கன் 144

இருக்கலாம்; நீ மிகவும் சுதந்திரமாக இருக்க வேண்டியவள், திருமணம் அவ்வாறு செய்யும். உன் குடும்பத்துக்கு எதிராக ஒன்றும் சொல்லவில்லை நான் - அதனைப் புரிந்து கொள்! எந்த விதமாக அவர்களை நீ நினைத்தாலும் அது சரியே. அவர்களுக்கு ஏற்புடைத்தாக நான் என்ன செய்ய வேண்டும் என்று கூறினாலும் செய்திடச் சித்தமே. அதனை நம்பிடலாம்"

திருமதி சிண்ட்ரே திரும்பவும் எழுந்து, கணப்பருகே நின்றாள். அங்குதான் நியூமன் நின்று கொண்டிருந்தார். வேதனையும் சங்கடமும் நீங்கிட அவள் முகத்தில் ஏதோ ஒன்று ஒளியூட்டிக் கொண்டிருந்தது. அது பழக்கத்தினாலோ அல்லது உள் நோக்கத்தினாலோ, கலையினாலோ அல்லது இயற்கையினாலோ என்று நியூமன் குழப்பிக் கொள்ள வேண்டிய அவசியமில்லை. நட்பின் எல்லைப்புறத்தைத் தாண்டியவளாக தன்னைச் சுற்றி நோக்கியவாறு, பரந்திருக்கும் பிரதேசத்தைக் கண்டாள்.

அவளது பார்வையின் கதிர்வீச்சில் ஒருவகையான கட்டுப்படுத்தப்பட்ட பரவசம் கலந்திருந்தது. "திரும்பவும் உங்களைப் பார்க்க மறுக்கமாட்டேன். ஏனெனில் நீங்கள் சொல்-யவற்றில் நிறைய எனக்கு மகிழ்வு தந்தது. ஆனால், ஒரே ஒரு நிபந்தனையின் பேரில்தான்: நீண்ட நாளைக்கு இதே மாதிரி இன்னும் சொல்-க் கொண்டிருக்கக்கூடாது."

"எவ்வளவு காலம்?"

"ஆறு மாதங்களுக்கு. அது தீவிரமான உறுதி"

"நல்லது; உறுதி கூறுகிறேன்"

"போய் வாருங்கள்"

அவளது கரத்தைச் சிறிது நேரம் பற்றியிருந்துவிட்டு, பிரிந்தார்.

அன்று மாலை பொ-வார்டில் வாலென்டினைச் சந்தித்தார். சில மணிகளுக்கு முன்புதான் திருமதி சிண்ட்ரேயைச் சந்தித்ததைக் குறிப்பிட்டார்.

"தெரியும் எனக்கு, நான் பல்கலைக்கழகத் தெருவில் சாப்பிட்டேன்" என்றார் பெல்-கார்ட். சில கணங்கள் இருவரும் மௌனமாக இருந்தனர். அவரது வருகை

ஏற்படுத்திய மனப்பதிவை என்ன என்றறிய நியூமன் விரும்பினார், வாலெண்டினிடம் ஒரு கேள்வி இருந்தது கேட்பதற்கு, பெல்-கார்ட் முத-ல் பேசினார்.

"அது என் வேலையில்லை. என் சகோதரியிடம் என்ன கூறினீர்கள்?"

"திருமணம் முடிக்கின்ற விஷயத்தை"

"ஏற்கனவே! காலம் பணத்தைப் போன்றது. அதுதானே நீங்கள் அமெரிக்காவில் சொல்வது? திருமதி சிண்ட்ரே?"

"அதனை ஏற்கவில்லை"

"அவளால் முடியாது, அந்த வழியில்"

"ஆனால், அவளைத் திரும்பவும் பார்க்கப் போகிறேன்"

"ஓ, பெண்ணின் புதுமை! மரியாதையுடன் உங்களைப் பார்க்கிறேன். வெற்றி என்று சொல்வதைச் சாதித்திருக்கிறீர்கள்! உடனடியாக, என் சகோதரருக்கு உங்களை அறிமுகப்படுத்த வேண்டும்."

"நீங்கள் விரும்பும்போதெல்லாம்"

X

நியூமன் தன் நண்பர்களான ட்ரிஸ்ட்ரம்களை தொடர்ந்து அடிக்கடி பார்த்துக்கொண்டுதான் வந்தார்; ஆனால், அவர்களுக்கோ பெரிய மாட்சிமையான நட்பு கிடைக்கவும் தங்களை அவநம்பிக்கையுடன் வெறுத்து ஒதுக்கிவிட்டதாகக் கருதினார். ''எதிரிகள் இல்லாதவரை நல்லவர்களாக விளங்குகிறோம். ஆனால், இப்பொழுதோ, தினமும் விருந்திற்காக மூன்று அழைப்பிதழ்களை பெற்றுக் கொண்டிருக்கிறீர்கள், நாங்கள் மூலையில் தள்ளப்பட்டு விட்டோம். மாதம் ஒரு முறையாவது எங்களைப் பார்ப்பது நல்லது; உங்கள் வருகை அட்டைகளை உறையில் வைத்து அனுப்புவதில்லை என்பது குறித்து வியக்கிறோம். அனுப்பும்போது, தயவு செய்து, கறுப்பு விளிம்புகள் உள்ளவையாக பார்த்துக் கொள்ளுங்கள். அது எனது இறுதி பிரமையைக் குறிப்பதாக இருக்கும்'' நியூமன் தொடர்ந்து, பாராட்டத்தக்கவகையில் அவர்களைப் பார்க்க சென்று வந்தாலும், திருமதி ட்ரிஸ்ட்ரம் மேற்கண்ட தொனியில் நீதி கூறினாள். நிச்சயமாக அவள் வேடிக்கையாகப் பேசிக் கொண்டிருந்தாள், ஆனால், அவளது வேடிக்கைகளில் ஏதோ முரண்அம்சங்கள் இருந்தன, அவளது சோகத்தில் சிறிது வேடிக்கை இருப்பதைப் போலவே.

நியூமன் சொல்-யிருக்கிறார் -

''என் பண்பு நலன்கள் பற்றி எவ்வளவு சுதந்திரமாகப் பேசுகிறீர்கள், நான் உங்களை நன்றாக நடத்தியிருக்கிறேன் என்பதற்கு இதைவிட சிறந்த சான்றினை அறியேன். சௌஜன்யம் வெறுப்பை உண்டாக்குகிறது. என்னை மிகவும் ம-னமாக்கிக் கொண்டேன். என்னிடம் சிறிது பெருமிதம்

இருக்குமாயின், சிறிது விலகியிருந்திருப்பேன், நீங்கள் விருந்துக்கு அழைக்கும்போது இளவரசி போரீல்ஸ்காவைப் பார்க்கப் போவதாக கூறியிருப்பேன். என் மகிழ்ச்சியைப் பொறுத்தவரை என்னிடம் எந்தப் பெருமிதமும் கிடையாது. என்னைத் தொடர்ந்து காண்பதற்காக, நீங்கள் என்னைத் திட்டினாலும், வந்து கொண்டிருப்பேன். பாரிஸிலேயே பெரிய பகட்டுக்காரன் நான் என்று ஒத்துக்கொள்கிறேன்."

உண்மையிலேயே, இளவரசி போரீல்ஸ்கா என்ற போலந்துப் பெண்ணின் அழைப்பை, அந்தக் குறிப்பிட்ட நாளில்தான் திருமதி ஸ்ட்ரிஸ்ட்ரத்துடன் விருந்துண்ண வேண்டும் என்று காரணம் கூறி, மறுத்திருந்தார். அவரது ஆரம்ப கால நட்புக்கு விசுவாசகமாக இருக்கவில்லை என்பது இயானா தெருப் பெண்ணின் வக்கிரம் கொண்ட எண்ணத்தில் விளைந்ததே. அவளுக்கு உண்டாகும் ஒரு குறிப்பிட்ட தார்மீக எரிச்சலை விளக்க அச்சித்தாந்தம் அவசியமாயிற்று. இக்காரணம் வலுவற்றதாயினும்,என்னைவிட ஆழ்ந்த ஆராய்ச்சியாளன், திருப்திகரமான ஒன்றை வழங்கக்கூடும். வேகமாக நியூமனைக் கொண்டு செல்லும் நீரோட்டத்தில் இறக்கிவிட்டுவிட்டு, அதன் வேகம் குறித்து அரைபாதி திருப்தி கொண்டாள் திருமதி ட்ரிஸ்ட்ரம். அவள் மிகவும் வெற்றி பெற்றுள்ளாள்; அவளது விளையாட்டை புத்திசா-த்தனமாக ஆடியிருக்கிறாள். அவளிடம் அவளது தோழி "திருப்திகர மானவளாக" இருக்கிறாள் என நியூமன் கூறியிருக்கிறார். அவ்வடைமொழி புனைவியலானதாக இல்லாவிடினும், அடிப்படையில், பொதிந்திருக்கும் உணர்வு அதுதான் என்று காண்பதில் திருமதி ட்ரிஸ்ட்ரத்துக்கு சிரமமாக இல்லை. விரிவடையும் சூத்திரத்தன்மையுடன் அது கூறப்பட்ட விதம், நியூமனின் பாதி மூடிய கண்களி-ருந்து வெளிப்பட்ட, ஈர்ப்பதாகவும் அதேசமயம் அறிய இயலாததாகவும் உள்ள ஒரு குறிப்பிட்ட பார்வை ஆகியவை அவள் இதுவரை சந்தித்த உணர்வுகளில் மிகவும் பக்குவம் வாய்ந்ததாக இருப்பதை உறுதி செய்தன. அவள் இப்போது திருமதி சிண்ட்ரே குறித்து விமர்சனபூர்வமான பார்வை கொள்வதில் விருப்பம் கொண்டாள். "அந்தப் பெண் மாதிரி எவரும் அவ்வளவு நல்லவராக இருந்ததில்லை. டெஸ்டிமோனா குறித்து சேக்ஸ்பியர் கூறுவதை நினைவுபடுத்துங்கள்: 'ஒரு உயர்

நுணுக்கமான வெனிஸ்காரி' ('a supersubtle Venetian'). திருமதி சிண்ட்ரே ஒரு உயர் நுணுக்கமான பாரிஸ்காரி. அவள் கவர்ச்சிகரமான பெண், அவளுக்கு ஐந்நூறு தகுதிகள் உண்டு: ஆனால், அவற்றை நீங்கள் மனதில் வைத்துக் கொள்வது நல்லது.'' திருமதி ட்ரிஸ்ட்ரம் தன் தோழி மேல் பொறாமைப்படுகிறாளா? சந்தேகிக்க நாம் அனுமதிக்கப் படலாம். இயானா தெருவின் முன்னுக்குப்பின் முரணான பெண்ணுக்கு தன் இடத்தை அறிவார்த்தமாக மாற்ற வேண்டிய தேவை இருந்தது. அவளுக்கு வளமான கற்பனை இருந்தது. சிலசமயங்களில் அவளது அருமையான நம்பிக்கைகளின் நேர் எதிரானவற்றை கற்பனை செய்துபார்க்கும் திறமை இருந்தது. நேராகச் சிந்திப்பதில் அலுப்படைந்துவிட்டாள்; ஆனால், அதில் பெரிதாகத் தீங்கொன்றும் இல்லை. தவறாகச் சிந்திப்பதிலும் அலுப்படைந்துவிட்டதால், அவளது மர்மமிகு வக்கிரங்களின் மத்தியில் பாராட்டத்தக்க நீதியின் ஒளிக்கீற்றுகளும் கொண்டிருந்தாள்.

நியூமன் திருமதி சிண்ட்ரேயிடம் முறையாகத் தெரிவித்த திருமண விஷயத்தை விசாரித்தபோது, அவளிடம இந்த ஒளிக்கீற்று ஏற்பட்டது. தான் சொன்னதை சிலவாய சொற்களிலும், திருமதி சிண்ட்ரேயின் பதிலை பலவாய சொற்களிலும் திருப்பிக் கூறினார் நியூமன். மிகுந்த ஆர்வத்துடன் திருமதி ட்ரிஸ்ட்ரம் கேட்டாள்.

"ஆனால், என்னை வாழ்த்துவதற்கு ஒன்றுமில்லை. இது ஒரு வெற்றியல்ல" என்றார் நியூமன்.

''மன்னிக்கவும். அது பெரிய வெற்றி. முதல் வார்த்தை யிலேயே அவள் உங்களை அமைதிப்படுத்தாது திரும்பவும் தன்னுடன் பேசக்கூடாது என்று கூறியது பெரிய வெற்றிதான்."

"அதைப்பார்க்கவில்லை நான்''

"நிச்சயமாக, நீங்கள் பார்க்கமாட்டீர்கள். நீங்கள் சொல்வதை விண்ணகம் தடைசெய்யும்! உங்கள் வழியிலேயே சென்று உங்களுக்கு தோன்றும்படி செய்யுங்கள் என்று நான் கூறிய போது, இவ்வளவு வேகமாகச் செல்வீர்கள் என நான் அறிந்திருக்கவில்லை. ஐந்து அல்லது ஆறு காலை வருகைக் குள்ளாக, திருமணம் செய்து கொள்வதாகக் கூறுவீர்கள் என கனவு கூடக் கண்டதில்லை நான். உங்களை விரும்புமாறு

என்ன செய்தீர்கள்? நீங்கள் வெறுமனே உட்கார்ந்து - நேராகக் கூட இல்லாமல் - அவளை உற்று நோக்கியிருப்பீர்கள். ஆனால், அவள் உங்களை விரும்புகிறாள்."

"அது பொறுத்திருந்து பார்க்க வேண்டியது."

"இல்லை, நிரூபிக்கப்பட்டுவிட்டது. அதன் விளைவுதான் பார்க்க வேண்டியது. மிகுந்த படாடோபமில்லாமல் அவளிடம் மணம் கோரியது, அவளுக்குத் தோன்றவே தோன்றியிருக்காது. நீங்கள் சொன்னபோது அவள் சிந்தையில் என்ன ஓடியிருக்கும் என்று சிறிதுக் கூடக் கூறமுடியாது உங்களால், அவள் எப்போதாவது உங்களை மணமுடித்தால், அது வழக்கமான பெண்களை மதிப்பிடும் மானுட நியாயத்தால் விளக்கப்படும். அவள் குறித்த தாராளமான எண்ணங்கள் கொண்டிருப்பதாக எண்ணுவீர்கள். உங்களை ஒப்புக்கொள்ளுமுன் எவ்வளவு கடல் போன்ற உணர்வுகளில் அவள் மூழ்கியிருப்பாள் என்பதைத் தெரிந்து கொள்ளவே முடியாது. அன்று உங்கள் முன் நின்றபோது, அவள் அம்மாதிரி மூழ்கியிருந்தாள். "ஏன் கூடாது?" என்று அவள் கூறிய போது, சில மணி நேரங்களுக்கு முன்னர் நினைத்துக்கூடப் பார்க்க முடியாததாக இருந்ததை அறிந்தேன். நூற்றுக்கணக்கில் சேகரிக்கப்பட்ட தப்பபிப்பிராயங்கள், மரபுகளைக் கடந்து வந்திருந்தாள்; இதுவரை தான் பார்த்திராத ஆழங்களைக் கண்டாள். கிளேரையும் அவள் பிரதிநிதித்துவம் செய்தன வற்றையும் நினைக்கும் போது, அதில் நேர்த்தியானதைக் காண முடிகிறது. அவளுடன் உங்கள் அதிருஷ்டத்தை பரிசோதித்துப் பார்க்குமாறு நான் சொன்ன போது, உங்கள் பாவங்கள் குறித்து இன்னும் சிந்தித்துக்கொண்டிருந்தாலும், உங்களைப் பற்றி நன்றாக கருதினேன். ஆனால், இந்த மாதிரிப் பெண் இவ்வளவு இசைவதற்கு நீங்கள் என்ன செய்தீர்கள், நீங்கள் என்ன மாதிரியானவர் என்றெல்லாம் புரிந்து கொள்ள முடிய வில்லை.''

''ஓ, அதில் கொஞ்சம் நேர்த்தியானது இருக்கவே செய்கிறது" என்று சிரிப்புடன், அவள் கூறியதை திரும்பக் கூறினார் நியூமன்.

இந்த உரையாடலுக்குப் பின்னால், உடனடியாகவே, நியூமனைத் தனது பிற குடும்ப உறுப்பினர்களுக்கு

அறிமுகப்படுத்தும் பொருட்டு அழைத்துச் செல்ல வாலெண்டின் வந்திருந்தார். "நீங்கள் ஏற்கனவே அறிமுகமாகி விட்டீர்கள்; பேசப்படவும் செய்கிறீர்கள். உங்களது தொடர்ந்த விஜயங்களை என் தாயாருக்கு சகோதரி கூறியிருக்கிறாள். அவை அனைத்திலும் என் தாயார் இல்லாதது தற்செயலானதே. மிகுந்த செல்வம் கொண்ட ஒரு அமெரிக்கர் என்றும், உலகிலேயே சிறப்பானவர் என்றும், மிக உயர்வான மனைவியைத் தேடுகிறார் என்றும் உங்களைப் பற்றி கூறியிருக்கிறேன்."

"எனது கடந்த உரையாடலை அம்மாவுக்கு திருமதி சிண்ட்ரே கூறியிருப்பாள் என நினைக்கிறீர்களா?"

"அவள் சொல்லவில்லை என்று உறுதி கூறுவேன்; தன் ஆலோசனைப் படியே நடப்பாள். இடைப்பட்ட வேளையில், குடும்பத்தின் மற்றவர்களோடும் நீங்கள் பழக வேண்டும். உங்களைப் பற்றி நிறையத் தெரிந்திருக்கிறது; வியாபாரத்தில் நிறையச் செல்வம் திரட்டியிருக்கிறீர்கள்; சிறிது அதீத சுபாவமுடையவர்; வெளிப்படையாக கிளேர் சீமாட்டியைப் புகழ்கின்றீர்கள். என் மைத்துனி உங்களைப் பற்றி வெகுவாக நினைக்கிறாள். என் தாயும் உங்களைப் பார்க்க ஆர்வத்தோடு இருக்கிறாள்."

"என்னைப் பார்த்துச் சிரிக்க எதிர்பார்க்கிறாளோ?"

"அவள் ஒருபோதும் சிரிப்பதில்லை. உங்களை விரும்பாவிடில், வேடிக்கையாக இருப்பதன் மூலம் அவளது ஈடுபாட்டைப் பெற முயலாதீர்கள். கவனம்!"

இவ்வுரையாடல் மாலையில் நிகழ்ந்தது. அரைமணிப் பொழுதில் அவர் வாலெண்டினால் பல்கலைக் கழகத் தெரு இல்லத்தில் அழைத்துச் செல்லப்பட்டார். அங்கு அவர் இதுவரை சென்றிராத பெல்-கார்ட் குடும்பத்தின் மார்க்யுஸ் அறையில் நுழைந்தார். ... பெரிய நாற்கா-யொன்றில் கறுப்பு உடையில் வயதான மாது உட்கார்ந்திருந்தாள்; அறையின் இன்னொரு பகுதியில் ஒருவர் பியானோ வாசித்துக் கொண்டிருந்தார். அவர்தான் பெல்-கார்ட் குடும்பத்தின் இளைய மார்க்யுஸ் என அடையாளம் கண்டு கொண்டார்.

வாலெண்டின் தன் நண்பரை அறிமுகப்படுத்தினார்.

கணப்பருகே இருக்கும் பெண்ணருகே சென்று கைகுலுக்கினார் நியூமன். வெண்ணிறமான, நாசூக்கான வயதான முகம், உயர்ந்த நெற்றி, சிறிய வாய், இளமையின் பொ-வை பெரிதும் கொண்டுள்ள குளிர்ந்த நீலக்கண்கள் ஆகியவை அவரிடம் ஒரு விரைந்த மனப்பதிவை உண்டாக்கின. பெல்-கார்ட் சீமாட்டி அவரைக் கடுமையுடன் பார்த்து, புனித டன்ஸ்ட்னின் பிரபுவின் மகள் என்பதை நினைவுறுத்தும் வகையிலான பிரிட்டானிய வரவேற்பைத் தந்தாள். அவளது மருமகள் பியானோ இசைப்பதை நிறுத்தி, இணக்கமாகச் சிரித்தாள். நியூமன் உட்கார்ந்து தன்னைச் சுற்றிக் கவனித்துக் கொண்டிருந்த போது, வாலெண்டின் இளைய மார்க்யுஸின் கரத்தில் முத்தமிட்டார்.

"உங்களை முன்னரே நான் பார்த்திருக்க வேண்டும். என் மகளை அநேகம் தடவை பார்க்க வந்திருக்கிறீர்கள்" என்றாள் பெல்-கார்ட் சீமாட்டி.

"ஓ, யெஸ். சிண்ட்ரே சீமாட்டியும் நானும் இப்போது பழைய நண்பர்களாகிவிட்டோம்.

"நீங்கள் விரைவாகச் சென்றிருக்கிறீர்கள்"

"ஆனால் நான் விரும்பியபடி விரைவாக இல்லை"

"ஓ, நீங்கள் மிகவும் பேராசைக்காரர்"

"ஆம், ஒத்துக்கொள்கிறேன்"

பெல்-கார்ட் சீமாட்டி தன்னைப் பார்க்கும் பார்வை யி-ருந்து தனக்கு எதிராக இருக்கக் கூடியவள் என்பதையும் தன்னை அளக்கிறாள் என்பதையும் அறிந்து கொண்டார் நியூமன். சில கணங்கள் அவர்களது கண்கள் சந்தித்துக் கொண்டிருந்தன. பிறகு, அப்புறமாகத் திரும்பி, புன்னகைத்த படி, "நானும் பேராசைக்காரிதான்" என்றாள்.

"அவளை அளவிடுவது எளிதல்ல என்பதை நியூமன் உணர்ந்தார்; அவள் வல்லமை வாய்ந்த, அறிய முடியாத பெண். மகளை ஒத்திருப்பினும், முழுமையாக அவளைப் போல இல்லை. திருமதி சிண்ட்ரேயின் நிறம், அவளது புருவ வடிவமைப்பு, மூக்கு போன்றவை மரபு சார்ந்தவை. ஆனால் அவளது முகம் பெரிதும் தன்னிச்சையானது, அவளது வாயும்

வேறுபட்டதே ... மேற்கத்திய பிரெய்ரி புல்வெளி போல மிகவும் பரந்த உணர்ச்சி வெளிப்பாடுகள் கொண்டது அவளது முகம். ஆனால், அவளது தாயின் முறையான பார்வை, கட்டுப்படுத்தப்பட்ட புன்னகையுடன் கூடிய வெண்ணிறமான, தீவிரமான, மரியாதை மிக்க தோற்றம் கையெழுத்திட்டு முத்திரையிடப்பட்ட பத்திரத்தை உணர்த்துவதாயிருந்தது. அவளைப் பார்க்க வரும் போது நியூமன் தனக்குத்தானே சொல்-க்கொண்டார்:

சம்பிரதாயங்களும் முறைகளும் ஆன பெண் அவள். மாற்றமுடியாதபடி ஆணை விதிக்கப்பட்டவற்றின் உலகமே அவளது உலகம். ஆனால் அவள் எப்படி அதில் இயல்பாக இருக்கிறாள், அதில் தனது சொர்க்கத்தைக் காண்கிறாள்! மலர்கின்ற சோலையில் ஈடன் தோட்டத்தில் நடப்பது போல் நடக்கிறாள். 'இது உகந்தது', அல்லது 'இது முறையற்றது' என்ற வாசகம் மைல்கல்-ல் பொறிக்கப்பட்டிருப்பதைக் காணும்போது, அவள் பரவசம் கொண்டவளாக நின்று விடுகிறாள், நைட்டிங்கே-ன் குரலைக் கேட்பது மாதிரி அல்லது ரோஜாவை முகருவது மாதிரி.

"நீங்கள் ஒரு அமெரிக்கர்? நிறைய அமெரிக்கரை நான் பார்த்திருக்கின்றேன்" என்றாள் இப்போது.

"பாரிஸில் நிறைய இருக்கிறார்கள்" என்றார் நியூமன் வேடிக்கையாக.

"ஓ, உண்மையாக? இங்கிலாந்தில்தான் நான் நிறையப் பார்த்தது அல்லது வேறெங்காவது; பாரிஸில் இல்லை. பல வருடங்களுக்கு முன்பாக, பைரினீஸில் இருக்கவேண்டும் என நினைக்கிறேன். உங்கள் பெண்கள் அழகானவர்கள் என கேள்விப்பட்டிருக்கிறேன். அவர்களில் ஒருத்தி மிக அழகானவள்! அவ்வளவு அற்புதமான உடல்! யாரிடமிருந்தோ அறிமுகக் கடிதம் ஒன்றை என்னிடம் தந்தாள் - யாரென மறந்து விட்டது - அதனைத்தன் குறிப்புடன் அனுப்பி யிருந்தாள். அதன் பிறகு, நீண்ட காலம் அக்கடிதத்தை வைத்திருந்தேன், அதன் தொடர்கள் மனப்பாடமாகிவிட்டன. இப்போது பல வருடங்கள் ஆகிவிட்டபடியால், மறந்து போய்விட்டது. அதி-ருந்து எந்த அமெரிக்கனையும் பார்க்கவில்லை. என் மருமகள் பார்த்திருக்கிறாள் என

நினைக்கிறாள்; அவள் சோம்பேறியாகத் திரிபவள்"

மருமகள், நடனத்திற்காகத் தைக்கப்பட்ட உடையில் சலசலப்புடன் வந்தாள். தனித்தவிதமாக, அவள் அழகாகவும் அருவருப்பாகவும் இருந்தாள். நியூமனின் நண்பரான நியோசியை நினைவூட்டினாள் அவள். அவளது பின்னர் சிறிது தொலைவில், பரந்தபடிவரும் ஆடைக்காகச் சற்று விலகி, வாலெண்டின் நடந்து வந்தார்.

"பின்னால் இன்னும் உங்கள் தோள்களைக் காட்டியாக வேண்டும் நீங்கள்" என்றார் தீவிரமான குரல்.

வாலெண்டின் கூறியதை உறுதிப்படுத்துவதற்காக கண்ணாடி முன் நின்று பார்த்துக் கொள்ள ஆரம்பித்தாள் அவள். கண்ணாடி நீண்ட மூடப்படாத சதைப்பகுதியை மட்டும் காட்டியது. ஆடையைச் சிறிது இழுத்து விட்டுக் கொண்டாள். "இது மாதிரியா, நீங்கள் சொல்வது?"

"அது கொஞ்சம் பரவாயில்லை"

"ஓ, நான் ஒருபோதும் அதீதமாகச் செல்வதில்லை" என்றாள். பிறகு, பெல்-கார்ட் சீமாட்டியை நோக்கியவாறு,

"என்னை எப்படிக் கூறினீர்கள்?" என்றாள்.

"சோம்பேறியாகத் திரிபவள் என்றேன். ஆனால் வேறு எப்படியாவது அழைக்கவும் செய்யலாம் உன்னை"

"சோம்பேறியாகச் சுற்றித் திரிபவள்? என்ன அருவருப்பான வார்த்தை! அதற்கு என்ன அர்த்தம்?"

"ஒரு மிகுந்த அழகான நபர்" என்று சொல்லத்துணிந்தார் நியூமன்.

"அது அழகான வாழ்த்து, ஆனால் மோசமான மொழிபெயர்ப்பு" என்றார் இளைய மார்க்யுஸ். "நீங்கள் நடனமாடுவதுண்டா?"

"ஓர் அடி கூட"

"மிகத்தவறு" அடுத்த பார்வையைக் கண்ணாடி பக்கமாகத் திருப்பிச் சென்றுவிட்டாள்.

"நீங்கள் பாரிஸை விரும்புகின்றீர்களா?" என்றாள் முதிய

மாது.

"ஆம். உண்மையிலேயே. நீங்கள் விரும்பவில்லையா?"

"பாரிஸை எனக்குத் தெரியும் என்று என்னால் கூற இயலாது. எனக்கு என் வீடு தெரியும் - என் நண்பர்களைத் தெரியும் - பாரிஸைத் தெரியாது."

"ஓ, நீங்கள் ரொம்பவும் இழக்கிறீர்கள்"

பெல்-கார்ட் சீமாட்டி விழித்தாள்; இதுதான், அநேகமாக, முதல் தடவையாக இருக்கும், அவள் அனுதாபத்துக் குள்ளாவது.

"என்னிடமிருப்பதை வைத்து திருப்திபடுகிறேன்"

இப்போது வாலெண்டின், தன் தாயிடம் கேட்டார்:

"நல்லது, அம்மா, என் பிரியமான நண்பரான நியூமனைப் பற்றி என்ன நினைக்கிறீர்கள்? அற்புதமானவர் இல்லையா?"

"நியூமனுடன் என் நட்பு வெகுதூரம் செல்லவில்லை இன்னும். ஆக, அவரது மரியாதையுணர்வை பாராட்ட இயலும்."

வாலெண்டின் நியூமனிடம் கூறினார்:

'என் தாயார் இந்த விஷயங்களில் பெரிய நீதிபதி. நீங்கள் அவளைத் திருப்திப்படுத்திவிட்டால், அது பெரிய வெற்றி."

"கொஞ்ச நாளில் உங்களைத் திருப்திபடுத்துவேன் என நினைக்கிறேன். இதுவரை ஒன்றும் செய்யவில்லை."

"என் மகன் சொல்வதைக் கேட்கக்கூடாது நீங்கள். உங்களை சிக்க-ல் தள்ளிவிடுவான். அவன் மோசமான ஓடுகா-"

"ஓ, நான் அவரை நேசிக்கிறேன் - நான் நேசிக்கிறேன்"

"அவன் உங்களை உற்சாகப்படுத்துகிறானா?"

"ஆம், பரிபூரணமாக"

"அதைக் கேட்கிறாயா, வாலெண்டின், நீ நியூமனை உற்சாகப்படுத்துகிறாய்"

"ஒரு வேளை, நாம் எல்லோரும் அந்த நிலைக்கு வரலாம்"

“நீங்கள் எனது இன்னொரு மகனைப் பார்க்க வேண்டும்,” என்றாள் நியூமனிடம் பெல்-கார்ட் சீமாட்டி. “இவனை விட மிக மேலானவன். ஆனால் அவன் உங்களை உற்சாகப் படுத்தமாட்டான்”

“எனக்குத் தெரியாது - எனக்குத் தெரியாது . ஆனால், விரைவில் பார்க்கப் போகிறோம். இதோ வருகிறார்” என்றார் வாலெண்டின்.

அப்போது ஒரு கனவான் நுழைந்தார். அம்முகம் நியூமனுக்கு நினைவுக்கு வந்தது. சிண்ட்ரே சீமாட்டியைச் சந்திக்க வந்த போது, முதல் தடவை, அவர்தான் நியூமனைச் சங்கடப்படச் செய்தவர். வாலெண்டின் தன் சகோதரரை நியூமனிடம் அழைத்தவந்தார்.

“இவர்தான் என் அருமை நண்பர் திரு. நியூமன். இவரை நீங்கள் அறிந்து கொள்ள வேண்டும்.”

“திரு. நியூமனைத் தெரிந்து கொள்வதில் மகிழ்கின்றேன்.” என்றார் இளைய மார்க்யுஸ்.

நியூமனது மனதில் மறைந்த மார்க்யுஸ் பற்றியும் பெல்-கார்ட் சீமாட்டி பற்றியும் சில எண்ணங்கள் ஓடின. மறைந்த அவர் எல்லோருடனும் சௌஜன்யமாகப் பழகுபவராக இருந்திருக்க வேண்டும் என்றும் வாழ்வை எளிதாக எடுத்துக் கொள்ள வேண்டும் என்ற நாட்டமும், ஆனால் அது சிரமமாக இருந்ததைக் கண்டவர் என்றும் தோன்றியது. அவரது மனைவியிடமிருந்து சிறிதே ஆறுதல் பெற்றாலும் அவரது இளைய பிள்ளைகளி-ருந்து வெகுவாகவே பெற்றார்.

“என் சகோதரன் உங்களைப் பற்றிச் சொல்-யிருக்கிறான். நீங்கள் என் தங்கையுடன் நட்புக் கொண்டிருக்கிறீர்கள். இதுதான் நாம் சந்திக்க வேண்டிய தருணம்'' என்றார் பெல்-கார்ட். ... கம்பீரம் உயர்க்குடித்தன்மை தவிர வேறெதனையும் அவரிடம் காண முடியாது... தன்னைத் தீவிரமாக எடுத்துக்கொள்ளும் தன்மையுடன் நியூமன் இதுவரை முரண்பாடு கொண்டதில்லை. திரும்ப ஓர் அடி எடுத்து வைப்பது போன்ற ஓர் உணர்வை - பெரிய அருவியைச் சரியான பார்வைக் கோணத்தில் பார்க்கும்போது செய்வது போல -

உணர்ந்தார்.

தன் கணவர் தன்னை நடனமாடுவதற்கு அழைத்துச் செல்வதற்காகக் காத்திருக்கும் இளைய பெல்-கார்ட் சீமாட்டி "அர்பைன், நான் ஆடை அலங்காரம் முடித்துவிட்டேன் என்று உங்கள் கவனத்துக்குக் கொண்டு வருகிறேன்" என்றாள்.

"அது நல்ல விஷயம்" என முணுமுணுத்தார் வாலெண்டின்.

"உன் கட்டளைப்படியே முத-ல், திரு. நியூமனுடன் சிறிது உரையாடலுக்கு அனுமதிக்க வேண்டும்'' என்றார் பெல்-கார்ட்.

"ஓ, நீங்கள் விருந்துக்கு செல்வதானால், இங்கு காத்திருக்க வேண்டாம். நாம் விரைவில் சந்திப்போம் என உறுதியாக இருக்கிறேன். உண்மையில், நீங்கள் பேச விரும்பினால், ஒரு நேரத்தை மகிழ்வோடு குறிப்பிடுவேன்" என்றார் நியூமன்.

"அது உங்கள் தாராளமனப்பான்மையினைக் காட்டுகிறது. நான் தவறாக எடுத்துக் கொள்ளாவிடில், உங்கள் தொழில்கள் நேரத்தை உயர்வாகக் கருதச்செய்கின்றன."

"தற்போதைக்கு நான் வியாபாரத்தை தூக்கி எறிந்திருக் கிறேன். நான் 'சுற்றித்திரிகிறேன்', என் நேரம் முழுமையாக என்னுடையதுதான்"

''ஆ, நீங்கள் ஒருமுறை எடுத்துக்கொண்டீர்கள், 'சுற்றித்திரிதல்' ஆம், அந்தப் பிரயோகத்தைக் கேள்விப் பட்டிருக்கிறேன்.''

"திரு நியூமன் ஓர் அமெரிக்கர்" என்றாள் பெல்-கார்ட் சீமாட்டி.

"என் சகோதரர் பெரிய இன ஆராய்ச்சி நிபுணர்" என்றார் வாலெண்டின்.

''இன ஆராய்ச்சி நிபுணர்?'' என்றார் நியூமன். ''ஆ, நீக்ரோக்களின் மண்டையோடுகளைச் சேகரிக்கிறீர்கள், அது போன்ற விஷயங்களை"

மார்க்யுஸ் தன் தம்பியைக் கடுமையாகப் பார்த்தார். பிறகு, நியூமனை நோக்கித் தொடர்ந்து மிடுக்காகவே, ''நீங்கள் மகிழ்ச்சியின் பொருட்டு பயணம் செய்கிறீர்கள்?'' என

வினவினார்.

"ஓ, ஒன்றையும் மற்றொன்றையும் தேடி எடுக்க சுற்றிவருகிறேன். நிச்சயமாக, அதில் நிறைய ஆனந்தம் இருக்கிறது"

"குறிப்பாக உங்கள் அக்கறையைக் கவர்ந்தது எது?"

"எல்லாமே என் ஈடுபாட்டை இழுக்கின்றன. குறிப்பாக எதுவுமில்லை. உற்பத்தியாளர்கள்பற்றித்தான் நான் மிகவும் அக்கறை எடுப்பது."

"அது உங்களது சிறப்பம்சம்?"

"சிறப்பம்சம் எதுவுமிருப்பதாகக் கூறமாட்டேன். என் சிறப்பம்சமாக இருந்து வருவது குறுகிய காலத்தில் பெரியதொகையை ஈட்டுவதுதான்."

"நீங்கள் வெற்றியடைந்திருக்கிறீர்கள் என நம்புகின்றேன்."

"ஆம், நிறையச் செல்வம் சேர்த்திருக்கிறேன். எனக்கு அவ்வளவாக வயதும் ஆகவில்லை, பார்க்கிறீர்களே"

"செல்வத்தைச் செலவழிக்க பாரிஸ் சிறந்த இடம். உங்களுக்கு நிறைய உல்லாசம் கிடைக்கட்டுமாக" என்று கூறி, கையுறைகளை எடுத்து வந்து மாட்டிக் கொண்டிருந்தார்.

வெண்கரங்களை வெண்ணிறக் கையுறைகளில் நுழைத்துக் கொண்டிருந்த போது கவனித்துக் கொண்டிருந்த நியூமனுக்கு ஒரு தனிவித உணர்வு தோன்றியது. பெல்-கார்டின் நல்வாழ்த்துக்கள் அவரது உன்னதமான வெண்பரப்பி-ருந்து வெளிப்பட்டது மாதிரி தோன்றியது. இருப்பினும், நியூமன் எரிச்சலடையவில்லை. ஓர் உயர்ந்த ஒத்திசைவில் சிறு மாறுபாட்டை உண்டாக்கும் உணர்வுத் தூண்டுதல் இருக்கக்கூடாது என்பதில் பிரக்ஞைமிக்கவராக இருந்தார். நியூமன், வாலெண்டின் குறிப்பிட்டபடி, தான் திருப்திப்பட்டு இருக்க வேண்டிய விஷயங்களுடன் தனியாகத் தொடர்பு கொண்டவராகத் திடீரென உணர்ந்தார்; அவற்றின் தீவிரத்தினையும் உணர்ந்தார். சில பதில்கள் கூற வேண்டும் என நியூமன் நினைத்தார். ஆனால், அதில் விஷமமானதோ அல்லது தீயதோ கலந்திருக்கவில்லை, நகைச்சுவை இழையும் இல்லாதிருக்கவில்லை.

“பாரிஸ், சோம்பேறிகளுக்குத்தான் நல்ல இடம். அல்லது குடும்பத்தோடு நீண்ட காலமாகத் தங்கி, நண்பர்களிடம் சுற்றத்தினரும் சுற்றிலும் ஏற்படுத்தியவர்களுக்கு நல்லது. அல்லது இந்த மாதிரி பெரிய வீடும், மனைவி, குழந்தைகள், தாய், சகோதரி மற்றும் வசதியான அனைத்தும் கொண்டவர் களுக்கு நல்லது. ஒவ்வொருவரும் பக்கத்து வீட்டுக்கு அருகிலேயே இருந்து கொண்டு அறைகளில் வாழும் வாழ்வை நான் விரும்புவதில்லை. ஆனால் நான் சோம்பேறியல்ல. நான் முயற்சி செய்கிறேன், முடியவில்லை. என் சகோதரிகள் ஐயாயிரம் மைல்களுக்கு அப்பால் இருக்கின்றனர், நான் சிறு பிள்ளையாக இருந்த போது தாய் இறந்துவிட்டாள், எனக்கு மனைவி இல்லை. ஒருத்தியை அடைய விருப்பமுள்ளது! ஆக, என்ன செய்வது என்று தெரியவில்லை. உங்களைப் போல, புத்தகங்களை விரும்புபவன் இல்லை நான், வெளியே விருந்துக்குச் செல்வதும், நாடகங்களுக்குச் செல்வதும் அலுத்துவிட்டது. நான் குழந்தையாக, இருந்த போதே என் சம்பாத்தியத்தைத் துவக்கிவிட்டேன். சில மாதங்களுக்கு முன் வரை, சிறிது கூட ஓய்ந்ததில்லை அதி-ருந்து. அழகான ஓய்வு அரிதாகவே வருகிறது.”

பைககளில் கைகளை வைத்தபடி நியூமனை உற்று நோக்கிக் கொண்டிருந்த வாலெண்டின், சிறிது நேரத்தில், வெளியேறி விட்டார். மார்க்யுஸ் கையுறைகளை மாட்டுவதைத் தொடர்ந்து கொண்டிருந்தார்.

குழந்தையாக இருந்தபோதே சம்பாதிக்கத் தொடங்கி விட்டீர்கள்?”

“இது அதிகமாக - சிறு பையனாக இருந்த போது”

“புத்தகங்கள் பிடிக்காது என்கிறீர்கள். ஆனால் ஆரம்பத் திலேயே உங்கள் படிப்புத் தடைப்பட்டுவிட்டது என்பதை நினைவில் கொள்ளுங்கள்.”

“உண்மைதான்; என் பத்தாவது பிறந்த நாளில் பள்ளிக்குச் செல்வதை நிறுத்தினேன். பிறகு சில தகவல்களைத் தெரிந்து கொண்டேன்.

“உங்களுக்குச் சில சகோதரிகள் இருக்கிறார்கள்?” என்றாள் பெல்-கார்ட் சீமாட்டி.

“ஆம். இருவர். அழகான பெண்கள்!”

“அவர்களுக்கு வாழ்க்கைக் கஷ்டம் இன்னும் ஆரம்பத்தில் வந்திருக்கும் என நம்புகின்றேன்.”

‘‘விரைவிலேயே மணம் செய்து கொண்டனர். அதனை நீங்கள் கஷ்டம் என்று கூறுவதானால் - மேற்குலகில் இந்திய ரப்பர் இல்ல உரிமையாளர் ஒருவருக்கு ஒருத்தியை மணமுடித்துக் கொடுத்திருக்கிறோம்.”

“இந்திய ரப்பராலும் வீடுகளைக் கட்டுகிறீர்களா?” என்றார் மார்க்யுஸ்.

‘‘உங்கள் குடும்பம் விரிவடையும் போது வீட்டையும் நீட்டிக் கொள்ளலாம்’’ என்றாள் இளைய பெல்-கார்ட் சீமாட்டி.

நியூமன் சிரித்துவிட்டார். தன் மைத்துனர் வசிக்கும் வீடு மரத்தால் ஆனது என்றும், அவர் இந்திய ரப்பரை உற்பத்தி செய்து விற்கிறார் என்றும் விளக்கினார்.

“என் குழந்தைகள் விளையடச் செல்லும் போது இந்திய ரப்பர் பாதணிகளை அணிந்து கொள்வது வழக்கம். அவற்றை உங்கள் மைத்துனர் தயாரிக்கிறாரா என வியப்புறுகிறேன்” என்றாள் இளைய சீமாட்டி.

‘‘இருக்கலாம். அவருடையதானால், அவை நல்ல தயாரிப்புகள் என உறுதி கொள்ளலாம்.

“நல்லது, நீங்கள் உற்சாகம் இழந்து விடக்கூடாது” என்றார் மார்க்யுஸ்.

“ஓ, அதனைச் சொல்லவில்லை. எனக்கு சிந்திக்கவேண்டிய திட்டம் ஒன்று இருக்கிறது. அதுதான் என் வேலை” என்று கூறிவிட்டு சிறிது நேரம் மௌனமாக இருந்தார் நியூமன். தயங்கினாலும், துரிதமாக யோசித்தார். “இருந்தாலும், என் திட்டத்தைச் சொல்கிறேன். ஒரு வேளை நீங்கள் உதவ முடியும். நான் ஒரு மனைவியை அடைய விரும்புகிறேன்.”

“அது மிக நல்ல திட்டம், ஆனால் நான் பொருத்தம் பார்த்து வைப்பவளில்லை” என்றாள் முதிய மாது.

“நீங்கள் அப்படித்தான் என நினைக்கிறேன்”

பிரெஞ்சில் எதனையோ முணுமுணுத்துவிட்டு, தன் மகள் மீது பார்வையைப் பதித்தாள் அவள். அப்போது வாலெண்டின் அறையில் நுழைந்தார்.

மைத்துனியிடம்,

"உனது நடனத்துக்காகக் கிளம்ப வேண்டாம் என கிளேர் சொல்- அனுப்பி இருக்கிறாள். உன்னுடன் அவள் செல்வாள்" என்றார்.

"கிளேர் நம்முடன் செல்வாள்!"

"அவள் மனதை மாற்றிக் கொண்டாள்; அரை மணிக்கு முன்னர்தான் தீர்மானித்தாள். தனது கடைசி வைரத்தை தலையில் அலங்கரித்துக் கொண்டிருக்கிறாள்."

"என் மகளுக்கு என்ன வந்துவிட்டது?" என்று வினவினாள் பெல்-கார்ட் சீமாட்டி. இந்த மூன்று வருடங்களாக வெளியே செல்வதில்லையே அவள். என்னிடம் கேளாமலே, அரை மணி நேரத்தில் இம் முடிவை எடுக்கிறாளா?"

"ஐந்துநிமிடங்களுக்கு முன் என்னிடம் கலந்தாலோசித்தாள்; இத்தகைய அழகான பெண்ணுக்கு- அவள் அழகானவள், தெரியுமே - உயிரோடு புதைத்துக் கொள்ள உரிமை இல்லை" என்றார் வாலெண்டின்.

"கிளேரைத் தாயிடம் ஆலோசிக்குமாறு சொல்-யிருக்க வேண்டும், தம்பி. இது புதிராக இருக்கிறது" என்றார் பெல்-கார்ட்.

"எல்லோரிடமும் கேட்குமாறு கூறினான். "இதோ வருகிறாள்" என்று கூறி கதவைத் திறந்தார் வாலெண்டின். திருமதி சிண்ட்ரே நுழைந்தார். வெண்ணிற ஆடை அணிந்து, நீல நிறமேல் கோட் போர்த்திருந்தாள். அழகிய கேசத்தில் ஒரு டஜன் வைரங்கள் ஒளி வீசின. தீவிரமாக காணப்பட்டாள். வெளிறி இருப்பதாக நியூமன் எண்ணினார். அவரைப் பார்த்தபோது புன்னகைத்து கையை நீட்டினாள். அவள் வெகுவாக பொ-வோடு இருப்பதாகக் கருதினார். அவள் முகத்தை முழுதாகப் பார்க்க சந்தர்ப்பம் கிடைத்தது அவருக்கு. பிறகு, அவள் தன் தாயிடம் சென்றாள்; தாயாரோ ஆவேசமாகக் காணப்பட்டாள்.

“என்னைப் பற்றி என்ன நினைக்கிறீர்கள்?”

‘‘நீ பிடிவாதமானவள் என நினைக்கிறேன். மூன்று நாட்களுக்கு முன்புதான், எனக்காக லூசிக்னன் பெருமாட்டியைப் பார்த்து வருமாறு கேட்டபோது, நீ எங்குமே செல்வதில்லை எனக் கூறிவிட்டாய். ஒரே மாதிரி இருக்க வேண்டும். இதான் உனது நாணயமா? ரோபினவ் சீமாட்டியைப் பற்றி மட்டும் ஏன் தனியாகப் பார்க்கிறாய்? இன்று இரவு யாரை மகிழ்ச்சிப்படுத்தப் போகிறாய்?”

“என்னைத்தான் மகிழ்ச்சிப்படுத்த விரும்புகிறேன், தாயே” என்றவாறு குனிந்து, தாயை முத்தமிட்டாள்.

‘‘தங்கையே, நான் வியப்புகளை விரும்புவதில்லை. அதிலும் ஒருவர் வரவேற்பறையில் நுழையும் தருவாயில்’’ என்றார் அர்பைன்.

இத்தருணத்தில் நியூமன் பேச உத்வேகம் கொண்டார்.

‘‘ஓ, நீங்கள் திருமதி சிண்ட்ரேயுடன் ஓர் அறையில் நுழைந்தால், உங்களைக் கவனித்துவிடுவார்களே என அஞ்ச வேண்டிய அவசியமில்லை” மிகத்தீவிரமான புன்னகையுடன் சகோதரியை நோக்கினார் அர்பைன்.

‘‘உன் அண்ணனைப் பாதிக்கும்படியான வாழ்த்தைப் போற்றுவாய் என்றே நம்புகிறேன்’’ என்று கூறி அவளை அறையைவிட்டு அழைத்துச் சென்றார். வாலெண்டின் இளைய சீமாட்டியை அழைத்துச் சென்றார்.

நியூமன் பெல்-கார்ட் சீமாட்டியுடன் தனித்துவிடப்பட்டார்.

“உங்கள மகள மிக அழகானவள்‘‘

“அவள் மிகப் புதிரானவள்”

‘‘அதைக் கேட்க சந்தோஷப்படுகிறேன். அது எனக்கு நம்பிக்கையூட்டுகிறது’’

“எதற்கு நம்பிக்கை?”

“ஒரு நாள், என்னை மணமுடிக்க இசைவாள் என்பதற்கு”

“உண்மையில் அதுதான் உங்கள் திட்டமா?”

“ஆம், நீங்கள் அனுகூலமாக இருப்பீர்களா?”

"அனுகூலமாக? இல்லை"

"வருத்தப்படச் செய்வீர்களா? அதனை நடக்க விடுவீர்களா?"

"நீங்கள் என்ன கேட்கிறீர்கள் என்பதை அறியவில்லை. நான் மிகவும் பெருமிதம் நிறைந்தவள்"

"நல்லது, நான் மிகவும் செல்வந்தன்"

பெல்-கார்ட் சீமாட்டி, தன் பார்வையைத் தரையில் பதித்தாள்; அப்பதிவின் முரட்டுத்தனத்தை மறுப்பதில் யோசிக்கிறாள் என்று நியூமன் நினைத்தார். ஆனால், இறுதியில், அவள் வெறுமனே கேட்டாள்: "எவ்வளவு செல்வம்?"

நியூமன் ஒரு பெரும் எண்ணைக் குறிப்பிட்டார்.

"நீங்கள் மிகவும் வெளிப்படையானவர். நானும் அப்படியே இருப்பேன். வருத்துவதைவிட, சாதகமாக இருப்பேன், மொத்தத்தில், அது எளிதாக இருக்கும்."

"நன்றியோடு இருப்பேன். ஆனால் இப்போது வெகுதூரம் வருத்திவிட்டீர்கள். வருகிறேன்! என்று நியூமன் விடை பெற்றார்.

XI

பாரிஸுக்குத் திரும்பியதி-ருந்து திரு நியோசியுடன் பிரெஞ்சுப் பாடங்களைத் துவக்கவில்லை நியூமன்; அந்த நேரத்தில் வேறுபல பயனுள்ள காரியங்கள் இருப்பதை அறிந்தார். எப்படியோ, தனது புரவலரின் இருப்பிடத்தை விசாரித்து, அவரைப் பார்க்க வந்திருந்தார் நியோசி. அதிகமாக பணம் வாங்குகின்றோம் என்ற அவமான உணர்வில் அழுத்தப்பட்டவராகத் தோன்றினார். அதற்கு ஈடுகட்டுமுகமாக, புள்ளிவிவரங்களையும் இலக்கண அம்சங்களையும் வழங்க விரும்பினார். சில மாதங்களுக்கு முன் கொண்டிருந்த சோகம் தரும் தோற்றமே இப்போதும். ஆனால் அந்த எளிய ஜீவனின் உற்சாகம் சிறிது கூடியிருந்தது. நியூமன் அக்கறையோடு நியோமியை விசாரித்தார்.

'என்னைக் கேட்காதீர்கள், சார்" என்றார். "நான் அமர்ந்து கவனிக்கிறேன். எதுவும் என்னால் செய்ய இயலாது."

"அவள் தவறாக நடந்து கொள்கிறாள் என்கிறீர்களா?"

''எனக்குத் தெரியாது. என்னால் அவளைத் தொடர முடியவில்லை. அவளைப் புரிந்து கொள்ள முடியவில்லை. அவளது தலையில் எதையோ வைத்திருக்கிறாள்; என்ன செய்ய முயற்சி செய்கிறாள் என்று தெரியவில்லை. நான் அறியமுடியாதபடி ஆழமாக இருக்கிறாள்."

"லுவ்ரேவுக்குப் போவதை தொடர்ந்து செய்கிறாளா? எனக்காக ஏதாவது பிரதிகள் முடித்திருக்கிறாளா?"

"லுவ்ரேக்குப் போகிறாள், ஆனால் பிரதிகள் எதனையும் நான் பார்க்கவில்லை. திரைச் சீலையில் ஏதோ இருக்கிறது. அது நீங்கள் குறிப்பிட்ட சித்திரங்களில் ஒன்றென

நினைக்கிறேன். அத்தகைய மகத்தான வாய்ப்பு அவளுக்கு புனைவியல் - விரல்களை நல்கியிருக்க வேண்டும். ஆனால், அவள் நேர்மையாக இல்லை. அவளிடம் எதுவும் என்னால் கூறஇயலவில்லை. அவளைக் கண்டு அஞ்சுகிறேன். கடந்த கோடையில், அவளை உலாவ அழைத்துச் சென்றபோது, அவள் கூறியவை என்னை அஞ்சவைத்துவிட்டன."

"என்ன கூறினாள்?"

''மகிழ்ச்சியில்லாத ஒரு தந்தை அதனைக் கூறமுடியாத தற்காக மன்னித்துக் கொள்ளுங்கள்."

செல்வி நியோமியை இன்னொருமுறை லுவ்ரேயில் சந்திப்பதாக உறுதி கூறினார் நியூமன். தன் பிரதிகள் குறித்த முன்னேற்றத்தில் ஆர்வம் கொண்டிருந்தார், ஆனால் அவளது முன்னேற்றத்தில் இன்னும் ஆர்வம் கொண்டிருந்தார் என்பதனையும் சொல்-யாக வேண்டும். ஒரு நாள் மாலை அப்பெரிய அருங்காட்சியகத்துக்குச் சென்று, பயணில்லாமல் பல அறைகளில் அவளைத் தேடினார். அங்கு, திடீரென வாலெண்டினைச் சந்திக்க நேர்ந்தது.

''இந்த அழகான விஷயங்களின் மத்தியில் சிறிதும் பொருத்தமில்லாமல்?'' என்றார் நியூமன். ''சித்திரங்களின் மேல் பிரியமானவர் என நினைத்தேன்; குறிப்பாக பழைய கருப்பு சித்திரங்கள். உங்களது உற்சாகத்தை அதிகமாக்கும் சித்திரங்கள் இரண்டோ மூன்றோ இங்குள்ளன."

''ஓ, இன்று சித்திரங்களைப் பார்க்கும் மனநிலையில் இல்லை நான். எவ்வளவு அழகாக இருக்கின்றனேவா, அவ்வளவு குறைவாக விரும்புவேன். அவற்றின் பெரிய விழிகளும் நிலையான தோற்றங்களும் எரிச்சலூட்டுகின்றன. பெரிய விருந்தொன்றில் யாருடனும் பேசவிரும்பாமல் இருக்க நினைப்பது போல் உணர்கிறேன் இங்கு, அவற்றின் அழகுக்காக நான் என்ன செய்வது? அது சோர்வு தருகிறது."

''லுவ்ரே உங்களுக்குச் சிறிதும் சௌகரியமாக இல்லாவிடில், இங்கேன் வர வேண்டும்?"

"என் மாமா மகளைப் பார்க்க வந்தேன் - அச்சமூட்டும் ஆங்கில நாட்டு மாமா மகள், என் தாயின் குடும்ப உறுப்பினர் - தன் கணவருக்காக ஒரு வாரம் பணியில் இருக்கிறாள்.

அவர்களுக்காக நான் ஏதாவது செய்ய வேண்டும் என அம்மா வேண்டிக் கொண்டாள். அதற்காக இன்று மாலை வந்தேன். இரண்டு மணிக்கு அவர்கள் என்னை இங்கே சந்திக்க வேண்டும், ஆனால் இருபது நிமிடங்களாக காத்திருக்கிறேன். ஏன் அவள் வரவில்லை? அவளைக் கொண்டுவர இரு பாதங்கள் இருந்ததே? இதைக் கண்டு கோபமடைவதா அல்லது அவர்களிடமிருந்து தப்பிப்பதற்காக மகிழ்வதா?"

"உன் நிலையில் நானிருந்தால் கோபம் கொள்வேன் என்றே நினைக்கிறேன். ஏனெனில், அவர்கள் இன்றும் வரலாம், அப்புறம் உன் கோபம் பயனையே தரும். அப்படியில்லாமல் நீ மகிழ்ந்து, அதன் பின்னர் அவர்கள் வந்தால், உன் மகிழ்ச்சியை வைத்து என்ன செய்வது?

"அருமையான புத்திமதி கூறுகிறீர்கள். நான் கோபமடை வேன். அவர்களை சாத்தானுடன் போகச் செய்து விட்டு, நான் உங்களுடன் வந்துவிடுவேன் - நீங்களும் யாரையாவது சந்திக்க வேண்டியது இல்லாதிருந்தால்"

"அது சரியாக சந்திக்குமிடம் அல்ல. ஆனால், உண்மை யிலேயே நானும் ஒருவரைச் சந்திக்கவே வந்திருக் கிறேன், சித்திரத்தையன்று"

"ஒரு பெண், கருத இடமுண்டு?"

"ஒரு யுவதி"

"நல்லது ... உங்களிடமிருந்து நான் பிரிந்தாக வேண்டும்?"

"அவளைக் காண்பது உறுதியாகத் தெரியவில்லை. உங்கள் துணையை இழக்கத் தயாராக இல்லை. அவளுக்கு உங்களை அறிமுகப்படுத்துவது விரும்பத்தக்கதாகத் தோன்றவில்லை, இருப்பினும் அவளைப் பற்றிய உங்களது அபிப்பிராயத்தை அறிவதில் விருப்பமே."

"அழகானவளா?"

"அப்படித்தான் நினைப்பீர்கள் என யூகிக்கின்றேன்"

"இந்த விநாடியே அவளிடம் அழைத்துச் செல்லுங்கள்! என் தீர்ப்புக்காக ஒரு யுவதியை காக்க வைப்பதை அவமானமாகக் கருதுவேன்"

இருவரும் இத்தா-ய மேதைகளின் ஓவியங்கள் நிறைந்த மண்டபத்தில் நுழைந்தனர். அங்கு சிலரே தென்பட்டனர். ஒரு இறுதிப்பகுதியில் செல்வி நியோமி தன் திரைச்சீலை முன்பு அமர்ந்திருந்தாள். ஆனால் அவள் தீட்டிக்கொண்டிருக்கவில்லை; வண்ணத்தட்டும் தூரிகையும் அருகில் கிடந்தன; கரங்களை மடியில் மடித்து வைத்தபடி, இரு பெண்களைக் கவனித்துக் கொண்டிருந்தாள். அவர்கள் நவீன பாணியில் அலங்காரம் கொண்டவர்கள். நியூமன் மற்றும் வாலெண்டினது வருகை அவளது பார்வையினைத் திருப்பியது. விரைவாக நோக்கி, பின் எழுந்து, தன் திரைச்சீலை முன்பு நின்றாள்.

"உன்னைப் பார்க்கும் பொருட்டே, இங்கு வந்தேன். பெல்-கார்ட் குடும்பத்தைச் சேர்ந்த திரு. வாலெண்டின் அவர்களை அறிமுகப்படுத்த அனுமதிக்கவும்"

வாலெண்டின் தலை வணங்கினார், நியோமியும் சுருக்கமான முறையில் மரியாதையை வழங்கினாள்.

"என்னை மறந்துவிடவில்லை, நீங்கள்?"

"ஒரு போதும் மறக்க முடியாது. அது பற்றி நீ உறுதியாக இருக்கலாம்."

"ஒருவரை நினைவில் வைத்திருக்க பல வழிகள் உள்ளன."

அவள் வாலெண்டினை நேரிடையாக நோக்கினாள், வாலெண்டினும் தன்னிடமிருந்து 'தீர்ப்பு' எதிர்பார்க்கப்படலாம் என்பதற்காக அவளைப் பார்த்துக் கொண்டிருந்தார் ஒரு கனவான் போல.

"எனக்காக எதுவும் தீட்டியிருக்கிறாயா? கடுமையாக உழைக்கிறாயா?"

"இல்லை, ஒன்றும் செய்யவில்லை" வண்ணத்தட்டை எடுத்து, வேகமாக வண்ணங்களை ஒன்று சேர்க்க முயன்றாள்.

"ஆனால், நீ தொடர்ந்து இங்கு வந்து கொண்டிருப்பதாக தந்தை சொன்னாரே?"

"வேறெங்கும் நான் போகமுடியாது! இங்கு, கோடை முழுவதும், குளிராக இருக்கிறது."

"இங்கே இருப்பதால், ஏதாவது முயற்சி செய்திருக்கலாம்"

"எப்படித் தீட்டுவது என்று எனக்குத் தெரியாதென முன்னரே சொல்-யிருக்கிறேன்."

"ஆனால், உன் திரைச்சீலையில் மனதை ஈர்க்கும்படியாக ஏதோ தெரிகிறதே."

"என் வண்ண ஓவியம் மனதைக் கவராது."

"அது ஒன்றுதான் உங்களிடமிருப்பவற்றில் மனதைக் கவராதது" என்றார் வாலெண்டின் துணிச்சலாக.

தன் சிறிய திரைச்சீலையை எடுத்து, அமைதியாக அவரிடம் நீட்டினாள்.

"நீங்கள் ஒரு நீதிபதி என்பது உறுதி"

"ஆம்"

"அப்படியானல், உங்களுக்குத் தெரியும், இது மோசமானது என்று"

"வெளிப்படையாக, நீங்கள் ஓவியம் தீட்டக்கூடாது என்றே நினைக்கிறேன்."

திரும்பவும் அப்பெண்களின் ஆடையைக் கவனித்தாள் நியோமி. அப்போது வாலெண்டின் அவளைக் கவனித்துக் கொண்டிருந்தார்.

"இவ்வளவு மாதங்களாக எங்கே போயிருந்தீர்கள்? பெரிய சுற்றுலா சென்றிருக்கிறீர்கள். உங்களை நீங்களே உற்சாகப் படுத்தியிருக்கிறீர்கள்" என்று நியூமனிடம் பேசினாள் செல்வி நியோமி.

"ஓ, ஆமாம். என்னை நன்றாகவே உற்சாகப்படுத்தினேன்."

"மிகுந்த மகிழ்ச்சி" என்று கூறிவிட்டுத் திரும்பவும் வண்ணங்களை கிறுக்கிக் கொண்டிருந்தாள். தீவிர அனுதாபம் நிறைந்த பார்வையுடன் அவள் அசாதாரண முறையில் அழகாக இருந்தாள். வாலெண்டின் அவளை மிகவும் அதிகமான சுவாரஸ்யம் நிரம்பியவளாகக் கண்டார்; அந்நீலநிற சைத்தான்கள் போயிருந்தனர், சௌகரியமாக.

"உங்கள் பயணங்கள் பற்றிக் கொஞ்சம் சொல்லுங்களேன்"

"ஓ, ஸ்விட்சர்லாந்து போனேன் - ஜெனீவாவுக்கு, மற்றும்

ஜெர்மாட், ஜுரிச் போன்ற எல்லா இடங்களுக்கும்; பிறகு, வெனிஸ், ஜெர்மனி, ஹாலந்து, பெல்ஜியம் - ஒரு முறையான சுற்று. அதனைப் பிரெஞ்சில் எப்படிச் சொல்வது - முறையான சுற்று?" என்று வாலெண்டினைக் கேட்டார் நியூமன்.

செல்வி நியோமி ஒருகணம் பெல்-கார்ட் மீது பார்வையைப் பதித்தாள். "நான் புரிந்து கொள்ளவில்லை. திருவாளரே. ஒரே சமயத்தில் அவர் ஏராளமாகச் சொல்லும் போது. நீங்கள் மொழிபெயர்ப்பீர்களா?"

"உண்மையில், உங்களுடன் நேரிடையாகப் பேசுவேன்"

"கூடாது. நீங்கள் செல்வி நியோமியுடன் பேசக்கூடாது. நீங்கள் நம்பிக்கை இழக்கும் விஷயங்களைக் கூறுகின்றீர்கள். அவளே உழைக்க வேண்டும், விடாப்பிடியுடன் இருக்க வேண்டும் என்று நீங்கள் கூற வேண்டும்."

"பிரெஞ்சுக்காரர்களாகிய நாம் பொய்யான புகழ்ச்சியாளர் எனக்குற்றம் சாட்டப்படுகிறோம்."

"எனக்குப் புகழ்ச்சி வேண்டியதில்லை. சத்தியம் ஒன்றைத் தான் விரும்புகின்றேன். ஆனால் சத்தியத்தை அறிவேன்."

"நான் சொல்லக்கூடியதெல்லாம், சித்திரம் தீட்டுவதைவிட நீங்கள் சிறப்பாகச் செய்யக்கூடியவை சில இருப்பதைச் சந்தேகிக்கிறேன் என்பதே" என்றார் வாலெண்டின்.

"சத்தியத்தை அறிவேன் - சத்தியத்தை அறிவேன்" எனத் திருப்பிக் கூறினாள் நியோமி. தூரிகையை சிகப்பு வண்ணத்தில் தோய்த்து, முடிக்கப்படாத ஓவியத்தில் நேர்கோடு ஒன்று போட்டாள்.

"அது என்ன?"

பதில் கூறாமல், இரத்தச் சிவப்பில், செங்குத்தாக கோடொன்று போட்டாள் திரைச்சீலையின் மத்தியில். அது சிலுவைக்குறியைச் சுட்டுவதாக இருந்தது. "இதுதான் சத்தியத்தின் அடையாளம்" என்றாள் இறுதியாக.

இருவரும் ஒருவரையொருவர் பார்த்துக் கொண்டனர்.

"உன் சித்திரத்தைப் பாழடித்துவிட்டாய்" என்றார் நியூமன்.

"அது நன்றாகத் தெரியும். அது ஒன்றுதான் செய்ய

ஹென்றி ஜேம்ஸ்

வேண்டியது. அதைப் பார்த்துக் கொண்டே, ஒன்றும் செய்யாதபடி, நாள் முழுவதும் அமர்ந்திருந்தேன். அதை வெறுக்க ஆரம்பித்தேன். ஏதோ நிகழப்போகிறது என்று தோன்றியது''

''முன்னர் இருந்ததைவிட இந்த மாதிரி இருப்பதைப் பெரிதும் விரும்புகின்றேன். இப்பொழுது வெகுவாகக் கலையம்சம் உள்ளதாக இருக்கிறது. அது ஒரு கதையைச் சொல்கிறது. அது விற்பனைக்காக?'' என்றார் வாலெண்டின்.

"நான் பெற்றிருக்கும் அனைத்தும் விற்பனைக்குத்தான்"

"இது எவ்வளவு?"

''பத்தாயிரம் ஃபிராங்குகள்'' என்றாள் புன்னகையின்றி, "தற்போது நியோமி செய்யும் ஒவ்வொன்றும் முன்னதாகவே என்னுடையது. சில மாதங்களுக்கு முன் நான் தந்த கட்டளையுடன் சேர்ந்தது. ஆகவே, நீங்கள் அதனைக் கொண்டு செல்ல முடியாது" என்றார் நியூமன்.

வாலெண்டினைப் பார்த்த வண்ணம் நியோமி சொன்னாள்:

"இதனால் திருவாளர் இழக்கப் போவது ஒன்றுமில்லை." என்று கூறிவிட்டு தன் உபகரணங்களை எடுத்து வைக்கத் துவங்கினாள்.

''மனதைத் தொடும்படியான நினைவொன்றிப் பெற்றிருப்பேன். நீங்கள் கிளம்புகின்றீர்களா? உங்கள் வேலை முடிந்துவிட்டது?'' என்றார் வாலெண்டின்.

''என்னை அழைத்துச் செல்ல தந்தை வந்து கொண்டிருக்கிறார்''

அவள் சொல்- முடிப்பதற்குள் நியோசி வந்துவிட்டார். நியோமியின் வண்ணப் பெட்டியினை ஒரு கையிலும், மோசமாகத் தீட்டப்பட்ட ஓவியத்தை மறு கையிலும் எடுத்துக் கொண்டு கிளம்பினார். இளைஞர்களுக்கு வணக்கம் தெரிவித்துவிட்டு நியோமியும் தந்தையைத் தொடர்ந்தாள்.

"நல்லது, அவளைப்பற்றி என்ன நினைக்கிறீர்கள்?"

"மிகவும் குறிப்பிடத்தக்கவள், மிகவும் குறிப்பிடத்தக்கவள்"

"அவள் ஒரு சோகம் நிரம்பின சிறிய துணிச்சல்காரி என்று

அஞ்சுகிறேன்''

''சிறிய துணிச்சல்காரி அல்ல - பெரிய துணிச்சல்காரி. அவளுக்கு வாய்ப்பு இருக்கிறது. அவள் சுவாரஸ்யமாக இருக்கிறாள். அவள் ஒரு அழகான ரகத்தைச் சேர்ந்தவள்."

"ஒரு அழகான ரகம்? என்ன சொல்கின்றீர்கள்?"

"கலை நோக்கி-ருந்து சொல்கிறேன். அவள் ஒரு ஓவியர் - அவளது சித்திரத்துக்கு வெளியே; அவளது சித்திரம் மோசமானது.''

''ஆனால் அவள் அழகானவளல்ல. மிகுந்த நேர்த்தி வாய்ந்தவள் என்றும் நினைக்கவில்லை."

"அவள் நோக்கங்களுக்குப் போதுமானவகையில் நேர்த்தி நிறைந்தவளே, அவளது முகமும் உருவமும் அனைத்தையும் தெரிவிக்கின்றன. இன்னும் நேர்த்தியாக இருந்திருந்தால் அவள் குறைவான அறிவுத்திறனை பெற்றிருப்பாள். அவளது அறிவே அவளது பாதிக் கவர்ச்சி."

"எந்த வகையில், அவளது அறிவு உங்களுக்கு முக்கியமாகத் தோன்றுகிறது?''

''அவள் வாழ்க்கையை அளந்திருக்கிறாள், ஏதோவொன்றாகத் தீர்மானித்திருக்கிறாள் - எந்த வகையிலும் வெற்றி பெற்றிட, அவளது சித்திரம், ஒரு தந்திரம்தான், காலத்தை எதிர்பார்த்திருக்க, அவளது வாய்ப்புக்காக காத்திருக்கிறாள். அவளுக்கு அவளது பாரிஸ் தெரியும். திறமை தீர்மானம் - இவற்றைப் பொறுத்தமட்டில் அவள் அரிதானவள் என்பதை உறுதியாகக் கூறுவேன். ஒரு திறமையில்-பரிபூரணமாக இதயமற்ற தன்மை - அவள் ஈடு இணையற்றவள். ஊசித்துவாரத்தில் நுழைவதான இதயம் கூட இல்லாதவள். அது ஒரு பெரிய பண்பு. ஆம், எதிர்காலப்பிரமுகர்களில் அவள் ஒருத்தி."

''விண்ணகம் நம்மை காப்பாற்றட்டும்! கலைநோக்கு ஒருவரை எவ்வளவு தூரம் கொண்டு சென்றுள்ளது! இந்த விஷயத்தில் நீங்கள் வெகுதூரம் போக வேண்டாம் என்று கேட்டுக் கொண்டாக வேண்டும். கால் மணி நேரத்தில் நியோமி குறித்த ஆச்சரியமான அளவு தெரிந்திருக்கின்றீர்கள். அதுபோதுமானது; உங்கள் ஆய்வுகளைத் தொடர வேண்டாம்."

"தலையிட விரும்பாத நல்ல பண்புகள் நிறைய உண்டு என்னிடம்"

"நீங்கள் தலையிடவில்லை. அவள் எனக்கொன்றுமில்லை. உண்மையில், அவளை வெறுக்கவே செய்கிறேன். அவளது ஏழைத் தந்தையை நேசிக்கிறேன். அவருக்காக, உங்களது கொள்கைகளைச் சரிபார்க்கத் துணிய வேண்டாம் என்று கேட்டுக் கொள்கிறேன்."

"அவளது தந்தைக்காக. அவரைப் பொருட்படுத்த வேண்டாம்"

"மகளின் கண்ணியமற்ற செய-ல் களிப்படையக் கூடியவர் என்று அவரைக் குற்றம் சாட்டுகிறீர்கள் என்று நம்புகிறேன்."

"யார் அவர்? என்னவாக இருக்கிறார்?"

"அவர் எப்படித் தோன்றுகிறாரோ அதுதான் அவர்; எ-போல ஏழை. ஆனால் உயர்ந்த குரல் கொண்டவர்."

"சரியாக, அவரை முழுமையாக கவனித்தேன். அவருக்கு நிறைய இழப்புகள் ஏற்பட்டிருக்கின்றன. அவர் மிகுந்த அளவு உற்சாகம் குறைந்தவர், மகளைச் சமாளிக்க முடியாதவர். அறுபது வருட நேர்மை கொண்டவர். இவற்றையெல்லாம் பாராட்டுகிறேன், அவர் தன் மகளை நல்லவளாகக் கொண்டிருக்க வேண்டும். வெற்றி எல்லாவற்றையும் நியாயப்படுத்துகிறது. செல்வி நியோமிக்கு நல்ல உருவம் இருந்தால், அவர் விடுதலை உணர்ச்சி அடைவார் - முதியவரின் எதிர்காலம் உறுதியாகிவிட்டது."

"ஆனால் நியோசி தன் மகளைச் சுட்டுவிடுவார். அதன் பிறகு, அவர் எதிர்காலம் இருண்ட சிறை ஒன்றில் உறுதிப் படுத்தப்படும் என நினைக்கிறேன்."

"நான் அவநம்பிக்கையாளன் அல்ல; வெறுமனே பார்வையாளன்தான். செல்வி நியோமி என்னைப் பெரிதும் அக்கறை கொள்ளச் செய்கிறாள். அவள் அதீதமான வகையில் முக்கியமானவள். கண்ணியம் அல்லது கௌரவம் தொடர்பான காரணங்கள் இருந்தால், அவளை என் சிந்தையி-ருந்து அகற்றிவிடத் தயாராக இருக்கிறேன். பொய்யாக்கப்படும்வரை, தந்தையைப் பற்றிய உங்களது மதிப்பீடு சரியே. தந்தை குறித்த

அபிப்பிராயத்தை மாற்றிக் கொண்டேன் என்று நீங்கள் சொல்லாத வரை, நான் அந்த யுவதியைச் சந்திக்கமாட்டேன். தத்துவஞானியாக இருப்பதற்கான தெளிவான சான்றினை அவர் தரும்போது, நீங்கள் உங்கள் தடையை எழுப்புவீர்கள். அதற்கு இசைகின்றீர்களா?"

"அவருக்கு இலஞ்சம் கொடுப்பது பற்றிச் சொல்கிறீர்களா?"

"ஓ, அப்படியானால், அவர் இலஞ்சம் பெறக்கூடியவர் என்று ஒத்துக்கொள்கிறீர்கள்? இல்லை, அவர் நிறையக் கேட்பார், அது சரியானபடி, முறையாக இருக்காது. நான் வெறுமனே பொறுத்திருக்கச் சொல்கிறேன். இவர்களைத் தொடர்ந்து கவனித்து, எனக்குத் தெரிவிப்பீர்கள் என் நினைக்கிறேன்."

"நல்லது, முதியவர் மோசடிக்காரராக மாறினால், உங்களுக்கு உவப்பானதை நீங்கள் செய்யலாம். அவ்விஷயத்தி-ருந்து நான் கைகழுவிவிடுவேன். அவள் எனக்கு என்ன தீங்கு செய்ய இயலும் என்று தெரியாது, ஆனால், அவளை, நிச்சயமாகப் புண்படுத்த இயலாது. நீங்கள்தான் மிகப்பொருத்தமானவர் என்று தோன்றுகிறது. நீங்கள் இருவரும் கடுமையானவர்கள். திரு நியோசியும் நானும்தான் பாரிஸில் உள்ள நல்ல மனிதர்கள் என நினைக்கின்றேன்"

அப்போது, குடை நுனி தன் முதுகில் குத்தவே, திரும்பிப் பார்த்தார் வாலெண்டின். அங்கு அவரது ஆங்கிலேய மாமன் மகள்கள் நின்றிருந்தனர். அவர்கள் வைத்திருந்த குடை நுனிதான் அவரைக் குத்தியது. வாலெண்டினை அவர்களிடம் விட்டுவிட்டு, நியூமன் கிளம்பினார்.

பெல்-கார்ட் சீமாட்டியின் குடும்பத்தினரைச் சந்தித்த மூன்று தினங்களில் நியூமனது மேஜையில் மார்க்யுஸ் குறிப்பு அட்டை இருந்தது. மறுநாள் மார்க்யுஸிடமிருந்து வந்த குறிப்பு, நியூமனது வரவை விருந்தின்போது வேண்டுவதாக அறிவித்தது.

நிச்சயமாக, அவர் சொன்னார். அதற்காக இன்னொரு நிகழ்ச்சியை இரத்து செய்தார். முன்னர் பெல்-கார்ட் சீமாட்டி நியூமனை வரவேற்ற அறையில் அழைத்துச் செல்லப்பட்டார். அங்கு முழுக் குடும்பத்தினரும் சூழ்ந்திருக்க சீமாட்டி

ஹென்றி ஜேம்ஸ் 173

அமர்ந்திருந்தார்.

"நாங்கள் தனியாக இருக்கிறோம், வேறு யாரையும் அழைக்கவில்லை."

"நீங்கள் அழைக்காதது பற்றி மகிழ்கின்றேன். இது மிகவும் இணக்கமானது" என்றவாறு மார்க்யுஸுக்கு "மாலைவணக்கம்" தெரிவித்தார்.

மார்க்யுஸ் பழக எளிதானவர், இருப்பினும் அமைதியற்ற வராக இருந்தார். அறையில் அங்குமிங்கும் நடக்க ஆரம்பித்தார். சாளரங்களின் வெளியே நோக்கினார். புத்தகங்களை எடுத்தார், திரும்ப வைத்தார். இளைய சீமாட்டி சிறிது அசையாமல், நியூமனையும் பாராமல் அவரிடம் கரத்தை நீட்டினாள்.

"அது உணர்ச்சியில்லாதது என நீங்கள் நினைக்கலாம், ஆனால், அப்படியில்லை. அது, உங்களை நெருக்கமாக பாவிக்கிறாள் என்பதையே காட்டுகிறது. இப்போது என்னை வெறுக்கிறாள், இருந்தாலும் எப்போதும் என்னையே பார்த்துக் கொண்டிருக்கிறாள்." என்றார் வாலெண்டின்.

"எப்போதும் உங்களையே பார்த்துக் கொண்டிருந்ததால், நான் உங்களை வெறுப்பதில் வியப்பில்லை. திரு. நியூமன் எனது கை குலுக்கும் முறையை விரும்பாவிடில், திரும்பச் செய்கின்றேன்."

அப்போது நியூமன் திருமதி சிண்ட்ரேயை அணுகினார். அவள் தனது சகோதரன் குழந்தைக்குக் கதை சொல்-க் கொண்டு இருந்தாள். நியூமனது கையைக் குலுக்கும் போது, அவரை நோக்கினாள். ஆனால் தொடர்ந்து கதையைச் சொல்-க் கொண்டு இருந்தாள்.

"ஆனால், இறுதியில் இளவரசன் அழகான மங்கையை ஃப்ளோரபில்லாவை மணமுடித்தான். அவளைத் தன்னுடன் அழைத்துச் சென்றான் நீலவானப் பிரதேசத்துக்கு. அங்கு அவள் கவலைகளை மறந்து மகிழ்ச்சியாக இருந்தாள். ஒவ்வொரு நாளும் ஐந்நூறு வெண்ணிற எ-களால் இழுக்கப்படும் தந்த வண்டியில் சென்றாள். ஏழை மங்கையான அவள் பயங்கரமாகத் துன்பப்பட்டிருந்தவள்."

"ஆறு மாதங்களுக்கு உண்ண எதுவுமின்றி இருந்தாள்" என்றது குழந்தை.

"ஆமாம். ஆறுமாதங்களுக்குப் பிறகு; பிறகு பெரிய பிளம்கேக் தின்றாள். அது அவளைச் சரிப்படுத்தியது."

"என்ன கட்டுப்பாடான வேலை!" என்றார் நியூமன். "மிகவும் குழந்தைகளை விரும்புகின்றாயா?" அது அவருக்குத் தெரிந்தாலும், அவளே சொல்லட்டும் என்றிருந்தார்.

"அவர்களுடன் பேசுவதை விரும்புகின்றேன். பெரியவர்களை விட அவர்களிடம் அக்கறை எடுத்துப் பேசலாம். அக்குழந்தைக்கு நான் சொல்-க் கொண்டிருந்தது அர்த்தமில்லாதது. ஆனால் நாம் சந்திக்குமிடங்களில் சொல்வதை விட மிகவும் தீவிரமானது"

"என்னையும் அக்குழந்தையாகப் பாவித்து பேசுவதை விரும்புகிறேன். அன்று நடனத்தின் போது மகிழ்ச்சியாக இருந்தாயா?"

"பரவசப்படும் வகையில்!"

"இப்போது நாம் சந்திக்குமிடங்களில் பேசும் முட்டாள்தனத்தைச் சொல்கிறாய்; அதனை நம்பவில்லை நான்."

"நான் மகிழாவிடில் அது என் தவறாகத்தான் இருக்கும். நடனம் நேர்த்தியாக இருந்தது, எல்லாரும் நன்றாகப் பழகினர்."

"உனது மனச்சாட்சியில்தான் உன் தாயாரையும் சகோதரரையும் தொல்லைப்படுத்துகிறாய்."

"அது உண்மையே. நான் செய்யக்கூடியதைவிட அதிகமாக எடுத்துவிடுகிறேன். எனக்குச் சொற்ப நம்பிக்கைதான் உள்ளது. நான் ஒரு கதாநாயகி இல்லை. அந்த அழகிய மங்கை ஃப்ளோரபில்லாவின் வருத்தங்களை ஒரு போதும் தாங்க முடியாது என்னால்; அவளுக்குக் கிடைத்த அளப்படும் பரிசு கிடைத்தால்கூட"

விருந்தின் போது தன் இடத்தில், அமர்ந்ததும் தொன்மையான பெல்-கார்ட் குடும்பத்தின் பல்வேறுபட்ட உறுப்பினர்களும் சூழ்ந்திருக்க, தனது நிலை என்ன என்று யோசித்தார் நியூமன். முதியமாது தன் நிலையை

அனுசரிப்பதாக தெரிகிறதா? தனி விருந்தினன் என்ற உண்மை தனது மதிப்பை அதிகப்படுத்துகிறதா அல்லது குறைக்கிறதா? பிறருக்குத் தன்னைக் காட்ட அவமானம் அடைகிறார்களா அல்லது தங்களது குடும்பத்தில் அவரை ஐக்கியப்படுத்தும் நன்மையைத் துரிதமாக உணர்த்தும் அடையாளமா? நியூமன் கவனமாக இருந்தார்; அதே சமயம் தெளிவின்றி அலட்சியமாகவும் காணப்பட்டார். அவர்கள் அவருக்கு **நீண்ட கயிறு தருகின்றார்களோ அல்லது சிறியதைத் தருகிறார்களோ**, அவர் இப்போது அங்கே அமர்ந்திருக்கிறார், திருமதி சிண்ட்ரே எதிரே அமர்ந்திருக்கிறாள். அவளது இரு புறத்திலும் உயரமான மெழுகுவர்த்திகள் இருந்தன. அடுத்த ஒரு மணி நேரம் அவள் அங்கே அமர்ந்திருப்பாள், அதுவே போதுமானது. விருந்து அளவிடப்பட்டதாக, தீவிரமானதாக இருந்தது. 'பழைய குடும்பங்களில் இதுதான் எப்போதும் உள்ள நிலையா என வியந்தார். பெல்-கார்ட் சீமாட்டி தலையை உயரமாக வைத்தபடி பார்வையைக் கூர்மையாகச் செலுத்தினாள். மார்க்யுஸின் தோற்றம் ஏதோ நிகழவிருக்கிறது என்ற அச்சம் கொண்டு நடுங்குபவரைப் போல இருந்தது. "எதைக் கண்டு அஞ்சுகிறார் இவர்," நியூமன் தன்னைத் தானே கேட்டுக் கொண்டார். இவர் தனக்கு ஏற்க இயலாதவர் என்ற உண்மையைக் கண்டு உன்னை மூடுவதில் பயனில்லை. தன்னை ஏற்றுக் கொண்டது பற்றி, அது ஏற்றுக்கொண்டதாக இருந்தால், திருமதி சிண்ட்ரே என்ன நினைக்கிறாள் என ஆச்சரியம் கொண்டார். இளைய சீமாட்டி எப்போதும் போல இருந்தாள். எதனையோ நினைத்தவளாக, எல்லாவற்றையும் கவனித்து ஒன்றையும் கேட்டுக் கொள்ளாதவளாகக் காணப்பட்டாள். தன் ஆடையைப் பார்த்தவாறும், மோதிரங்கள், விரல் நகங்கள் ஆகியவற்றைப் பார்த்தவாறும், அலுப்படைந்தவளாகவும் அதே சமயம் அவளது இலட்சிய பூர்வ சமூகப் பொழுதுபோக்கு என்ன என்பதில் திகைப்பூட்ட வைப்பவளாகவும் காணப்பட்டாள். இது பின்னர், நியூமனுக்கு வெளிச்சமாயிற்று. வாலெண்டின் கூடத்தனது அறிவின் எஜமானனாகத் திகழவில்லை; அவரது துடிப்பு பொருத்தமானதாக, திணிக்கப்பட்டதாக இருந்தது. வழக்கத்திற்கு மாறானபடி தீவிர ஒளிக்கீற்று கண்களில் நிலவியது. இவையனைத்தின் விளைவாக, நியூமன், வாழ்வின் முதல்

தடவையாக, தானாக இல்லை - தன் அசைவுகளை அளவிடுபவராக, வார்த்தைகளை எண்ணிப் பேசுபவராக, சந்தர்ப்பத்திற்கேற்ப சமாளிக்கத் தெரிந்தவராக இருக்கும் நியூமனாக இல்லை.

''என்னால் இன்னும் அமைதியாக இருக்க முடியாது. உங்களுக்குச் செய்தியைச் சொல்-யாக வேண்டும், வாழ்த்த வேண்டும். என் சகோதரரால் அதற்கேற்ப தன்னைக் கொண்டுவர இயலவில்லை. பீடத்தைச் சுற்றிவரும் புரோகிதர் போலச் சுற்றிச் சுற்றி வருகிறார். என் சகோதரியை மணக்க இருக்கும் வரனாக ஏற்றுக் கொள்ளப்பட்டீர்கள் நீங்கள்" என்றார் வாலெண்டின்.

''வாலெண்டின், சிறிது முறையாக நடந்து கொள்''என முணுமுணுத்தார் மார்க்யுஸ்.

"குடும்பக் கூட்டம் நடந்தது," இளையவர் தொடர்ந்தார். ''என் தாயும் அர்பைனும் ஒன்றாகச் சிந்தித்தனர், எனது வாக்குமூலமும் விலக்கப்படவில்லை. பசியநிறத் துணி விரித்த மேசையில் சகோதரரும் தாயும் அமர்ந்தனர்; அவருக்கு அருகில் ஒரு பெஞ்சில் நானும் மைத்துனியும்; நாங்கள் ஒவ்வொருவராக அழைக்கப்பட்டோம், சாட்சியம் கூற, உங்களைப் பற்றி நன்றாகவே கூறினாலும். பெல்-கார்ட் சீமாட்டி, நீங்கள் யார் என்பது கூறப்பட்டிருக்காவிடில் உங்களோடு **ட்யூக்**காக கருதியிருப்பேன் - அமெரிக்க **ட்யூக்**காக, க-போர்னியாவின் **ட்யூக்**காக என்றார். நீங்கள் **ட்யூக்**காக இல்லாவிடில், அதுபற்றி உங்களால் ஒன்றும் செய்ய இயலாது. உங்கள் நாட்டில் ஒருவருமில்லை. ஆனால், அங்கிருப்பதனால், சுறுசுறுப்பாகவும் துடிப்பாகவும் இருக்கும் நீங்கள், நிச்சயமாக ஒரு கௌரவத்தை பெற்றிருப்பீர்கள். அந்தச் சமயத்தில் நான் அமர்வதற்கு கட்டளையிடப்பட்டேன். ஆனால், உங்களைப் பற்றிய ஒரு சித்திரத்தை உங்களுக்குச் சாதகமாக இருக்கும்படி ஏற்படுத்தினேன் என நினைக்கிறேன்."

பயங்கரம் நிறைந்த பார்வையால் தம்பியை நோக்கினார் பெல்-கார்ட்; கத்தியின் விளிம்பு போன்ற மெல்-ய புன்னகையைத் தந்தார். பிறகு, தன் கோட்டின் கைப்பகுதி யி-ருந்து ஒரு சிகரெட் புகைத்துண்டை தூக்கி எறிந்தார். "வருந்தத்தக்க வகையில் நடந்து கொண்ட எனது சகோதரனது

நடத்தைக்காக, மன்னிப்பு கேட்டுக் கொள்ளவேண்டும்'' என்றார்.

"இல்லை, எனக்கு விவேகம் இல்லை. உங்கள் சங்கடம் வேதனையானதா, நியூமன்? மார்க்யுஸ் உங்களை மீண்டும் சரிக்குக் கொண்டு வந்துவிடுவார். அவரது பாணி சுவைமிகுந்த நாசூக்காக இருக்கும்" என்றார் வாலெண்டின்.

''நான் சொல்வதற்கு வருந்துகிறேன். வாலெண்டின், ஒருபோதும், தன்னிலையிலுள்ள இளைஞருக்குரிய தொனியோ, நடத்தையோ கொண்டிருந்ததில்லை. பழைய மரபுகளை வெகுவாக விரும்பும் தாயாருக்கு இது பெரிய சாபக்கேடு. ஆனால், அவன் தனக்காகவன்றி வேறு யாருக்காகவும் பேசவில்லை என்பதை நீங்கள் நினைவில் கொள்ள வேண்டும்."

"ஓ, அவரைப் பொருட்படுத்தவில்லை. அவர் சொல்வது என்னவாகும் என்பதை அறிவேன்."

''பழங்காலங்களில் **மார்க்யுஸ்**களும், **கவுன்ட்**களும் கோமாளிகளையும் விகடகவிகளையும் வைத்திருப்பது வழக்கம் அவர்களது குஷிக்காக. இப்போது ஒரு ஜனநாயகவாதி தன்னருகில் ஒரு **கவுண்ட்**டை கோமாளியாக நடிப்பதற்கு வைத்திருக்கிறார் என்பதைப் பார்க்கிறோம். இது நல்ல சூழல். ஆனால் நான் நிச்சயமாக சீரழிந்து விட்டேன்."

பெல்-கார்ட் சிறிது நேரம் தன் பார்வையைத் தரையில் பதித்திருந்ததார். "அன்று மாலை நீங்கள் செய்த அறிவிப்பை தாயார் தெரிவித்தார்."

"உங்கள் சகோதரியை மணக்க விரும்புவது பற்றி?"

"என் சகோதரி திருமதி சிண்ட்ரேயை மணப்பதற்கு ஏற்பாடு செய்வதாக நீங்கள் செய்த அறிவிப்பை, அது தீவிரமானது, என் தாயாரிடம் நிறையச் சிந்தனையை வேண்டுவதாக இருப்பது. இயல்பாகவே என் ஆலோசனையை நாடினார், நானும் எனது ஆர்வமிகு கவனத்தைச் செலுத்தினேன். நிறையக் கருதிப் பார்க்க வேண்டியிருக்கிறது. அதன் எல்லாப் பக்கங்களிலும் நோக்கி, ஒன்றின் பின்னணயில் மற்றதை வைத்து அளந்தறிந்தோம். எங்கள் முடிவு, உங்கள் வரனை வரவேற்கிறோம் என்பது. என் தாயார் தானே, இது பற்றி

சில வார்த்தைகள் கூறுவார்."

நியூமன், எழுந்து, மார்க்யுஸின் அருகில் வந்தார். "என்னைத் தடுக்க ஒன்றும் செய்யமாட்டீர்கள், உங்களால் முடிந்த அனைத்தையும் செய்வீர்கள் உதவும் பொருட்டு, ஆ?"

"உங்களை ஏற்கும்படி தங்கைக்குச் சிபாரிசு செய்வேன்"

"உங்களுக்கு மிகவும் கடமைப்பட்டிருக்கிறேன்."

"உறுதிபற்றி குறிப்பு எடுத்துக் கொள்கிறேன். உறுதிப் பாட்டை பதிவு செய்கிறேன்" என்றார் வாலெண்டின்.

பெல்-கார்ட் இன்னும் சில சொன்னார் -

"எங்கள் முடிவு எளிதானதாக இருக்கவில்லை. இந்த மாதிரி ஏற்பாடு நாங்கள் எதிர்பாராதது. என் சகோதரி வியாபாரத்தில் உள்ள ஒரு கனவானை மணப்பது என்பது ஒரு புதுமையே"

"அப்படித்தான் சொன்னேன்" என்றார் வாலெண்டின் நியூமனிடம் விரலை நீட்டியபடி.

"புதுமை இன்னும் போய்விடவில்லை என்பதை ஒத்துக் கொண்டாக வேண்டும்," தொடர்ந்தார் மார்க்யுஸ், "ஒரு வேளை, எப்போதும் போகாது. ஆனால், அது அப்படியே வருந்த வேண்டிய ஒன்றுமில்லை. புதுமைக்கு சலுகை காட்ட வேண்டிய காலகட்டத்தை நாம் அடைந்திருக்கலாம். பல வருடங்களாக எங்கள் வீட்டில் புதுமை ஏதும் இல்லை. என் அபிப்பிராயத்தை கூறினேன், அவர்அது கவனத்துக்குரியது என்று ஒத்துக்கொண்டார்."

"என் பிரியத்துக்குரிய அண்ணனே," வாலெண்டின் குறுக்கிட்டார். "இங்கே உங்கள் நினைவு திசைமாறிச் செல்லவில்லையா? சூக்கும சிந்தனைகள் மீது மதிப்புக் கொள்ளாதவர் நம் தாயார் என்று நான் சொல்லலாம். நீங்கள் விவரித்தபடிதான் உங்கள் அபிப்பிராயத்துக்கு இசைவு தந்தாரா? அவர் எவ்வளவு பிடிவாதமானவர் சில சமயங்களில் என்பது உங்களுக்குத் தெரியும். அதை விட மேலான காரணங்கள் இருக்கின்றன?"

"வேறு காரணங்களும் விவாதிக்கப்பட்டன; சில மேலானதாகவே தோன்றின. திரு. நியூமன், நாங்கள் பழமைவாதிகள், ஆனால் வெறியர்கள் அல்ல. மிகச்

சுதந்திரமாக இப்பிரச்சினையை முடிவு செய்தோம். ஒவ்வொன்றும் சௌகரியமாக இருக்கும் என்பது குறித்து எங்களுக்கு எவ்வித ஐயப்பாடும் இல்லை."

கைகளைக் கட்டிய நிலையில் கவனித்துக் கொண்டு நின்றிருந்தார் நியூமன்." சௌகரியமா? ஏன் நாம் சௌகரியமாக இருக்கக்கூடாது? நீங்கள் இல்லாவிட்டால், அது உங்கள் தவறாகத்தான் இருக்கும்; என்னை சௌகரியமாக வைத்துக் கொள்ள உரிமை இருக்கிறது எனக்கு."

"காலப்போக்கில் மாற்றத்துக்குப் பழகிப்போய்விடுவீர்கள் என்றே என் அண்ணன் கூறுகிறார்" என்றார் வாலெண்டின்.

"என்ன மாற்றம்?"

"அர்பைன், திரு நியூமன் அம்மாற்றத்தை முழுமையாக உணரவில்லை. அதனை வ-யுறுத்த வேண்டும்"

"என் தம்பி வெகுதூரம் செல்கிறான். அது அவளிட மில்லாத விவேகத்தால் விளையும் கேடு. இந்த மாதிரியான குறிப்புணர்த்தல் கூடாது என்பதே என் தாயாருடையதும் என்னுடையதுமான விருப்பம். தயவுசெய்து நீங்கள் அவ்வாறு செய்யக்கூடாது. என் சகோதரிக்கு வரக் கூடியக் கணவராகக் கருதப்படுபவரை எங்கள் குடும்பத்தினரால் ஒருவராகவே பாவிப்பதால், அவர் எந்தவித விளக்கங்களும் தரக்கூடாது என்பதையே விரும்புகிறோம். நாங்கள் செய்துள்ள முடிவினை முழுமையாகப் புரிந்திருக்கின்றோம், அதன்படி நடப்போம் என்பதை நீங்கள் நம்பலாம்."

"நான் பெற்றிருக்கக்கூடியதைவிடக்குறைவான விவேகமே கொண்டிருக்கிறேன், சந்தேகமில்லை; ஆனால், ஓ, என் அண்ணனே நீங்களே என்ன சொல்-க்கொண்டிருக்கிறீர்கள் என்பதை அறிந்தால்!" என்றார், கரங்களில் முகத்தைப் புதைத்த படி, வாலெண்டின்.

பெல்-கார்டின் முகம் இலேசாகப்பட்டது, ஆனால் அவர் தலையை உயரமாக வைத்துக்கொண்டார். "நீங்கள் என்னைப் புரிந்து கொள்கிறீர்கள் என உறுதியாக இருக்கிறேன்" என்றார் நியூமனிடம்.

"ஓ, நான் உங்களைப் புரிந்து கொள்ளவில்லை. ஆனால்,

நீங்கள் அதனைப் பொருட்படுத்த வேண்டாம். அது பற்றிக் கவலை இல்லை எனக்கு. உண்மையில், உங்களைப் புரிந்து கொள்ளாமல் இருப்பதே நல்லது என நினைக்கிறேன். அதனை விரும்பவில்லை நான். அது எனக்குப் பொருந்தாது என அறிவீர்கள். உங்கள் சகோதரியை மணக்க விரும்புகின்றேன், அவ்வளவுதான்; எவ்வளவு முடியுமோ அவ்வளவு விரைவில், எதனையும் குறைகாணாதபடி. எப்படிச் சொல்கிறேன் என்பது பற்றி அக்கறையில்லை. நான் உங்களை மணமுடிக்கவில்லை. உங்களுக்கு அது தெரியும், சார் எனக்கு அனுமதி கிடைத்துவிட்டது. அதுதான் நான் விரும்புவது.''

''இறுதியான அனுமதியை தாயாரிடமிருந்து பெறுவது நல்லது.''

''நல்லது போய்ப் பெற்றுக் கொள்கிறேன்''

நியூமன் சென்றதும் கதவைச் சாத்தி, வாலெண்டினுடன் அறையில் இருந்தார் அர்பைன். வாலெண்டினது பிடிவாதமான முரணால் சிறிது திகைப்படைந்திருந்தார் நியூமன்; பெல்-கார்டின் வரம்பு மீறி புரவலர் தன்மையைச் சுட்டிக்காட்ட, அது தேவைப்படவில்லை என்றே நியூமன் உணர்ந்தார்.

இடைப்பட்ட வேளையில் நிறைய விருந்தினர்கள் வருவதும் போதுவமாக இருந்தனர். நியூமன் வரவேற்பறையில் நுழைந்தபோது முதியமாது வழக்கம் போல் கணப்பருகே அமர்ந்திருந்தபடி, வயதான கனவான் ஒருவருடன் உரையாடிக் கொண்டிருந்தாள். திருமதி சிண்ட்ரே. அம் முதியவரின் மனைவியாக இருக்கக்கூடிய ஒரு பெண்ணுடன் பேசிக் கொண்டிருந்தாள். இளைய பெல்-கார்ட் சீமாட்டி, நியூமனிடம், ''உங்கள் இரகசியம் அறிவேன். அதனை மர்மமாக வைக்க வேண்டாம். என் மைத்துனியை மணக்க விரும்புகிறீர்கள். உங்களைப் போன்ற மனிதர் உயரமான, ஒல்-யான பெண்களை மனம் புரிதல் வேண்டும். உங்களுக்குச் சாதகமாக பேசியிருக்கிறேன், தெரியுமா?'' என்று கூறினாள்.

''திருமதி சிண்ட்ரேயிடமா?''

''இல்லை. இதனைப் புதிராக நினைக்கலாம் நீங்கள், ஆனால் நானும் மைத்துனியும் அவ்வளவு நெருக்கமானவர்கள்

இல்லை. என் கணவரிடமும் மாமியாரிடமும் பேசினேன்;
நாம் தேர்ந்தெடுத்துள்ளவருடன் இயைந்து செல்லலாம் என்று கூறினேன்"

"உங்களுக்கு மிகக் கடமைப்பட்டுள்ளேன், ஆனால் உங்களால் முடியாது."

"அது எனக்கு நன்கு தெரியும்; அதில் ஒரு வார்த்தையை கூட நம்பவில்லை. ஆனால் நீங்கள் வீட்டுக்குள் வருவதை விரும்பினேன். நாம் நண்பர்களாக வேண்டும் என எண்ணினேன்."

"அது உறுதி"

"மிக உறுதியாக இருக்க வேண்டாம். திருமதி சிண்ட்ரேயை மிகவும் விரும்பினால், ஒரு வேளை என்னை நேசிக்க மாட்டீர்கள். நாம் நீலமும் மெ-தான சிவப்பும் போல வித்தியாசமானவர்கள். ஆனால் இருவருக்கும் பொதுவான விஷயங்கள் சில இருக்கின்றன. திருமணத்தின் மூலமாக இக்குடும்பத்தில் நுழைந்தாவள் நான்; அதே மாதிரிதான் நீங்களும் விரும்புகிறீர்கள்."

"இல்லவே இல்லை. திருமதி சிண்ட்ரேயை மட்டும் அதி-ருந்து எடுக்க விரும்புகிறேன்."

"நல்லது, வலைவிரிக்க நீரில் இறங்கியாக வேண்டும். நம்நிலை ஒன்று போன்றதே; குறிப்புகளை ஒப்பிட்டுப்பார்க்கக் கூடியவர்களாக இருப்போம். என் கணவர் குறித்து என்ன நினைக்கிறீர்கள்? இது விநோதமான கேள்வி இல்லையா? ஆனால், இன்னும் சில விநோதமானவற்றை கேட்பேன்?

"ஒருவேளை விநோதமான ஒன்று பதி-றுக்க எளிதாக அமையும். நீங்கள் முயற்சி செய்யுங்கள்"

" ... நீங்களும் நானும் ஒரே முகாமைச் சேர்ந்தவர்கள். நான் ஆவேசமான குடியரசுவாதி. பிரான்சின் ஒரு சிறு பகுதி வரலாறு என் குடும்பம் பற்றியதாக இருக்கும். நிச்சயமாக, எங்களைப் பற்றிக் கேள்விப்பட்டிருக்கமாட்டீர்கள்! எந்த விதத்திலும், நாங்கள் பெல்-கார்டுகளைவிட மேலானவர் களே. ஆனால் என் வமிசம் குறித்து சிறிதும் அக்கறைப்பட வில்லை; என் காலத்தைச் சேர்ந்தவளாகவே இருக்கப்

பிரியப்படுகிறேன். நான் ஒரு புரட்சிவாதி, அடிப்படை மாற்றம் கோருபவள், காலத்தின் குழந்தை! உங்களுக்கு அப்பாலும் போகிறேன் என்பது உறுதி. புத்திசா-கள் எங்கிருந்து வந்தாலும் அவர்களை நேசிக்கிறேன்; அவர்களை எங்கு கண்டாலும் குதூகலம் கொள்கிறேன். பேரரசு குறித்து அதிருப்திபடுவதில்லை நான். இங்கு எல்லா உலகமும் பேரரசு மீது அதிருப்தி கொண்டுள்ளன. நான் என்ன சொல்கிறேன் என்பது குறித்து பொருட்படுத்த வேண்டியிருக்கிறது; உங்களுடன் என் பழிவாங்குதலைத் தீர்ப்பதை எதிர் பார்க்கிறேன்.''

இந்த ரீதியாக நெடுநேரம் வரை வதை செய்தாள் இளைய சீமாட்டி; அதற்கான சந்தர்ப்பங்கள் அதிகம் கிடைப்பதில்லை போலும்! வேறு யாருடன் எப்படி இருந்தாலும், தன்னிடம் எப்போதும் நியூமன் அஞ்சப்போவதில்லை என்று நம்பினாள். இதுவரை அவளைப் பற்றிப் புரிந்துகொண்டதில் அவள் சொன்னது தவறு என்று உணர்ந்தார் நியூமன்; ஒரு முட்டாள்தனமான அரட்டையடிப்பவள் ஒரு புத்திசா-க்கு இணையாணவள் அல்ல; நிச்சயமாக. பெல்-கார்ட் சீமாட்டி, அவரைக் கூர்மையாகப் பார்த்தபடி, ''என்னை நீங்கள் நம்பவில்லை. நீங்கள் மிகவும் எச்சரிக்கையாக இருக்கிறீர்கள். பாதுகாத்துக் கொள்ளவோ அல்லது தாக்குதல் செய்யவோ நீங்கள் கூட்டுச்சேர்க்கமாட்டீர்கள்? உங்கள் நிலை மிகவும் தவறு; நான் உங்களுக்கு உதவக்கூடும்" என்றாள்.

தான் மிகவும் நன்றியோடு இருப்பதாகவும் அவரது உதவியை நிச்சயம் கேட்பதாகவும் பதில் கூறினார் நியூமன். "ஆனால், முத-ல் நான் எனக்கு உதவி செய்து கொள்ள வேண்டும்" என்றதும், திருமதி சிண்ட்ரேயிடம் சென்றார்.

அவர் வந்ததும் திருமதி சிண்ட்ரே கூறினாள்:

''நீங்கள் ஒரு அமெரிக்கர் என்று ரோச்பிடெல்-சீமாட்டிக்குச் சொல்-க்கொண்டிருந்தாள். அது அவளுக்கு சுவராஸ்யமாக இருக்கிறது. அவளது தந்தை ஃபிரெஞ்சுப் படைகளுடன் சென்று உங்களுக்கு உதவியாகச் சண்டை செய்திருக்கிறார், போன நூற்றாண்டில். ஆனால் அவள் இன்றிரவுவரை வெற்றி பெற்றதேயில்லை. நீங்கள்தான் முதல் நபர் - அவள் பார்த்திருக்கும் ஒருவராக."

நியூமனை உச்சிய-ருந்து உள்ளங்கால் வரை நோக்கிவிட்டு, சில வார்த்தைகள் கூறினாள் ஃபிரெஞ்சில் ரோச்ஃபிடெல்-சீமாட்டி. அது என்னவென்று புரியவில்லை நியூமனுக்கு.

''அமெரிக்கர்களைத் தன்னையறியாமலே பார்த்திருக்க வேண்டும் என்பதில் திருப்தியடைவதாகக் கூறுகிறாள் ரோச்ஃபிடெல்- சீமாட்டி'' என கிளேர் விளக்கினாள்.

அப்போது பெல்-கார்ட் சீமாட்டியுடன் பேசிக் கொண்டிருந்த முதியவர் அங்கு நெருங்கினார்.

"திருவாளர், எந்த வகையிலும், நான் பார்த்திருக்கும் முதல் அமெரிக்கன் அல்ல. அநேகமாக நான் பார்த்த முதல் நபர் - அமெரிக்கன்தான்."

''ஆ''

"டாக்டர் பிராங்க்ளின் என்ற பெரிய மனிதர், நிச்சயமாக நான் அப்போது இளமையாக இருந்தேன். அவர் மிக விமரிசையாக வரவேற்கப்பட்டார்."

''திரு நியூமனைவிடச் சிறப்பாக இல்லை,'' என்றாள் பெல்-கார்ட் சீமாட்டி. "டாக்டர் பிராங்க்ளினுக்கு எந்தவித உயர்ந்த விலையயும் வழங்கியிருக்கமாட்டேன்."

அப்போது, வரவேற்பறையில், அவளது இரு மகன்களும் வந்திருந்தனர். அவர்களது முகங்களை உற்று நோக்கினார் நியூமன். பெல்-கார்டின் முகம் வழக்கத்தை விட மேலாகவோ குறைவாகவோ உறைந்திருக்கவில்லை - கெட்டித்தட்டிப் போயிருக்கவில்லை. வாலெண்டின் வழக்கம் போல பெண்களின் கரங்களில் முத்தமிட்டுக் கொண்டிருந்தார். பெல்-கார்ட் சீமாட்டி அர்பைன் பக்கமாக நின்றார்.

"நான் விரும்பியபடியே என் மகள் என்னிடம் பேசினாள். நாங்கள் குறுக்கிடமாட்டோம் என்பதைப் புரிந்து கொள்ளுங்கள். மீதி உங்களிடம்தான் இருக்கிறது'' என்றாள் சீமாட்டி.

''நான் புரிந்து கொள்ளாத பல விஷயங்களை திரு. பெல்-கார்ட் என்னிடம் கூறினார். திறந்த வெளியை என்னிடம் விட்டு விடுவீர்கள். நான் மிகவும் கடமைப் பட்டிருக்கிறேன்."

“என் மகன் கூறுவதற்கு இயலாத ஒரு வார்த்தையைக் கூற விரும்புகின்றேன். என் மன அமைதிக்காக நான் சொல்-யாக வேண்டும். ஒரு புள்ளியை நீட்டிக் கொண்டிருக்கிறோம்; உங்களுக்கு பெரிய அனுகூலம் செய்து கொண்டிருக்கிறோம்.”

“உங்கள் மகன் நன்றாக சொன்னார். இல்லையா?” என வினவினார் நியூமன்.

“இல்லை, என் அன்னையைப் போல் இல்லை”

‘‘என்னால் திருப்பிச் சொல்லத்தான் முடிகிறது - நான் மிகவும் கடமைப்பட்டிருக்கிறேன்.’’

“உங்களுக்குச் சொல்ல வேண்டியது பொருத்தமானது: நான் மிகவும் பெருமிதம் வாய்ந்தவள். நான் தவறாக இருக்கலாம், ஆனால் மாற்றிக்கொள்ள முடியாதபடி முதியவள். வேறு எதுவாகவும் ஏமாற்றிக் கொள்ளவில்லை என்பதை, குறைந்தபட்சம் அறிவேன். என் மகள் பெருமிதமில்லாதவள் என உங்களுக்கு நீங்களே புகழ வேண்டாம். அவளது வழியில் அவளும் பெருமிதமானவளே - என்னிடமிருந்து சிறிது வித்தியாசமானது. அதனுடன் இணங்கிப்போக வேண்டும் நீங்கள். வாலெண்டின் கூட பெருமிதம் கொண்டவன், நீங்கள் சரியான இடத்தைத் தொட்டால் - அவனது தவறான இடத்தைத் தொடும் போது. அர்பைன் பெருமிதமானவன் - அதனை நீங்களே காண்கின்றீர்கள். சில சமயம் மிகவும் பெருமிதத் தோடு இருப்பான் என நினைக்கிறேன்; ஆனால் நான் அவனை மாற்ற இயலாது. எல்லாருமாகப் பெருமித மானவர்கள் என்று போதுமான அளவு சொல்- யிருக்கிறேன். நீங்கள் வந்தவர்களைத் தெரிந்து கொள்வது நல்லது.”

‘‘நல்லது நான் பதிலுக்குக் கூறக்கூடியது, நான் பெருமிதமானவன் இல்லை என்பதே. உங்களைப் பற்றிக் கவலைப்படவில்லை! மிகவும் ஏற்க இயலாதவராக இருக்க வேண்டும் என்ற நினைத்து நடப்பது மாதிரி பேசுகிறீர்கள் நீங்கள்.’’

‘‘என் மகள் உங்களை மணப்பதை என்னால் ரசிக்க முடியாது. ரசிப்பது போல் நடிக்கவும் முடியாது. அது பற்றிப் பொருட்படுத்தாவிட்டால், மிகவும் நல்லது.”

“ஒப்பந்தப்படி நீங்கள் நடந்து கொண்டால், நமக்குள்

சண்டையிராது. அதுதான் உங்களை நான் வேண்டிக் கொள்வது. உங்கள் கைகளைக் கழுவிவிடுங்கள். திறந்த வெளியை எனக்குத் தாருங்கள். நேர்மையோடு கேட்கிறேன், நான் உற்சாகம் இழந்து விடுவதுகுறித்தோ அல்லது பின்வாங்குவது குறித்தோ மெல்-ய ஆபத்துக்கூட இல்லை. தொடர்ச்சியாக உங்கள் கண்முன் காணப்படுவேன். அதனை நீங்கள் விரும்பாவிடில், நான் உங்களுக்காக வருந்துவேன். உங்கள் மகள் என்னை ஏற்றுக் கெண்டால், அவளுக்காக, ஒருவன் எதையெல்லாம் செய்ய முடியுமோ அதையெல்லாம் செய்திடுவேன். அதனைச் சொல்வதில் மகிழ்கின்றேன் ஒரு உறுதியைப் போல - ஒரு ஒப்பந்தம் போல. உங்கள் சார்பில், ஒரு சமமான உறுதியைச் செய்வீர்கள் என்று கருதுகிறேன். நீங்கள் பின்வாங்கமாட்டீர்களே, ஆ"

"பின்வாங்குவது' - என்ன பொருளில் கூறுகிறீர்கள் என அறியேன். எந்த பெல்-கார்டும் அந்த மாதிரி குற்றவாளியாக இருந்ததில்லை என்ற வகையில் ஒன்றைக் குறிக்கிறது" என்றாள் மார்க்யுஸ்.

"எங்கள் வார்த்தை எங்கள் வார்த்தைதான். தந்துவிட்டோம் நாங்கள்" என்றார் அர்பைன்.

"நல்லது. இப்போது, நீங்கள் பெருமிதமாக இருப்பது பற்றி மகிழ்கின்றேன். அதனை நிறைவேற்றுவீர்கள் என நம்ப வைக்கின்றது என்னை."

"எப்போதும் உங்களிடம் மரியாதையாக இருப்பேன்." என்றாள் சீமாட்டி. "ஆனால், தீர்மானமாக, உங்களை ஒரு போதும் விரும்பமாட்டேன்."

"மிகவும் உறுதியாக இருக்க வேண்டாம்" என்றார் சிரித்துக்கொண்டே. பிறகு, திருமதி சிண்ட்ரேயிடம் சென்றார்.

"உன் அம்மா அனுமதி தந்துவிட்டார்கள் - அடிக்கடி இங்கு வருவதற்கு"

"உங்களைக் காண்பதில் மகிழ்ச்சியடைவேன்" என்னை நீங்கள் முதல் தடவை பார்க்க வந்த போது என் சகோதரர் வாலெண்டின் சொன்னது நினைவிருக்கிறதா? நாங்கள் ஒரு புதிரான குடும்பம் என்று?"

''அது முதல் தடவையில் அல்லது - இரண்டாவது தடவையில்''

''மிகவும் உண்மை. வாலெண்டின் மிகவும் சங்கடப் படுத்தினார் என்னை. ஆனால், இப்போது உங்களை நன்றாகத் தெரிந்திருக்கிறேன், அவர் சரிதான் என்று உங்களிடம் கூறிக்கொள்வேன். நீங்கள் அடிக்கடி வந்தால், தெரிந்து கொள்வீர்கள்''

அவளைச் சிறிது கவனித்துவிட்டு, மற்றவர்களுடன் பேசிக்கொண்டிருந்துவிட்டு, விடைபெற்றார். அப்போது, வாலெண்டின் நெருங்கிவந்து, "நல்லது, உங்கள் அனுமதி கிடைத்துவிட்டது. அதற்கான நிகழ்ச்சிப் போக்கை ரசித்தீர்கள் என்றே நம்புகிறேன்."

"உங்கள் சகோதரியை எப்போதையும் விட நேசிக்கிறேன். எனக்காக, உங்கள் சகோதரரைப் பற்றிக் கவலை கொள்ள வேண்டாம். நான் அவரைப் பொருட்படுத்தவில்லை. நான் சென்ற பிறகு, உங்களைக் கடுமையாகத் திட்டுவார் என நினைத்தாள் அப்போது.

''என்னைக் கடுமையாக திட்டும் போது, அவரும் கடுமையாக விழுந்துவிடுகிறார். அவரை வரவேற்க விநோதமான வழியொன்று வைத்திருக்கிறேன். நான் எதிர்பார்த்ததைவிட விரைவாக அந்தக்குறிக்கு வந்திருக் கின்றனர். நான் புரிந்து கொள்ளவில்லை. **ஸ்குரூவை இன்னும் இறுக்கமாகச் செலுத்தியிருக்க வேண்டும்.** அது உங்கள் லட்சோப லட்சங்களுக்கான அஞ்ச-."

"நல்லது, அவர்கள் எப்போதும் செய்த வரவேற்பைவிட மிக உயர்வானது."

"உங்கள் மதிப்பு வாய்ந்த நண்பர் திரு. நியோசியை இந்த சில நாட்களில் காண்பீர்களா?"

"நேற்று என் அறைக்கு வந்திருந்தார்"

"என்ன சொன்னார்?"

''குறிப்பாக ஒன்றுமில்லை''

''அவர் பையி-ருந்து துப்பாக்கி நுனி நீட்டிக்

கொண்டிருந்ததைப் பார்க்கவில்லை?"

"என்ன சொல்கிறீர்கள்? அவர் உற்சாகமாகக் காணப்பட்டதாக நினைத்தேன்."

வாலெண்டின் சிரித்துவிட்டார். "இதைக் கேட்பதில் மிகுந்த சந்தோஷம்! என் பந்தயத்தில் வெற்றி பெறுவேன். செல்வி நியோமி தந்தையின் இருப்பிடத்தி-ருந்து வெளியேறி விட்டாள். அவள் புறப்பட்டுவிட்டாள். மற்றும், நியோசி உற்சாகமாக இருக்கிறார் - அவருக்காக. லுவ்ரேயில் பார்த்ததி-ருந்து அவளைப் பார்க்கவுமில்லை, தொடர்பு கொள்ளவுமில்லை. இப்போது உங்கள் எதிர்ப்பைக் காட்டுவீர்கள் என நினைக்கிறேன்."

"என் எதிர்ப்பு தூக்கில் தொங்கட்டும்!" என்றார் நியூமன், வெறுப்புடன்.

"இப்போது அவளைப் பார்க்கப் போகிறேன்! அவள் குறிப்பிடத்தக்கவள் - மிகவும் குறிப்பிடத்தக்கவள்!"

XII

பல்கலைக்கழகத் தெருவுக்கு அடிக்கடி வருவதாகக் கூறிய வாக்குறுதியை அல்லது தொந்தரவை, நியூமன் நிறைவேற்றினார். அடுத்த ஆறு வாரங்களில் அவரால் எண்ண முடியாத தடவைகள் திருமதி சிண்ட்ரேயைப் பார்த்தார். தான் காத-க்கவில்லை என்று தன்னைத் தானே புகழ்ந்து கொண்டார், ஆனால், **அவரது வாழ்க்கை வரலாற்றாசிரியர் அதிகம் தெரிந்தவராக நினைக்கப்படலாம்.** குறைந்த பட்சம், காதல் உணர்வுற்குரிய விலக்குகள் எதனையுமோ, சலுகைகள் எதனையுமோ அவர் கோரவில்லை. காதல், அவர் நம்பினார், ஒரு மனிதனை முட்டாளாக்குகிறது, மற்றும் அவரது இப்போதைய உணர்வு தவறானது அல்ல, அது ஞானம் - வல்லமையான, தூய்மையான, திசைநோக்குத் தெரிந்த ஞானம் சீன் நதிக்கரையின் அக்கரையில் உள்ள பெரிய வீட்டிலுள்ள பெண்ணின்பால் தீவிரமான ஒரு பொய்யுணர்வு கொண்டிருந்தார். அது சமயங்களில் சாதகமான தலைவ-யாகவும் மாறியது; அந்த அடையாளம் அறிவியல் ரீதியாகவும் சரியானது என்பதை நியூமன் அறிந்திருக்க வேண்டும். இதயம் தன் மீது கனமான பளுவைக் கொண்டிருக்கும் போது, அப்பளு தங்கத்தினால் ஆனதா அல்லது காரீயத்தினால் ஆனதா என்ற பிரச்னையில்லை; அப்போது மகிழ்வு கொள்ளும் போது, வேதனையை ஒத்ததாக இருக்கிறது. அறிவின் ஆட்சி அப்போது தற்கா-கமாக நிறுத்திவைக்கப்படுகிறது என்று ஏற்றுக் கொள்ளலாம் அப்போது ... இயற்கை மற்றும் சூழ-ன் அற்புதமான படைப்பாகத் தோன்றினாள் சிண்ட்ரே. ஆனால் அவரது சிந்தனை, எதிர்காலம் எங்கே அவளது அழகிய ஒத்திசைவை உருக்குலைத்து விடுகிறதோ அல்லது மிருகத்தனமாக அடக்கி வைத்து விடுகிறதோ என்று

அஞ்சியது. இதுதான் நியூமனின் மெல்லுணர்வு என்று நான் குறிப்பிடுவது: நியூமன் திருமதி சிண்ட்ரேபால் கொண்டிருந்த நேசம், அவளுக்கும் அவளது வாழ்க்கைச் சிக்கல்களுக்கும் இடையே சென்று, தன் முதல் குழந்தையின் தூக்கத்தைப் பாதுகாக்க முற்படும் தாயின் அக்கறையைப் போல, காக்க நினைப்பது. நியூமன் வெறுமனே ஈர்க்கப்பட்டார், அந்த ஈர்ப்பினை, ஒருவர் உலுக்கினால் நின்றுவிடக்கூடிய சுருதிப் பெட்டியைப் போலப் பாதுகாத்தார். இறுதியில், நியூமன் தூய்மையாக, சுதந்திரமாக, ஆழமாக அனுபவித்தார். திருமதி சிண்ட்ரேயின் சில குறிப்பிட்ட பண்புகள் - கண்களின் ஒளி மிகுந்த இனிமையான தன்மை, முகத்தின் நாசூக்கான இயக்கம், குர-ன் ஆழ்ந்த நீர்த்தன்மை - அவரது பிரக்ஞை முழுவதும் நிறைந்தன.

அவர் அவளிடம் எந்தவிதமாகவும் கடுமையான காதலும் கொள்ளவில்லை - உணர்ச்சிவசப்பட்ட பேச்சுகள் பேசவில்லை. தற்போது எதைப்பற்றிப் பேசக்கூடாது என்று அவள் கூறியிருந்தாலோ அதை மீறவேயில்லை. இருந்தாலும் நாளுக்குநாள் தான் புகழ்வதைச் சிறப்பாக அறிந்திருப்பாள் என்ற சௌகரியமான உணர்வு இருந்தது. பொதுவாக அவர் பெரிய பேச்சாளர் இல்லையென்றாலும், நிறையவே பேசினார், அவளை நிறையச் சொல்லுமாறு செய்வதில் அவர் பரிபூரணமாக வெற்றியடைந்தார். தன் விரிவுரை மூலமாகவோ அல்லது மௌனத்தின் மூலமாகவோ அவளை அலுப்படையச் செய்துவிடுவோமோ என்று அஞ்சவில்லை. நியூமன் அமர்ந்திருக்கும் போது, திருமதி சிண்ட்ரேயைக் காணவரும் பார்வையாளர்கள், ஓர் உயரமான, ஒல்-யான மௌன ஆசாமி உட்கார்ந்து கொண்டு, யாரும் எதிர்பாராத சமயங்களில் சிரிப்பதும், கூத்தும் கும்மாளமுமாக இருக்கும் போது தீவிரமாக இருப்பதையும் கவனித்திருக்கின்றனர்; அவற்றை ரசிக்கும் முறையான பண்பாடு அவருக்கில்லை.

நியூமன் சிறிதும் அறியாத விஷயங்கள் நிறைய இருந்தன. கலை பற்றிய அபிப்பிராயங்கள் மட்டுமல்ல அவை குறித்த சொற்களும் அறியாதவராக இருந்தார். அவர் அநேகமாக, எப்பொழுதும் ச-ப்படைந்ததில்லை. மௌனம் வேதனையாக இருக்கும் என்பது அவரைப் பொறுத்தவரை முற்றிலும் தவறு அவர் பேச்சற்ற சமயங்களில் அவரை உற்சாகப்படுத்துவது

எது என்பதை என்னால் தீர்மானிக்க இயலவில்லை என்பதை ஒப்புக் கொண்டாக வேண்டும். பலருக்குப் பழைய கதைகளாக இருந்தவை அவருக்குப் புதுமையாகத் தெரிந்தன. ஆனால், அவரது மனப்பதிவுகள் அடங்கிய முழுப்பட்டியலும், நமக்கு, நிச்சயமாக பல வியப்புகளைக் கொண்டதாக இருக்கும். திருமதி சிண்ட்ரேக்கு ஒரு நீண்ட கதைகள் சொல்-யிப்பார். ஐக்கிய நாடுகள் பற்றிப் பேசும் போது, பல நிறுவனங்கள் குறித்தும் வர்த்தக சம்பிரதாயங்கள் குறித்தும் விளக்கினார். விளைவை வைத்துத் தீர்மானிக்கையில், அவள் அக்கறை கொண்டிருந்தாள்; ஆனால், இதனை முன்னதாகவே முடிவு கட்டியிருக்க இயலாது. அவளது பேச்சைப் பொறுத்தவரை, அவளே அதனை ரசித்தாள் என்று உறுதியாகக் கருதினார் நியூமன். திருமதி ட்ரிஸ்ட்ரம் தீட்டிய உருவத்துக்கு இது ஒரு திருத்தம். அவள் இயற்கையிலேயே நிறைய ஆனந்தம் நிரம்பியவள் என்பதைக் கண்டறிந்தார். அவள் கூச்சப்படுபவள் என்று அவர் முதல் தடவையிலேயே குறிப்பிட்டது சரி. அவளது சூழ-லும், அமைதியான அழகிலும் அந்நோக்கம் மேலும் மெருகூட்டவே செய்தது. நியூமனைப் பொறுத்த வரை, அது சில சமயம் நீடித்தது, அது வெளியேறிய போதும், அதன் வேலையை நிறைவேற்றும் ஒன்றை விட்டுத்தான் சென்றது. இதுதான் திருமதி. ட்ரிஸ்ட்ரத்தால் கண்டு கொள்ளப்பட்ட இரகசியங்களில் ஒன்றா? நாளுக்கு நாள், அவளது இரகசியங்கள் என்னவாக இருக்கும் என்பது குறித்து குறைவாகவே வியந்து வந்தார். அந்த இரகசியங்கள் அவளுக்கு வெறுப்பூட்டுவையாகவே இருக்கும் என்று சமாதான மடைந்தார். அவள் ஒளியில் இருக்க வேண்டியவள், நிழ-ல் அல்ல. அவளது இயற்கையான பண்பு சித்திரம் போல விலகி இருப்பதோ, மர்மமாக வேகத்துடன் இருப்பதோ அல்ல; ஆனால், வெளிப்படையாக, ஆனந்தமாக, பாராட்டத்தக்க காரியங்கள் செய்பவளாக, தேவையான ஆலோசனை மட்டும் செய்பவளாக இருப்பதே. இந்த நிலைக்கு அவளைத் திரும்பவும் கொண்டுவருவதில், நியூமன் வெற்றி கண்டார். அடக்குமுறையான இரகசியங்களுக்கு தன்னை ஒரு மாற்று மருந்தாக உணர்ந்தார்; நியூமன், ஒரு சமயம் பெல்-கார்ட் சீமாட்டி குறித்து திருமதி ட்ரிஸ்ட்ரத்திடம் பேசும் போது, அவளுடன் பழகுவது எளிதாகவே இருக்கிறது; முழுவதும் அயோக்கியமானவர்களுடன் பழகுவதும் மிக எளிது என்று

குறிப்பிட்டார்.

“அந்த அழகான தொடராலா பெல்-கார்ட் சீமாட்டியை அடையாளப்படுத்துகிறீர்கள்?”

“நல்லது அவள் தீயவள், அவள் ஒரு பழைய பாவி”

“அவளது குற்றம் என்ன?”

“அவள் யாரையாவது கொலை செய்திருந்தால் நான் வியப்புற மாட்டேன் - கடமையுணர்வு காரணமாக.”

“எப்படி நீங்கள் இவ்வளவு அச்சம் கொள்ள முடிகிறது?”

“அஞ்சவில்லை. அவளைப் பற்றி அனுகூலமாகவே பேசுகிறேன்.”

“நீங்கள் உறவைத் துண்டித்துக் கொள்ள விரும்பும்போது என்ன கூறுவீர்கள்?”

“உறவைத் துண்டிப்பதை வேறு ஒருவருக்காக வைத்திருப்பேன் - அது மார்க்யுஸுக்காக. அவர்தான் எனக்குப் பிடிக்காதவர்.

“அவர் செய்தது என்ன?”

“அதனை அப்படியே சொல்ல இயலாது. அது ஏதோ அஞ்சத்தக்க மோசமான செயல், ஏதோ அற்பமானது, செய்யத்தகாதது, பிடிவாதத்தினால் மீட்கப்படாதது. அவர் ஒரு போதும் கொலை செய்திராவிடில், யாராவது செய்யும் போது, திரும்பி வேறு திசையை நோக்கியிருப்பார்.”

இப்படி அவர் எண்ணியபோதிலும், பெல்-கார்ட் சீமாட்டியுடன் எளிதான நட்பார்ந்த தொடர்பை வைத்துக் கொண்டிருந்தார். அடிக்கடி தன்னை மறந்துவிடும் நியூமன், எல்லையற்றபடி பொருத்தமில்லாத கேள்விகளும் யூகங்களும் முன் வைப்பதால், மார்க்யுஸின் முரண்மிகு புன்னகையைச் சந்திக்க வேண்டியிருந்தது. ஏன் அவர் புன்னகை செய்கிறார் என்பதை அவரால் அறிய இயலவில்லை. அவரது புன்னகை, ஒருவேளை பல பெரிய உணர்வுகளின் மத்தியிலான விட்டுக் கொடுத்தலாக இருக்கலாம். அவர் புன்னகைக்கும் வரை மரியாதையாக நடந்து கொண்டார். அவர் மரியாதையாக இருப்பது முறையானது. மேலும், மரியாதை தவிர வேறு

ஒன்றுமற்ற புன்னகை, மரியாதையின் மதிப்பைத் தெளிவற்றதாகச் செய்தது. எதிர்ப்புக்காட்டாத புன்னகை - அது மிகத் தீவிரமானது - ஒத்துக்கொள்வது இல்லை, அது பயங்கரமான விளைவுகளை ஏற்படுத்திடலாம். தனக்கும் நியூமனுக்குமிடையே எந்தவித அபிப்பிராயப் பரிமாற்றம் கூடாது என்று வெளிப்படுத்துவதாகக் காட்டியது. குடியரசின் மனத்தை நுகரக்கூடாது என்பதற்காக மூச்சைப் பிடித்து வைதிருப்பவரைப் போல இருந்தார். ஐரோப்பிய அரசியல் நுணுக்கங்களுக்கு நியூமன் வெது தொலைவிலுள்ளவர், ஆனால், தன்னைச் சுற்றி நடப்பவற்றை அறிவதில் ஆர்வம் காட்டுபவர். பலசமயம், பெல்-கார்டை, பொது விஷயங்கள் குறித்து என்ன நினைக்கிறார் என்று வினவியிருக்கிறார். பெல்-கார்ட், தான் அதுபற்றி நல்லதாக நினைக்கவில்லை யென்றும், கெட்டதி-ருந்து மோசமான நிலைக்கு அது சென்று கொண்டிருக்கிறது என்றும், இக்காலம் சிதைந்து மோசமாகிவிட்டது என்றும் கூறியிருக்கிறார். அது, அக்கணத்திற்கு, மார்க்யுஸ் மீது அன்பான உணர்வை நியூமனிடம் ஏற்படுத்தும். உலகம் சுவையற்றதாக அவருக்குத் தோன்றுவது குறித்து அனுதாபம் காட்டுவோர் அடுத்த முறை அவரைச் சந்திக்கும் போது, சில மகிழ்ச்சிகரமான, உற்சாகமான விஷயங்கள்பால், பெல்-கார்டின் கவனத்தை ஈர்ப்பார். அவரோ, தனக்கு இருப்பது ஒரே அரசியல் நம்பிக்கை என்றும், அது அவருக்குப் போதுமானது என்றும், போர்பனைச் சேர்ந்த ஹென்றியே பிரெஞ்சு அரியாசனத்துக்கு தெய்வீக உரிமை கொண்டார் என்றும் பதில் கூறுவார். நியூமன் விழித்து, அதி-ருந்து அவருடன் அரசியல் பேசுவதை நிறுத்தினார். அவர் கொடூரமடையவில்லை அல்லது வெறுப்படைய வில்லை; உற்சாகமடையவுமில்லை; சில விநோத உணவு வகைகளில் நாட்டம் கொண்டிருப்பதைப் போன்றது என உணர்ந்தார் ...

திருமதி சிண்ட்ரேயைப் பார்க்கச் சென்றிருந்த ஒரு மாலையின் போது, அவள் தன்னிச்சையாக இல்லாதிருப்பதால் (not at liberty), சிறிது காத்திருக்குமாறு பணியாள் மூலமாக வேண்டப்பட்டார் நியூமன். அறையில் நடந்து கொண்டும், அவளது புத்தகங்களைப் பார்வையிட்டும், மலர்களை நுகர்ந்தும் அவளது புகைப்படங்களைக் கவனிப்பதுமாக

இருந்த போது ஒரு வயதான பெண் அங்கே வந்தாள். அவ்வீட்டில் அவளைப் பலசமயம் அவர் பார்த்திருக்கிறார். அவள் உயரமாக, நேராக, கறுப்புடையணிந்து, தலையில் ஒரு குல்லாய் - அதன் நுணுக்கம் நியூமனுக்குத் தெரிந்திருந்தால் அவள் ஃபிரெஞ்சுக்காரியில்லை என முடிவு செய்திருப்பார் - வைத்திருந்தாள்; அக்குல்லாய் முழுவதும் பிரிட்டானியத் தயாரிப்பு அம்சங்கள் கொண்டது. வெளிறிய, கண்ணியமானத தோற்றமுடைய முகமும், தெளிவான சோர்வுற்ற ஆங்கிலேய கண்களும் கொண்டவள். ஒரு கணம் அவரை தீவிரத்துடனும் அச்சத்துடனும் நோக்கிவிட்டு, சிறிய, நேரான ஆங்கிலேய மரியாதை செய்தாள்.

"உங்களை அன்போடு காத்திருக்குமாறு திருமதி சிண்ட்ரே வேண்டுகிறார். அவர் இப்போதுதான் வந்தார்; விரைவில் ஆடையலங்காரம் முடித்துவிடுவாள்."

"அவள் விரும்பும்வரை காத்திருக்கிறேன். அவசரப்பட வேண்டாம் என்று கூறவும்."

"நன்றி, ஐயா" என்றாள் மெதுவாக. அதனைத் தெரிவிக்கக் கிளம்பினால், மேசை மீது புத்தகங்களை ஒழுங்குப்படுத்த ஆரம்பித்தாள். அவளது தோற்ற மரியாதை கண்டு அதிர்ந்து போனார்; அவளை ஒரு வேலையாளாகப் பார்த்து பேச அஞ்சினார். அவர் நடந்து கொண்டிருக்கும் போது, கண்ணாடியைக் கண்டவர், அதில் அவள் கரங்கள் ஒன்றும் செய்யாமலும், அவள் தன்னையே பார்த்துக் கொண்டிருப் பதையும் தெரிந்து கொண்டார்."

"நீ ஒரு ஆங்கிலேயப் பெண்மணி?"

"ஆமாம், ஐயா. நான் வில்ட்சயரில் பிறந்தேன்"

"பாரிஸ் பற்றி என்ன நினைக்கிறாய்?"

"நாற்பதாண்டுகளுக்கும் மேலாக, ஐயா. எம்ம-ன் சீமாட்டியுடன் இங்கே வந்தேன்."

"முதிய பெல்-கார்ட் சீமாட்டியையா குறிப்பிடுகிறாய்?"

"அவர் மணம் முடித்துக் கொண்ட போது, அவருடன் இங்கே வந்தேன்"

"அதி-ருந்து அவளுடனேயே இருக்கிறாய்?"

“ஆமாம். எனக்கு வயதாகிவிட்டதைக் காண்கின்றார்கள். இப்போது, குறிப்பான வேலை எதுவும் செய்வதில்லை. அப்படியே இருந்து கொண்டிருக்கிறேன்.”

“மிக வலுவாகவும் நன்றாகவும் காணப்படுகிறாய்”

“தேவனுக்கு நன்றி. எனக்கு நோய்நொடி இல்லை, ஐயா. என் வேலை நன்றாகத் தெரியுமாதலால், மயங்கி விழவோ வீட்டில் இறுமிக் கொண்டு திரியவோ அவசியமில்லை. முதியவள் என்ற ரீதியிலேயே உங்களுடன் பேச முயன்றேன்.”

“ஓ, பேச வேண்டும். என்னைக் கண்டு அஞ்சவேண்டாம்”

“ஆமாம், ஐயா. நீங்கள் அன்பானவர். உங்களை முன்னரே பார்த்திருக்கிறேன்.”

“மாடிப்படியில், அதையா?”

“ஆமாம், ஐயா. நீங்கள் கிளேர் சீமாட்டியைப் பார்க்க வரும் போது, அடிக்கடி வருவதை பார்த்திருக்கிறேன்.”

“ஓ, ஆமாம். அடிக்கடி வருகிறேன்” என்றார் சிரித்தபடி. ‘‘அதைக்காண நீ மிகவும் விழித்திருக்க வேண்டிய அவசியமில்லை.’’

“அதனை ஆனந்தத்தோடே கவனித்திருக்கிறேன், ஐயா.

‘‘இந்தக் குடும்பத்தில் மிகுந்த அக்கறை எடுத்துக் கொள்கிறாய்?’’

‘‘ஒரு ஆழமான ஈடுபாடு, ஐயா. குறிப்பாக, கிளேர் சீமாட்டியிடம்’’

“சந்தோஷம். நானும்தான்.”

‘‘அப்படித்தான் நினைத்தேன், ஐயா. இவைபற்றிக் கவனிக்காமலும் நம் அபிப்பிராயங்களைக் கொள்ளாமலும் இருக்க முடியாது; முடியுமா, ஐயா?”

“ஒரு வேலையாள் என்ற முறையில் இருப்பதையா?”

“ஓ, அதுதான், ஐயா. இந்த மாதிரி விஷயங்களில் என் மனத்தைப் போட்டுக் குழப்பும்போது நான் வேலையாளாக இருப்பதில்லை. ஆனால் நான் கிளேர் சீமாட்டிக்காக என்னையே அர்ப்பணித்திருக்கிறேன். என் குழந்தையாக

அவர்கள் இருந்தால்கூட, அப்படி நேசித்திருக்க முடியாது. அந்த மாதிரிதான் நான் துணிச்சல் கொள்ள ஆரம்பித்தது. அவர்களை மணக்க நீங்கள் விரும்புவதாகக் கூறப்படுகிறது."

"அது உண்மைதான். திருமதி சிண்ட்ரேயை நான் மணக்க விரும்புகின்றேன்."

"மற்றும் அவர்களை அமெரிக்காவுக்கு அழைத்துக் கொண்டு போக?"

"எங்கெங்கு போக பிரியப்படுகிறாளோ, அங்கங்கு அழைத்துச் செல்வேன்."

"எவ்வளவு தொலைவோ அவ்வளவு நல்லது" என்றாள் திடீர் தீவிரத்தன்மையுடன். உடனே, தன்னைக் கட்டுப்படுத்திக் கொண்டாள். அங்கு கிடந்த பேப்பர்-வெய்ட்டை எடுத்து பளபளப்பாக்க ஆரம்பித்தாள். "இந்தக் குடும்பத்துக்கு எதிராகவோ, அல்லது இந்த வீட்டுக்கு எதிராகவோ எதையும் குறிப்பிடவில்லை நான். ஆனால், ஒரு பெரும் மாற்றம் அச்சீமாட்டிக்கு நல்லது என்று நினைக்கிறேன். இங்கு இருப்பது துயரமாக இருக்கிறது."

"ஆமாம், இங்கு உயிரோட்டமாக இல்லை. ஆனால் திருமதி சிண்ட்ரே களிப்போடு இருக்கிறாளே."

"நல்லதாக இருப்பதெல்லாம் சீமாட்டிதான். அவள் களிப்போடு இருப்பதெல்லாம் கடந்த இரு மாதங்களாகத் தானேயொழிய, முன்பல்ல என்பதை அறிந்தால் வருத்தப் படுவீர்கள்."

"இதற்கு முன் அவள் நன்றாக இல்லையா?"

"ஏழைப்பெண், வலுவான காரணம் இருக்கிறது. திரு. சிண்ட்ரே அவர்களைப் போன்ற ஒரு பெண்ணுக்கு ஏற்ற நல்ல கணவரில்லை. மற்றும், நான் சொன்னது மாதிரி, இது ஒரு துக்கமான வீடு." அதனை நீங்கி இருப்பது அவர்களுக்கு நல்லது. ஆக, இதனைச் சொல்வதற்கு மன்னிக்கவும், அவர்கள் உங்களை மணமுடிப்பார்கள் என நம்புகிறேன்.

"அப்படியே நானும் நம்புகிறேன்"

"ஆனால்நீங்கள் தைரியத்தை இழக்கக்கூடாது, அவர்கள் உடனடியாகச் சம்மதிக்கவில்லையே என்று. அதுதான் நான்

உங்களிடம் மன்றாடிக் கேட்பது, ஐயா. தளர்ந்துவிடாதீர்கள். அது ஒரு காரியம், ஒரு பெண்ணுக்கு எந்தச் சமயத்திலும், என்று நான் சொன்னால் தவறாக எடுத்துக் கொள்ள மாட்டீர்களே? அதிலும், ஒரு மோசமான திருமணத்தைக் கடந்து வந்தவளுக்கு, எப்படியிருக்கும்? ஆனால், அவளால் ஒரு நல்ல, அன்பான மரியாதைமிக்க கனவானை மணக்க முடிந்தால், அவள் தீர்மானித்துவிடுவது நல்லது என்றே நினைக்கிறேன். இந்த வீட்டில் உங்களைப் பற்றி நல்லபடியாகவே சொல்கிறார்கள், நீங்கள் சொல்ல அனுமதித்தால், நான் உங்கள் முகத்தை ரசிக்கிறேன். மறைந்த கனவானிடமிருந்து மிகவும் வித்தியாசப்பட்டு காணப்படு கிறீர்கள்; அவர் ஐந்தடி உயரம் கூட இல்லை. உங்கள் சொத்து வரம்பற்றது என்கின்றனர். அதில் தவறொன்றுமில்லை. ஆகவே உங்களைப் பொறுத்திருக்குமாறு வேண்டிக் கொள்கிறேன். இதனை நான் உங்களுக்குத் தெரிவிக்காவிடில், ஒருவரும் தெரிவிக்கப் போவதில்லை. எந்த உறுதி மொழியினையும் தருவது என்னுடைய வேலையல்ல. எதற்கும் பொறுப்பாளியாக இருக்க முடியாது. உங்களுக்கான வாய்ப்பு அப்படியொன்றும் மோசமானதில்லை, ஐயா. நான் களைப்படைந்து விட்ட வயதானவள்தான், வேறொன்று மில்லை. ஆனால் ஒரு பெண் இன்னொருத்தியைப் புரிந்து கொள்கிறாள். அவர் பிறந்த போது என் கரங்களில் எடுத்துக் கொண்டேன். அவர்களது முதல் திருமணம் மோசமாகி விட்டது. இன்னொரு திருமணத்தை, பிரகாசமான ஒன்றை ஏற்கப் போவதாக என்னிடம் கூறியிருக்கிறார். நீங்கள் உறுதியாக இருந்தால், ஐயா - உங்களால் முடியும் என்றே தோற்றம் சொல்லுகிறது - நாம் அதனைக் காண முடியும் என்றே நினைக்கிறேன்."

"உனது ஊக்குவித்தலுக்காக நான் கடமைப்பட்டிருக்கிறேன். ஒருவர் நிறையவும் பெற்றிருக்க முடியாது. நான் உறுதியைக் குறிப்பிடுகிறேன். திருமதி சிண்ட்ரே என்னை மணமுடித்தால் நீ அவளோடு வந்து வாழ வேண்டும்."

"நாற்பது வருடங்கள் ஒரு வீட்டில் இருந்துவிட்டு, அப்படிச் சொல்வது நன்றிகெட்ட செயலாகத் தோன்றும், ஐயா. ஆனால், இங்கிருந்து கிளம்பப் பிரியப்படுகிறேன் என்பதைச் சொல்-க் கொள்கிறேன்."

‘‘ஏன், இதுதான் சொல்வதற்குரிய நேரம், நாற்பது வருடங்களுக்குப் பிறகு, ஒருவருக்கு மாற்றம் தேவை.”

“நீங்கள் மிக அன்பானவர், ஐயா” என்றதும், இன்னொரு முறை மரியாதை தெரிவித்துவிட்டு, விலகிச் செல்ல ஆயத்தமானவள் போலத் தோன்றினாள். ஆனால், ஒருகணம் நீடித்து, பணிவான, மகிழ்ச்சியற்ற புன்னகை செய்தாள். ‘‘தேவனுக்கு நன்றி, நான் ஃபிரெஞ்சுக்காரியில்லை. அப்படியிருந்தால், என் தகவல் கொஞ்சம் மதிப்புக் கொண்டது என்று துணிச்சலுடன் சொல்-யிருப்பேன். என் கண்ணியமான ஆங்கிலேய முறைப்படி, சொல்ல அனுமதியுங்கள். அது சிறிது மதிப்புக்குரியது.’’

“எவ்வளவு, தயவு செய்து?”

“வெறுமனே இவ்வளவுதான்: நான் இவற்றையெல்லாம் உங்களுக்குக் கூறினேன் என்று கிளேர் சீமாட்டிக்கு உணர்த்தக் கூடாது.’’

“அவ்வளவுதான் என்றால், நீ பெற்றுக் கொள்ளலாம்.”

“அவ்வளவுதான், ஐயா, நன்றி, ஐயா, வருகிறேன், ஐயா” என்று கூறி விடைபெற்றாள். அதே கணம் எதிர்ப்புறகதவு வழியாக திருமதி சிண்ட்ரே நுழைந்தாள். இன்னொரு நபர் செல்வதைக் கண்ட சீமாட்டி, இதுவரை அவரை மகிழ்ச்சிப் படுத்தியது யார் என வினவினாள்.

“ஆங்கிலேயப் பெண்மணி. கறுப்புடையும் தொப்பியும் கொண்ட வயதான பெண். நன்றாகப் பேசுகிறாள்.”

“நன்றாகப் பேசும் வயதானப் பெண்? ... ஆ, நீங்கள் திருமதி. பிரெட்டைக் குறிப்பிடுகிறீர்கள். அவளை வெற்றி கொண்டு விட்டீர்கள் என்று அறியமுடிகிறது.”

‘‘அவள் திருமதி கேக் என அழைக்கப்பட வேண்டும். அவ்வளவு இனிதானவள்.”

‘‘உங்களுக்குச் சொல்ல என்ன வைத்திருக்கிறாள்? அற்புதமான ஜீவன் அவள். அவளை இருண்டவளாகவே நினைக்கிறோம்.’’

“உன்னருகில் வெகுகாலம் வாழ்ந்ததற்காக நான் அவளை விரும்புகிறேன் என நினைக்கிறேன். நீ பிறந்ததி-ருந்து உன்

அருகில் இருந்து வருவதாகக் கூறினாள்."

"ஆமாம். மிகவும் விசுவாசமானவள். அவளை நம்பமுடியும்."

இவளிடம் அவளது தாய் குறித்தோ, சகோதரர் அர்பைன் குறித்தோ, எப்போதும் பேசியதில்லை நியூமன்; அவர்கள் பற்றிய மனப்பதிவைக்கூடத் தெரிவித்ததில்லை. அவர் எண்ணங்களை அறிந்து கொண்டவளைப் போல, அவளும் அவர்களைப் பற்றி அவர் பேசக்கூடிய நிலையைத் தவிர்த்தே வந்தாள். தன் தாயின் வீட்டுக் கட்டளைகளைக் குறிப்பிட்ட தேயில்லை. அண்ணன் அர்பைனின் அபிப்பிராயத் தையும் சொன்னதில்லை. எப்படியும் அவர்கள் வாலெண்டின் நேசத்தை வெளிப்படுத்தவே செய்தாள். சமயங்களில் தீங்கற்ற பொறாமையுணர்வுடன் கவனித்திருக்கிறார்; அவளது மெல்-ய குறிப்புணர்த்துதலை தனக்குச் சாதகமாகத் திருப்ப நினைத்திருப்பார். ஒருமுறை, வெற்றிப் பெருமிதத்துடன், வாலெண்டின் தனக்குப் பெருமை சேர்க்கும் வகையில் செய்திருப்பதாக ஒரு காரியத்தைக் குறிப்பிட்டாள். அவர்கள் குடும்பத்தின் பழைய நண்பர் ஒருவருக்குச் செய்த உதவி அது. வழக்கமாக வாலெண்டினால் இயலக்கூடியதைவிட மிகப்'பெரிய' காரியம் அது. நியூமன் அதனைக் கேட்பதில் சந்தோஷப்படுவதாகத் தெரிவித்துவிட்டு, தன் இதயத்தை அழுத்தும் விஷயம் குறித்து பேச ஆரம்பித்தார். திருமதி சிண்ட்ரே கவனித்துவிட்டு, சிறிது நேரம் கழித்து, "என் சகோதரர் வாலெண்டின் குறித்து நீங்கள் பேசும் முறையை ஏற்கவில்லை நான்" என்றாள்.

வியப்புற்ற நியூமன், அன்பாகத் தவிர வேறு எப்படியும் அவரைப்பற்றிப் பேசியதில்லை என்றார்.

"அது மிகவும் அன்பானது. குழந்தைக்குக் காட்டக்கூடிய அன்பு அது. நீங்கள் அவரை மதிக்காதது மாதிரி இருந்தது."

"மதிக்க? ஏன், அப்படித்தான் நினைக்கிறேன்"

"நீங்கள் நினைக்கிறீர்கள்? நீங்கள் உறுதியாக இல்லாவிடில், அது மரியாதையில்லை."

"நீ அவரை மதிக்கின்றாயா? நீ மதித்தால், நானும் மதிக்கிறேன்"

"ஒருவர் மற்றவரை நேசிக்கும் போது, அது பதிலளிக்க வேண்டியிராத கேள்வி"

"அப்படியானால், நீ என்னிடம் இதனைக் கேட்டிருக்கக் கூடாது. நான் உன் சகோதரனை மிகவும் விரும்புகின்றேன்."

"அவர் உங்களுக்கு வேடிக்கையாக இருக்கிறார். ஆனால் அவரை ஒத்திருக்க நீங்கள் பிரியப்படக் கூடாது."

"யாரையும் ஒத்திருக்க பிரியப்படவில்லை நான். ஒருவரைப் போல இருப்பது கஷ்டமான காரியம்."

"என்ன சொல்கிறீர்கள், ஒருவரை ஒத்திருப்பது என்பதன் மூலமாக?"

"ஏன், என்னிடம் எதிர்பார்ப்பதைச் செய்வது. ஒருவரது கடமையைச் செய்வது."

"ஒருவர் மிக நல்லவராக இருக்கும்போதே அது முடியும்"

"நல்லது, நிறையப் பேர் நல்லவர்களே. வாலெண்டின் எனக்கு மிகவும் நல்லவர்"

"எனக்கு நல்லவரில்லை. அவர் ஏதாவது செய்ய வேண்டும் என்று ஆசைப்படுகிறேன்"

"அவர் என்ன செய்ய முடியும்?"

"ஒன்றுமில்லை, இருப்பினும், மிகப்புத்திசா-"

"எதுவும் செய்யாமலே மகிழ்ச்சியாக இருப்பதுதான் புத்திசா-த்தனத்தின் சான்று"

"உண்மையில், வாலெண்டின் சந்தோஷமாக இருப்பதாக நினைக்கவில்லை நான். அவர் புத்திசா-, தாராளமானவர், துணிச்சல்காரர் - அவற்றையெல்லாம் காட்ட என்ன இருக்கிறது? அவரிடம் ஏதோ சோகம் இருக்கிறது. அவருக்குப் பெரிய சிக்கல் வரலாம் என கற்பனை செய்கிறேன் - ஒரு வேளை ஒரு மகிழ்ச்சியில்லாத முடிவு."

"அவரை என்னிடம் விட்டுவிடுங்கள். அவரைக் கவனித்து, தீமையை விரட்டுகிறேன்."

ஒரு நாள் - பெல்-கார்ட் சீமாட்டியின் அறையில் திருமதி சிண்ட்ரே தன் மைத்துனியிடம், "விண்ணுலகத்திற்காக,

பியானோவில் அமர்ந்து ஏதாவது இசைக்க வேண்டும் நீ“ என்று வேண்டினாள்.

“இப்போது இந்த வேலையை விட்டு விட்டு நான் வர முடியாது. நீயே ஏதாவது இசைக்கலாம்.”

“நீ இருக்கும் போது நான் வாசிப்பது முட்டாள்தனம்” என்று கூறியவள், அடுத்த கணம் பியானோவிடம் சென்று ஆவேசத்துடன் மீட்டினாள். சிறிது நேரம் விரைவாகவும் அற்புதமாகவும் இசைத்தாள். அவள் நிறுத்தியபோது, நியூமன் நெருங்கி திரும்பவும் இசைக்கும்படி கேட்டார். அவள் தலையசைப்பதைக் கண்டு அவர் வற்புறுத்த, ‘‘நான் உங்களுக்காக இசைக்கவில்லை, எனக்காக” என்றாள். அவள் பின்னோக்கிச் சென்று, திரும்பவும் சாளரத்தின் வழியாக நோக்கிவிட்டு, விரைவிலேயே அறையை விட்டு நீங்கினாள். நியூமன் விடை பெறும்போது, அர்பைன் வழக்கம் போல, மாடிப்படியில் மூன்று படிகள் உடன் வந்தார். கீழே, வேலையாள் நியூமனது மேல் கோட்டுடன் நின்று கொண்டிருந்தாள். அணிந்து கொண்டிருக்கும்போது அவரை நோக்கி சிண்ட்ரே சீமாட்டி வந்தாள்.

“வெள்ளியன்று வீட்டில் இருப்பாயா?”நியூமன் வினவினார்.

‘‘நீங்கள் ஏன் தாயாரையும் தமையனையும் விரும்ப வில்லை” ஒரு கணம் தயங்கிவிட்டு, மெதுவாகக் கூறினார்: ‘‘இல்லை’’

‘‘ஆம், வெள்ளியன்று வீட்டில் இருப்பேன்’’ என்றபடி படிகளில் ஏறினாள்.

வெள்ளியன்று அவர் வந்தபோது, ஏன் தன் குடும்பத்தினரை வெறுக்கிறார் என்று கேட்டாள்.

‘‘உன் குடும்பத்தை வெறுக்கிறேன்? அதில் கொடூர ஒ- இருக்கிறது. அப்படிச் சொல்லவில்லை நான், சொன்னேனா? அதனை அர்த்தப்படுத்தவில்லை, சொல்-யிருந்தால்’’

“அவர்களைப் பற்றி என்ன நினைக்கிறீர்கள் என்று எனக்குத் தெரிவிக்குமாறு விரும்புகிறேன்”

“உன்னைத்தவிர யாரையும் பற்றி நான் நினைப்பதில்லை”

“அது அவர்களை நீங்கள் வெறுப்பதால், உண்மையைக்

கூறுங்கள்; என் உணர்வுகளைப் புண்படுத்த இயலாது உங்களால்"

"நல்லது, உன் சகோதரரைச் சரியானபடி நேசிக்கவில்லை நான். இப்போது நினைத்துப் பார்க்கிறேன். அப்படி நான் சொல்வதால் என்ன பயன்? நான் மறந்துவிட்டேன்."

"நீங்கள் மிகவும் நல்-யல்பு வாய்ந்தவர்" என்றாள் சோகத்துடன்.

"அவர்கள் என்னை விரும்பாததினால் என்ன முக்கியத்துவம் இருக்கிறது"

"இல்லை - அவர்கள் விரும்பவில்லை"

"அவர்கள் நிலை தவறென நினைக்கவில்லையா? நான் வெறுக்கத்தக்கவன் என நம்பவில்லைநான்"

"விரும்பக்கூடிய ஒருவர் வெறுக்கப்படவும் செய்யலாம் என்றே நினைக்கிறேன். மற்றும் என் சகோதரர் - தாயார் உங்களைக் கோபப்படுத்தவில்லையா?"

"ஆமாம், சில சமயங்களில்"

"நீங்கள் எப்போதும் கோபத்தைக் காட்டியதில்லை"

"அந்த அளவு நல்லது"

"ஆமாம், அந்த அளவு நல்லது. உங்களை நன்றாக நடத்தி யிருப்பதாகவே நினைக்கிறார்கள்."

"இன்னும் முரட்டுத்தனமாக அவர்கள் நடத்தியிருக்கக்கூடும் என்பது பற்றி எனக்கு ஏதும் ஐயமில்லை. நான் அவர்களுக்கு கடமைப்பட்டிருக்கிறேன். நேர்மையாகவே"

"நீங்கள் தாராளமானவர். அது ஒரு ஏற்க முடியாத நிலை"

"நீ சொல்வது, அவர்களுக்கு. எனக்கல்ல"

"எனக்கு"

"அவர்களது பாவங்கள் மன்னிக்கப்படும் போது இல்லை. அவர்களைப் போலவே நானும் நல்லவன் என அவர்கள் நினைக்கவில்லை."

நான் நினைக்கிறேன். ஆனால், அது குறித்து நாம்

சண்டையிட வேண்டாம்"

"ஏற்கவியலாத ஒ- கொண்டுள்ள ஒன்றினை நீங்கள் கூறும்போது ஏதாவது சொல்லாமல் ஏற்றுக் கொள்ள மாட்டேன். அந்த அபிப்பிராயம் உங்களுக்கு எதிராக இருந்தது. அதனைப் புரிந்து கொள்ளவில்லை நீங்கள்."

"உண்மையிலேயே நான் புரிந்து கொண்டதாக நினைக்க வில்லை. ஆனால் நீ சொல்லும் போது நம்புகின்றேன்."

"அது சாதாரணக் காரணம்"

"இல்லை, நல்ல ஒரு காரணமே. உனக்கு உயர்ந்த ஆர்வம் - துடிப்பு இருக்கிறது, உயர்ந்த தரம் இருக்கிறது; ஆனால், உனக்கு இவையெல்லாம் இயற்கையாகத் தெரியும், நீயும் பாதிக்கப்பட போவதில்லை. உன் தலையை பாலத்துடன் மோதிக் கொண்டிருக்கிறாய் என்று உனக்குத் தோன்றாது; புகைப்படத்துக்கு தோற்றம் அளிக்க அமர்ந்திருப்பதாகவே கருதுவாய். வாழ்க்கையில் எந்தவித எண்ணமும் இல்லாமல், பணம் சேர்க்கவும் பேரங்கள் பேசவுமான பேர்வழி என்றே என்னைப்பற்றி நினைக்கிறாய். அது ஒரு அழகான விவரணமே, ஆனால் முழுதுமான கதையல்ல. வேறு சில பற்றியும் ஒரு மனிதன் அக்கறை கொள்ள வேண்டும், அவை என்னவென்று நான் அறியாவிட்டாலும் கூட பணம் சேர்க்க அக்கறை கொண்டேன், ஆனால் குறிப்பாக பணத்துக்காக மட்டும் அக்கறை கொள்ளவில்லை. வேறு ஒன்றும் செய்வதற்கு இல்லாதிருந்தது, சோம்பேறியாக இருப்பது முடியாததாக இருந்தது. பிறருக்கும் எனக்கும் மிக எளிதாகவே இருந்து வந்திருக்கிறேன். மக்கள் கேட்ட பெரும்பாலான வற்றை நான் செய்து கொடுத்திருக்கிறேன் - நான் அயோக்கியர்களைக் குறிப்பிடவில்லை. உன் தாயாரையும், சகோதரரையும் பொறுத்தவரை, அவர்களுடன் நான் சண்டையிடக்கூடிய ஒரு அம்சம் இருக்கிறது. என் புகழை உன்னிடம் பாடுமாறு அவர்களைக் கேட்கவில்லை, ஆனால், உன்னைத் தனியாக விட்டுவிடுமாறு அவர்களைக் கேட்கிறேன். என்னைப்பற்றி தீய முறையில் உன்னிடம் பேசியதாக நான் நினைத்தால், அவர்களைக் கடுமையாக விமர்சிக்க வேண்டும்."

"நீங்கள் சொல்கின்ற மாதிரி, என்னைத் தனியாகவே விட்டுவிட்டார்கள். உங்களைப் பற்றியும் தீய முறையில்

பேசவில்லை.''

“அப்படியானால் அவர்கள் இந்த உலகில் இருக்க முடியாத அளவு மிக நல்லவர்கள் என்று பிரகடனம் செய்கிறேன்.”

அவரது வியப்பில் சிறிது திடுக்கிட வைக்கும் தன்மை இருப்பதைக் காண்பவளாகத் தோன்றினாள். அவள் பதி-றுத்திருப்பாள், ஆனால் அச்சமயம் அர்பைன் நுழைந்தார். நியூமனைக் கண்டதில் ஆச்சரியப்பட்டார், ஆனால் அவரது ஆச்சரியம் தற்கா-க நிழலாகவே இருந்தது. மார்க்யுஸை இவ்வளவு உல்லாச மன நிலையில் நியூமன் கண்டதே கிடையாது. யாரோ நுழைவதற்காக கதவைத் திறந்து பிடித்த படி இருந்தார்; இப்போது பெல்-கார்ட் சீமாட்டி கனவான் ஒருவருடன் வந்தார். நியூமனும் திருமதி சிண்ட்ரேயும் எழுந்து மரியாதை செய்தனர்.

“என் மகளே, அறிமுகம் இல்லாத உறவினரை உன்னிடம் கொண்டு வந்திருக்கிறேன், பீப்மோர் பிரபு. பீப்மோர் பிரபு, அத்தை மகன். ஆனால், அவர் நெருநாளைக்கு முன் செய்திருக்க வேண்டியதை இன்றுதான் செய்ய வந்திருக்கிறார் - நம் நட்பை ஏற்படுத்திக் கொள்ள.”

திருமதி சிண்ட்ரே புன்னகைத்தபடி பீப்மோர் பிரபுக்கு கரத்தை நீட்டினாள்.

“மிக அசாதாரணமாக இருக்கிறது. மூன்று அல்லது நான்கு வாரங்களுக்கு மேல் பாரிஸில் நான் இருப்பது இதுதான் முதல் தடவை” என்றார் பிரபு.

“இப்போது எவ்வளவு நாளாக இங்கே இருக்கிறீர்கள்?'' என்றாள் திருமதி சிண்ட்ரே.

“ஓ, கடந்த இரு மாதங்களாக”

இப்போது நியூமன் புதிய பிரபுவைக் கவனித்துக் கொண்டிருந்தார். பீப்மோர் பிரபுவைப் பொறுத்தவரை, கவனித்துக் கொள்ளலுக்கு, அதிக எல்லை பெற்றிருக்க வில்லை. அவர் ஒரு சிறிய அற்ப மனிதர், முப்பத்து மூன்று வயதானவர், வழுக்கைத் தலையும் சிறிய மூக்கும் கொண்டவர், மேல் தாடையில் முன் பல் இல்லாதவர்; வட்டமான, தெளிவான, நீலக் கண்களும், முகத்தில் பல பருக்களும் கொண்டிருந்தார். அவர் வெளிப்படையாக

கூச்சமான சுபாவமுள்ளவர். நிறையச் சிரித்தார். அவரது உடலமைப்பு எளிமையினையும், ஒரு குறிப்பிட்ட அளவு மிருகத் தன்மையினையும் சுட்டிக் காட்டியது. பாரிஸ் மிகவும் உல்லாசமானது ஆனால், அந்த விஷயத்தில் அது டப்ளினுடன் ஒப்பிடும் போது ஒன்றுமில்லாததாகிவிடும் என்று கூறினார். லண்டனைவிடவும் டப்ளினை விரும்பினார். திருமதி சிண்ட்ரே எப்போதேனும் டப்ளின் சென்றதுண்டா? ஒரு நாள் அவர்கள் அனைவரும் அங்கு வர வேண்டும், அவர் அவர்களுக்கு ஏதாவது அயர்லாந்து விளையாட்டுக்களைக் காட்டுவார். மீன் பிடிப்பதற்காக எப்போதும் அவர் அயர்லாந்து செல்வது வழக்கம். திருமதி சிண்ட்ரே கைகளை மடித்தபடி, பின்னால் சாய்ந்து கொண்டு, வழக்கமாக இருப்பது போலல்லாமல் மிகப்புதிரான பாவனையில் பீப்மோர் பிரபுவைப் பார்த்துக் கொண்டிருந்தாள். தனக்கு இசைநாடகங்களில் பிடித்தது "Gazzahadra" என்று கூறினார் மார்க்யுஸ். பிறகு, **ட்யூக்**, **கார்டினல்**, பழைய சீமாட்டி மற்றும் பார்பரா சீமாட்டிகள் குறித்து வினவ ஆரம்பித்தபோது, ச-ப்படைந்த நியூமன் விடைபெற எழுந்தார். மார்க்யுஸ் அவருடன் மூன்றடிகள் சென்றார் மண்டபத்தில்.

பார்வையாளரை நோக்கி, "அவர் அயர்லாந்து நாட்டவரா?" என்று மார்க்யுஸிடம் வினவினார் நியூமன்.

"அவரது தாய் பினுகேன் பிரபுவின் மகள். அவருக்குப் பெரிய அயர்லாந்து தோட்டங்கள் உள்ளன. ஆண் வாரிசு இல்லாத சூழ-ல், நேரிடையாகவோ அல்லது மறைமுக மாகவோ - ஒரு மிகுந்த அசாதாரண சந்தர்ப்பம் - பிரிட்ஜெட் சீமாட்டி எல்லாவற்றுக்கும் உரிமை பெற்றாள். ஆனால் பீப்மோர் பிரபுவின் இங்கிலாந்துச் சொத்துக்கள் ஏராளம். அவர் ஒரு கவர்ச்சிகரமான மனிதர்."

நியூமன் பதிலேதும் கூறவில்லை. ஆனால், மார்க்யுஸ் பின் வாங்கும் போது அவரை நிறுத்தி,

"உங்களுக்கு நன்றி தெரிவிக்க இது நல்ல நேரம். நம் ஒப்பந்தப்படி உறுதியாக இருப்பதற்கு, உங்கள் சகோதரியுடன் பழகப் பெரிதும் உதவுவதற்கு" என்று கூறினார்.

மார்க்யுஸ் விழித்தார். "நான் பெருமைப்படும் அளவு எதனையும் செய்யவில்லை"

"ஓ, அப்படியில்லை. எனக்காக உங்கள் அன்னைக்கும் நன்றி தெரிவியுங்கள்" என்றதும் கிளம்பினார்.

XIII

அடுத்த முறை பல்கலைக்கழகத் தெருவிற்கு வந்தபோது, நியூமன், அதிருஷ்டவசமாக, திருமதி சிண்ட்ரேயைத் தனித்திருக்கக் கண்டார். ஒரு உறுதியான நோக்கத்துடன் வந்திருந்தார், அதனை நிறைவேற்றுவதில் தாமதிக்கவும் இல்லை. அவளும் எதிர்பார்த்திருந்த மாதிரியே காணப் பட்டாள்.

"இப்போது, ஆறுமாதங்களாக உன்னைப் பார்க்க வந்து கொண்டிருக்கிறேன். திருமணம் பற்றி, இரண்டாவது தடவை, உன்னிடம் பேசியதே இல்லை. அதுதான் என்னிடம் நீ கேட்டுக் கொண்டது; அப்படியே நடந்தேன். வேறுயாரும் சிறப்பாக நடந்திருக்க இயலுமா?"

"மிகவும் நாசூக்காக நடந்து கொண்டிருக்கிறீர்கள்"

"இப்போது மாறப் போகிறேன். நாசூக்காக இருக்கப் போவதில்லை என்பதைக் குறிக்கவில்லை; நான் ஆரம்பித்த இடத்துக்குச் செல்லப் போகிறேன். அங்கே இருக்கிறேன் நான். வட்டத்தை முழுமையாகச் சுற்றிவிட்டேன். அல்லது உண்மையில், அங்கிருந்து விலகியதே இல்லை. நான் ஒரு போதும் விரும்புவதை நிறுத்தியதில்லை. சாத்தியமானால், இப்போது நான் மிக உறுதியாக இருக்கிறேன். உன்னைப் பற்றிச் சிறப்பாக அறிந்திருக்கிறேன். நீதான் அனைத்தும் - அனைத்துக்கும் அப்பாற்பட்டவள் நீ - என்று என்னால் கற்பனை செய்ய முடியும் அல்லது ஆசைப்பட முடியும். உனக்கும் இப்போது என்னைத் தெரியும்; நீ தெரிந்தாக வேண்டும். நீ மிகச் சிறந்ததைப் பார்த்திருக்கிறாய் என்று கூறமாட்டேன் - ஆனால், மிக மோசமானதைப் பார்த்திருக் கிறாய். இதையெல்லாம் பற்றி சிறிது சிந்தித்துக் கொண்டு

வந்திருக்கிறாய் என நம்புகிறேன். நான் காத்துக் கொண்டு தானிருக்கிறேன் என்று நீ அறிந்து கொண்டாக வேண்டும்; நான் மாறிவந்து கொண்டிருந்தேன் என்று உன்னால் நினைக்க முடியாது.

"என்ன சொல்லப் போகிறாய், இப்போது? எல்லாம் தெளிவாக, அறிவார்த்தமாக இருக்கிறது, நான் மிகவும் பொறுமையோடும் கவனத்தோடும் இருந்து வந்திருக்கிறேன், இப்போது என் பரிசுக்குரியவள் என்று கூறுக. பிறகு என்னிடம் உன் கரத்தைத் தருக. திருமதி சிண்ட்ரே, அதனைச் செய்க. அதனைச் செய்க."

"நீங்கள் காத்துக் கொண்டிருக்கிறீர்கள் என்று அறிந்தேன். இந்த நாள் வரும் என்றும் உறுதி கொண்டேன். இது பற்றி நிறையச் சிந்தித்தேன். முத-ல் பாதி அஞ்சினேன். ஆனால், இப்போது அஞ்சவில்லை" அவள் ஒரு கணம் நிறுத்தி, பிறகு, சொன்னாள்: "இது ஒரு விடுதலை"

தாழ்வான சிறிய நாற்கா-யொன்றில் அவள் அமர்ந்திருந்தாள், நியூமன் ஒரு மெத்தையில் அமர்ந்திருந்தார். சிறிது சாய்ந்து அவளது கரத்தைப் பற்றினார், அதனை அவளும் ஒரு கணம் அனுமதித்தாள். "நான் வீணாகக் காத்திருக்கவில்லை என்றாகிறது" என்றார். ஒருகணம் அவரை நோக்கினாள், அவள் விழிகளில் நீர் மல்கியிருந்ததைக் கண்டார். "என்னுடன் நீ பத்திரமாக இருக்கலாம் - அவ்வளவு பத்திரமாக, உன் தந்தையின் தோள்களில் இருந்ததைப் போல" என்று தொடர்ந்து கூறினார்.

இன்றும் அவரைப் பார்த்துக் கொண்டிருந்தாள், கண்ணீர் பெருகியது. திடீரென, தன் முகத்தை நாற்கா-க்குப் பின்னுள்ள சோபாவில் புதைத்துக் கொண்டாள், சப்தமின்றி அழுதாள். "நான் பலவீனமானவள் - பலவீனமானவள்" என்று அவள் சொல்லக் கேட்டார்.

"ஏன் நீ சிரமப்படவேண்டும்? உன்னைத் தொந்தரவுபடுத்தும் எதுவும் இங்கில்லை, உனக்கு மகிழ்ச்சியை மட்டுமே வழங்குவேன். அது நம்புவதற்குக் கஷ்டமாக உள்ளதா?"

"உங்களுக்கு எல்லாமே எளிதாகத் தோன்றுகின்றன. ஆனால் விஷயங்கள் அப்படியில்லை. உங்களை அதிகமாக

நேசிக்கின்றேன். ஆறு மாதங்களுக்கு முன்பு உங்களை நேசித்தேன், இப்போது, அதில் உறுதியாகவே இருக்கிறேன். நீங்கள் உறுதியாக இருப்பதாகக் கூறுவதைப் போல. ஆனால், அதற்காக, உங்களை மணப்பது தீர்மானிப்பது அவ்வளவு எளிதில்லை. சிந்திக்க வேண்டிய விஷயங்கள் நிறைய இருக்கின்றன."

"சிந்திக்க இருப்பது ஒரே விஷயம்தான் - அது, நாம் ஒருவரையொருவர் நேசிக்கிறோம் என்பதே" என்றார். அவள் அமைதியாக இருக்கவே, விரைவாகச் சொன்னார்: "நல்லது; அதனை உன்னால் ஒத்துக் கொள்ளமுடியாவிட்டால், அப்படிச் சொல்லாதே என்னிடம்."

"எதைப்பற்றியும் சிந்திக்காமல் இருக்கவே பிரியப் படுகிறேன்; கண்களை மூடிக்கொண்டு இருந்துவிட. ஆனால், என்னால் முடியவில்லை. நான் குளிர் கொண்டவளாக, முதியவளாக, கோழையாக இருக்கிறேன். திரும்பவும் மணமுடிப்பேன் என நான் நினைத்ததேயில்லை. உங்களிடம் கேட்டுக் கொண்டிருந்ததெல்லாம் புதிராகத் தெரிகின்றன. சிறு பெண்ணாக இருக்கையில், எப்படிப்பட்டவரை மணப்பது என நான் முடிவு செய்த போது, உங்களைவிட மிக வேறுபட்ட மனிதரை நான் நினைத்தேன்."

"அது எனக்கு எதிராக இல்லை. உன் ரசனை உருவாயிருக்க வில்லை"

அவரது புன்னகை திருமதி சிண்ட்ரேயைப் புன்னகை செய்ய வைத்தது.

"நீங்கள் உருவாக்கியிருக்கிறீர்களா?" என்று கேட்டாள். வேறுபட்ட தொனியில், "நீங்கள் எங்கே வசிக்க விரும்பு கிறீர்கள்?" என்றாள்.

"பரந்த இவ்வுலகில் நீ விரும்பும் எந்த இடத்திலும். அது பற்றி எளிதாக முடிவு கட்டிடலாம் நாம்."

"நான் ஏன் உங்களைக் கேட்கிறேன் என அறியேன். சிறிது கூட கவலைப்படவில்லை. உங்களை மணப்பதாக இருந்தால், எங்கு வேண்டுமானாலும் என்னால் வசிக்க இயலும் என்றே நினைக்கிறேன். என்னைப் பற்றிய சில பொய்யான கருத்துக்கள் வைத்திருக்கிறீர்கள். எனக்கு நிறையப் பொருட்கள்

வேண்டும் என நினைக்கிறீர்கள் - பிரகாசமான வாழ்க்கை வேண்டும் என்று. எனக்கு அத்தகையவற்றைத் தர நீங்கள் ஆயத்தமாக இருக்கிறீர்கள் என்பதும் உறுதியே. ஆனால், அது தன்னிச்சையான எண்ணமே; அதனை நிரூபிக்கும் வகையில் நான் ஒன்றும் செய்திடவில்லை"

அவள் திரும்பவும் நிறுத்தினாள், அவரை உற்று நோக்கினாள், பொன்மயமான சூரிய உதயத்தை விரைவு படுத்திட எப்படி விரும்பமாட்டாரோ, அது போலவே, அவளது ஓ-யும் மௌனமும் கலந்த இனிதான நிலையைத் துரிதப்படுத்த ஆசைப்படவில்லை.

"நீங்கள் வித்தியாசமானவராக இருப்பது, முத-ல் சிரமமாக சிக்கலாகத் தோன்றிப் பின் ஒருநாள் இன்பமாகத் தோற்றமளித்திடத் தொடங்கியது. நீங்கள் வித்தியாசமாக இருப்பதைக் கண்டு மகிழ்ந்தேன். இருந்தாலும், அப்படிச் சொல்-யிருந்தால், யாருமே என்னைப் புரிந்திருக்க மாட்டார்கள்; வெறுமனே என் குடும்பத்தை மட்டும் குறிப்பிடவில்லை நான்."

"நான் ஒரு விநோதமான அரக்கன், என்று அவர்கள் கூறியிருப்பார்கள், ஆ?" என்றார் நியூமன்.

"நான் உங்களுடன் எப்போதும் சந்தோஷமாக இருக்க இயலாது என்று கூறியிருப்பர் - நீங்கள் மிக வித்தியாசமானவர்; மற்றும் நானோ, நீங்கள் வித்தியாசமானவராக இருப்பதாலேயே சந்தோஷமாக இருக்க இயலும் என்று கூறியிருப்பேன். ஆனால், என்னை விடச் சிறப்பான காரணங்களை அவர்கள் தரக்கூடும். எனது ஒரே காரணம் -"

அவள் திரும்பவும் தயங்கி நிறுத்தினாள்.

ஆனால் இந்தத் தடவை அவரது சூரிய உதயத்தின் மத்தியில், ஒரு சிவந்த மேகத்தைப் பற்றிடத் துடித்தார் நியூமன். உனது ஒரு காரணம் நீ என்னை நேசிப்பது" என்று முணுமுணுத்தார்.

நியூமன் மறுநாள் அங்கு வந்த போது, திருமதி பிரெட்டைச் சந்தித்தார். அவள் கௌரவமான சும்மா இருத்த-ல் திரிந்து கொண்டிருந்தாள். நியூமனைக் கண்டதும் மரியாதை காட்டினாள். மாடிப்படியில் அவரை அழைத்துச் சென்றாள்.

அதன் பாதித் தூரத்தில், ஒரு இடத்தில் பதினெட்டாம் நூற்றாண்டைச் சேர்ந்த, முட்டாள்தனமாகச் சிரித்தபடி, பைத்தியமாக வெளிறிய முகத் தோற்றத்துடனான கன்னிகை ஒருத்தியின் சிலை நின்றது. அங்கே அவள் நின்றபடி, வெட்கம் நிறைந்த பரிவுடன் அவரைப் பார்த்துக் கூறினாள் -

"நல்ல செய்தியை நான் அறிவேன், ஐயா"

"முத-ல் நீ அறிந்து கொள்வதற்கு உரிமை இருக்கிறது. அந்த அளவு அன்பார்ந்த அக்கறை கொண்டிருக்கிறாய்."

அவள் வேறுபுறமாகத் திரும்பி, சிலையிலுள்ள தூசியை அகற்றினாள், அது ஒரு கே-யாக இருக்கும் என்ற பாவனையில்.

"என்னை வாழ்த்த விரும்புகிறாய் என நினைக்கிறேன். நான் மிகவும் கடமைப்பட்டிருக்கிறேன். அன்று நீ மிகவும் சந்தோஷம் தந்தாய்."

உறுதிப்பட்டவளாகத் திரும்பினாள். "நான் எதையாவது சொல்-விட்டதாக நீங்கள் நினைத்திடக் கூடாது. நான் யூகம்தான் செய்திருக்கிறேன். நீங்கள் வந்த போது நோக்கியதும், நான் செய்த யூகம் சரிதான் என்று உறுதி செய்து கொண்டேன்."

"நீ மிகவும் கூர்மையானவள். உன் அமைதியான வழியில் நீ எல்லாவற்றையும் தெரிந்து கொண்டுவிடுகிறாய்."

"நான் ஒரு முட்டாளில்லை, ஐயா, தெய்வத்துக்கு நன்றி. வேறு ஒன்றும் யூகம் செய்திருக்கிறேன்.

"அது என்ன?"

"உங்களுக்குச் சொல்ல அவசியமில்லை, ஐயா; நீங்கள் நம்புவீர்கள் என நினைக்கவில்லை நான். எந்த விதத்திலும் அது உங்களை உற்சாகப்படுத்தாது."

"ஓ, எனக்கு மகிழ்ச்சி தராத எதனையும் சொல்ல வேண்டாம். அந்த வழிதான் நீ ஆரம்பித்து வைத்தது" என்று சிரித்தார் நியூமன்.

"நல்லது ஐயா. எவ்வளவு விரைவில் முடிகிறதோ அவ்வளவு நல்லது என்று அறிவது உங்களை வதைக்காது

என நினைக்கிறேன்."

"விரைவில் நாங்கள் மணம் செய்வது, அதைத்தானே சொல்கிறாய்? எனக்கு மேலானது, நிச்சயமாக"

"ஒவ்வொன்றும் மேலானது"

"உனக்கு மேலானது, ஒரு வேளை, எங்களுடன் சேர்ந்து வாழப் போகிறாய் என்பது உனக்குத் தெரியுமே."

"நிச்சயமாக, உங்களுக்குக் கடமைப்பட்டிருக்கிறேன், ஐயா. ஆனால், நான் நினைப்பது என்னைப் பற்றியன்று. நான் விரும்புவது, சிறிது காலத்தைக் கூட விரயம் செய்ய வேண்டாம் என உங்களிடம் வேண்டிக் கொள்வதுதான்."

"யாரைக் கண்டு அஞ்சுகின்றாய்?"

மாடிப்படியின் மேலும் கீழும் நோக்கிவிட்டு, தூசி தட்டாத சிலையைப் பார்த்தாள், அதற்கு உயிரோட்டமான காது இருப்பது போல,

"ஒவ்வொருவரைக் கண்டும் அஞ்சுகிறேன்"

"என்ன துன்பம் தரும் மனநிலை! 'ஒவ்வொருவரும்' என் திருமணத்தைத் தடைப்படுத்திட ஆசைப்படுகின்றனரா?"

"ஏற்கனவே நிறைய சொல்-விட்டது பற்றி பயப்படு கிறேன். அதனை விலக்கிக் கொள்ளப் போவதில்லை. ஆனால், இனி ஒன்றும் அதிகமாகச் சொல்லமாட்டேன்."

அவரை மாடிப்படியில் அழைத்துச் சென்று, திருமதி சிண்ட்ரேயின் அறைக்குள் கொண்டுவிட்டாள். அங்கே, திருமதி சிண்ட்ரே, அவளது தாயார், அவளது மைத்துனி ஆகியோர் இருந்தனர். திருமதி சிண்ட்ரே தன் நிச்சயதார்தத்தை தாயாரிடம் சொல்-க் கொண்டிருப்பதாகவும், தாயார் அதனை ஏற்றுக்கொள்ள சிரமப்பட்டுக் கொண்டிருப்பதாகவும் தனக்குத் தானே கூறிக்கொண்டார் நியூமன். அவருக்குத் தன் கரத்தைத் தந்த திருமதி சிண்ட்ரே, ஏதோ ஒன்றைப் புரிந்து கொள்ளவும் வேண்டும் என உணர்த்துவது போன்ற பார்வையினையும் தந்தாள். அது எச்சரிக்கையா அல்லது வேண்டுதலா? அவள் பேச்சினை ரசிக்கின்றாளா அல்லது மௌனத்தையா? அதிர்ச்சியடைந்த அவருக்கு, இளைய சீமாட்டியின் சிரிப்பும் எந்தத் தகவலையும் வழங்கவில்லை.

“என் தாயாருக்குச் சொல்-டவில்லை” என்றாள் திருமதி சிண்ட்ரே.

‘‘எதனைச் சொன்னாய்? என்னிடம் நீ சொல்வது மிகச் சொற்பமே; எல்லாவற்றையும் எனக்குக் கூற வேண்டும்’’ என்றாள் முதியமாது.

‘‘அதனைத்தான் நான் செய்கிறேன்’’ என்றாள் திருமதி அர்பைன்.

“உன் தாயாருக்குச் சொல்ல என்னை அனுமதி” என்றார் நியூமன்.

முதியவள் திரும்பவும் அவரைப் பார்த்து விழித்துவிட்டு, மகளிடம் திரும்பினாள். ‘‘நீ அவரை மணமுடிக்கப் போகிறாய்?” என்று கூக்குரல் போட்டாள்.

“எனக்கு ஆனந்தம் அளிக்கும் வகையில், உங்கள் மகள் இசைந்திருக்கிறாள்” என்றார் நியூமன்.

“எப்போது இந்த ஏற்பாடு நிகழ்ந்தது? சந்தர்ப்பவசத்தாலே நான் செய்தியினைத் தெரிந்து கொள்ள வேண்டியிருக்கிறது”

“நேற்றுத்தான் எனது ‘காத்திருக்கும் ஆர்வம்’ ஒரு முடிவுக்கு வந்தது’’

“என் காத்திருக்கும் ஆர்வம் எவ்வளவு நாள் நீடிப்பது?” என்றாள் தன் மகளை நோக்கி, பெல்-கார்ட் சீமாட்டி. எந்தவித எரிச்சலும் இல்லாமல் இதனைச் சொன்னாள்; ஒருவகை உணர்வுபாவமற்ற, உயர்ந்த அதிருப்தியுடன் சொன்னாள்.

நிலத்தை நோக்கியபடி மௌனமாக நின்றாள் திருமதி சிண்ட்ரே.

“இப்போது முடிந்துவிட்டது”

“என் மகள் எங்கே - அர்பைன் எங்கே? உன் சகோதரனை அழைத்து வரச்சொல்-, தெரிவி.”

இளைய சீமாட்டி அழைப்பு மணியில் கையை அழுத்தினாள். “அவர் என்னோடு சில இடங்களுக்கு வருகை செய்ய இருக்கிறார். ஆனால், இப்போது என்னிடம் வரலாம்” என்றாள். திருமதி பிரெட் நுழைந்தாள்.

உன் சகோதரனை அழைத்துவரச் சொல்'' என்றாள் முதியவள். ஆனால், நியூமன், தடைப்படுத்த முடியாதபடி பேசிட, குறிப்பிட்ட ஒரு வழியில் பேசிடத்துடித்தார். "நாம் அழைத்து வரச் சொல்வதாக மார்க்யுஸுக்குக் கூறவும்'' என்றார் திருமதி பிரெட்டிடம்.

இளைய சீமாட்டி தன் மைத்துனியிடம் சென்று அவளைத் தழுவிக் கொண்டாள். ''அவள் ஈர்க்கும் தன்மையில் இருக்கிறாள் உங்களை வாழ்த்துகிறேன்" என்றாள் நியூமனை நோக்கி.

''உங்களை வாழ்த்துகிறேன், சார். என் மகள் ஒரு அசாதாரணமான நல்ல பெண். அவளிடம் தவறுகள் இருக்கலாம், ஆனால் அவற்றை நான் அறியேன்" என்றாள் பெல்-கார்ட் சீமாட்டி.

''என் தாயார் அடிக்கடி நகைச்சுவை செய்வதில்லை; ஆனால், அவர்கள் செய்யும் போது அது பயங்கரமாக இருக்கும்.''

"அவள் ஆனந்தத்தில் திளைக்கிறாள்" என்றாள் திருமதி அர்பைன், தன் மைத்துனியை நோக்கி, 'ஆம் உன்னை வாழ்த்துகிறேன்"

கையில் தொப்பியை வைத்தபடி, கையுறையணிந்தவராக, வாலெண்டின் தொடர, உள்ளே நுழைந்தார் பெல்-கார்ட். சுற்றிலும் நோக்கிவிட்டு, நியூமனைக் கண்டு, வழக்கமான நேர்த்தியான - அளவிட்டதான மரியாதை தெரிவித்தார். வாலெண்டின், தாயாருக்கும் சகோதரிக்கும் மரியாதை செய்துவிட்டு, நியூமனிடம் கைகுலுக்கினார்.

"உங்களுக்குப் பெரிய செய்தியொன்று வைத்திருக்கிறோம்" என்று கூறினாள் பெல்-கார்ட் சீமாட்டி.

"உன் சகோதரரிடம் சொல்லு, மகளே"

"நான் திரு நியூமனை ஏற்றுக்கொண்டேன்."

"உங்கள் சகோதரி இசைந்திருக்கிறாள்"

"நான் உற்சாகமடைகிறேன்" என்றார் பெல்-கார்ட்.

''நானும்தான்'' என்றார் வாலெண்டின் நியூமனிடம்.

''மார்க்யுஸும் நானும் உற்சாகமடைகிறோம். என்னால் மணமுடிக்க இயலாது, ஆனால், அதனைப் புரிந்து கொள்ள இயலும். என் தலையால் நின்று பார்க்க இயலாது, ஆனால் அப்படி நிற்கும் ஒருவனைப் பாராட்டுவேன். என் சகோதரியே, உங்கள் இணைப்பை வாழ்த்துகிறேன்."

"நாங்கள் தயாராகவே இருந்திருக்கிறோம். ஆனால், இதில் ஒரு குறிப்பிட்ட உணர்வை உணர்வது தவிர்க்க இயலாதது" என்றார் மார்க்யுஸ்.

''நான் முழுமையாகத் தயாராகாத எந்த ஒன்றையும் உணரவில்லை'' என்றாள் திருமதி பெல்-கார்ட்.

'எனக்கு அப்படிச் சொல்ல முடியாது. எதிர்பார்த்ததை விட மகிழ்ச்சியடைகிறேன் நான். அது, உங்களை ஆனந்தத்தில் காண்பதால் இருக்கும் என நினைக்கிறேன்!" என்றார் நியூமன்.

"அதனை மிகைப்படுத்தல் வேண்டாம்'' என்றாள் முதிய சீமாட்டி, எழுந்து நின்று தன் புதல்வியின் தோள்களில் கை வைத்தபடி, "தனது ஒரே மகளைத் தன்னிடமிருந்து எடுத்துச் செல்வதற்காக ஒரு நேர்மையான முதியவள், நன்றி பாராட்டுவாள், என நீங்கள் எதிர்பார்க்க முடியாது"

"என்னை மறந்துவிட்டீர்கள்" என்றாள் இளையசீமாட்டி.

"ஆம், அவள் அழகாக இருக்கிறாள்" என்றார் நியூமன்.

''திருமணம் எப்போது?'' என்றாள் இளைய சீமாட்டி. "ஆடையைப் பற்றி யோசிக்க எனக்கு ஒருமாதம் தேவை"

"அதனை விவாதித்துக் கொள்ளலாம்" என்றாள் முதியமாது.

''ஓ, நாங்கள் விவாதிப்போம், பிறகு உனக்குத் தெரிவிப்போம்" என்றார் நியூமன்.

''நாம் ஒத்துப்போவோம் என்பதில் எனக்குச் சந்தேக மில்லை" என்றார் அர்பைன்.

"திருமதி சிண்ட்ரேயுடன் நீங்கள் ஒத்துப்போகாவிட்டால், நீங்கள் மிகவும் அறிவுடன் முரண்படுவீர்கள்"

''வாருங்கள், வாருங்கள், அர்பைன். நான் நேராக தையல்காரரிடம் செல்ல வேண்டும்'' என்றாள் திருமதி அர்பைன்.

முதியவள் தன் மகளின் தோள்களில் கைகளை வைத்தபடி, உற்று நோக்கிக் கொண்டு முணுமுணுத்தாள்: "இல்லை, நான் இதனை எதிர்பார்க்கவில்லை! நீங்கள் ஒரு அதிருஷ்டசா-" என்றாள் நியூமனை நோக்கி.

"ஓ, அதனை அறிவேன். நான் மிகவும் கர்வமடைகின்றேன். வீட்டுச்சியி-ருந்து உரத்துக் கூற வேண்டும் போல உணர்கிறேன் - தெருவில் மக்கள் கூட்டத்தை நிறுத்தி, சொல்ல நினைப்பது போல"

பெல்-கார்ட் சீமாட்டி தன் உதடுகளைக் கடித்தாள்! "தயவுசெய்து வேண்டாம்."

"எவ்வளவு அதிகம் மக்கள் தெரிந்து கொள்கிறார்களோ, அவ்வளவு நல்லது. இன்னும் இதனை இங்கே தெரிவிக்க வில்லை நான். ஆனால், இன்று காலையில் அமெரிக்கா வுக்குத் தந்தி அனுப்பினேன்."

"அமெரிக்காவுக்குத் தந்தி அனுப்பினீர்களா?'' என முணுமுணுத்தாள் பெல்-கார்ட் சீமாட்டி.

"நியூயார்க்குக்கு, புனித லூயிக்கு, மற்றும் சான்பிரான்சிஸ் கோவுக்கு; அவையெல்லாம் பிரதான பெரு நகரங்கள், தெரியுமே உங்களுக்கு. நாளை, இங்குள்ள நண்பர்களுக்குத் தெரிவிப்பேன்."

"நிறைய இருக்கிறார்களா?"

"நிறையக் கை குலுக்கவும் வாழ்த்துத் தெரிவிக்கவும் போதுமான அளவு:"

தையல்காரரிடம் மனதைப் பறக்கவிட்டுவிட்ட இளைய சீமாட்டி சீக்கிரம் விரைந்திடத் துடித்தாள். நியூமனிடம் கைகுலுக்கிவிட்டு,

"நீங்கள் என்னைக் கணக்கில் எடுத்துக் கொள்ளலாம்" என்று கூறியதும், கணவரை அழைத்துச் சென்றாள்.

"நீங்கள் இருவரும் தீவிரமாகச் சிந்தித்திருப்பீர்கள் என நம்புகின்றேன்" என்றார் வாலெண்டின்.

திருமதி சிண்ட்ரே புன்னகைத்தாள். "எங்களுக்கு உங்களைப் போன்ற சிந்தனை ஆற்றல் கிடையாது, தீவிர ஆழமும்

கிடையாது; ஆனால் எங்களால் முடிந்த அளவு செய்திருக்கிறோம்."

"உங்கள் ஒவ்வொருவர் மீதும் நிறைய மதிப்புக் கொண்டிருக்கிறேன். நீங்கள் மனதைத் தொடக்கூடிய இளையவர்கள். ஆனால், நீங்கள், மணமுடிக்காமல் இருக்கக்கூடிய சிறிய, ஆனால், உயர்ந்த கூட்டத்தினருடன் சேராதது பற்றி நான் திருப்தியடையவில்லை. இவர்களெல்லாம் அரிதான ஆன்மாக்கள்.; மண்ணின் உப்பாக உள்ளவர்கள். ஆனால், தீய எண்ணம் உண்டாகிட ஏதுண்டு என்பதைக் குறிப்பிடவில்லை. மணமுடிப்போர் நிறையப்பேர் அன்பாக இருக்கிறார்கள்."

"பெண்கள் மணமுடிக்க வேண்டும், ஆண்கள் முடிக்கக்கூடாது என்று வாலெண்டின் நினைத்திருக்கிறார். எப்படி ஏற்பாடு செய்கிறார் என நான் அறியேன்."

"உன்னைப் போற்றுவதன் மூலம் ஏற்பாடு செய்கிறேன், தங்கையே" என்றேன்.

"நீங்கள் மணமுடிக்கக்கூடிய ஒருத்தியைப் போற்றுங்கள். அதனை உங்களுக்கு ஏற்பாடு செய்கிறேன் ஒரு நாள்."

படிக்கட்டில் நின்றபடி, சோகமாக மாறிவிட்ட முகத்துடன் வாலெண்டின் கூறினார்: "நான் மணமுடிக்க இயலாத ஒருவரை போற்றுகிறேன்."என்று கூறிவிட்டு கிளம்பினார்.

"அவர்கள் விரும்பவில்லை இதனை" என்று திருமதி சிண்ட்ரேயிடம் கூறினார் நியூமன்.

"இல்லை, அவர்கள் விரும்பவில்லை"

"நல்லது, இப்போது, அதனைப் பொருட்படுத்துகிறாயா?"

"ஆமாம்"

"அது ஒரு தவறு"

"என்னால் தவிர்க்க முடியவில்லை. என் தாயார் மகிழ்ந்திருக்க வேண்டும் என்று பிரியப்படுகிறேன்.

"ஏன்? அவர்கள் மகிழவில்லையா? நீ என்னை மணமுடிக்க அனுமதி தந்துவிட்டார்களே"

“மிக உண்மை; நான் அதனைப் புரிந்து கொள்ளவில்லை. இருப்பினும் அதனைப் ‘பொருட்படுத்துகிறேன்’ இதனை மூடநம்பிக்கை என்று நீங்கள் கூறுவீர்கள்”

“அது, எந்த அளவு அதனைப் பாதிக்கவிடச் செய்கிறாயோ, அதைப் பொறுத்திருக்கிறது.”

“என்னுடனேயே வைத்திருப்பேன். அது உங்களை ஒன்றும் செய்யாது.”

பிறகு, அவர்கள் தங்களது திருமண நாள் குறித்துப் பேசினர். அதனை வெகு சீக்கிரமாக ஒரு நாளில் வைக்க வேண்டும் என்று நியூமன் கூறியதற்குத் தயக்கமின்றி இசைவு தந்தாள் கிளேர்.

நியூமனது தந்திகளுக்கு உற்சாகத்துடன் பதில் செய்திகள் வந்து சேர்ந்தன. அடுத்த முறை பெல்-கார்ட் சீமாட்டியைச் சந்தித்த போது, அவளுக்கு அவற்றைக் காட்டினார். இது ஒரு தீயதாக்குதல் என்பதை ஒத்துக்கொள்ளத்தான் வேண்டும். இது எந்த அளவு மன்னித்திருந்தது என்பதை வாசகர்கள் முடிவு செய்ய வேண்டும். போதுமான காரணங்கள் புலப்படா விட்டாலும், பெல்-கார்ட் சீமாட்டி அவரது தந்திகளை விரும்பவில்லை என்பது அவருக்குத் தெரியும். ஆனால், திருமதி சிண்ட்ரே அவற்றை விரும்பினாள்; பெரும்பாலும் அவை வேடிக்கையாக இருந்ததால், அவற்றை ரசித்தாள். பரிசு கிடைக்கப்பெற்ற நியூமன், தன் வெற்றியை வெளிப்படுத்த விநோதமான ஆசை கொண்டார். பெல்-கார்டுகள் இதுபற்றி நிசப்தமாக இருப்பது குறித்து சந்தேகித்தார் நியூமன். அவரால் முடிந்த முயற்சி எடுப்பதாயின், அனைத்துச் சாளரங்களையும் உடைத்தெறிந்துவிடலாம் என நினைத்தார். எந்த மனிதனும் தன்னை மறுத்து விலக்குவதை விரும்பமாட்டான்; ஆனால் நியூமன் புகழப்படாவிட்டாலும், புண்படுத்தப்படவில்லை. அவரது உணர்வு இந்த ரீதியாக இல்லை, அது வேறு ரகமானது. பெல்-கார்ட் குடும்பத்தின் நபர்கள் எல்லாம் தன்னைப் பற்றி உணரவேண்டும் ஒரே சமயத்தில் என விரும்பினார்; இன்னொரு வாய்ப்பு எப்போது வரும் என்று அறிந்திருக்கவில்லை அவர். முதியவளும் மகளும் தன்னைத்தன் தலைக்கு நேராகப் பார்க்கிறார்கள் என்ற உணர்வு இந்த ஆறு மாதங்களாக, நியூமனுக்கு இருந்தது; அவர்கள் தான் வரைந்த கோட்டைப்

பின்பற்றி வரவேண்டும் என்று இப்போது தீர்மானித்தார்.

"மெதுவாக மது ஊற்றப்படும்போது பாட்டிலை உடைப்பது போன்றது இது" எனத் திருமதி ட்ரிஸ்ட்ரத்துக்கு விளக்கினார். "அவர்கள் தோள்களை உரசிக் கொண்டு, அவர்களது மதுவை சிந்தும்படி நான் மோத வேண்டும் என்று நினைக்கிறார்கள்"

அவர்களைத் தனியாக விட்டுவிட்டு, அவர்கள் வழியில் காரியங்கள் செய்யட்டும் என்றிருப்பதுதான் மேலானது எனத் திருமதி ட்ரிஸ்ட்ரம் பதி-றுத்தாள். "'அவர்கள் சிறிது நெருப்பைத் தொங்கவிடுவது இயற்கையே. நீங்கள் உங்களது விண்ணப்பத்தை முன்வைத்த போது தாங்கள் ஏற்றுக் கொண்டதாக நினைத்தார்கள்; ஆனால், அவர்கள் கற்பனைவளமுள்ளவர்கள் அல்ல; எதிர்காலத்தைத் துருவிக்காண முடியாது. இப்போது, திரும்பவும் துவக்க விரும்புகிறார்கள். ஆனால் அவர்கள் கௌரவம் மிக்க மனிதர்கள், அவசியமானவற்றைச் செய்வார்கள்."

"அவர்கள் மீது கடுமையாக இருக்கவில்லை நான். இதனை நிரூபித்திட அவர்களை ஒரு விழாவுக்கு அழைப்பேன்."

"விழாவுக்கு?"

"என் இல்லத்தில் அவர்களுக்கு ஒரு விருந்து தரப்போகிறேன். பெரிய அளவில் ஒருவர் செய்யக்கூடியது என்ன இருக்கிறது இங்கே? இசை நாடகங்களில் உள்ள எல்லாப் பெரிய பாடகர்களையும் வரவழைப்பேன். ஒரு பொழுது போக்கு தரப்போகிறேன்."

"யாரை வரவழைப்பீர்கள்?"

"நீ, முதலாவதாக. பிறகு முதியமாதும் அவளது மகனும். பிறகு, அவர்களது வீட்டில் நான் கண்ட அவர்களது நண்பர்கள். பிறகு என் எல்லா நண்பர்களும், விதிவிலக்கின்றி - செல்வி கிட்டி அப்ஜான், செல்வி டோராஃபிஞ்ச், ஜெனரல் பகார்ட், சி. பி. ஹாட்ச் முத-யோர். எல்லாரும் திருமதி சிண்ட்ரேயுடனான எனது நிச்சயதார்த்தத்தைக் கொண்டாட கூடுவார்கள். இது பற்றி உன் அபிப்பிராயம் என்ன?"

"இது விநோதமானது என நினைக்கிறேன்!" என்றாள் திருமதி ட்ரிஸ்ட்ரம். பிறகு ஒரு கணத்தில், "இது சுவையானது

ஹென்றி ஜேம்ஸ் 219

என நினைக்கிறேன்" என்று சேர்த்துக் கொண்டாள்.

மறுநாளே பெல்-கார்ட் சீமாட்டியின் இல்லதுக்குச் சென்று அவளை, ஒரு இருவார காலத்தில் ஒரு நாளில் தன் இல்லத்துக்கு வந்து கௌரவிக்கும்படி கேட்டார்.

அவர் ஒரு கணம் விழித்தாள். "பிரியமான ஐயா, எனக்கு என்ன செய்ய விரும்புகிறீர்?"

"சிலருடன் நட்பாக இருக்க, பிறகு உங்களை வசதியான நாற்கா-யில் அமரச் செய்து திருமதி ஃபிரெஸ்ஸோலனியின் பாட்டைக் கேட்குமாறு செய்யப்போகிறேன்."

"இசை நிகழ்ச்சி தருவதனையா குறிப்பிடுகிறீர்கள்?"

"அதுமாதிரிதான்"

"நிறையப்பேரைக் கூட்டிவைத்துக் கொண்டு?"

"எனது எல்லா நண்பர்களும், மற்றும் சில உங்கள் நண்பர்களும் உங்களது மகளின் நண்பர்களும் என்று நம்புகின்றேன். என் நிச்சயதார்த்தத்தைக் கொண்டாட விரும்புகிறேன்."

பெல்-கார்ட் சீமாட்டி வெளிறிப் போய்விட்டதாக நியூமனுக்குத் தோன்றியது.

"நாங்கள் வெளியே செல்வது மிகச்சொற்பம்தான், எங்கள் தந்தையின் பிரிவுக்குப் பிறகு" என்றார் மார்க்யுஸ்.

"ஆனால் என் தந்தை இன்னும் உயிரோடு இருக்கிறார், என் நண்பரே" என்றாள் திருமதி அர்பைன். "நான் என் அழைப்பை ஏற்க காத்துக் கொண்டு இருக்கிறேன்; அது மகத்தானதாக இருக்கும்; அதைப்பற்றி உறுதி கூறுகிறேன்."

நியூமனது கவனம் எல்லாம் பெல்-கார்ட் சீமாட்டி மீது தான் இருந்தது. இறுதியில் அவள், "எனக்கு நீங்கள் விருந்து உபசாரம் செய்வது பற்றி என்னால் நினைக்க முடியவில்லை, நானே உங்களுக்கு ஒன்று தராதவரை, எங்கள் நண்பர்களுக்கு உங்களை அறிமுகப்படுத்த விரும்புகிறோம்; அனைவரையும் வரவேற்போம். இதனை வெகுநாள் நினைத்திருந்தோம். விஷயங்களை முறைப்படிச் செய்தாக வேண்டும். இருபத்தைந்தாம் நாள் வாக்கில் இங்கு வாருங்கள்; சரியான

நாளை உடனே தெரிவிப்பேன். ஃபிரஸ்ஸா-னி மாதிரியான நேர்த்தியானவர்களை நாங்கள் அழைத்திருக்க மாட்டோம்; ஆனால் மிக நல்லவர்களை, அதன் பிறகு உங்களது விழாபற்றிப் பேசலாம்" என்றாள் புன்னகை செய்தபடி.

இது ஒரு நல்ல திட்டமாகவே, நியூமனுக்குத் தோன்றியது; இத்தகையவை எப்போதுமே அவரது நல்-யல்பின் ஊற்றுகளைத் தொட்டு விடுவதுண்டு. இருபத்தைந்தாம் நாளன்றோ அல்லது வேறு எந்த நாளிலாயினும் அங்கு வரச் சந்தோஷம் என்றும், தன் நண்பர்களை தன் இல்லத்தில் சந்திப்பது பற்றியோ இன்னொருவர் இல்லத்தில் சந்திப்பதைப் பற்றியோ பொருட்படுத்தவில்லை என்றும் பதி-றுத்தார். நியூமன் கவனத்துடன் நோக்குபவராயினும், இந்தத் தடவை, பெல்-கார்ட் சீமாட்டிக்கும் மார்க்யுஸுக்கும் இடையே பரிமாறப்பட்ட ஒரு நாசூக்கான பார்வையைக் கவனிக்கத் தவறினார் என்பதை ஒத்துக்கொண்டாக வேண்டும்; அதுதான் அவரது கள்ளமற்ற தன்மை; அதனால்தான் அவரது விடை அப்படி அமைந்திருந்தது.

மாலையில், வாலெண்டின் நியூமனுடன் கிளம்பினார். "என் தாயார் மிக வல்லமையானவர் - மிக வல்லமையானவர்" என்று கூறினார் வாலெண்டின், வீட்டை விட்டு வெளியேறி சிறிது தூரம் சென்றதும், "அவர் சுவருக்குத் தள்ளப்பட்டிருக் கிறார்; ஆனால் இதுபற்றி நீங்கள் நினைத்துப் பார்த்திருக்க முடியாது; 25ஆம் நாள் அழைப்பு, அக்கணத்தில் அவளது கண்டுபிடிப்புதான். விழா கொடுப்பது பற்றி அவளுக்கு ஒன்றும் அபிப்பிராயம் இல்லை, ஆனால் உங்கள் திட்டத்தி-ருந்து அவள் கண்டது இது ஒன்றுதான் ஆதலால், அதனையேத் திருப்பிவிட்டார்."

"அவளது விழா பற்றி நான் பொருட்படுத்தவில்லை."

XIV

செல்வி நியோமி தந்தையிடமிருந்து விலகிச் சென்றதும், தந்தையின் போக்குகள் பற்றியும் வாலெண்டின் தெரிவித்த விஷயங்கள் நியூமனுக்கு வருத்தம் விளைவித்தன. இரு வாரங்களுக்கு அல்லது மூன்று வாரங்களுக்கு ஒரு முறை நியூமனை சந்தித்து வரும் நியோசி, இப்போது காணப்பட வில்லை. தற்போது நியோமியின் வாழ்க்கை குறித்து மேலும் பல தகவல்களை வாலெண்டின் கூறக் கேட்டார் நியூமன்.

"அவள் முக்கியத்துவம் நிரம்பியவள் எனச் சொல்-யிருக்கிறேன் உங்களுக்கு. அவள் இக்காரியத்தை நிகழ்த்தி யிருக்கும் விதம், இதனை நிரூபிக்கிறது. அவளுக்கு வேறு வாய்ப்புகள் ஏற்பட்ட போதிலும், மிகச் சிறப்பானதை தேர்ந்தெடுக்கவே முடிவு செய்தாள். நீங்கள் அத்தகைய ஒரு வாய்ப்பாக இருப்பீர்கள் எனச் சிறிது காலம் எண்ணினாள். ஆனால், நீங்கள் இல்லை, ஆகவே பொறுத்திருந்து, தன் சந்தர்ப்பத்தை நோக்கிக் காத்திருந்தாள். இறுதியில் அவளது சமயம் வரவே, கண்களைத் திறந்தபடி காரியத்தை முடித்தாள். இழப்பதற்கான கள்ளமற்ற தன்மை அவளுக்கில்லை என்பது பற்றி உறுதி கூறுவேன், ஆனால், அவள் எல்லா மரியாதை யம்சங்களும் பெற்றவளே. அவளை ஒரு தினுசான பெண்ணாக நீங்கள் கருதினாலும், அது பற்றி உறுதியான பிடிப்புடன் இருந்தாள். அவளுக்கு எதிராக எதுவும் நிரூபிக்க முடியாது; தனக்குச் சமமானது கிடைக்கும் வரை தன் மதிப்பை இழக்கக்கூடாது என்று தீர்மானித்திருந்தாள். அவளது சமமான மதிப்பு பற்றி உயர்ந்த எண்ணங்கள் வைத்திருந்தாள். உண்மையில் அவளது இலட்சியம் நிறைவுபெற்றுவிட்டது. அது ஐம்பது வயதானது, வழுக்கைத் தலையானது, மற்றும் செவிடானது, ஆனால் பணம் குறித்து மிக எளிதானது"

"இவ்வளவு மதிப்பு மிக்க தகவலை எங்கிருந்து சேகரித்தீர்"

"உரையாட-ல். எனது கட்டற்ற பழக்கவழக்கங்களை நினைவு கொள்ளுங்கள். கையுறைகள் சுத்தம் செய்யும் தொழி-ல் ஈடுபட்டுள்ள ஒரு பெண்ணுடன் பேசும்போது. அவள் புனித ரோச் சாலையில் சிறு கடை வைத்திருக்கிறாள். நியோசி அதே வீட்டில் வசிக்கிறார். அதைச் சுற்றி ஐந்து வருடங்களாக நியோமி திரிகிறாள். கையுறைகள் சுத்தம் செய்பவள் என் நண்பர்க்கு நண்பி. அவர் கூடவே அவளைப் பலமுறை பார்த்திருக்கிறேன். கடையில் பார்த்ததும், நினைவுக்கு வரவே, உள்ளே சென்றாள். என்கையுறைகள் தூய்மையாக இருந்த போதிலும், "இவற்றைத் தூய்மை செய்ய என்ன கேட்பீர்கள்" என்றேன்.

"ஒன்றும் கேட்காமலேயே தூய்மை செய்து தருகிறேன்" என்றாள் என்னை அடையாளம் கண்டு கொண்டதால். தன்னைப் பற்றிச் சொல்-விட்டு, நண்பர்களைப் பற்றிப் பேசும்போதுதான் நியோமி குறித்து இப்போது நான் கூறிய விவரத்தை வெளியிட்டாள்.

நியோசியைக் காணாமல் ஒரு மாதம் கழிந்துவிட்டது. நாள்தோறும் இரண்டு அல்லது மூன்று தற்கொலைச் செய்திகளைக் காணும் நியூமன் நியோசி குறித்து சந்தேகப் பட்டார்; தன் பெருமிதம் காயம்பட்டுவிட்டதற்கு மருந்தாக சீன் நதியைக் கண்டார். நியோசியின் முகவரியைத் தேடி எடுத்து, தன் சந்தேகத்தைத் தீர்த்துக் கொள்ளப் புறப்பட்டார். புனித ரோச் சாலையில் சென்று விசாரித்தார். மூன்று நிமிடங்களுக்கு முன்னர்தான் கிளம்பினார் என்றும், அவரைப் பார்க்க வேண்டுமானால், அவர் வழக்கமாக மாலை வேளைகளைக் கழிக்கின்ற **பாத்ரே** காபி விடுதிக்குச் சென்றால் முடியும் என்றும் தகவல் கிடைத்தது. விடுதிக்குச் சென்றார். உள்ளே நுழைய ஒரு கணம் தயங்கினார்; இந்தவிதமாக அவரைப்**பின் தொடர்வது** அற்பத்தனமாக இல்லையா? ஆனால் அங்கே, வயதான ஒருவர் நீர் நிரம்பிய டம்ளரில் சர்க்கரை சேர்த்து ஒவ்வொரு மிடறாக விழுங்கு வதைக் காண முடிந்தது நியூமனால். ஆனால் அது அவரது தாகத்தைத் தணிக்க ஆண்மையற்றதாக இருந்தது. அவருக்கு முன்னர் ஒரு பெண் அமர்ந்திருந்தாள். நியூமனை அடையாளம்

கண்ட நியோசி எழுந்து, வழக்கத்தைவிட பிரகாசமாக நோக்கினார்.

"நீங்கள் சூடான பானத்தை அருந்திக் கொண்டிருந்ததால், நீங்கள் மடியவில்லை என நினைக்கிறேன். எல்லாம் சரி, அசைய வேண்டாம்." அப்போது அவர் முன் அமர்ந்திருந்த பெண்ணும் திரும்பி, வந்தவரை கூர்மையாக நோக்கிய போது, அம்மாது நியோமி என்பது புலனாகியது.

"எப்படியிருக்கிறீர்கள், திருவாளரே?" என்றாள் நியோமி.

"நீங்கள் வந்தது - என்னைப் பின்தொடர்ந்தா" என்றார் நியோசி மெதுவாக.

''உங்களுக்கு என்ன ஏற்பட்டது என்றறிய வீட்டுக்குச் சென்றேன். உங்களுக்கு நோய் ஏற்பட்டிருக்க வேண்டும் என நினைத்தேன்.''

"அது உங்களது நல்ல குணம், இல்லை, நான் நன்றாக இல்லை. ஆம், நான் நோய்வாய்பட்டிருக்கிறேன்"

"திருவாளரை அமரச் சொல்லு" என்றார் நியோசி.

விஷயத்தை ஒருவாறு அறிந்திட வேண்டியதுதான் என்று முடிவு செய்தவராக அமர்ந்தார்.

"என்ன கௌரவம்! அவர் நமக்காகத்தான் வந்திருக்கிறார்," என்றாள் நியோமி தந்தையிடம். "ஆனால், நீங்கள் என்னைத் தேடி வரவில்லை? என்னை எதிர்பார்க்கவில்லை நீங்கள் இங்கே?"

அவளது தோற்றத்தி-ருந்த மாற்றத்தைக் கண்டார் நியூமன். மிக நேர்த்தியாக, அழகாக இருந்தாள்; ஒருவயது அல்லது இருவயது மூத்தவளாக, மரியாதை மிக்கவளாகக் காணப் பட்டாள். நியூமன் அதிர்ந்து போனவராக இருந்தார். வாலெண்டின் குறிப்பிட்டது மாதிரி அவளது முக்கியத் துவத்தை ஏற்றுக் கொண்டார்.

"இல்லை உண்மையைச் சொல்வதானால், உன்னைத் தேடி வரவில்லை. உன்னை இங்கே எதிர்பார்க்கவுமில்லை. நீ உன் தந்தையைப் பிரிந்துவிட்டதாகக் கேள்விப்பட்டேன்"

"ஒருவர் தந்தையைப் பிரிவதுண்டா? முற்றிலும் எதிரான

சான்று உங்கள் முன் இருக்கிறது"

"ஆமாம், திருப்திப்படுத்தும் சான்று" என்றார் நியோமியைப் பார்த்தவாறு. அதைக் கவனித்த நியோசி திரும்பவும் பருகுவது போல பாவனை செய்தார்.

"யார் சொன்னது? எனக்கு நன்றாகத் தெரியும். அது பெல்-கார்ட். ஆம் என்று ஏன் நீங்கள் சொல்லக் கூடாது? நீங்கள் மரியாதை இல்லாதவர்கள்."

"நான் சங்கடப்படுகிறேன்"

"உங்களுக்கு சிறந்த உதாரணம் காட்டுகிறேன். பெல்-கார்ட் உங்களுக்குச் சொன்னார் எனத் தெரியும் எனக்கு. என்னைப் பற்றி நிறையத் தெரியும் அவருக்கு. அதற்காக நிறையச் சிரத்தை எடுத்திருக்கிறார். ஆனால் அவருக்குத் தெரிந்ததில் பாதி உண்மையில்லை. முத-ல், நான் என் தந்தையைப் பிரியவில்லை; அவரை மிகவும் நேசிக்கிறேன். இல்லையா, அப்பா? பெல்-கார்ட் மனதைக் கவரும் இளைஞர்; புத்திசா-த்தனமாக இருப்பது சாத்தியமில்லை. அவரைப்பற்றி எனக்கும் நிறையத் தெரியும். அவரை அடுத்த முறை பார்க்கும் போது நீங்கள் தெரிவிக்கலாம்."

"இல்லை, உனக்காகச் செய்திகள் ஏதும் சுமந்து செல்லமாட்டேன்."

"உங்களுக்கு உகந்தபடி. நான் உங்களையோ அல்லது திரு பெல்-கார்டையோ சார்ந்திருக்கவில்லை. அவர் என்னிடம் மிகவும் அக்கறை வைத்திருக்கிறார். அவர் உங்களுக்கு ஒரு முரண்."

"ஓ, அவர் எனக்கு பெரிய முரண். சந்தேகமே இல்லை எனக்கு. ஆனால் எந்த அர்த்தத்தில் சொல்கிறாய் என்று தெரியவில்லை"

"இந்த மாதிரி சொல்கிறேன். முத-ல், அவர் ஒருபோதும் வேலைத்திட்டமோ, கணவனைப் பெற உதவியோ வழங்குவதாகக் கூறவில்லை. இது அவருக்கு அனுகூலமானது என்று நான் கூறவில்லை. எனக்கு இந்த மாதிரி விநோதமான திட்டம் வழங்க எப்படித் தோன்றியது? நீங்கள் என்னைப் பொருட்படுத்தவில்லை."

"ஓ, ஆமாம். நான் பொருட்படுத்தவில்லை"

"எப்படி?"

"ஒரு மரியாதை மிக்கவனுக்கு உன்னை மணம் செய்து கொடுப்பது எனக்குச் சந்தோஷமாக இருக்கும்."

"ஆராயிரம் பிராங்குகள் வருமானத்துடன். அதைத்தான், என் மீது அக்கறைப்படுவது என்கிறீர்களா? உங்களுக்குப் பெண்களை பற்றி சொற்பமே தெரியும் என அஞ்சுகிறேன். நீங்கள் என்னவாக இருக்க வேண்டுமோ அப்படியில்லை." சிறிது நேரம் கழித்து நியூமன் சொன்னார்:

"நீ நேர்மையான பெண்ணாக இருந்திருந்தால் நன்றாக இருக்கும்."

நியோமி எழுந்து நின்று, துணிச்சல்மிகு புன்னகை செய்தபடி கூறினாள் - "நான் அப்படித் தோற்றமளிக்கிறேன் என்று சொல்கிறீர்களா? இக்காலத்தில் பெரும்பாலான பெண்கள் செய்வதைவிட அதிகமாக முடிவுகட்டிவிடாதீர்கள், இன்னும் சிறிது பொருத்திருங்கள். நான் வெற்றி பெற விழைகின்றேன்: அதுதான் நான் செய்ய இருப்பது. நான் உங்களைப் பிரிகிறேன்; என் தந்தையிடமிருந்து என்ன விரும்புகிறீர்கள் என்பதை அறிவேன்; அவர் இப்போது மிகச் சௌகரியமாக இருக்கிறார். அது அவருடை தவறல்ல. திரு பெல்-கார்டுக்குச் செய்தி வேண்டுமானால் என்னிடம் வந்து பெற்றுச் செல்லுமாறு சொல்லுங்கள்" என்று கூறிவிட்டு கிளம்பினாள்.

திரு நியோசி அசைவின்றி அமர்ந்திருந்தார். அவருக்கு என்ன சொல்வது என்று சிரமப்பட்டார் நியூமன். அவர் முட்டாள் தனமாகக் காணப்பட்டார். "ஆக, அவளைச் சாட வேண்டாம் என்று தீர்மானித்திருக்கிறீர்கள்."

நியோசி, அசையாமல், தன் கண்களை உயர்த்தி அவரிடம் விநோதமாகப் பார்வையைச் செலுத்தினார். எல்லாவற்றையும் ஒத்துக்கொள்வது மாதிரி, ஆனால் அதற்காக அனுதாபத்தைப் பெற விரும்பாமலும், அதே சமயம் ஒரு முரட்டுத் திறனுடன் சமாளித்துவிடலாம் என்று பாவனை செய்யாத மாதிரியும் தோன்றியது. ஒன்றுமறியாது தட்டையாக உள்ள பூச்சி ஒன்று, தன்னை அழுத்த வரும் பூட்ஸை உணர்ந்ததாக, தான் நசுக்கப்பட முடியாத அளவு மிகவும் தட்டையானது என்று

எண்ணுவது போன்றிருந்தது. நியோசியின் பார்வை ஒரு தார்மீக வீழ்ச்சியின் தொழிலாக இருந்தது. "என்னைப் பயங்கரமாக அவமதிக்கிறீர்கள்" என்றார், மிக பலவீனமான குரல். '

"ஓ, இல்லை. அது என் வேலையன்று. விஷயங்களை எளிதாக எடுத்துக் கொள்வது நல்ல நோக்கு"

"நான் உங்களிடம் நிறையப் பேசியிருக்கிறேன். அப்போது அவற்றை உணர்ந்தே பேசினேன்"

"அவளைச் சுட்டுக் கொள்ளாதது பற்றி சந்தோஷப் படுகிறேன் என்பது உறுதி. நீங்கள் உங்களையே சுட்டுக் கொன்றுவிடுவீர்களோ என அஞ்சினேன். அதனால்தான் நான் உங்களைப் பார்க்க வந்தேன்."

"என்னை அவமதிக்கிறீர்கள். நான் உங்களுக்கு விளக்க முடியாது. உங்களைத் திரும்பவும் காணக்கூடாது என நம்பினேன்."

"ஏன், அது மிக மோசமானது. உங்கள் நண்பர்களை அந்த மாதிரி விட்டுவிடக்கூடாது. அத்துடன், கடந்த முறை என்னைப் பார்க்க வந்த போது நீங்கள் உல்லாசமாக இருப்பதாக நினைத்தேன்."

"ஆமாம். நினைவிருக்கிறது. நான் காய்ச்சல் இருந்தேன். என்ன செய்தேன், என்ன சொன்னேன் என்று தெரியாது."

"நல்லது இப்போது சாந்தமாக இருக்கிறீர்கள்"

"சமாதியைப் போல அவ்வளவு மௌனமாக"

"நீங்கள் மிகத்துச்சமாக இருக்கிறீர்களா?"

தன் நெற்றியைத் தடவியபடி நியோசி பதில் சொன்னார். "ஆம் - ஆமாம். ஆனால் அது ஒரு பழைய கதை. நான் எப்போதும் மகிழ்ச்சியின்றியே இருக்கிறேன். என் மகள் அவள் விரும்பியபடி செய்கிறாள். அவள் தருவதை நல்லதோ, கெட்டதோ, நான் பெற்றுக் கொள்கிறேன். எனக்கு எந்த உயிரோட்டமும் இல்லை, உயிரோட்டம் இல்லாத போது, சும்மா இருந்துவிட வேண்டும். இனி ஒரு போதும் உங்களைத் தொந்தரவு செய்யமாட்டேன்."

"நல்லது," என்றார் நியூமன், முதியவரின் எளிதான

தத்துவத்தில் வெறுப்புக் கொண்டவராக. ‘‘நீங்கள் விரும்பியவாறே.’’

“அவள், என்ன இருந்தாலும், என் மகள், இன்னும் நான் அவளைக் கவனித்துக் கொள்ளலாம். அவள் தவறு செய்தால், ஏன் அவள் செய்கிறாள்? ஆனால் நிறைய வேறுபட்ட பாதைகள் இருக்கின்றன, பல தராதாரங்கள் இருக்கின்றன. அவளுக்குச் சாதகத்தை தரமுடியும் நான்-என் அனுபவத்தின் சாதகத்தை-’’

“உங்கள் அனுபவம்”

“என் வியாபார அனுபவம்”

‘‘ஓ, ஆமாம். அது அவளுக்குப் பெரிய நன்மையாக இருக்கும்.’’ பிறகு அவருக்கு விடை கூறி, அந்த ஏழை, முட்டாள்தனமான வயோதிகருக்குத் தன் கரத்தை நீட்டினார்.

அதனைப்பற்றியபடி, அவரை ஏறிட்டு நோக்கியவாறு நியோசி கூறினார். “என் புத்தி சீரழிந்து கொண்டிருக்கிறது என நீங்கள் சிந்திப்பதாக அறிகிறேன். சாத்தியமே. என் தலையில் எப்போதும் வேதனை இருக்கிறது. அதனால்தான் என்னால் விளக்க முடியவில்லை. அவள் மிகவும் வலுவானவள், அவள் விரும்பியவண்ணம் என்னை நடக்க வைக்கின்றாள், எங்கு வேண்டுமானாலும். ஆனால் அவளை நான் மன்னித்துவிடவில்லை. ஓ, இல்லை!”

“அதுதான் சரி. செய்ய வேண்டாம். அவள் கெட்டவள்”

“அது கொடூரமானது, பயங்கரமானது. ஆனால், நீங்கள் உண்மையை அறிய விரும்புகிறீர்களா? நான் அவளை வெறுக்கின்றேன்! அவள் தருவதை பெற்றுக் கொள்கிறேன், மற்றும் அவளை அதிகமாக வெறுக்கிறேன். இன்று என்னிடம் 300 ஃபிராங்குகள் கொண்டு வந்தாள். அவை என் பையில். இப்போது அவளைக் கொடூரமாக வெறுக்கிறேன். இல்லை, அவளை மன்னித்திடவில்லை நான்.”

“அந்தப் பணத்தை ஏன் ஏற்றுக் கொண்டீர்கள்?”

“ஏற்றுக் கொள்ளாவிட்டால், இன்னும் அதிகமாக வெறுக்க வேண்டியிருக்கும். அதுதான் துயரம் என்பது. இல்லை, அவளை மன்னித்திடவில்லை’’

“அவளைப் புண்படுத்திடாதிருக்க கவனமாக இருங்கள்” என்றார் நியூமன் சிரித்துக் கொண்டே. பிறகு விடை பெற்றார்.

பத்ரே காபி விடுதிக்குச் சென்ற ஒரு வாரம் கழித்து, நியூமன் வாலெண்டினைச் சந்திக்க அவரது இல்லத்துக்குச் சென்றார். திரு நியோசி மற்றும் நியோமி ஆகியோரைச் சந்தித்தது குறித்து விளக்கிவிட்டு, முதியவரை வாலெண்டின் சரியாகவே மதிப்பிட்டுவிட்டாரே என அஞ்சுவதாகக் கூறினார். தான் ஏமாற்றமடைந்ததை ஒத்துக் கொண்டார். திரு நியோசி உயர்ந்த தளத்திலேயே நிற்பார் என அவர் நினைத்திருந்தார்.

“உயர்ந்த தளம், பிரியமானவரே” என்றார் வாலெண்டின் சிரித்தபடி. “அவர் எடுக்குமாறு உள்ள உயர்ந்த தளமே இல்லை.”

“அவளை மன்னித்திடவில்லை என்று அவர் கூறினார், உண்மையிலேயே. ஆனால் அவள் அதனை எப்போதும் அறிந்திடப் போவதில்லை.”

“அவரிடம் உள்ள நல்லம்சம், அதனை அவர் விரும்பவில்லை. ஆரம்ப காலத்தில் தங்கள் வீடுகளில் எதிப்பைச் சம்பாதித்த பெரிய கலைஞர்களைப் போன்றவள் செல்வி நியோமி. அவர்களது குடும்பத்தினரால் அவர்களது தொழில் அடையாளம் கண்டு கொள்ளப்படவில்லை, ஆனால் அதற்கு உலகம் நீதி செய்து விட்டது. செல்வி நியோமிக்கு ஒரு தொழில் இருக்கிறது.

“ஓ, அந்தச் சிறு முட்டையைப் பெரிதாக நினைக்கிறீர்கள்”

“அதனை நான் அறிவேன். ஒருவருக்கு நினைக்க ஒன்றுமில்லாத போது, சிறு முட்டையைப் பற்றி நினைத்திடவேண்டும். எது குறித்தும் தீவிரமில்லாது இருப்பதைவிட, சிறியனபற்றி தீவிரம் கொண்டிருப்பது மேலானது. இந்தச் சிறு முட்டை எனக்கு உற்சாகம் தருகிறது.”

“ஓ, அதனை அவள் கண்டறிருந்திருக்கிறாள். நீங்கள் அவளைத் துரத்துகிறீர்கள் என்பதையும் அவளைப் பற்றிய கேள்விகள் தொகுக்கிறீர்கள் என்பதையும் அவள் அறிவாள். அது பற்றி அவள் கிளர்ச்சி கொண்டிருக்கிறாள். அதுதான் எரிச்சலைத் தருகிறது”

''எரிச்சல் தருகிறது, பிரியமானவரே,'' சிரித்தார் வாலெண்டின்;

"சிறிது கூட இல்லை"

''இது மாதிரியான பெண்களைப் பற்றி அறிவதில் சிரத்தையும், வேதனையும் அடைய நான் முயன்றால் தூக்கில் போட்டுவிடுங்கள்."

''ஓர் அழகான பெண் ஒருவரது வேதனைகளுக்கு உரியவள்தான். என் ஆர்வத்தால் நியோமி கிளர்ச்சி கொள்வதற்கு வரவேற்கப்படுகிறாள். ஆனால், அவள் மிகவும் கிளர்ச்சி கொள்ளவில்லை.

''நீங்கள் அவளிடம் சென்று சொல்வது சிறந்தது. அது மாதிரியான செய்தியொன்று என்னிடம் தந்தாள்"

"உங்கள் கற்பனை வாழ்க! நான் அவளைப் பார்க்கப் போயிருந்திருக்கிறேன் - ஐந்து நாளில் மூன்று தடவைகள் அவள் கவர்ச்சிகரமான விருந்து தருபவள்; சேக்ஸ்பியர் பற்றியும் இசையமைக்கும் கருவி பற்றியும் பேசினோம்; அவள் அதிகமான புத்திசா-, மிகவும் ஆர்வமானவள்; முரட்டுத்தனமாகவும் இல்லை அல்லது முரட்டுத்தனமாக இருக்க விரும்பவுமில்லை - அப்படி இருக்கக்கூடாது என முடிவுகட்டியிருக்கிறாள். அவள் மிகவும் பரிபூரணமானவள்."

"அதீத அழகானவள் - உண்மையிலேயே. அவளை அறியும் போது, அவள் வியக்கத்தக்கவகையில் அழகாக இருப்பாள் - புத்திசா-, தீர்மானமானவள், பேராசைக்காரி, கழுத்து நெரிபட்டவனை சிறிதும் சலனமின்றி பார்க்கக்கூடியவள், அவள் அதீதமான வகையில் உற்சாகம் தருகிறாள்."

"கவனத்தை ஈர்ப்பவைகளில் நேர்த்தியான பட்டியல் இது. புகழ்பெற்ற குற்றவாளியின், போ-ஸ் துப்பறியும் நிபுணரின் விவரணமாக விளங்க உதவும். 'உற்சாகம் தருதல்' என்பதைவிட வேறு வார்த்தையினால் அதனை தொகுத்துக் கூற இயலும் என்னால்."

"ஏன், அதுதான் தகுந்த வார்த்தை. அவள் போற்றத்தக்கவள் என்றோ அல்லது நேசிக்கத்தக்கவள் என்றோ நான் கூறவில்லை. அவளை என் மனைவியாகவோ அல்லது

சகோதரியாகவோ கொள்ள விரும்பவில்லை; ஆனால் அவள் ஒரு ஆர்வமிக்க, அறிவார்ந்த இயந்திரத்துண்டு; அது செயல்படுவதைப் பார்க்க விரும்புகிறேன்."

"நல்லது, சில விநோதமான இயந்திரங்களைப் பார்த்திருக் கிறேன். ஒரு சமயம் ஊசி தயாரிக்கும் மையத்தில், நகரத்தி-ருந்து வந்திருந்த கனவான் ஒருவர் ஒரு ஊசியை எடுத்து நேரிடையாக விழுங்கிவிட்டார் ..."

நியூமனுடன் பெல்-கார்ட் சீமாட்டி தன் பேரத்தை முடித்துக்கொண்ட பிறகு, மூன்றாம் நாள் பிந்தைய மாலையில், நியூமன் தன் இருப்பிடத்துக்கு திரும்பிய சமயத்தில் - அவ்வெளிப்பாடு போதுமான அளவு சரியானதே - நியூமனை உலகுக்கு அறிமுகப்படுத்தும் நிகழ்ச்சியைச் சுட்டுவது, சீமாட்டியின் இல்லத்தில் 27ம் நாள் மாலை பத்துமணிக்குத் தான் வரவேற்கப்படும் அழைப்பிதழைக் கண்டார். தன் கண்ணாடிச் சட்டத்தில் அதனைச் செருகி, மெத்தன உணர்வுடன் நோக்கினார். ஏற்கக்கூடிய வெற்றிச் சின்னமாக, தான் பரிசினைப் பெற்றுவிட்டதற்கான எழுத்து மூலமான சான்றாகத் தோன்றியது. நாற்கா-யில் சாய்ந்தபடி, அவர் அதனைப் பார்த்துக் கொண்டிருக்கையில், வாலெண்டின் நுழைந்தார். நியூமன் நோக்கும் திசையில், பார்வையைச் செலுத்திய வாலெண்டின், தன் தாயாரின் அழைப்பிதழைக் கண்டார்.

அதன் மூலையில் என்ன குறிப்பிட்டிருக்கின்றனர்? வழக்கமான 'சங்கீதம்', 'நாட்டியம்' போன்றவை இல்லையே? 'ஒரு அமெரிக்கன் என்பதையாவது அவர்கள் குறிப்பிட்டிருக்க வேண்டும்" என்றார் வாலெண்டின்.

"ஓ, நாங்கள் நிறையப்பேர் இருப்போம். திருமதி ட்ரிஸ்ட்ரம் தான் ஒரு அழைப்பிதழ் பெற்றதாகவும் சம்மதம் தெரிவித்திருப்பதாகவும் கூறினாள்."

"ஆ, பிறகென்ன, திருமதி ட்ரிஸ்ட்ரம் மற்றும் அவளது கணவரது ஆதரவு உங்களுக்கு இருக்கிறது. அழைப்பிதழ் அட்டையில் 'மூன்று அமெரிக்கர்கள்' என்று ஏன் அச்சிட்டிருக்க வேண்டும்? உங்களிடம் குதூகலத்துக்குப் பஞ்சமில்லை என்பதை சந்தேகிக்கிறேன். பிரான்ஸில் உள்ள சிறந்தவர்களை நிறையப் பார்க்கலாம். நீண்ட வம்சாவளிகளையும், உயர்ந்த

மூக்குகளையும், அவை போன்றவைகளையும் குறிப்பிடு கிறேன் நான். அவர்களால் சிலர் அச்சம் தரும் வகையில் முட்டாள்கள். அவர்களை எச்சரிக்கையுடன் அணுகுமாறு ஆலோசனை கூறிக்கொள்கிறேன்."

"ஓ, அவர்களை விரும்புவேன் என யூகிக்கிறேன். இந்நாட்களில் ஒவ்வொருவரையும் விரும்பவும், ஒவ்வொன்றையும் ரசிக்கவும் தயாராக இருக்கிறேன்; நான் மிக உயர்ந்த நல்லஅம்சத்தில் இருக்கிறேன்"

ஒரு கணம் அவரை அமைதியாக நோக்கிய வாலெண்டின், ஒருவித அலுப்புணர்வுடன் நாற்கா-யில் அமர்ந்தார். "நீங்கள் பாதிக்கக்கூடியவராக மாறிடாமல் இருக்க கவனமாக இருங்கள்"

"யாராவது பாதிப்பை ஏற்க விரும்பினால், ஏற்கட்டும். என்னிடம் நல்ல மனச்சாட்சி இருக்கிறது"

"ஆக, நீங்கள் உண்மையிலேயே உங்கள் தங்கையை நேசிக்கிறீர்கள்?"

"ஆமாம், சார்"

"மற்றும் அவளும்"

"என்னை நேசிக்கிறாள் என யூகிக்கிறேன்"

"நீங்கள் பயன்படுத்திய மந்திர வித்தை என்ன? நீங்கள் எப்படிக் காத-க்கிறீர்கள்"

"ஓ, என்னிடம் பொதுவான விதிகள் கிடையாது. எந்த விதத்திலும் அவை ஏற்றுக் கொள்ளக்கூடியவையாகவே தோன்றுகின்றன."

"அதனை ஒருவர் அறிந்தார் என்றால், சந்தேகிப்பேன். நீங்கள் ஒரு பயங்கரமான வாடிக்கையாளர். ஏழு மைல் பூட்ஸில் நடக்கிறீர்கள். (you walk in seven-league boots)"

"இன்றிரவு உங்களிடம் ஏதோ கோளாறு இருக்கிறது. நீங்கள் கெட்ட எண்ணத்தோடு இருக்கிறீர்கள். என் திருமணம் முடியும்வரை, இத்தகைய சப்தங்களி-ருந்து என்னை காப்பாற்றுங்கள். பிறகு, குடும்பத்தை நிர்மாணித்தபின், விஷயங்களை அதனதன் குணத்தில் ஏற்கச்சித்தமாயிருப்பேன்."

"எப்போது உங்கள் திருமணம் நடக்கிறது?"

"சுமார் ஆறு வாரங்கள் கழித்து"

"எதிர்காலம் குறித்து உறுதியாக நம்புகிறீர்களா?"

"உறுதியாக? முட்டாள்தனமான கேள்விக்கு முட்டாள் தனமான பதில்தான். ஆமாம்!"

"எது குறித்தும் நீங்கள் அஞ்சவில்லை?"

"எது குறித்து நான் அஞ்ச வேண்டும்? வன்முறையால் அல்லாமல் என்னை நீங்கள் தாக்க முடியாது. நான் வாழ விரும்புகிறேன். நான் மிகவும் முரடனாக இருப்பதால், பிணியால் சாகமாட்டேன். முதுமையால் சாவதற்குரிய கட்டத்தை நான் இன்னும் எட்டவில்லை. என் மனைவியை இழக்க முடியாது, அவளைப்பற்றி மிகுந்த அக்கறை எடுத்துக் கொள்வேன். நான் என் பணத்தை இழக்கலாம், அல்லது ஒரு பெரும்பகுதியை இழக்கலாம்; ஆனால், அது ஒரு பொருட்டல்ல, ஏனெனில், அதைப் போல இருமடங்கினைத் திரும்பவும் உண்டாக்குவேன். எனவே, எது குறித்து நான் அஞ்ச வேண்டும்?"

"ஒரு ஃபிரெஞ்சு உயர்குடிப்பெண்ணை அமெரிக்க வியாபாரி ஒருவர் மணப்பது தவறல்லவா?"

"அப்பிரெஞ்சுப் பெண்ணுக்கு, இருக்கலாம்; ஆனால் வியாபாரிக்கல்ல, நீங்கள் என்னைக் குறிப்பிடுவதானால். ஆனால் என் சீமாட்டி ஏமாற்றமடையப் போவதில்லை; அவளது மகிழ்ச்சிக்குப் பொறுப்பாக நான் இருக்கிறேன்" தன் உறுதிநிலையை நெருப்பு மூலமாக கொண்டாட தூண்டுதல் பெற்றவர் போல, கணப்பில் இரு விறகுத் துண்டுகளைப் போட்டார் நியூமன். சிலகணங்கள் நெருப்புச் சுவாலையை நோக்கிய வாலெண்டின், கையில் தலையைச் சாய்த்தபடி சோகமான பெருமூச்சுவிட்டார்.

"தலைவ-யா?" என நியூமன் வினவினார்.

"துக்கமாக இருக்கிறேன்"

"நீங்கள் துயரத்துடன், ஆ? அன்று நீங்கள் கூறினீர்களே, நீங்கள் ஒருத்தியைப் போற்றுவதாகவும் மற்றும் அவளை மணமுடிக்க இயலவில்லை என்றும் - அவளைப் பற்றியா?"

"உண்மையிலேயே அதைச் சொன்னேனா? வார்த்தைகள்

என்னிடமிருந்து தப்பித்துச் சென்றது போல் தோன்றியது பிறகு. கிளேர் முன்னர் கெட்ட ரசனையுடன் சொல்லப்பட்டது. ஆனால் நான் சொன்னபோது, இருண்டதாக உணர்ந்தேன், இன்னும் இருண்டதாக உணர்கிறேன். ஏன் அந்தப் பெண்ணுக்கு என்னை அறிமுகப்படுத்தினீர்கள்?"

"ஒ, அது நியோமி, இல்லையா? தேவன் உன்னைக் காப்பாராக! "அவள் மீது காதல் நோய் கொண்டிருப்பதைச் சொல்லவில்லையே, நீங்கள்?"

"காதல் நோய், இல்லை; அது பெரிய உணர்வல்ல. ஆனால், என் சிந்தனையில், ஈவிரக்கமற்ற சிறு அரக்கன் ஒட்டிக்கொண்டிருக்கிறாள்; அவளது சிறு பற்களில் என்னைக் கடித்திருக்கிறாள்; வெறி பிடித்திடுமோ என்றும் வெறியில் ஏதாவது செய்திடுவோமோ என்றும் உணர்ந்திருக்கிறேன். அது மிகக் கீழானது; வெறுக்கத்தக்க அளவு கீழானது. ஐரோப்பாவில் உள்ள மிக மோசமான பெண் அவள். இருப்பினும், அவள் என் மன அமைதியைப் பாதிக்கிறாள்; எப்போதும் என் சிந்தையில் ஓடிக்கொண்டிருக்கிறாள். உங்களது நெறிமிக்க மனதைத்தொடும் காதலுக்கு முரணானது இது - ஒரு தீய முரண்! இந்த மரியாதைமிக்க வயதில் என்னால் செய்யக்கூடியச் சிறப்பான காரியம் இதுதான் என்பது பரிதாபமானது. நான் ஒரு நல்ல இளைஞன்? உங்கள் எதிர்காலம் குறித்து எதிர்பார்ப்பது போல, என் எதிர்காலம் குறித்து இயலாது."

"அவளை விட்டுவிடுங்கள். திரும்பவும் அவளிடம் நெருங்காதீர்கள். அமெரிக்காவுக்கு வாருங்கள், ஒரு பேங்கில் வேலை வாங்கித் தருகிறேன்."

"அவளை விட்டுவிடுமாறு சொல்வது எளிது. அவ்வளவு நேர்த்தியான பெண்ணை அந்த மாதிரி விட்டுவிட முடியாது. நியோமியிடம் கூட மரியாதை காட்ட வேண்டும். அத்துடன், அவளைக் கண்டு நான் அஞ்சுவதாகவும் எண்ண அனுமதிக்க மாட்டேன்."

'ஆக, மரியாதை-பகட்டுக்கு இடையே உள்ள சகதியில் ஆழமாகச் சிக்கிடப் போகிறீர்கள்? அவ்விரண்டையும் வேறு நல்லவற்றுக்குப் பயன்படுத்துங்கள். நான் உங்களை அவளுக்கு அறிமுகப்படுத்த விரும்பவில்லை என்பதை நினைவு

கொள்ளுங்கள்; நீங்கள் வற்புறுத்தினீர்கள். அதுபற்றி ஒருவகை சங்கடம் எனக்கிருந்தது ...''

''ஓ, நான் உங்களைக் குறைகூறவில்லை. விண்ணகம் தடுக்குமாக! அவளைப் பற்றி அறிவதை என்னால் இழக்க முடியாது. அவள் உண்மையிலேயே அசாதாரணமானவள். ஏற்கனவே அவள் சிறகுகளை விரித்திருக்கும் முறை ஆச்சரியகரமானது. மேலும் அதிகமாக என்னைக் குதூகலப்படுத்திய பெண்ணை அறியேன். ஆனால் என்னை மன்னித்துவிடுங்கள் ... அவள் உங்களை குதூகலப்படுத்த வில்லை. வேறு ஏதாவது பற்றிப் பேசுவோம்.''

சிறிது நேரம் நிசப்தத்தில் இருந்துவிட்டுப் புறப்படத் தயாரான நியூமன், இன்னும் தன் சிந்தை நியோமியைச் சுற்றித்தான் சுழலுகிறது என்பதை அறிந்து, ''ஆம், அவள் அச்சம் தரக்கூடிய சிறு அரக்கிதான்'' என்றார்.

XV

அடுத்த பத்துதினங்கள் நியூமன் கழித்த மிகச் சந்தோஷமான தினங்களாகும். தினமும் திருமதி சிண்ட்ரேயைச் சந்தித்தார், ஆனால் முதிய சீமாட்டியையோ அவளது மூத்த புதல்வரையோ காணவில்லை. ஒருபோதும் அவர்கள் இல்லாதது குறித்து திருமதி சிண்ட்ரே மன்னிப்புக் கேட்கச் சிந்திப்பவளாகத் தோன்றினாள். "அவர்கள் பாரிஸின் கௌரவங்களையும் பீப்மோர் பிரபுவுக்கு வழங்க ஈடுபட்டிருக்கின்றனர்; அவர் எங்களது ஏழாவது அத்தை மகன், தெரியுமா உங்களுக்கு, நீரை விடக் குருதி அடர்த்தியானது. பிறகு, மிகவும் சுவாரஸ்யமானவர் அவர்!" இதைச் சொல்லும் போது அவள் சிரித்துவிட்டாள்.

இளைய சீமாட்டியை இரண்டு அல்லது மூன்று தடவை சந்தித்தார். வண்ணம் தீட்டியதும் விரிசல் கொண்டதுமான 'சென்ட்' பாட்டிலை ஒத்திருந்தாள் அவள். அவளது முட்டாள்தனத்துக்காக பரிதாபம் கொண்டார் நியூமன். அவரிடம் ஏதாவது கேட்கவோ அல்லது சொல்லவோ விரும்பினாள். அது என்னவாக இருக்கும் என அவர் வியந்தார். ஆனால் அவளுக்கு ஒரு சந்தர்ப்பம் அளிப்பதில் கூச்சப்பட்டார். ஏனெனில் அவளது பிரச்னை திருமணம் சம்பந்தப்பட்டதாக இருந்துவிட்டால் தான் எப்படி உதவ முடியும் என்ற வகையில், ஆனால் அவருக்கு ஒரு கற்பனை இருந்தது - ஒருநாள், அவள் தன்னிடம் ஓடோடி வந்து, "நீங்கள் என் கணவரை வெறுப்பதை அறிவேன்; உங்கள் நிலை சரி என்று உறுதி கூறுகிறேன். இத்தகைய பிரகிருதி ஒருவருக்கு வாழ்க்கைப்பட்டுவிட்ட ஏழை பெண்ணுக்காக அனுதாபம் காட்டுங்கள்."

திருமதி சிண்ட்ரே அமைதியான முறையில் மகிழ்வாக

இருந்தாள். நியூமன் தனது கற்பனையில் தனக்கு முன்னர், உலகம் இல்லாத போது, அவள் அதனைக் கொண்டவளாக மகிழ்ச்சியடைந்தாள் என்று எண்ணினார். அவள் சில மெல்-ய விஷயங்களை கூறினாள்.

"உங்களிடம் எந்த மகிழ்வையும் அடையவில்லை நான். உங்களைத் திட்டவோ அல்லது சரிப்படுத்தவோ நீங்கள் சந்தர்ப்பமே தரவில்லை."

"... இது முட்டாள்தனமானது; எனக்கு எந்தப் பரபரப்பும் இல்லை."

"இதுதான் நான் செய்யக்கூடிய மோசமான காரியம் எனப் பயந்தேன். அக்குறைபாட்டை அன்போடு போக்கிவிடு.

"... என் மனைவி அப்படி நடக்க வேண்டும் என்று விரும்புவேனோ அதைப் போலவே நீ இவ்வறையில் நடந்து செல்கிறாய். என் மனைவிக்கு எந்தவித ஆடைகள் வேண்டும் என விரும்புவேனோ அதே ரசனை உன்னிடம் இருக்கிறது. சுருக்கமாக, என் ரசனை எல்லைக்குக் கனவாக வருகிறாய்; என் எல்லை மிக உயரமானது என்று உனக்கு கூற முடியும்."

இது அவளை மிகவும் தீவிர பாவம் கொண்டவளாக ஆக்கியது. இறுதியில் அவள் சொன்னாள்: "நான் உங்கள் ரசனை எல்லையை எட்டவில்லை; உங்கள் எல்லை மிக உயரமானது. நீங்கள் நினைப்பது மாதிரி இல்லை நான். நான் ஒரு சிறிய விஷயம். உங்கள் இலட்சியத்தில் இருப்பவள் மகத்தான பெண். அவள் எவ்வாறு இவ்வளவு பரிபூரண நிலைக்கு வந்தாள்?"

"அவள் ஒரு போதும் வேறெதுவாகவும் இருந்ததில்லை"

"என் சொந்த இலட்சியத்தை விட அவள் மேலானவள் என்று உண்மையிலேயே நம்புகிறேன். அது ஒரு அழகான வாழ்த்து என்று அறிவீர்களா? நல்லது, சார், அவளை என் இலட்சியமாக்கிக் கொள்கிறேன்."

நியூமன் தனது நிச்சயதார்த்தத்தைத் தெரிவித்த பிறகு, திருமதி ட்ரிஸ்ட்ரம் கிளேரைப் பார்க்க வந்தாள். மறுநாள் நம் நாயகனான நியூமனிடம், அவரது செல்வம் வெறுமனே முட்டாள்தனமானது என்று கூறினாள். "அது உங்களுக்கு நல்ல பொருத்தமே. ஆனால் வரி கட்டாமலேயே அதனைப்

ஹென்றி ஜேம்ஸ்

பெறுகின்றீர்கள். அந்த விஷயங்கள் எல்லாம் வழக்கமாக விட்டுக்கொடுத்தலாகவே இருக்கும். ஆனால் உங்களுக்கோ எல்லாம் கிடைத்திருக்கிறது, எதுவும் இன்னொன்றை அமிழ்த்துவிடவில்லை. நீங்கள் பிரகாசமான முறையில் மகிழ்ச்சியாக இருப்பீர்கள்."

விஷயங்களை ட்ரிஸ்ட்ரம் கூறும் முறை வித்தியாசமானது. அவரும் திருமதியுடன் கிளேரைப் பார்க்கச் சென்றிருந்தார். அவரது அபிப்பிராயம் -

"... நீங்கள் பெறக்கூடிய எதற்கும் உரியவர்தான்; அவள் பண்புமிக்கவள்; மரியாதை அறிந்தவள். என்னிடம் கூட அடிக்கடி புன்னகை செய்தாள், நானும் பிரியமிக்க அழகானவளே எனக் கூறுவது போல. பழைய புறக்கணிப்புக்கு ஈடுகட்டினாள் என்று உறுதி கூறுவேன். அவள் மிகவும் சந்தோஷமாகவும், இணக்கமாகப் பழகத்தக்க வகையிலும் இருந்தாள். ஒரு கெட்ட நேரத்தில்தான் எங்களைத் தன் தாய்க்கு அறிமுகப்படுத்த வேண்டும் என்று கூறினாள். நான் அவளது தாயாரைப் பார்க்க விரும்பவில்லை. ஆனால் இவளால் பார்க்கும்படி நேரிட்டது. நாங்கள் நியூமனின் நெருங்கிய நண்பர்கள் என்று திருமதி கூறினாள். பெரிய சீமாட்டி ஒரு கணம் விழித்துவிட்டு, பிறகு சொன்னாள்: "ஓ, திரு நியூமன்! என் மகள் ஒரு திரு நியூமனை மணமுடிக்க முடிவு செய்திருக்கிறாள்" பிறகு, திருமதி சிண்ட்ரே என் திருமதியைப் பார்த்து இவள்தான் இந்தப் பொருத்தத்தை ஏற்பாடு செய்தது, ஒன்று சேர்த்தது என்று தாய்க்கு விளக்கினாள். அதற்கு பெரிய சீமாட்டி, "ஓ, எனது அமெரிக்க மருமகனுக்காக உனக்குத்தான் நன்றி செலுத்த வேண்டுமா; ஏதாவது தயாரிப்புகளில் நீ ஈடுபட்டிருக்கிறாயா?" பழைய சூனியக்காரிகள் நடந்து செல்வதற்கான விலக்குமார்கள் தயாரிப்பதில் ஈடுபட்டிருப்பதாகச் சொல்ல விரும்பினேன்; ஆனால் திருமதி முந்திக் கொண்டவளாக, "என் கணவர் எந்தத் தொழி-லும் எந்த வியாபாரமும் செய்யாமல் சும்மா இருக்கும் கூட்டத்தைச் சேர்ந்தவர் என்றாள். இப்படியாக நாங்கள் விடைபெற்றுக் கொண்டோம், ஆனால் உங்களுக்கு மாமியார் கிடைத்திருக் கிறார்கள்."

"என் மாமியார் என்னைத் தனியாக விட்டுவிடுவது தவிர வேறெதையும் விரும்புவதில்லை."

இருபத்தேழாம் நாள் மாலையில் பெல்-கார்ட் சீமாட்டியின் வீட்டுக்கு நியூமன் சென்றார். அன்றென்னவோ, விநோதமாக, வீடு பிரகாசமாக இருந்தது. நியூமன் வீட்டை அடைந்போது ஒரு சிலரே வந்திருந்தனர். மாடி உச்சியில் பெல்-கார்ட் சீமாட்டியும் அவரது இரு புதல்விகளும் நின்றிருந்தனர். **வாண்டைக்**கால் தீட்டப்பட்ட ஓவியம் போல சீமாட்டி காணப்பட்டார். சிண்ட்ரே சீமாட்டி வெண்ணிற ஆடை அணிந்திருந்தாள். பிரமுகர்கள் சிலரை அழைத்து தன் மகளை மணக்கவிருப்பவரை அறிமுகப்படுத்துவதாகத் தெரிவித்தாள் முதிய மாது. பிறகு, அடுத்தடுத்து மூன்று **ட்யூக்குகள்,** மூன்று **கவுண்டுகள்** மற்றும் ஒரு **பேரன்** ஆகியோரை நியூமனுக்கு அறிமுகம் செய்தாள். அவர் திருமதி சிண்ட்ரேயை நோக்கினார். ஆனால் அவள் பார்க்கவில்லை. பின்னர், அவருடன் இளைய சீமாட்டி பேச ஆரம்பித்தாள். அவள் இரத்தச் சிவப்பில் உடுத்திருந்தாள்.

''என் உடையைப் பற்றி நீங்கள் ஒன்றும் சொல்ல வில்லையே''

"உன்னைத் தொலைநோக்கி வழியாகப் பார்ப்பது போல உணர்கிறேன். இது மிக, புதுமையாக இருக்கிறது"

''இது புதுமையாக இருப்பின் இச்சந்தர்ப்பத்திற்குப் பொருந்தும். ஆனால் நான் ஒரு விண்ணுலக நங்கையில்லை."

"அந்தக் குறிப்பிட்ட இரத்தச் சிவப்பு வண்ணத்தைக் காண நள்ளிரவு வானத்தை நான் நோக்கியதில்லை"

''அது எனது சுயமான தன்மை: நீலநிறத்தை யாரும் தேர்ந்தெடுக்கலாம். என் மைத்துனி பிரியமான நீல நிறத்தில் ஆடையைத் தேர்ந்தெடுக்க முடியும். ஆனால், இரத்தச் சிவப்புதான் மிகவும் குதூகலமானது என நினைக்கிறேன். என் கருத்தினை நிலவொளி மூலம் வெளியிடுகிறேன்."

"நிலவொளி மற்றும் இரத்தக்களரி"

"நிலவொளியில் ஒரு கொலை. என்ன சுவையான கருத்து! அதனை முழுமைப்படுத்த, என் தலையில் வைரங்களை அணியவேண்டும். இதோ வருகிறார் பீப்மோர் பிரபு. அவர் விரும்புவது என்னையா அல்லது மைத்துனியையா என்று

தீர்மானிக்க இயலாது அவரால். கிளேர் தனது மாமன் மகளாக இருப்பதால் அவளை நேசிக்கிறார், நான் அப்படியல்லாததால் என்னையும் நேசிக்கிறார். ஆனால், அவருக்கு கிளேரை நேசிக்க உரிமையில்லை. நிச்சயம் செய்யப்பட்டுவிட்ட ஒரு பெண்ணை நேசிப்பது தவறானது; ஆனால் மணமுடித்துவிட்ட ஒருத்தியை நேசிக்காது இருப்பது மிகத் தவறு."

"திருமணமான பெண்களை நேசிப்பது மிக உல்லாசமானது, ஏனினல் அவர்கள் திருமணம் செய்யுமாறு கேட்கமுடியாது" என்றார் பீப்மோர் பிரபு.

"இதுதான் மற்றவர்கள் செய்வதா -? "நியூமன் கேட்டார்.

''ஓ, பிரியமானவரே, ஆமாம். இங்கிலாந்தில் எல்லா யுவதிகளும் ஒருவனை மணமுடிக்குமாறுதான் வேண்டு கின்றனர்.''

''மற்றும் ஒருவன் மிருகத்தனமாக மறுத்துவிடுகிறான்'' என்றாள் சீமாட்டி.

''ஏன், தன்னை மணமுடிக்குமாறு கேட்கும் எந்தப் பெண்ணையும் திருமணம் செய்ய முடியாது" என்றார் பிரபு.

''உங்கள் அத்தை மகள் அப்படிக் கேட்கமாட்டாள் உங்களிடம். அவள் திரு நியூமனை மணம் புரியப் போகிறாள்.''

"ஓ, அது மிக வித்தியாசமானது"

"நீங்கள் அவளை ஏற்றுக் கொண்டிருக்க வேண்டும் என்று நினைக்கிறேன். அதுதான் நீங்கள் என்னை விரும்புகிறீர்களோ என்று நினைக்க வைக்கிறது"

"ஓ, விஷயங்கள் இனிதாக இருக்கும் போது ஒன்றுக்குப் பதிலாக இன்னொன்றை எடுப்பதில்லை நான். அனைத்தையும் எடுத்துக் கொள்வேன்"

"ஆ, என்ன கொடுமை! அந்தவிதமாக நான் எடுத்துக் கொள்ளப்படமாட்டேன்; நான் தனித்து வைக்கப்பட வேண்டும். திரு நியுமன் மிகவும் மேலானவர்; அவருக்கு எப்படித் தேர்ந்தெடுப்பது என்பது தெரியும். ஊசியில் நூல் கோர்ப்பது போல் தேர்ந்தெடுத்திருக்கிறார். நினைத்துப் பார்க்கக்கூடிய எந்த ஜீவனைவிடவும் அல்லது எந்தப்

பொருளைவிடவும், அவர் திருமதி சிண்ட்ரேயை விரும்பு கிறார்.''

"நல்லது, நான் அவளது அத்தை மகனாக இருப்பது பற்றி நீங்கள் ஒன்றும் செய்ய முடியாது"

"அவளுடன் நான் நாட்டியமாடுவதையும் குறித்து நீங்கள் ஒன்றும் செய்ய முடியாது."

''அவளுடன் நான் நாட்டியமாடுவதன் மூலம் அதனைத் தடுக்க முடியும். ஆனால், துரதிருஷ்டவசமாக, எனக்கு ஆடத்தெரியாது.

"எப்படி ஆடவேண்டும் என்று தெரியாமலேயே நீங்கள் ஆடலாம்; இல்லையா பிரபுவே'' என்றாள் பெல்-கார்ட் சீமாட்டி. தன்னை முட்டாளாக்க விரும்பாவிட்டில், ஒருவனுக்கு எப்படி ஆட வேண்டும் என்று தெரிந்திருக்க வேண்டும் என்று பதில் கூறினார் பிரபு. இந்தச் சமயத்தில், உரையாட-ல் அர்பைனும் கலந்து கொண்டார்.

''இது ஒரு அழகான பொழுதுபோக்கு. எல்லாம் பிரகாசமாகத் தோன்றுகிறது.'' என்றார் நியூமன் உற்சாகத்துடன்.

''நீங்கள் மகிழ்ந்தால், நாங்கள் திருப்தியடைகிறோம்'' என்றார் மார்க்யுஸ்.

''ஒவ்வொருவரும் மகிழ்கின்றார்களா என்பதைச் சந்தேகிக்கிறேன். இல்லத்தில் நுழைந்தவுடன் தேவதையாக இருக்கும் உங்கள் சகோதரியைப் பார்த்தவுடன் மகிழாமல் இருப்பதை எப்படித் தவிர்க்க முடியும் அவர்களால்?"

"ஆம், அவள் அழகாகத்தான் இருக்கிறாள். ஆனால், அது உங்களைப் போல மற்றவர்களுக்கும் அவ்வளவு இன்பமளிக்கும் ஊற்றாக இருக்காது."

''ஆம், நான் திருப்தியடைகிறேன், மார்க்யுஸ், நான் திருப்தியடைகிறேன். இப்போது, உங்களது சில நண்பர்கள் யார் என்று கூறுங்கள்."

திரு பெல்-கார்ட் தன்னைச் சுற்றி அமைதியாகப் பார்த்தவாறு, தன் கரத்தால் கீழுதட்டைத் தடவினார். நிறையப் பேர் வந்து கொண்டிருந்தனர். அவர்களது முகத்தோற்றங்கள்

ஒன்று போல் இல்லாமல், வெளிப்பாடு கொண்டவையாக, குறிப்புணர்த்தும் ஆற்றல் கொண்டவையாக இருந்தன. இது வேறுவிதமான சந்தர்ப்பமாயின், அவரை அரிதாகவே மகிழ்ச்சிப்படுத்தியிருக்கும், பெண்கள் அவ்வளவு அழகில்லை என்றும் ஆண்கள் சாதாரணமானவர்கள் என்றும் கூறியிருப்பார். ஆனால் இப்போது நியூமன் நல்ல மனநிலையில் இருப்பதால் ஒவ்வொருவரையும் பிரகாசமானவராக கண்டு நிறைவடைந்தார்.

''சிலருக்கு உங்களை அறிமுகப்படுத்துகிறேன். உண்மையில், அதனை ஓர் அம்சமாக ஆக்குவேன். அனுமதிப்பீர்களா?" என்றார்

"ஓ, நீங்கள் விரும்பக்கூடிய யாருடனும் கைகுலுக்குகிறேன். இப்போதுதான் உங்கள் தாயார், ஒரு அரை டஜன் முதியவர்களுக்கு என்னை அறிமுகப்படுத்தினார். அது போன்ற ரகத்தையே திரும்பவும் தேர்ந்து எடுத்து விடாதிருக்க கவனம் கொள்ளுங்கள்.''

"என் தாயார் அறிமுகப்படுத்திய கனவான்கள் யார் யார்?"

"சத்தியமாக, மறந்துவிட்டேன். அவர்கள் எல்லாம் ஒரே மாதிரி இருக்கிறார்கள்."

''அவர்கள் உங்களை மறக்கவில்லை என்று சந்தேகிக்கிறேன்." பிறகு, வரவேற்பறைக்கு நியூமனை அழைத்துச் சென்று, முதலாவதாக, தடித்துக் கவர்ச்சிகரமாக உடையுடுத்தியிருக்கும் ஒரு சீமாட்டியை நோக்கி, "பிரியமான சீமாட்டியே, திரு நியூமனுக்கு உங்களை அறிமுகப்படுத்த அனுமதியுங்கள்." என்றார்.

"பிரிய நண்பரே, சந்தோஷம். சந்தோஷம், திருவாளரே. திருவாளரைப் பார்க்கவே நான் வந்தேன். இதனைப் பாராட்டுவார் என நம்புகின்றேன். அதற்கு நீங்கள் செய்ய வேண்டுவது என்னைப் பார்ப்பது மட்டுமே'' என்றார் அச்சீமாட்டி.

நியூமன் என்ன சொல்வது என்று அறியாது திகைத்தார். அப்போது வேறு பிரமுகர்களும் அறிமுகமாயினர். திரும்பவும் அச்சீமாட்டி கூறினாள்:

‘‘முத-ல், நீங்கள் மணக்க இருக்கும் பெண்ணை நான் மிகவும் விரும்புகின்றவள்; பிரான்சில் உள்ள மனதைத் தொடும் ஜீவன் அவள். அவளை நன்றாக நடத்துங்கள் இல்லாவிடில் என்னைப்பற்றிக் கேள்விப்படுவீர்கள். நீங்கள் குறிப்பிடத்தக்கவர் என்று கேள்விப்பட்டிருக்கிறேன். உங்களைப் பற்றிய எல்லா அசாதாரண விஷயங்களையும் கேள்விப்பட்டிருக்கிறேன். அவையெல்லாம் உண்மையா?’’

“நீங்கள் என்ன கேள்விப்பட்டிருப்பீர்கள் என்று தெரியாது எனக்கு’’

‘‘ஓ, அதுதான் உங்கள் கதை இருக்கிறதே. மிகுந்த பரபரப்பான உங்கள் கதையைக் கேள்விப்பட்டிருக்கிறோம். பத்து வருடங்களுக்கு முன்பு நீங்கள் நிர்மாணித்த நகரம் பற்றிய விஷயம், அது இப்போது 50 இலட்சம் மக்களைக் கொண்டிருக்கிறது, என்ன? நிறையக் குடியிருப்புகளுக்குச் சொந்தக்காரராகி, செல்வந்தராக மாறியிருக்கிறீர்கள் ... மூன்று வருடத்தில் நீங்கள் அமெரிக்க குடியரசுத் தலைவராக ஆகப்போகிறீர்களாமே?’’

“தேர்ந்த நகைச்சுவை நடிகையின் பேச்சு மாதிரி தோன்றியது நியூமனுக்கு. அவள் பேச்சை நிறுத்துமுன் சிரித்துவிட்டார்.

“ஆனால், நீங்கள் குறிப்பிடத்தகுந்தவர் என்பதை அறிவேன். நீங்கள் இவர்களது - இவர் மற்றும் இவரின் தாயார் - நன்மதிப்பைப் பெற்றிட நிறைய முயற்சி செய்திருக்க வேண்டும். எல்லா உலகத்தின் மீதும் அவர்கள் தங்கள் மரியாதையை வீசுவதில்லை. திரு. பெல்-கார்ட், உங்களைத் திருப்திபடுத்த, ஒருவர், அமெரிக்க இலட்சாதிபதியாக இருத்தல் வேண்டும். ஆனால் உங்கள் உண்மையான வெற்றி, பிரியமானவரே, கவுண்டஸுக்கு இனிதாக இருக்கிறது. அவள் அற்புதக் கதைகளெல்லாம் இளவரசி போல அவ்வளவு சிரமம் நிறைந்தவள். உங்கள் வெற்றி ஒரு அற்புதமே. உங்கள் இரகசியம் என்ன? இந்த எல்லாக் கனவான்களுக்கும் முன்பாக அதனைத் தெரிவிக்கும்படி கேட்கவில்லை, ஆனால் என்னைப் பார்க்க வாருங்கள், அப்போது உங்கள் திறமையின் மாதிரியைக் காட்டுங்கள்.’’

‘‘இந்த இரகசியம் திருமதி சிண்ட்ரேயுடையதுதான். அவளைக் கேளுங்கள். அது அவள் கொண்டிருக்கும்

தாராளமான தர்மம்தான்.”

“மிக அழகு. அது நல்ல மாதிரியே”

பிறகு, நியூமன் திரு பெல்-கார்டுடன் செல்லும் போது யார் இந்த சீமாட்டி என்று வினவினார். “பிரான்ஸில் உள்ள பெரிய பெண்மணி'' என்றார் மார்க்யுஸ். ஒரு இருபது நண்பர்களுக்கு - இருபாலும் கலந்த நண்பர்கள் - நியூமனை அறிமுகம் செய்து வைத்தார். ஒவ்வொருவரும் அவரை அதிசயமாகக் கவனித்தனர். மார்க்யுஸின் நண்பர்களின் மத்தியில் தனக்குக் கிடைத்த வரவேற்பு ‘சந்தோஷமாக’ இருந்ததைக் கண்டு கொண்டார் நியூமன்; அதுபற்றி அவரால் அதிகம் சொல்-யிருக்க முடியாது. புத்தி சாதுர்யம் வெளிப்படையான மரியாதையுடன் நடத்தப்படுவது மகிழ்ச்சிகரமானது; புத்திசா- ஃபிரெஞ்சுப் பெண்கள் தன்னைப் பார்த்துப் புன்னகைப்பது இன்னும் மகிழ்ச்சி கரமானது; அச்சமயம் மார்க்யுஸ் கடுமையாக இருப்பதைக் கண்டு விட்ட நியூமன் தன்னைக் கட்டுப்படுத்திக் கொண்டார்.

“நான் முட்டாளைப் போல நடந்து கொண்டிருக்கிறேனா?”

அச்சமயம், அறையின் இன்னொரு பக்கத்தில் திருமதி ட்ரிஸ்ட்ரத்தைக் கண்டு, திரு. பெல்-கார்டுக்கு விடை கூறியதும், அவளை நோக்கிச் சென்றார்.

“என் தலையை மிக உயர வைத்துக் கொண்டிருக்கிறேனா?”

‘‘சந்தோஷமாகச் சிரிக்கும் எல்லோரையும் போலவே இருக்கிறீர்கள், மிக முட்டாள்தனமாக. இது வழக்கமானது தான், மேலானதுமில்லை, மோசமானதுமில்லை. கடந்த பத்து நிமிடங்களாகத் தங்களைக் கவனித்து வருகிறேன், திரு பெல்-கார்டையும் கவனித்து வந்திருக்கிறேன். அவர் இதனை விரும்பவில்லை.''

“அதற்காக அவருக்கு நிறைய மதிப்புச் சேரட்டும். நான் தாராளமாக இருப்பேன். அவரை இனி மேல் தொந்தரவு செய்யமாட்டேன். ஆனால் நான் மிகவும் சந்தோஷமாக இருக்கிறேன். இன்னும் என்னால் இங்கே நிற்க முடியாது. நாம் உலாவச் செல்லலாம்.”

அவர்கள் அறைகளைக் கடந்து வந்தனர். நிறைய அறைகள். விழாவுக்காக அலங்கரிக்கப்பட்டிருந்தன. உயர் மட்டத்தினராகக்

குழுமியிருந்தனர். திருமதி ட்ரிஸ்ட்ரம் அவர்களைக் குறித்து விமர்சனங்கள் செய்தாள். ஆனால் நியூமன் தெளிவற்ற பதில்களே தந்தார்; அவர் அவள் சொல்வதைச் சரியாகக் கேட்கவில்லை. அவரது எண்ணங்கள் வேறெங்கோ இருந்தன; வெற்றி உணர்விலும் உற்சாகத்திலும் ஆழ்ந்திருந்தன. எங்கே தான் முட்டாளாகத் தோற்றமளிக்கின்றோமோ என்ற தற்கா-கக் கவலை கூட இப்போது இல்லை. அவர் விரும்பியதைப் பெற்றிருந்தார். வெற்றியின் சுவை அவருக்கு உகப்பாகவே இருந்தது, அது அடிக்கடி அவருக்குக் கிடைக்கவும் செய்தது. ஆனால் அது எப்போதும் இவ்வளவு இனிமையாக இருந்ததில்லை, பிரகாசமனதோடும் உற்சாக மனதோடும் குறிப்புணர்த்துதலோடும் உள்ளவற்றுடன் தொடர்புடையதாக இருந்ததில்லை. விளக்குகள், மலர்கள், இசை, கூட்டம், அழகிய மாதர்கள், நகைகள், ஏன், எங்கும் கேட்கக்கூடிய அந்நிய மொழியின் புதுமையான முணுமுணுப்பு ஆகிய அனைத்தும் அவர் பற்றியிருக்கும் நோக்கத்தை உறுதிப்படுத்துவதாக, அதன் அடையாளமாகக் காட்சியளித்தன. நியூமனது புன்னகை வழக்கத்தை விடப் பெரிதாக இருந்ததால், அது கிளர்ச்சி கொண்ட பகட்டுணர்வினால் அல்ல; விரலால் சுட்டிக்காட்டப்படவோ அல்லது தனிப்பட்ட வெற்றியைப் பெறவோ அவருக்கு ஆசையில்லை. இக்காட்சியினை, மேற்கூரையின் ஒரு துவாரம் வழியாகப் பார்த்திருந்தால்கூட, அவர் இதைப்போலவே அனுபவித்து இருப்பார். அவரது செழுமையை எடுத்துரைத்து, வாழ்க்கையை எளிதாக எடுத்துக் கொள்ளும் அவரது போக்கை ஆழப்படுத்தியிருக்கும் இப்போதுதான் கோப்பை நிறைந்திருக்கிறது.

அவர்கள் சிறிது தூரம் நடந்ததும், திருமதி ட்ரிஸ்ட்ரம் சொன்னார்: “இது ஒரு அழகான விருந்து. ஒன்றைத் தவிர வேறு எதுவும் ஆட்சேபிக்க முடியாதவை; என் கணவர், சுவரில் சாய்ந்தபடி, **ட்யூக்** என்று கருதிய ஒருவருடன் பேசிக் கொண்டிருந்தது. அந்த நபரை ஒரு மெக்கானிக் என்று சந்தேகிக்கிறேன் நான்.”

ட்ரிஸ்ட்ரம் ஒரு மெக்கானிக்குடன் பேசுவதில் தவறேதும் காணாத நியூமன் இதனுடன் உடன்படுவாரா என்று சந்தேகிக்கிறேன். அச்சமயத்தில் வாலெண்டின் அங்கு வந்தார். சிலவாரங்களுக்கு முன்புதான் வாலெண்டினை திருமதி

ட்ரிஸ்ட்ரத்துக்கு அறிமுகப்படுத்தியிருந்தார்; வாலெண்டினும் பல தடவை அவள் வீட்டுக்குச் சென்று சந்தித்தார்.

“நீங்கள் எப்போதாவது கீட்ஸின் ‘கருணையில்லாத யுவதி’ கவிதையைப் படித்திருக்கிறீர்களா? என்று வினவினாள் திருமதி ட்ரிஸ்ட்ரம். அந்த இசைப்பாட-ன் நாயகனை நினைவு படுத்துகிறீர்கள் நீங்கள்.

“ஓ தனியாக, வெளிறிப் போய் சுற்றியலையும் உங்களை எது துன்புறுத்துதற்கு இயலும்?”

(oh, what can ail thee; Knight - at - arms, Alone and palely loitering)

“நான் தனியே இருக்கிறேன் என்றால், அது உங்கள் தோழமையை இழந்திருப்பதால். நியூமன் தவிர வேறு யாரும் சந்தோஷமாகத் தோன்றுவது நல்லபண்பில்லை என்றார் வாலெண்டின்.

“கடந்த வசந்தகாலத்தின்போது, ஆறுமாதம் கழித்து நான் அசுரத்தனமாக கோபமடைவேன் என்று உறுதி கூறினாய். அந்த வேளை வந்துவிட்டதாகவே தோன்றுகிறது.

“விஷயங்களைப் பெரிய அளவில் செய்திட வேண்டும் என்று உங்களுக்குக் கூறியிருக்கிறேன். அர்பைன் பாராட்டும்படி இருந்ததாக, இப்போதுதான் என் தங்கை கூறினாள்.”

“அவர் ஒரு நல்ல மனிதர், நல்ல மனிதர். அவரை என் சகோதரராக நேசிக்கிறேன். அது, உங்கள் தாயாரைக் கண்டு மரியாதையுடன் சில கூறவேண்டும் என்பதை நினைவு படுத்துகிறது.”

“அது மிகவும் மரியாதை மிக்கதாகவே இருக்கட்டும். இது போல நீங்கள் உணர்வது இதுவே இறுதித் தருணமாக இருக்கலாம்.”

நியூமன் பெல்-கார்ட் சீமாட்டியைக் காண விரைந்தார். அங்கு அம்மாது பீப்மோர் பிரபுடன் அமர்ந்திருந்தாள். அப்பிரபு அலுப்படைந்தவர் போலக் காணப்பட்டார். அவருடன் பேசிக் கொண்டிருந்த மாது, பதிலுக்காகவோ அல்லது தன் பேச்சின் விளைவைக் குறிக்கும் அடையாளத்தைக் காணவோ காத்திருந்ததாகத் தோன்றியது. மரியாதை உணர்வுடன்

எரிச்சலை அடக்கியவளாக அவரது உடலமைப்பைக் கவனித்துக் கொண்டிருந்தாள்.

நியூமன் நெருங்குவதைக் கண்ட பிரபு நிறமாறினார்.

"ஒரு சுவராஸ்யமான பேட்டியைத் தொந்தரவு செய்கின்றேனோ என அஞ்சுகின்றேன்" என்றார் நியூமன்.

இருவரும் எழுந்து நின்றனர். "பீப்மோர் பிரபு, அது சுவையாகவே இருந்தது என்று சொல்வது மரியாதையாகும்."

"ஓ, நான் மரியாதைமிக்கவனில்லை. ஆனால் அது சுவராஸ்யமாக இருந்தது."

"பெல்-கார்ட் சீமாட்டி நல்ல ஆலோசனை தந்து கொண்டிருந்தார்களா?"

"அவருக்கு அருமையான புத்திமதிகள் சிறிது சொல்-க் கொண்டிருந்தேன். அவர்தான் அவற்றை எடுத்துக் கொள்ள வேண்டியவர்."

"எடுத்துக் கொள்ளுங்கள் சார், எடுத்துக் கொள்ளுங்கள். இன்றிரவு அவர்கள் தரக்கூடிய எந்த புத்திமதியும் நல்லதாகவே இருக்க வேண்டும். இன்றிரவு நீங்கள், உற்சாகமான, சௌகரியமான மனநிலையி-ருந்து பேச வேண்டும். அதுதான் நல்ல புத்திமதியை உண்டாக்கும். உங்களைச் சுற்றி நடப்பவற்றை பிரகாசமாகவும் வெற்றிகரமாகவும் காண்கிறீர்கள். உங்கள் விருந்து மகத்தானது. அது ஒரு நல்ல எண்ணம். என்னுடைய யோசனைய விட மிக மேலானது."

"நீங்கள் மகிழ்ந்தால் நான் திருப்தியடைவேன்," என்றாள் முதிய மாது. "என் ஆசை உங்களை மகிழ்விப்பது"

"இன்னும் சிறிது என்னை மகிழ்விக்க விரும்புகிறீர்களா? வெறுமனே இந்த பிரபுத்வ நண்பரை விட்டுவிடுங்கள்; அவரும் விலகிப்போகவே விரும்புகிறார். பிறகு, என்னுடன் நடந்து வாருங்கள்."

"என் ஆசை உங்களை மகிழ்விப்பதுதான்", திருப்பிக் கூறினாள். முதிய மாது, பீப்மோரை விடுவித்தாள். "இவ்விளைஞர் புத்திசா-யானால் என் மகளைப் பார்த்து அவளை நாட்டிமாடுமாறு கேட்பார்."

ஹென்றி ஜேம்ஸ் 247

“உங்கள் ஆலோசனையை அங்கீகரித்து வந்திருக்கிறேன். அதனை நான் விழுங்கியாக வேண்டும் என நினைக்கின்றேன்” என்றார் நியூமன், அவளை நோக்கிக் குனிந்து கொண்டு, சிரித்தபடி.

பீப்மோர் பிரபு நெற்றியைத் துடைத்துக் கொண்டு கிளம்பினார். பெல்-கார்ட் சீமாட்டி நியூமனின் கரங்களைப் பற்றினாள். “ஆம், ஆம் இது மிகவும் மகிழ்ச்சிகரமானது, இணக்கமான பொழுது போக்கு; ஒவ்வொருவரும் ஒவ்வொருவரை அறிந்து, அவ்வாறு அறிவதில் ஆனந்தம் கொள்கின்றனர். மார்க்யுஸ், என்னை நிறையப்பேர் அறியுமாறு மிகுந்த சிரமம் எடுத்துக் கொண்டார். நான் குடும்பத்தில் ஒருவனாகவே உணர்ந்தேன். அது ஒரு நல்ல வாய்ப்பு. அதனை எப்போதும் நினைவில் வைத்திருப்பேன் சந்தோஷமாக'' என்றார் நியூமன்.

‘‘நாம் யாரும் மறக்கக்கூடாத சந்தர்ப்பம் என்று நினைக்கிறேன்”

நடந்து செல்கையில், சிலர் அவளுக்கு வழிவிட்டனர், சிலர் அவளைத் திரும்பிப் பார்த்தனர், அவள் நிறைய வாழ்த்துக்களைப் பெற்றாள். எல்லாரைக் கண்டும் புன்னகைத்தாலும், தன் மூத்த மகனது அறையை அடையும்வரை அவள் ஒன்றும் சொல்லவில்லை. “இது போதுமானது சார்” என்று நியூமனிடம் கூறிவிட்டு, மார்க்யுஸ் பக்கமாகத் திரும்பினாள்.

நியூமன் சிறிது நேரம் அங்கு அமர்ந்து விட்டு கிளேரைத் தேடிச் சென்றார். அறைகளின் ஊடாகக் கடந்து, தோட்டத்திலுள்ள நாற்றுகள் காப்பகத்தை அடைந்தார். அதன் இறுதிப்பகுதி கண்ணாடியால் ஆனது. உள்ளே இருப்பவரைப் பார்க்க இயலும். அங்கு, இப்போது, ஒரு பெண்ணும் ஒரு கனவானும் இருந்தனர். அப்பெண் திருமதி சிண்ட்ரே என நியூமன் அடையாளம் கண்டு கொண்டார். முன்னேறிச் செல்லலாமா என அவர் தயங்கியபோது, அவள் சுற்றிப் பார்த்தவளாக நியூமன் அங்கிருப்பதை உணர்ந்து கொண்டாள். ஒரு கணம் அவர் மீது பார்வையைப் பதித்துவிட்டு, பிறகு தன் சகாவிடம் திரும்பினார்.

"திரு நியூமனுக்கு சொல்லாதது அநேகமாக பரிதாப கரமானது" என்றாள் மெதுவாக, ஆனால் அது நியூமனுக்குக் கேட்க இயலுவதாக.

"நீ விரும்பினால் அவருக்குச் சொல்லு" என்றார் அந்த கனவான், பீப்மோர் பிரபுவின் குரல்.

"ஓ, எல்லா வகையிலும் எனக்குச் சொல்லுங்கள்" என்றார் நியூமன் முன்னே சென்றபடி.

நியூமன், பீப்மோர் பிரபுவின் முகம் சிவந்திருப்பதைக் கண்டார்; அவரது கையுறைகளை முறுக்கிக் கொண்டிருந்தார், அவற்றைப் பிழிவது போல. வன்முறை உணர்வுகளின் அடையாளமான இவற்றுக்குத் தொடர்புடைய கலவரத்தை திருமதி சிண்ட்ரேயின் முகத்திலும் காண முடிந்தது. மிகுந்த எழுச்சியுடன் இருவரும் பேசிக்கொண்டிருந்தனர்.

"என் பிரபுவின் மதிப்புக்குத்தான் என்னால் சொல்வது இருக்க முடியும்" என்றாள் திருமதி சிண்ட்ரே, புன்னகைத்தபடி.

"அதனை அவர் விரும்பமாட்டார்" என்றார் பிரபு, அவரது அருவருப்பான சிரிப்புடன்.

"என்ன இரகசியம்? தெளிவாக்குங்கள். இரகசியங்கள் எனக்குப் பிடிக்காது"

"நாம் விரும்பாதவற்றை வைத்துக் கொண்டும் விரும்பும் சிலவற்றை இல்லாமலும் செய்ய வேண்டும்" என்றார் பிரபு, இன்னும் சிரித்தபடியே.

"அது பீப்மோர் பிரபுவின் மதிப்புக்காக இருக்கலாம், எல்லாருடைய மதிப்புக்காக அல்ல," என்றாள் திருமதி சிண்ட்ரே. "ஆகவே அது பற்றி ஒன்றும் கூறமாட்டேன். அது பற்றி நீங்கள் உறுதியாக இருக்கலாம்." இப்போது அவள் தன் கரத்தை ஆங்கிலேய பிரபுக்கு நீட்டியபடி, "இப்போது நீங்கள் போய் நடனமாடலாம்!" என்றாள்.

"ஓ, ஆமாம். நான் நடனமாடப் பெரிதும் விரும்புகிறேன். நான் போகிறேன்."

"உங்களிடையே என்ன நடந்திருக்கிறது?" என்றார் நியூமன்.

"உங்களுக்குச் சொல்ல முடியாது - இப்போது. உங்களை

சந்தோஷமில்லாதவராக ஆக்கும் எதனையும்'' என்றாள் திருமதி சிண்ட்ரே.

"அந்த ஆங்கிலேயர் உன்னைக் காத-க்க விரும்பி முயற்சிகள் செய்கிறாரா?"

அவள் சிறிது தயங்கியவளாகிப் பின்னர், "இல்லை! அவர் மிகவும் கண்ணியமானவர்" என்றாள்.

"ஆனால் நீ கலவரம் அடைந்திருக்கிறாயே. ஏதோ ஒன்று நடந்திருக்கிறது."

"உங்களைச் சந்தோஷமற்றவராக ஆக்கும் எதனையும் இப்போதும் கூறமாட்டேன் என்று திரும்பவும் சொல்கிறேன். என் கலவரம் ஓய்ந்தது. என்னவென்று ஒருநாள் உங்களுக்குக் கூறுவேன்; இப்போதில்லை; என்னால் இப்போது கூறமுடியாது."

"நல்லது, மகிழ்ச்சியில்லாதது எதனையும் கேட்கப் பிரியப்படவில்லை நான் என்பதை ஒத்துக்கொள்கிறேன். எல்லாவற்றுடன் நிறைவு கொள்கிறேன். எல்லாப் பெண்களையும் பார்த்துப் பேசியிருக்கிறேன்; ஆனால் திருப்தி யடைந்தது உன்னிடம்தான். நீ திருப்தியடைந்திருப்பதாகக் கூறு."

அவளது பதிலுக்காக ஒரு கணம் காத்திருக்க வேண்டியிருந்தது. கடைசியில், தாழ்வான சுருதியில் வெளிவந்தது: "நான் மகிழ்ச்சியாக இருக்கிறேன்."

அப்போது கேட்ட வேறு ஒரு குரலால் இருவரும் திரும்பினர். அது திருமதி பிரெட்டினுடையது. "திருமதி சிண்ட்ரேக்கு மிகவும் குளிரலாம் என அஞ்சுகின்றேன். ஒரு போர்வை எடுத்துவரத் துணிந்தேன்."

"நன்றி உனக்கு. அந்தக் குளிர்ந்த தாரகைகளின் காட்சி ஒருவருக்கு பனியின் உணர்வை அளிக்கிறது. உன் போர்வையை எடுத்துக் கொள்ளமாட்டேன், ஆனால் நாம் வீட்டுக்குள் செல்லலாம்."

XVI

நியூமன் சங்கீதத்தில் பிரியம் கொண்டிருந்ததால், அடிக்கடி இசை நாடகங்களுக்குச் சென்றார். ஒரு நாள் 'டான் ஜியோவன்னி' என்ற புகழ் மிக்க நாடகத்தைப் பார்ப்பதற்காக, துவங்கு முன்னரே சென்று அமர்ந்திருந்தார். நண்பர்களை அழைத்துச் சென்று அமர்ந்திருந்தார். நண்பர்களை அழைத்துச் சென்று இசை நாடகங்களைப் பார்ப்பதிலும், அவர்களைத் தொலைதூர உணவு விடுதிகளில் உண்ணச் செய்வதிலும் மிகுந்த ஆசை கொண்டிருப்பார். இந்நாடகத்தின் முதல் அங்கம் முடிந்து திரை விழுந்ததும் அரங்கினை நோட்டம் விட்டார் நியூமன். ஓரிடத்தில், அர்பைனும் அவரது திருமதியும் அமர்ந்திருந்ததைக் கண்டார். இன்னொரு இடத்தில் அமர்ந்திருந்த ஒரு யுவதியும் கனவானும் அவரது பார்வையில் பட்டனர். சிறிது நேரத்தில் அவர்கள் நியோமியும் வாலெண்டினும் என்பதை அறிந்தபோது சிறிது திடுக்கிட்டார்.

''எதைப்பற்றிக் கடுமையாக சிந்தித்துக் கொண்டிருக் கிறீர்கள்?'' என்றார் நியூமன்.

"கடுமையான சிந்தனையை வேண்டக்கூடிய ஒரு விஷயம். என் அளத்தற்கரிய முட்டாள்தனம்."

"என்ன இப்போது?"

"திரும்பவும் மனிதனாகிவிட்டேன். வழக்கமான முட்டாளாக இல்லை. அம்மாதுடன் வந்தேன்."

"மெல்-ய சிவப்பு உடையில் உள்ள அந்தப் பெண்ணையா குறிப்பிடுகிறீர்கள்?"

"அது எவ்வளவு பிரகாசமான மென் சிவப்பு வண்ணம்,

கவனித்தீர்களா? அவளை பால் போன்ற வெண்மையாக ஆக்கி விடுகிறது."

"வெண்மை அல்லது கறுப்பு, நீங்கள் விரும்பியபடி. ஆனால் அவளைப் பார்ப்பதை நிறுத்தியிருந்தீர்களே?"

"ஓ, இல்லை. ஏன் நிறுத்த வேண்டும்! நான் மாறியிருக்கிறேன், அவள் மாறவில்லை. அவள் ஒரு ஆபாசமான சிறு போக்கிரி என்றுதான் கருதுகிறேன். ஆனால், எப்போதும் போல வேடிக்கையாக இருக்கிறாள். மற்றும் ஒருவர் உற்சாகமடைதல் வேண்டும்."

"மிகவும் மகிழ்ச்சியற்ற வகையில் உங்களை அவள் ஈர்த்திருப்பது பற்றி எனக்கு மிகுந்த சந்தோஷம். அன்று அவளைப் பற்றிக் கூறிய எல்லா வார்த்தைகளையும் விலக்கிக் கொண்டு விட்டிருக்கிறீர்களோ என நினைத்தேன். அவளை ஒரு நீலக்கல்லுக்கோ, சிவப்புக் கல்லுக்கோ அல்லது ஒரு விலையுயர்ந்த வேறு ஒரு கல்லுக்கோ ஒப்பிட்டீர்கள் - அது என்ன?"

"நினைவில்லை. அது உட-ல் தோன்றும் பிளவை/ கட்டியாகக்கூட இருக்கலாம்! ஆனால் அவள் இப்போது என்னை ஒரு முட்டாளாக்குவதில்லை. அவளுக்கு உண்மையான ஈர்ப்புச் சக்தி இல்லை. அது மாதிரி நபரைப் பற்றித்தவறுவது மிகத்தாழ்ந்த காரியம்"

"உங்களை வாழ்த்துகின்றேன். உங்கள் விழிகளி-ருந்து தராசு விழுந்துவிட்டதற்காக. அது ஒரு பெரும் வெற்றி; அது உங்களை மேலும் நன்றாக உணரவைத்திருக்க வேண்டும்."

"ஆம், என்னைச் சிறப்பாக உணரவே-செய்திருக்கிறது. நீங்கள் என்னைப் பார்த்து சிரிக்கின்றீர்கள் என்றே நினைக்கின்றேன்."

"ஓ, இல்லை. நான் சிரிக்கவில்லை. நீங்கள் என்னை மோசமாக நினைக்க வைக்கிறீர்கள். அது மாதிரியான விஷயங்களால் காலத்தை வீணாக்கக்கூடாத அளவு மிகுந்த புத்திசா- நீங்கள், மிகவும் நல்லவர் நீங்கள். செல்வி நியோமி குறித்துத் தலையைப் பிய்த்துக் கொள்வது முட்டாள்தனம். அவளைப் பற்றி மிகத் தீவிரமாக நினைப்பதை நிறுத்தி விட்டதாகக் கூறினீர்கள். ஆனால், அப்படியில்லை."

வாலெண்டின் தன்னிடமிருந்து ஒரு சுற்று சுற்றி, நியூமனை நோக்கியபடி, நெற்றியைத் துடைத்து கால்களைத் தடவியபடி, “அவள் அழகான கரங்களைக் கொண்டிருக்கிறாள். இன்று மாலைவரை அது எனக்குத் தெரியாது என்பதை நம்புவீர்களா?” என்றார்.

“ஆனால் அவள் ஒரு ஆபாசமான சிறு போக்கிரி. நினைவில் கொள்ளுங்கள், எப்போதும்.”

‘‘ஆம். அன்று தன் தந்தையை நேருக்கு நேராக அவமதிக்கும் கெட்ட குணம் கொண்டிருந்ததைக் கண்டேன். அதனை அவளிடம் எதிர்பார்க்கவில்லை நான். அது ஒரு ஏமாற்றாக இருந்தது.”

‘‘ஏன், அவள் அடுத்த வீட்டுக்காரியைப் பற்றிக் கவலைப்படும் அளவுகூட தந்தையைப் பற்றிக் கவலைப் படுவதில்லை. அதனை முதல் சந்திப்பிலேயே அறிந்து கொண்டேன்.’’

‘‘ஓ, அது இன்னொரு விஷயம்; அந்த ஏழைப் பிச்சைக்காரரைப் பற்றி அவள் விரும்பும்படி நினைத்துக் கொள்ளட்டும். ஆனால் அவரைத் திட்டுவது மிகவும் மோசம்; அது என்னைத் தூக்கி வாரிப்போட்டது. லாண்டரியி-ருந்து அவளது பாவாடையை வாங்கிவர வேண்டிய ஒரு வேலை; இந்த அழகான வேலையை அவர் புறக்கணித்துவிட்டார் போல. அவள் அநேகமாக அவர் காதுகளைத் திருகிவிட்டாள். அவளைப் பார்த்துக் கொண்டே, தன் கோட் நுனியில் தொப்பியைத் துடைத்துக் கொண்டு நிற்கிறார். கடைசியில் ஒரு வார்த்தையும் சொல்லாமல் சென்றார். இது மாதிரி ஒரு தந்தையிடம் பேசுவது நல்ல பண்பில்லை என்று நான் அவளிடம் கூறினேன். எப்போதெல்லாம் தனது பண்பு தவறுகிறதோ அப்போதெல்லாம் இம்மாதிரி சுட்டிக் காட்டினால் நன்றியுடையவளாக இருக்கப் போவதாகப் பதில் கூறினாள். என்னிடம் நிறைய நம்பிக்கை கொண்டிருந்தாள். அவளது பண்புகளைப் பற்றி நான் ஒன்றும் கவலைப்பட போவதில்லை என்றேன். அவை, சிறந்த மாதிரிகளைப் பார்த்து ஏற்கனவே உருவாகிவிட்டன என்றே நினைத்தேன். அவள் என்னை ஏமாற்றிவிட்டாள்.”

“ஓ, காலம்தான் மிகுந்த ஆறுதல் தரும் ஒன்று. அன்று

தங்களுக்கு நான் கூறியதை நினைத்துப் பார்க்குமாறு ஆசைப்படுகிறேன். எங்களுடன் அமெரிக்கா வாருங்கள், ஏதாவது வியாபாரத்தில் ஈடுபடுத்திவிடுகிறேன். உங்களுக்கு நேர்த்தியான புத்தி சாதுர்யம் இருக்கிறது, பயன்படுத்தத்தான் வேண்டும்."

"என் தலை உங்களுக்குக் கடமைப்பட்டிருக்கிறது. பாங்க் வேலையைப் பற்றியா குறிப்பிடுகிறீர்கள்?"

"பல இடங்கள் இருக்கின்றன. பாங்க் வேலையை நீங்கள் சிறப்பாக உயர்மட்டத்தினதாகக் கருதலாம் என நினைத்தேன்."

"என் பிரிய நண்பரே, இரவில் எல்லாப் பூனைகளும் சாம்பல் நிறத்தில்தான் இருக்கும். வகைப்படுத்தும் போது அதில் தராதரங்கள் இருக்காது."

"வெற்றியில் தராதரங்கள் இருப்பதை நீங்கள் அறிவீர்கள் என நினைக்கிறேன்."

"நான் ஏதாவது செய்தாக வேண்டும் என்று யதார்த்தமாகவே நினைக்கின்றீர்களா?"

"முயற்சி செய்து பாருங்கள். அதில் தேர்ந்தவராக நீங்கள் இல்லாவிட்டாலும், **ஒரு புள்ளியை நீட்டிப்பார்க்கலாம்** நாம்."

"கொஞ்சம் பணம் திரட்டலாம் நான் என்று உண்மையிலேயே நினைக்கிறீர்களா? சிறிது பணம் வைத்திருப்பது எப்படியிருக்கும் என்று பார்க்க ஆசைப்பட வேண்டும்."

"நான் சொல்வதைச் செய்யுங்கள். நீங்கள் பணக்காரராக மாறி விடுவீர்கள். நினைத்துப் பாருங்கள்" என்று கூறிவிட்டு, கடிகாரத்தைப் பார்த்தார்.

"சத்தியமாக நினைத்துப் பார்க்கிறேன். இன்னொரு அரை மணி நேரம் மோஸார்ட் சங்கீதம் கேட்டேன் - எப்போதும் இசை பற்றி சிறப்பாக நினைக்க முடிகிறது - ஆழமாக யோசிக்க முடிகிறது"

நியூமன் மார்க்யுஸையும் அவரது மனைவியையும் அடைந்தார். "இந்த இசை நாடகம் பற்றி என்ன நினைக்கிறீர்கள்? டான் பற்றி என்ன நினைக்கிறீர்கள்?"

"மோஸார்ட் எப்படிப்பட்டவர் என்பது நாம்

எல்லோருக்கும் தெரியும். மோஸார்ட் இளமையும், புதுமையும், பிரகாசமும் நிறைந்தவர். ஆனால் இந்தக் குழுவினரின் பாட-ல், அங்கங்கே பரிதாப முறையில் சாதாரணமாக இருக்கிறது."

"இது எப்படி முடிகிறது என்றறிய மிக ஆர்வத்துடன் இருக்கிறேன்."

"இதற்கு முன் இந்த இசை நாடகத்தைப் பார்த்திருக்கிறீர்களா?"

'ஒரு போதும் இல்லை. நினைவுபடுத்தி வைக்க வேண்டும் என்று உறுதியாக இருக்கிறேன். டோனா எல்விரா திருமதி சிண்ட்ரேயை நினைவுபடுத்துகிறாள்; அவளது சூழலைக் குறிப்பிடவில்லை நான்; அவள் பாடும் இசையில்"

"அது ஒரு நல்ல பிரிவுபடுத்திப் பார்த்தலாகும்", என்று சிரித்தார் மெதுவாக மார்க்யுஸ். "திருமதி சிண்ட்ரே கைவிடப்படுவாள் என்பதற்கு எந்தவித சாத்தியக்கூறும் இல்லை என்று நினைக்கிறேன்."

"இல்லை. ஆனால் டான் என்னவாகிறார்?"

"சாத்தான் இறங்கி வருகிறான் - அல்லது மேலேறுகிறான். அவரைக் கொண்டுபோகிறான். ஜெர்லனா உங்களை நினைவுபடுத்துகிறதாக நினைக்கிறேன்" என்றாள் பெல்-கார்ட் மனைவி.

அப்போது மார்க்யுஸ், அமர்ந்திருந்த நாற்கா-யி-ருந்து எழுந்து வேறுபுறமாக நின்றார். அந் நாற்கா-யில் நியூமன் அமர்ந்தார். அப்போது திருமதி பெல்-கார்ட்:

"நீங்கள் வந்ததற்கு மகிழ்ச்சி. உங்களிடம் ஒன்று அனுகூலமாக வேண்டியிருந்தது. என் மாமியாரின் விருந்தின் போது அதனைப் பெற்றிட விரும்பினேன். நீங்கள் ஒரு வாய்ப்பும் தரவில்லை. அது நீங்கள் உறுதி கூறவேண்டிய ஒன்று. இப்போது செய்ய வேண்டும். திருமணம் முடிந்த பிறகு உங்களால் ஒன்றும் செய்ய இயலாது போகலாம். வாருங்கள், உறுதி தாருங்கள்!"

"முத-ல் வாசிக்காமல் எந்தப் பத்திரத்திலும் கையெழுத்திடமாட்டேன். பத்திரத்தைக் காட்டுங்கள்

முதல்.''

"இல்லை, உங்கள் கண்களை மூடிக்கொண்டு கையெழுத்திட வேண்டும். வேடிக்கையானதைச் செய்ய வாய்ப்புத் தந்ததற்காக நீங்கள் நன்றி செலுத்த வேண்டும் எனக்கு."

"அது அவ்வளவு வேடிக்கையாக இருந்தால் திருமணம் முடிந்த பிறகுதான், நல்ல சமயமாக இருக்கும்."

"வேறுவிதமாகச் சொல்வதானால், நீங்கள் தரமாட்டீர்கள். உங்கள் மனைவிக்குப் பயப்படுவீர்கள்."

"ஓ, முறையற்ற விஷயமானால், செய்யமாட்டேன். அப்படி இல்லாவிட்டால், மணமுடித்த பிறகு செய்வேன்."

"தர்க்கத்துக்கு விளக்கவுரை எழுதுவது போலப் பேசுகிறீர்கள். மணமுடித்த பிறகாவது, செய்வதாக உறுதி கூறுங்கள்."

"நல்லது, அப்படியானால், மணமுடித்த பிறகு,"

இளைய சீமாட்டி சிறிது தயங்கிட, அவரைப் பார்த்தவாறு இருந்தார். பிறகு தொடர்ந்தாள்:

"என் வாழ்க்கை எப்படிப்பட்டது என்பதை நீங்கள் அறிவீர்கள் என நினைக்கிறேன். ஒரு சந்தோஷமுமில்லை. ஒன்றும் இல்லை. ஒன்றும் செய்வதில்லை நான். மாமியார் என்னை அழைக்கிறார் - அந்த அழகான வார்த்தை என்ன? - கேள்விப்பட்டிராத இடங்களுக்குப் போவதாக குற்றம் சாட்டுகிறார். என் முன்னோர் பற்றி நான் ஏன் கவலைப்பட வேண்டும்? அவர்கள் என்னைப் பற்றிக் கவலைப்படவில்லை என்பது உறுதி. என் வழியில் பச்சை நிழலுடன் வாழத் திட்டமிடவில்லை. பொருட்கள் இருப்பது பார்க்கத்தான் என நினைக்கிறேன். என் கணவர் கொண்டிருக்கும் கொள்கையில் முதலாவது, ட்யூலெரிஸ் அஞ்சத்தக்க விதமாக மோசமான வர்கள் என்பது. ட்யூலெரிஸ் மோசமானவர்கள் என்றால் அவரது கொள்கைகள் அலுப்பூட்டுவனவாக இருக்கும். விரும்பினால், அவரைப் போல நானும் கொள்கைகள் வைத்திருக்க முடியும்."

"ஓ, நீதிமன்றத்துக்குப் போக விரும்புகிறாய்" என்றார்

நியூமன். ஐக்கிய நாடுகளின் சட்டமன்றங்கள், உச்சநீதி மன்றத்துக்குப் போவதற்கான அவள் வழியினை எளிதாக்க வேண்டும் என்று விரும்புகின்றாள் போலும் என யூகித்தார்.

மார்க்யுஸ் மனைவி சிறிய, கூரிய நகை செய்தாள்.

''நீங்கள் ஆயிரம் மைல்களுக்கப்பால் இருக்கிறீர்கள். ட்யூலெரிஸ்களை நான் கவனித்துக் கொள்கிறேன். நான் என்று போகலாம் எனத் தீர்மானிக்கின்றேனோ அதனை மகிழ்ச்சியோடு ஏற்பார்கள். விரைவிலாவது அல்லது பின்னராவது உயர்மட்ட விருந்தில் நடனமாடப் போகிறேன். 'எப்படித் துணியலாம்?' என்று நீங்கள் சொல்ல இருப்பதை அறிவேன். ஆனால் நான் துணிவேன். என் கணவர் குறித்து அஞ்சுகிறேன்; அவர் மென்மையானவர், மறுக்க முடியாதவர். ஆனால் அவரைக் குறித்து அஞ்சுகின்றேன் - கொடூரமாக அஞ்சுகின்றேன். மற்றும், இருப்பினும் ட்யூலெரிஸை அடையப்போகிறேன். அது இந்தக் குளிர்காலத்தில் இல்லை, அடுத்த குளிர்காலத்திலும் ஒருவேளை இருக்காது. அதே சமயம் நான் வாழ வேண்டும். வேறு சில இடங்களுக்கும் நான் போக வேண்டும்; இது என் கனவு. பால் புல்-யருக்குப் போக ஆசைப்படுகிறேன்''

''பால் புல்-யருக்கு?''

''மாணவர்கள் தங்கள் காத-யருடன் நடனமாடுவார்களே அங்கு. நீங்கள் அதனைக் கேள்விப்படவில்லை என என்னிடம் கூறாதீர்கள்''

''ஓ, ஆமாம். கேள்விப்பட்டிருக்கிறேன். இப்போது நினைத்துப் பார்க்கிறேன். அங்கு கூடப் போயிருக்கிறேன். நீ அங்கே போக விரும்புகிறாய்?''

"இது முட்டாள்தனமானது, தரங்கெட்டது - இது போல எப்படி வேண்டுமாயினும் அழைத்துக் கொள்ளுங்கள். ஆனால் நான் அங்கு போக விரும்புகின்றேன். என் நண்பர்களில் சிலர் அங்கு போயிருக்கின்றனர். நான் ஒருத்தி மட்டும் வீட்டில் அடைந்து சோகத்திற்கு இடம் தந்து கொண்டிருக்கிறேன்."

''இப்போது நீ சரியாக இருப்பதாகத் தோன்றவில்லை எனக்கு; நீ சோகத்திற்கு இடம் தந்து கொண்டிருக்கிறாய் எனத் துல்-யமாகக் கூறுமுடியாது என்னால்.''

“சாகும்வரை அலுப்படைந்துவிட்டேன் இங்கே. கடந்த எட்டு வருடங்களாக, வாரம் இருமுறை இசை நாடகத்துக்குச் சென்று வருகின்றேன். நான் உங்களைக் கேட்டுக் கொள்வதெல்லாம், உங்கள் கரத்தினைத் தாருங்கள் என்பதே. பிறரைக் காட்டிலும் குறைந்த அளவே விட்டுக்கொடுப்பவர் நீங்கள். ஏன் என்று எனக்குத் தெரியாது, ஆனால் அப்படி நீங்கள் இருப்பதை அறிவேன். நான் ஏற்பாடு செய்கின்றேன். ஆபத்து வந்தால் ஏற்றுக் கொள்கிறேன். அத்துடன், அதிருஷ்டம் துணிச்சல் மிக்கவரை அனுகூலப்படுத்துகிறது. என்னை மறுக்காதீர்கள். இது என் கனவு!”

நியூமன் பலமாகச் சிரித்தார். சிலுவைப் போரில் பங்கு கொண்டோரின் புதல்வியும் ஆறு நூற்றாண்டுகளின் புகழ் சேர்ந்த மரபுகளின் வாரிசுமான ஒருத்தி பெல்-கார்டின் மனைவியாக இருக்கத் தகுந்தவளில்லை. நியாயவாதி புகுந்து வழிப்படுத்த வேண்டிய விஷயமாகத் தோன்றியது. ஆனால் அதில் வழிப்படுத்த அவருக்கு நேரமேயில்லை. திரை மீண்டும் விலகியது; பெல்-கார்ட் திரும்பிவந்தார், நியூமன் தன் இருக்கைக்குச் சென்றார்.

இசை நாடகத்தின் அடுத்த அங்கத்தின் போது, வாலெண்டினைப் பார்த்து, வெளிநாட்டில் குடியேறும் ஆசை உண்டா என வினவினார் நியூமன். “அது பற்றி உண்மை யிலேயே யோசிக்க விரும்பினால் சிறந்த இடத்தைத் தெரிவு செய்வது மேலானது.”

“ஓ, அந்த இடம் மோசமில்லை. அந்தப் பெண்ணைப் பற்றியும் சிந்திக்கவில்லை நான். இசையைக் கேட்டுக் கொண்டிருந்தேன். நாடகத்தைப் பற்றி நினைக்காமலும், மேடையை நோக்காமலும் உங்கள் திட்டத்தைக் கருதினேன். முத-ல் அது நம்பமுடியாததாகத் தோன்றியது. பிறகு, ஆர்கெஸ்ட்ராவில் உள்ள ஒரு ஃபிடில் இப்படிச் சொல்வது போல ஒ-த்தது. ‘ஏன் கூடாது; ஏன் கூடாது?’ அப்புறம், அந்தத் துரிதகதியில், அனைத்து ஃபிடில்களும் ஒன்று சேர்ந்து, நடத்துனரின் கையசைவுக்கேற்ப - ‘ஏன் கூடாது, ஏன் கூடாது?’ என்று ஒ-த்தன என்றுபட்டது. ... இது மாதிரி விஷயம் புளித்துப்போன ஒன்று. டிரங்க் நிறைய டாலர்களுடன் திரும்ப வரலாம். அத்துடன், அதனை வேடிக்கை நிறைந்ததாகப் பார்க்கவும் கூடும். கடை வைப்பதில் கூட அசாதாரணமான

ஈர்ப்புச் சக்தியை நான் காணக்கூடும். அதில் குறிப்பிட்ட புனைவியல் அம்சம் இருக்கும்; என் வாழ்க்கைச் சரிதத்தில் அது அழகாகத் தோன்றும். நான் ஒரு வல்லமையாளனாக, முதன்மையானவனாக, சந்தர்ப்ப சூழ்நிலைகளை ஆட்சி செலுத்தியவனாக இருப்பதாகத் தோன்றச் செய்யும்."

"அப்படித் தோன்றச் செய்யும் என்பது குறித்து கவலைப் படக்கூடாது ஒரு போதும். 5 லட்சம் டாலர்கள் வைத்திருப்பது நன்றாகவே தோன்றும்" என்றபடித் தன் கரங்களை வாலெண்டினது தோள்களில் போட்டுக் கொண்டு, சிறிது தூரம் நடந்து சென்றார் நியூமன். தன் நண்பரை ஒரு முதல்தர வியாபாரியாக மாற்றுவது குறித்து அவரது கற்பனை ஓடிக்கொண்டிருந்தது. மதப்பிரசாரகர் போல, ஒரு கணம் ஆன்மிக உத்வேகம் கொண்டார். வாலெண்டினிடம் போதுமான அளவு பணம் இல்லை என்பது நியூமனுக்குப் பெரிய வருத்தத்தை உண்டுபண்ணியது; அதில் பெரிய கொடூரம் இருந்தது ... ஒருவன் உலகில் எளிதாக இருப்பதாகக் காட்டிக் கொண்டால், அதற்குப் பணம் காரணமாக இருக்கிறது; ஒருவன் அதனைச் சேர்த்திருக்கிறான். "உங்களை ஏதாவது செய்திடுமாறு செய்யப்போகிறேன். எதிலாவது ஈடுபடுத்துகிறேன். உங்களுக்கு இடம் தரக்கூடியவையாக ஒரு அரை டஜன் இருக்கின்றன. அவற்றில் உற்சாகமான பணியினை மேற்கொள்ளலாம். பழகிக்கொள்ள சிறிது காலம்தான் பிடிக்கும். ஒரு ஆறுமாதம் சென்றால் போதும் - வெகு முன்னதாகவே நீங்கள் விரும்ப ஆரம்பித்துவிடுவீர்கள். பிறகு, மிகவும் மகிழ்ச்சிகரமாக இருக்கும். உங்கள் சகோதரியும் உடனிருப்பதால், சௌகரியமாக இருக்கும் இருவருக்கும்" என்றார்.

வாலெண்டின் கவனிப்பதும் கேட்பதுமாக நடந்துவந்தார்; சில கேள்விகள் நியூமனக்குச் சிரிப்பை வரவழைத்தன. இருப்பினும், நியூமனது பொன்னுலகம் குறித்த விளக்கங்களை யெல்லாம் தீவிரமாகக் கேட்டார். எப்படியானாலும், அமெரிக்காவில் வியாபாரம் செய்து பணம் ஈட்டுவது துணிச்சலானதாக, சுயமானதாக இருந்தாலும், தான் அதனைச் செய்வது பற்றி அவரால் நினைத்துப் பார்க்க இயலவில்லை, எனவேதான், ஒருவகை பரிகாசத்துடன், வாலெண்டின் பதி-றுத்தார் -

“நல்லது. என்னைப் பொன்னாக மாற்றுங்கள்.”

“அப்போது செல்வி நியோமி அமர்ந்திருக்கும் இடத்துக்கு வந்து சேர்ந்தனர். வாலெண்டின் அவளிடம் அணுகினார். நியூமன் “நீங்கள் அங்கே திரும்பவும் போகிறீர்களா?” என்றார்.

‘‘ஆமாம்’’

“உங்களுக்கு வேறு இடம் இல்லையா?”

“இருக்கிறது”

“அங்கே போவது மேலானது, நல்லது”

‘‘அவள் நன்றாகக் காணப்படுகிறாள். இன்றிரவு அவள் பார்க்கத் தகுந்தவள். ஆனால், இப்போது நான் திரும்பப் போவதற்குக் குறிப்பிட்ட காரணம் உண்டு.”

‘‘ஓ, நான் உன்னை விட்டுவிடுகிறேன். நீ மோகம் கொண்டிருக்கிறாய்,’’

“இல்லை. இதுதான். நான் போவதனால் எரிச்சல் அடையும் ஒருவர் அங்கிருக்கிறார். அவரை எரிச்சலடையச் செய்யவே நான் போவது.”

“இதனைக் கேட்க வருத்தப்படுகிறேன். அந்த ஏழையைத் தனியாக விட்டுவிடக்கூடாது?”

“இல்லை, எனக்குத் தகுந்த காரணங்கள் தந்திருக்கிறார். அந்த இருக்கை அவருடையது அல்ல. நியோமி தனியாக வந்து அமர்ந்திருந்தாள். நான் அவளிடம் சென்று பேசினேன், வேறு இடத்தில் வைத்திருந்த அவளது மேல் கோட்டுப் பையில் உள்ள விசிறியை எடுத்து வருமாறு அனுப்பி யிருந்தாள்; அப்போது பார்த்து, இந்தப் பிரகிருதி, நியோமிக்கு அருகில் நான் அமர்ந்திருந்த இருக்கையில் இடம் பிடித்துக் கொண்டார். நான் திரும்பிவந்தது அவருக்கு வெறுப்பினைத் தந்தது, அதனைக் காட்டவும் செய்தார். அவர் யார் என அறியேன். அவர் மோசமான போக்கிரி. இந்த மாதிரி நட்புகளை அவள் எங்கிருந்து தெரிந்தெடுத்து வருகிறாளோ, தெரியவில்லை; குடித்தும் இருக்கிறார் அந்த மனுஷன். இரண்டாம் அங்கத்தின் போது முறையில்லாமலும் நடந்து கொண்டார். என்னை விரட்டிவிட்டதாக அவர் நினைக்கக் கூடாது அல்லவா, அதற்காகத்தான் நான் விரைவது.”

"என் பிரிய நண்பரே, என்ன குழந்தை விளையாட்டு! அந்தப் பெண்ணைக் குறித்து சண்டையிட மாட்டீர்கள் என நம்புகிறேன்."

"அந்தப் பெண்ணுக்கு இதில் சம்பந்தம் ஒன்றுமில்லை; சண்டையிடும் நோக்கம் துளிக்கூட இல்லை. ஒரு கனவான் செய்ய விரும்புவதையே நானும் செய்திடப் போகிறேன்."

"பாழாய்ப் போக, அதுதான் ஃபிரெஞ்சுக்காரர்களாகிய உங்களிடம் உள்ள சிக்கல். இது மாதிரி விஷயங்களில் நீங்கள் ஈடுபடுவதாக இருந்தால், உங்களை அமெரிக்காவுக்குக் கப்ப-ல் அனுப்ப வேண்டிவரும்."

"மிக நல்லது. நீங்கள் விரும்பும் போதெல்லாம் செய்யுங்கள். ஆனால் நான் அமெரிக்காவுக்குப் போனால், அது இக்கனவானிடமிருந்து தப்பித்து ஓடியதாக அவரை நினைக்க விடமாட்டேன்."

பிறகு, அவர்கள் பிரிந்தனர். அந்த அங்கத்தின் முடிவில், வாலெண்டின் அங்கேயே இருப்பதைக் கவனித்தார். தாழ்வாரத்துக்கு வந்து வாலெண்டினைச் சந்திக்கலாம் என எதிர்பார்த்தபோது, இன்னும் அவர் வந்திருக்கவில்லை. நியோமி அமர்ந்திருக்கும் இருக்கையை நெருங்கிய போது, வாலெண்டினும் அந்தக் கனவானும் முற்றத்துக்குச் செல்வதைக் கண்டார் நியூமன். புதியவர் தன் முகத்தைக் கைக்குட்டையால் துடைத்துக் கொண்டார். நியூமன் வருவதைப் பார்த்த நியோமி புன்னகைத்தாள்.

"ஓ, இறுதியில் என்னைப் பார்க்கத் தீர்மானித்தீர்களாக்கும்! உங்கள் மரியாதையினைக் காப்பாற்றியிருக்கிறீர்கள். ஒரு நல்ல தருணத்தில் என்னைக் காண்கிறீர்கள். அமருங்கள்."

"இங்கு ஏதோ நடந்திருக்கிறது"

"ஒரு நல்ல தருணத்தில் என்னைக் காண்கிறீர்கள்" என்று திரும்பவும் சொன்னாள் நியோமி. "இரு கனவான்கள் - ஒருவர் பெல்-கார்ட். அவரைச் சந்திக்கும் பேறு உங்களால் கிடைத்தது. அவர்கள் வாளைச் சுழற்றாமல் திரும்ப மாட்டார்கள். நேர் போட்டி (duel) -அது எனக்கு உயர்வைத் தரும்."

"உன்னைக் குறித்துப் பெல்-கார்ட் சண்டையிடப்போகிறார் என்று சொல்லவில்லையே?"

"இல்லை, இல்லை, நீங்கள் வீரதீரச் செயல்களை விரும்புபவர் இல்லை! இதனை நீங்கள் தடுத்தால், நான் உங்கள் மீது பகைமை கொள்வேன்."

"ஓ!" என்று மிகப்பொருள் பொதிந்த வியப்புச் சொல்லை உதிர்த்ததுடன் மட்டும் முற்றத்திற்கு வந்தார். அங்கே, நியோமியின் புதிய கனவான் தன் பையில் ஒரு முகவரி அட்டையைச் செருகிக் கொண்டிருப்பதைக் கவனித்தார். அவர்கள் இருக்கைக்குத் திரும்ப முயலும் போது, வாலெண்டினது தோள்களில் கரங்களை வைத்தார் நியூமன் - பேசவிரும்புகிறார் என்பதைச் சூசகமாக உணர்த்த ஒரு கணத்தில் வருவதாகச் சொல்-ச் சென்றுவிட்டு, அதே மாதிரி, திரும்பிவந்தார்.

"அவள் மிகவும் கிளர்ச்சியடைந்திருக்கிறாள். நாம் அவளுக்கு அதிருஷ்டத்தைச் சேர்ப்போம் என்கிறாள்."

"ஆக, நீங்கள் சண்டையிடப் போகிறீர்கள்?"

"பிரிய நண்பரே, அவ்வளவு வெறுப்புக் கொண்டவராகப் பார்க்காதீர்கள். இது என் சொந்தத் தெரிவு இல்லை. இது ஏற்பாடு செய்யப்பட்டது."

"அவ்வாறு நான் சொல்-யிருக்கிறேன் உங்களிடம்!"

"அவ்வாறே அவரிடமும் சொன்னேன்"

"அவர் உங்களுக்கு என்ன செய்தார்?"

"என் நல்ல நண்பரே, அது என்ன என்பது ஒரு பொருட்டல்ல. அவர் ஒரு பிரயோகத்தைப் பயன்படுத்தினார் - அதனைச் சவாலாக ஏற்றுக்கொண்டுவிட்டேன்."

"ஆனால் அதனைத் தெரிந்து கொள்ளுவதை வற்புறுத்துன்றேன். உங்களை மூத்த சகோதரன் போல இருக்கும் நான் உங்களை இந்த மாதிரி முட்டாள்தனத்தில் ஈடுபடவிடமாட்டேன்."

"உங்களுக்கு மிகவும் கடமைப்பட்டிருக்கிறேன். மறைப்பதற்கு ஒன்றுமில்லை; இங்கே, இப்போது விவரணங்

களில் ஈடுபட இயலாதவனாக இருக்கிறேன்."

"அப்படியானால் இங்கிருந்து வெளியேறுங்கள். வெளியே வந்து தெரிவியுங்கள்."

"ஓ, இந்த இடத்தைவிட்டு நீங்க முடியாது என்னால்; ஏன அவசரப்பட்டு வெளியேற வேண்டும்? இசை நாடகத்தை முழுமையாகப் பார்ப்பேன்."

"உங்களால் அனுபவிக்க முடியாது; உங்கள் மனதில் வேறு விஷயம் ஆக்கிரமித்திருக்கிறது."

வாலெண்டின் அவரை ஒரு கணம் நோக்கி, சிறிது மாற்றமடைந்து, புன்னகைத்து, அவரது தோளில் தட்டினார். ''நீங்கள் சந்தோஷமானவகையில் எளிமையானவர்! ஒரு பிரச்னையின் முன்பு ஒரு மனிதன் அமைதியாக இருக்கிறார். நான் செய்யக்கூடிய அமைதியான காரியம், நேராக என் இருக்கைக்குப் போவது."

''உங்களை அங்கே அவள் காண வேண்டும் என விரும்புகிறீர்கள் - நீங்களும் உங்கள் அமைதியும். நான் அவ்வளவு எளிமையானவன் அல்ல! அது சாதாரண விஷயம்."

இசை நாடகம் முடிந்ததும், வாலெண்டினும் நியூமனும் வீதிக்கு வந்தனர். தனது காரில் வருமாறு வாலெண்டினை அழைத்தார் நியூமன்.

''இந்த விஷயத்தில் பொறுப்பேற்கக்கூடிய இரு நண்பர்களைக் காணவேண்டியிருந்தது. நான் தனியாகப் போய் ஆக வேண்டும்."

"நான் பொறுப்பேற்கின்றேன். விஷயத்தை என் கையில் ஒப்படைத்து விடுங்கள்."

"நீங்கள் மிகவும் அன்பு காட்டுகிறீர்கள். ஆனால் அது சாத்தியமாவது மிகவும் சிரமம். முத-ல், அநேகமாக, நீங்கள் குறிப்பிட்ட மாதிரி, சகோதரனாக இருக்கிறீர்கள்; என் சகோதரியை மணக்க இருக்கிறீர்கள். அதுவே உங்களைப் பொறுத்தமற்றவராக ஆக்கிவிடும்; உங்கள் நடுநிலை மீது சந்தேகங்களை வீசும். இல்லாவிட்டாலும், இந்த விஷயத்தை நீங்கள் அங்கீகரிக்கவில்லை என்று கடுமையாகச் சந்தேகிக்கின்றேன். இந்தச் சந்திப்பைத் தடுக்க நீங்கள் முயற்சி

செய்வீர்கள்."

"நிச்சயமாக, நான் செய்வேன். உங்கள் நண்பர்கள் யார், அவர்கள் செய்வார்கள் என நம்புகிறேன்."

"ஆட்சேபணையில்லாமல் அவர்கள் செய்வார்கள். பொருத்தமான காரணங்கள் வேண்டும் என்று கேட்பார்கள். ஆனால் நீங்கள் அப்படிச் செய்யமாட்டீர்கள்."

நியூமன் ஒரு கணம் மௌனமாக இருந்தார். மிகவும் எரிச்சலுற்றிருந்தாலும், இதில் தலையிடுவதாலும் பிரயோஜன மில்லை என்றுணர்ந்தார். "எப்போது இந்த உயர்ந்த விஷயம் நிகழவிருக்கிறது?"

"எவ்வளவு விரைவிலோ அவ்வளவு மேலானது; நாளை மறுநாள் என்று நம்புகிறேன்."

"நல்லது, உண்மைகளை அறிய எனக்கு நிச்சயமாக உரிமை இருக்கிறது. இந்த விஷயத்திற்கு என்னால் கண்ணை மூடிக் கொண்டிருக்க முடியாது."

"உங்களுக்கு உண்மைகளைச் சொல்ல சந்தோஷப்படுவேன். அவை மிக எளிமையானவை. விரைவில் செய்திடக் கூடியவை. ஆனால், இப்போது, எல்லாம் என் நண்பர்களைக் காண்பதில் இருக்கிறது. ஒரு வண்டியில் ஏற வேண்டும்; நீங்கள் என் அறைக்குச் சென்று காத்திருங்கள் எனக்காக. ஒரு மணி நேரத்தில் வந்துவிடுவேன்."

நியூமன் வாலெண்டினது அறையில் காத்திருக்கும்போது, ஒரு மணி ஆவதற்குள்ளேயே வாலெண்டின் வந்து சேர்ந்தார். அந்தக் கனவானுக்கும் - ஸ்டானிஸ்லாஸ் காப் - வாலெண்டினுக்கும் நிகழ்ந்ததை அவள் கூறக் கேட்டுக் கொண்டிருந்தார் நியூமன் - வாலெண்டின் தன் இருக்கைக்குத் திரும்பியபோது, புதிதாக வந்தவரிடம் நட்பாகப் பேசிக்கொண்டிருந்த நியோமி, வாலெண்டினிடம் தன்னை வந்து பார்க்காதது குறித்து அதிருப்தி தெரிவித்தாள். "ஓ, அவரைத் தனியாக விடுங்கள்! இந்த இருக்கையில் ஏற்கனவே நிறையப் பேர் இருந்தனர் என்றார் புதியவர்; அத்துடன் வாலெண்டினை வைத்த பார்வை வாங்காது பார்த்துக் கொண்டிருந்தார். நிறையப் பேர் என்றால் அந்த எண்ணிக்கை யைக் குறைப்பது காப்புக்கு எளிதுதானே என்று பதி-றுத்தார்

வாலெண்டின். "உங்களுக்காக இருக்கையை வழங்க மிகுந்த சந்தோஷம் அடைவேன்'' என்றார் காப். ''உங்களைப் பள்ளத்தில் தூக்கி எறிய சந்தோஷப்படுவேன் நான்" எனப் பதில் தந்தார் வாலெண்டின்.

"திருவாளர் காப், அவரை அனுப்புங்கள் அல்லது திரு. வாலெண்டின் அவரைப் பள்ளத்தில் எறியுங்கள், ஆர்கெஸ்ட்ராவில் எறியுங்கள் - எங்காவது! யார் எதைச் செய்கிறீர்கள் என்பது குறித்து கவலைப்படப் போவதில்லை நான்" என்றாள் நியோமி. இரு கனவான்களும் முற்றத்துக்கு வந்தனர். முகவரி அட்டைகளைப் பரிமாறிக் கொண்டனர். ஸ்டானிஸ்லாஸ் மிகக் கடுமையாக இருந்தார்.

''சந்தேகமேயில்லை, அந்த மனிதர் பைத்தியம்தான். ஆனால், நீங்கள் அவ்விருக்கைக்குத் திரும்பச் செல்லா விட்டால் இது நிகழவே நிகழ்ந்திருக்காது."

"ஏன், இருக்கைக்கு நான் திரும்பியது எனது அதிகமான கண்ணியச் செயலாக இருப்பதை, நீங்கள் காணவில்லையா? திரு. காப் என்னைத் தூண்டிவிட விரும்பினார்; தன் சந்தர்ப்பத்துக்காகக் காத்திருந்தார். அது மாதிரி இருக்கையில் அதனைச் சந்திப்பதுதான் அழகு.''

"இதனை நீங்களாகவே சமாளித்துக் கொள்ள வேண்டும். இதில் உங்களை இழுத்த விஷயம் அந்த மனிதரது முறையற்ற நடத்தைதான் என்று கூறியிருக்கிறீர்கள். அந்தப் பெண்ணுக்காகத் திரும்பவில்லை என்றீர்கள்."

"திரும்பவும் அந்தப் பெண்ணைப் பற்றிக் குறிப்பிடாதீர்கள். அவள் எனக்கு அலுப்பூட்டுகிறாள்."

''அவளைப்பற்றி இப்படித்தான் நீங்கள் நினைக்கிறீர்கள் என்றால், அவளை ஏன் தனியே விட்டுவிடக்கூடாது?"

''நீங்கள் முழுமையாகப் புரிந்துகொண்டீர்கள் என்று நினைக்கவில்லை நான். உங்களைப் புரிய வைக்க முடியும் என்றும் நம்பவில்லை நான். அந்தச் சந்தர்ப்பத்தைப் புரிந்து கொண்டாள்.''

''ஒரு பூனை அரசனை நோக்கலாம்! அதனால் என்ன வந்துவிடப் போகிறது?"

"ஏன், ஒரு பெண்ணின் முன்பாக ஒருவன் பின்வாங்கக் கூடாது"

"அவளை ஒரு பெண்ணாக அழைப்பதில்லை நான். அவள் ஒரு கல் என்று நீங்களே சொல்-யிருக்கிறீர்கள்."

"நல்லது, ரசனைகள் குறித்து முரண்பாடுகள் இல்லை இங்கு. இது உணர்தல் சம்பந்தமான விஷயம்; இது ஒருவரது கௌரவ உணர்வால் அளக்கப்படுவது."

"ஓ, உங்கள் கௌரவ உணர்வை அடித்து வீழ்த்துங்கள்."

"இது பயனற்ற பேச்சு; முடிவு எடுக்கப்பட்டு நிச்சயமாகி விட்டது."

தொப்பியை எடுத்துக் கொண்டு கிளம்பினார் நியூமன். வாசலருகில் நின்றபடி, "எதனைப் பயன்படுத்தப் போகிறீர்கள்?" என்றார்.

"அதனைத் தீர்மானிக்க வேண்டியவர் திரு. ஸ்டானிஸ்லாஸ் காப். என் தெரிவு ஒரு சிறிய, மெல்-ய கத்தியாக இருக்கும். அதனை நன்றாகக் கையாளுவேன். நான் ஒரு அலட்சிய மானவன், சுடுவதில்."

"கைத்துப்பாக்கியாக இருக்க வேண்டும் என்று விரும்புகிறேன். ரவை ஏற்றுவது எப்படி என்று உங்களுக்குக் காண்பிப்பேன்"

வாலெண்டின் சிரித்துவிட்டார். "ஒரு ஆங்கிலக் கவி முரணற்ற தன்மை குறித்துச் சொன்னது என்ன? இது ஒரு மலர், அல்லது தாரகை, அல்லது ஒரு நகை. அவை மூன்றின் அழகும் உங்களிடம் இருக்கிறது."

திரு.ஸ்டானிஸ்லாஸ் காப்புடன் சந்திக்கும் விவரணங்களை முடிவு செய்தபின் நாளை நியூமனைச் சந்திப்பதாகத் தெரிவித்தார் வாலெண்டின்.

அன்று மூன்றுவரிகள் கொண்ட செய்தி வாலெண்டினிட மிருந்து நியூமனுக்கு வந்தது - எதிராளியுடன் எல்லையைக் கடக்க வேண்டும் என்றும், ஜெனீவாவிற்கு இரவுத் துரித வண்டியில் செல்ல வேண்டும் என்றும் ஏற்பாடு செய்திருப்ப தாக அதில் தெரிவிக்கப்பட்டிருந்தது. பிற்பக-ல் நியூமன் திருமதி சிண்ட்ரேயைச் சந்தித்தார். அழகோடும், அனுதாபத்

தோடும் காணப்பட்ட அவள் சோகமாகவும் இருந்தாள். நியூமன் வற்புறுத்திய பிறகு, அழுதிருப்பதாக ஒத்துக் கொண்டாள். அதற்கு இரண்டு மணி நேரத்திற்கு முன்னர்தான், வாலெண்டின் சிறிது நேரம் உரையாடிவிட்டுச் சென்றிருந்தார். அது வருத்தம் தரும் மனப்பதிவை உண்டாக்கியிருந்தது திருமதி சிண்ட்ரேயிடம். அரட்டையடிப்பதும், சிரிப்பதுமாக வழக்கம் போலவே இருந்தார். அவர் கிளம்பும் போது, ஏதோ துக்ககரமான ஒன்று நிகழவிருப்பதை அவள் உணர முடிந்தது. அதற்கான காரணத்தைப் பகுத்துணர முற்பட்டது, தலைவ-யையே தந்தது. ஆனால் நியூமன் அத்திட்டம் குறித்து வாயைத் திறக்கவேயில்லை. ஆனால், கிளம்புவதற்கு முன் வாலெண்டின் தாயாரைச் சந்தித்தாரா என்று வினவினார், நியூமன்.

"ஆம். ஆனால் அவர்களை அழச் செய்யவில்லை."

நியூமனுடைய இல்லத்தில்தான் வாலெண்டின் உணவருந்திக் கொண்டிருந்தார். தான் மோத இருக்கும் நபரைப்பற்றி நன்கு அறிந்திருந்தார் வாலெண்டின்.

எல்லோருடனும் நன்குப்பழகக்கூடியவராக புத்திசா-யாக இருக்கக்கூடிய வாலெண்டின் தன் அருமையான வாழ்க்கையை திரு ஸ்டானிஸ்லாஸுக்காவும், நியோமிக்காகவும் இழக்கத் துணிந்தது நியூமனை வெகுவாகத் துக்கத்தில் ஆழ்த்தியது. அதுபற்றி தான் ஒன்றும் செய்ய முடியாமல் இருப்பது வேதனையை இன்னும் அதிகரித்தது.

"உங்களைத் தடுக்க இயலாவிட்டாலும், குறைந்தபட்சம் எதிர்க்க முடியும். கடுமையாக இதனை எதிர்க்கின்றேன் நான்."

"பிரிய நண்பரே, நாடகம் நடத்த வேண்டாம். இது போன்ற விஷயங்களில் நாடகம் நடத்துவது ரசனைக் குறைவான காரியம்."

"உங்கள் போட்டியே ஒரு நாடகம்தான். அது ஒரு மோசமான நாடகம். ஏன், ஒரு இசைக்குழுவினரையும் அழைத்துச் செல்லக்கூடாது? அது மிகவும் காட்டுமிராண்டித் தனமானது."

"ஓ, இந்தச் சமயத்தில் போட்டியின் சித்தாந்தம் குறித்து விளக்க இயலாது என்னால். இது எங்கள் பழக்கம், இது நல்ல

விஷயம் என்றுதான் நினைக்கிறேன். அதன் நல்ல அம்சங்கள் ஒரு புறம் இருக்க, இன்றைய வறண்ட வாழ்க்கைப் போக்கில் அதன் வடிவும் வண்ணமும், அதில் ஈடுபடுமாறுத் தூண்டின என்னை. உயர்ந்த மனநிலைகளைக் கொண்ட காலத்தின் எச்சம் அது. ஒருவன் அதனைப் பற்றிக்கொண்டு இருத்தல் வேண்டும்."

"உயர்ந்த மனநிலைகளின் காலம் என்று எதனைக் குறிக்கின்றீர்கள் எனத் தெரியவில்லை. உங்கள் தாத்தா கழுதையாக இருந்தால் நீங்களும் அப்படி இருக்க வேண்டிய கட்டாயமா? நம் மனநிலைகளை அதனதன் போக்கில் விட்டுவிடுவதுதான் சாலச் சிறந்தது. பொதுவாக, அவை உயர்வாக இருப்பதாகவே தோன்றுகின்றன; மிகவும் பணிவாக இருப்பது குறித்து நானொன்றும் அஞ்சவில்லை. உங்களது பெரிய தாத்தா எனக்குப் பிடிக்காதவராக இருந்தாலும், அவரோடும் எப்படிச் சமாளிப்பது என்றே முயல்வேன்."

"புண்படுத்தியதை நிறைவு செய்ததற்காக ஒன்றினைக் கண்டு பொறுத்திட முடியாது உங்களால். அதனை வேண்டுவதும் மற்றும் பெற்றுக் கொள்வதும் சமமான அளவு அருமையான ஏற்பாடுகளே."

"இது மாதிரி விஷயத்தை நிறைவுபடுத்தல் என்கிறீர்கள்? அந்தப் பிரகிருதியின் காலத்தைப் பெறுவது உங்களைத் திருப்திபடுத்தகிறதா? உங்களைப் பரிசாக அவருக்கு வழங்குவது திருப்திபடுத்துகிற காரியமா? ஒருவன் தாக்கினால், திரும்பத் தாக்குங்கள்; ஒருவன் சாடினால் திரும்பத் திட்டுங்கள்."

"ஓ, அது அருவருப்பானது"

"அருவருப்பு அவருடையது - உங்களிடமில்லை. அதன் பொருட்டு நீங்கள் செய்வது குறிப்பாக அழகானதில்லை. அதைச் செய்ய முடியாத அளவு நல்லவர் நீங்கள். உலகிலேயே மிகவும் பயனுள்ள மனிதர் நீங்கள் என்றோ அல்லது புத்திசா-யானவர் என்றோ அல்லது மிகவும் இணக்கமானவர் என்றோ கூறவில்லை நான். ஒரு வேசிக்காக உங்களுடையக் கழுத்தை அறுத்துக் கொள்ள இயலாதபடி நல்லவர் நீங்கள்."

சிறிது வெட்கமுற்ற வாலெண்டின் சிரித்தார். "அதனைத்

தவிர்க்க முடிந்தால் என் கழுத்தை அறுத்துக் கொள்ள முயலாமல் இருப்பேன். மேலும், ஒருவரது கண்ணியத்துக்கு இருவித அளவீடுகள் இல்லை. தான் புண்படுத்தப்பட்டதுதான் அதற்குத் தெரியும். எப்போது அல்லது எப்படி அல்லது எங்கே என்றெல்லாம் அது வினவுவதில்லை."

"அது மிகவும் முட்டாள்தனமானது"

சிரிப்பதை நிறுத்திச் சிறிது கடுமையாக மாறினார் வாலெண்டின். "இதுபற்றி இனியொன்றும் சொல்ல வேண்டாம் என்று வேண்டிக்கொள்கிறேன். இல்லாவிட்டால், இதில் உங்களுக்கு அக்கறையில்லை என்றே நினைக்க வேண்டியிருக்கும்."

"எதைப்பற்றி?"

"இந்த விஷயத்தைப் பற்றி - ஒருவரது கண்ணியம் குறித்து"

"உங்களுக்கு எது சந்தோஷமாக இருக்கிறதோ அது குறித்து நினையுங்கள். ஆனால், காயங்கள் இல்லாமல் திரும்பி வாருங்கள். நான் உங்களை மன்னிக்கிறேன். பிறகு, நேராக அமெரிக்காவிற்கு கப்பல் அனுப்புகிறேன்."

"நல்லது, நான் ஒரு புதிய அத்தியாயத்தை திருப்புவதாக இருந்தால், பழைய விஷயத்துக்குப் பின் குறிப்பாக அது இருக்கட்டும்" என்று கூறிவிட்டு, இன்னொரு சுருட்டைப் பற்றவைத்தபடி கிளம்பினார் வாலெண்டின்.

வாலெண்டின் வெளியேறி கதவு சாத்தப்பட்டதும்,

"அந்தப் பெண்ணை தகர்க்க வேண்டும்" என்று கூறினார் நியூமன்.

XVII

மறுநாள் காலை திருமதி சிண்ட்ரேயைப் பார்க்கப் போனார் நியூமன். அவள் இருக்கிறாளா என்று வினவியபோது திருமதி பிரெட் தன் கையி-ருந்த முத்திரையிடப்பட்ட கடிதத்தை நீட்டியபடி, ''அவர்கள் உங்களுக்காக இக்கடிதத்தைக் கொடுத்திருக்கிறார்கள், ஐயா'' என்றாள்.

''கொடுத்திருக்கிறாள்? வெளியே போய்விட்டாளா? இங்கில்லையா?''

''அவர்கள் வெளியே போய்க்கொண்டிருக்கிறார்கள்; நகரத்தை விட்டுக் கிளம்புகிறார்கள்''

''நகரத்தை விட்டு கிளம்புகிறாள்? என்ன நிகழ்ந்திருக்கிறது?''

''அதனை நான் சொல்லக்கூடாது, ஐயா. ஆனால், இது நிகழும் என்று நினைத்தேன்.''

''என்ன நிகழும் என்று? அவள் வீட்டில் இருக்கிறாளா? காண முடியுமா?'' என்று கேள்விகளை அடுக்கியபடி, கடிதத்தைப் பிரித்தார் நியூமன்.

''இன்று காலை உங்களை எதிர்பார்த்தார்கள் என்று நினைக்கவில்லை நான். உடனடியாகக் கிளம்ப வேண்டி இருந்தார்கள்.''

''எங்கே போகிறாள்?''

''ஃப்ளூரியர்ஸுக்கு''

''ஃப்ளூரியர்ஸுக்கு? ஆனால் நிச்சயமாக நான் பார்க்க இயலுமா?''

சிறிது தயங்கிய திருமதி பிரெட், கைகளைப் பிசைந்தபடி

சொன்னாள்: ''நான் அழைத்துச் செல்கிறேன் உங்களை!'' மாடிப்படியில் அவரை வழிநடத்திச் சென்ற பிரெட், ''அவர்களுடன் கடுமையாக இருக்க வேண்டாம். மிகவும் சோகமாக இருக்கிறார்'' என்றாள். திருமதி சிண்ட்ரேயின் அறைக்குள் சென்றனர். திருமதி சிண்ட்ரே வெளிறிப் போயிருந்தாள்; பிரயாணத்துக்காக உடை உடுத்தியிருந்தாள். கணப்பருகே, நகங்களை நோக்கியபடி அர்பைன் நின்று கொண்டிருந்தார். அருகில் நாற்கா-யில் புதைந்திருந்த தாயார், உடனே பார்வையை நியூமனிடம் பதித்தார். ஏதோ தீயதன் மத்தியில் இருப்பதைப் போன்ற உணர்வு நியூமனுக்கு ஏற்பட்டது. நிசப்தமான இரவில் கேட்ட அஞ்சத்தக்க கூக்குரலால் திடுக்கிட்டவரைப் போல, வருத்தப்பட்டார். திருமதி சிண்ட்ரேயிடம் நேராகச் சென்று, அவளது கரத்தைப் பற்றினார்.

''என்ன விஷயம்? என்ன நடந்து கொண்டிருக்கிறது?''

அர்பைன் விழித்துப் பார்த்து, தாயாரின் நாற்கா-யில் சாய்ந்தபடி நின்றார். நியூமனின் தீடிர் செய்கை, அவ்விருவரையும் சற்று நிலைகுலையச் செய்துவிட்டது. நியூமனை நோக்கியபடி, மௌனமாக நின்றாள் திருமதி சிண்ட்ரே. அவளது பார்வையில் அடியற்ற ஆழம் இருந்தது இப்போது. அவள் சிக்க-ல் மாட்டியிருக்கிறாள். அது அவரை வெகுவாகப் பாதித்தது. அவர்களைச் சவாலுக்கு இழுக்கும் நிலையில் இருந்த அவரை திருமதி சிண்ட்ரே கட்டுப்படுத்தினாள்.

''மிகவும் சோகமான ஒன்று நடந்திருக்கிறது. நான் உங்களை மணக்க முடியாது.''

பற்றியிருந்த கரத்தை நழுவவிட்டு, முத-ல் திருமதி சிண்ட்ரேயையும் பிறகு அவர்களையும் நோக்கினார் நியூமன். ''ஏன் முடியாது?''

''நீங்கள் என் தாயாரைக் கேட்டாக வேண்டும்; என் சகோதரரைக் கேட்டாக வேண்டும்.''

''அவள் ஏன் என்னை மணக்க முடியாது?'' என்று அவர்களை நோக்கிக் கேட்டார்.

மகளைப் போலவே தாயாரும் வெளிறித் தோன்றினாள்.

தாயாரை நோக்கியபடி மகளும் இருந்தார். பிறகு, "இது சாத்தியமில்லை" என்றார் மெதுவாக.

"இது முறையில்லாதது" என்றாள் திருமதி பெல்-கார்ட்.

"நீங்கள் எல்லாம் என்னை முட்டாளாக்குகிறீர்கள்"

"சகோதரியே நேரமில்லை; உனது இரயிலை நழுவவிட்டுக் கொண்டிருக்கிறாய்" என்றார் அர்பைன்.

"அவருக்குப் பைத்தியமா?" என்றார் நியூமன்.

"இல்லை; அப்படி நினைக்க வேண்டாம். ஆனால் நான் கிளம்புகிறேன்" என்றாள் கிளேர்.

"எங்கே போகிறாய்?"

"கிராமப்புறத்துக்கு, ஃப்ளூரியர்ஸுக்கு; தனியாக இருக்க"

"என்னை விட்டுவிட்டா?"

"**இப்போது** உங்களைப் பார்க்க முடியாது"

"**இப்போது** ஏன் முடியாது?"

"நான் அவமானம் கொள்கிறேன்"

பெல்-கார்டினை நோக்கி,

"அவளுக்கு என்ன செய்தீர்கள்? - இதற்கெல்லாம் என்ன அர்த்தம்?" என்றார் நியூமன்.

'நான் உங்களை கை கழுவி விட்டேன் என்று அர்த்தம். அதுதான் இதற்கு அர்த்தம்" என்றாள் திருமதி சிண்ட்ரே.

நியூமன் அதிர்ந்து போனாலும், அவள்பால் வெறுப்படைய வில்லை. காவலாளியின் விளக்கொளி கண்களைக் கூசச்செய்து திகைக்க வைப்பது போல பெல்-கார்ட் சீமாட்டியும் மகனும் நியூமனைத் திணறடித்தனர். "நான் உன்னைத் தனியாகப் பார்க்க முடியாதா?"

''அது மேலும் துயரமாகவே இருக்கும். உங்களைப் பார்க்கக்கூடாது என்றே நம்பினேன். - நான் தப்பிவிட வேண்டும். உங்களுக்கு எழுதியிருக்கிறேன். போய் வரலாம்."

"நானும் உன்னுடன் வருவேன்"

அவரது தோளில் தன் இரண்டு கரங்களையும் போட்டு, "எனக்கு ஒரு கடைசி வேண்டுதலை நிறைவேற்றுவீர்களா? என்னைத் தனியே போக அனுமதியுங்கள் - அமைதியாகப் போக. அதனை அமைதியென்று கூறமுடியாது - அது சாவு. என்னை நானே புதைத்துக்கொள்ள விட்டுவிடுங்கள். போய் வாருங்கள்" என்று நீர்ததும்பும் விழிகளுடன் கூறினாள்.

அவளது கூந்த-ல் விரல்களால் கோதி, பிறகு, ஒவ்வொருவராக நோக்கினார் நியூமன். "மார்க்யுஸ், நீங்கள் தலையிட்டிருப்பதாகவே பெரிதும் தோன்றுகிறது. நீங்கள் தலையிடமாட்டீர்கள் என்று சொன்னீர்கள். என்னை நீங்கள் விரும்புவதை அறிவேன்; அதனால் உறுதியளித்தபடி, தலையிடமாட்டீர்கள் என்று நம்பினேன். நினைவில்லையா, மார்க்யுஸ்?"

இமைகளை உயர்த்தினார் மார்க்யுஸ்; ஆனால் வழக்கத்திற்கு மேலாகவும் கட்டுப்பாட்டோடு இருக்கத் தீர்மானித்தவராகத் தோன்றினார். தாயார் அமர்ந்திருந்த நாற்கா-யின் பின்புறத்தில் கைகளைப் பற்றிக் கொண்டு, சொற்பொழிவு மேடையை நோக்கிக் குனிபவர் போலக் குனிந்தார் அர்பைன். அவர் புன்னகைக்கவில்லை, ஆனால் தீவிரமாகக் காணப்பட்டார். "மன்னித்துவிடுங்கள், சார். என் சகோதரியின் தீர்மானத்தைப் பாதிக்க மாட்டேன் என்று உங்களுக்கு உறுதி கூறியிருந்தேன். அதன்படி நடந்திருக்கிறேன். இல்லையா, தங்கையே?"

"வேண்டிக் கொள்ள வேண்டாம், மகளே. உன் வார்த்தையே போதுமானது.

"ஆமாம் - அவள் என்னை ஏற்றுக்கொண்டாள். அது மிகவும் உண்மை. அதனை மறுக்க முடியாது என்னால். குறைந்தபட்சம், நீ என்னை ஏற்றுக் கொண்டாயல்லவா?" என்று வினவினார் நியூமன் திருமதி சிண்ட்ரேயை நோக்கி. அந்தக் குரல் அவளை வெகுவாகத் தொட்டுவிட்டது. அப்புறமாகத் திரும்பி, கைகளில் முகத்தைப் புதைத்துக் கொண்டாள்.

"ஆனால் நீங்கள் தலையிட்டிருக்கிறீர்கள். இப்போது, இல்லையா?" என்றார் மார்க்யுஸிடம்.

"அப்போதோ இப்போதோ எப்போதும் என் தங்கையின்

முடிவினை பாதிக்கவில்லை நான். எந்தத் தூண்டுதலும் செய்திடவில்லை நான்.

"பிறகென்ன செய்தீர்கள்?"

"எங்கள் அதிகாரத்தைப் பயன்படுத்தினோம்" என்று கணீர் எனக் கூறினாள் பெல்-கார்ட் சீமாட்டி.

"ஆ, உங்கள் அதிகாரத்தைப் பயன்படுத்தியிருக்கிறீர்கள்," திருமதி சிண்ட்ரேயிடம் திரும்பி, "அவர்கள் அதிகாரத்தைப் பயன்படுத்தி இருக்கிறார்கள். அது என்ன அதிகாரம்? எப்படிப் பிரயோகித்தார்கள்?" என்று கேட்டார்.

"தாயார் கட்டளையிட்டார்கள்"

"என்னைக் கைவிடும்படி தாயார் கட்டளையிட்டிருக்கிறார் - அப்படியா. நீ சரி என்று ஒப்புக் கொள்கிறாய் - அப்படியா? ஆனால், நீ ஏன் பணிய வேண்டும்?"

"தாயாரைக் கண்டு அஞ்சுகிறேன்"

"இது மிகவும் ஆபாசமான நாடகம்" என்று பெல்-கார்ட் சீமாட்டிக் கூவினாள்.

"இதனை நீடிக்க எனக்கு விருப்பம் எதுவுமில்லை. நீங்கள் எனக்காகச் சிறிது அனுதாபப்பட்டால், என்னைத் தனியாகப் போக அனுமதியுங்கள்" என்றாள் திருமதி சிண்ட்ரே நியூமனிடம்.

"ஆக,நீங்கள் வித்தியாசம் காண்பிக்கிறீர்கள்? தூண்டுதலுக் கும் கட்டளைக்குமிடையே வேறுபாட்டைச் சுட்டிக்காட்டு கிறீர்கள்? நன்றாக இருக்கிறது. ஆனால், வித்தியாசம் கட்டளைக்குச் சாதகமாகவே இருக்கிறது. அது, உண்மை யிலேயே கெடுத்துவிடுகிறது"

"எங்கள் நிலையைத் தெளிவுபடுத்துவதில் எங்களுக்கு எந்தவித ஆட்சேபணையும் இல்லை. முத-ல் இது உங்களுக்குத் தெளிவாகத் தோன்றாது என்றே புரிந்து கொண்டோம். இப்படியாகப் பேசுவீர்கள் என்றும் எதிர்பார்த்தோம்" என்றார் அர்பைன்.

அப்போது பெல்-கார்ட் சீமாட்டி தலையிட்டார்கள்:

"உங்களுக்கு ஏற்கத் தக்க வகையில் இந்த விஷயத்தை

ஏற்பாடு செய்ய முயல்வது பயனற்றதே. இது, எப்போதும் உங்களுக்கு ஏற்புடைத்தாக இருக்காது. இது ஒரு ஏமாற்றம், ஏமாற்றங்கள் மகிழ்ச்சியற்றவைதான். இதனை நன்றாகப் பரிசீத்து, மேலும் நன்றாகச் செய்யவே முயன்றேன்; ஆனால் தலைவ- பிடித்து தூக்கத்தை இழந்தேன். உங்களை முறையில்லாமல் நடத்தியது பற்றி உங்கள் நண்பர்களிடம் தெரிவியுங்கள். அதுபற்றி எல்லாம் அஞ்சவில்லை நாங்கள். அத்துடன், உங்கள் நண்பர்கள் எங்களுக்கு நண்பர்களில்லை, அதனால் ஒன்றும் விளைந்திடாது. உங்களுக்கு உகந்தபடி எங்களை நினைத்துக் கொள்ளுங்கள். கடுமையாக இருக்க வேண்டாம் என்று மட்டும் கேட்டுக் கொள்கிறேன். இதுவரை, அது மாதிரிக் காட்சிகளைக் கண்டதில்லை நான். இந்த வயதுக்கு மேல், அதனைக் காணும்படியாகச் செய்திட வேண்டாம்"

"இவ்வளவுதான் நீங்கள் சொல்ல வேண்டியதா? புத்திசா-யான உங்களுக்கு அது மிகச் சாதாரணமானது, திரும்பவும் முயற்சி செய்யுங்கள், பார்க்கலாம்."

"என் தாயார் வழக்கமான நேர்மையுணர்வுடன் இதனைச் சொல்-யிருக்கிறார்கள். சிறிது அதிகமாகச் சொல்வதும் ஒருவேளை நல்லதாகலாம். உங்கள் நம்பிக்கையை முறியடிக்கவில்லை நாங்கள் என்பதை நிச்சயமாகக் கூறிக்கொள்கிறோம். என் சகோதரிக்கு ஏற்புடைய வகையில் நீங்கள் நடந்து கொள்ளும்படி முழுச் சுதந்திரம் வழங்கினோம். உங்களை ஏற்றுக்கொண்டபோது, நாங்கள் ஒன்றும் கூறிடவில்லை. எனவே, எங்கள் உறுதியை முழுமையாகக் காப்பாற்றியிருக்கிறோம். இந்த விஷயத்தின் பின்பகுதியில் தான், முற்றிலும் வேறுபட்ட ஒரு அடிப்படையில், நாங்கள் பேசத் தீர்மானித்தோம். முன்னதாகவே நாங்கள் பேசியிருந்தால், மேலானதாக இருந்திருக்கும். ஆனால் இன்னும் எதுவும் நிகழ்ந்திடவில்லை என்பதை நீங்களே பார்க்கிறீர்களே" என்றார் மார்க்யுஸ்.

"இன்னும் எதுவும் நிகழ்ந்திடவில்லை? இதனை அப்படியே நம்பிடுவேன் என்று நினைக்கிறீர்களா? நீங்கள் என்ன சொல்கிறீர்கள் என்பது எனக்கு பொருட்டாகும் என நம்புகிறீர்களா? மிகக் கவனத்துடன் இதனைக் கேட்பேன் என்று நினைக்கிறீர்களா? உங்களுக்கு வெறுமனே பைத்தியம்தான்!"

“இதனை நம்பாவிட்டால், விட்டுவிடலாம், சார். நீங்கள் என்ன செய்கிறீர்கள் என்பது ஒரு பொருட்டேயில்லை. என் மகள் உங்களைக் கைவிட்டுவிட்டாள்” என்றாள் சீமாட்டி.

“அப்படிக் கூறவில்லை அவள்”

‘‘அப்படிக் கூறுகிறாள் என்று உங்களுக்கு உறுதியாக கூறமுடியும்” என்றார் அர்பைன்.

“ஏழைப்பெண்ணான அவளுக்கு என்ன செய்தீர்களோ?”

‘‘கண்ணியமாக, கண்ணியமாக!’’ என முணுமுணுத்தார் அர்பைன்.

“நான் கட்டளையிட்டேன் என்று சொன்னாளே” என்றார் தாயார்.

தலையை அசைத்தபடி நியூமன் கூறினார் : “இந்த மாதிரி ஒருவளைப் பயன்படுத்தக் கூடாது. உங்களுக்கு எந்த அதிகாரமும் இல்லை; உங்களுக்கு எந்த உரிமையும் இல்லை.”

‘‘என் பிள்ளைகள் கட்டுப்படுவதில் என் அதிகாரம் இருக்கவே செய்கிறது.”

“அவர்களின் அச்சத்தில் உங்கள் மகள் கூறினாள். இதில் சிறிது வினோதம் இருக்கிறது. உங்கள் மகள் உங்களுக்கு ஏன் அஞ்சவேண்டும்? இதில் சதி ஏதோ இருக்கிறது”

‘‘என்னால் முடிந்ததைச் செய்துவிட்டேன். இனித் துளிக்கூடத் தாங்கமுடியாது”

“அது ஒரு துணிச்சல்மிகு சோதனை” என்றார் மார்க்யுஸ். அவரிடம் போய் விரல்களால் கழுத்தை நெரிக்க வேண்டும் என்று உணர்ந்த நியூமன், “உங்கள் நண்பர்களைக் கண்டு அஞ்சுவீர்கள் என நினைக்கிறேன் - அன்று எனக்கு அறிமுகப்படுத்தியவர்களை. அவர்களில் சில நல்லவர்களும் உண்டு; அவர்களில் நேர்மையான ஆண்களும், பெண்களும் சிலர் இருக்கிறார்கள்” என்றார்.

“எங்கள் நண்பர்கள் ஏற்றுக்கொள்கிறார்கள். வேறுவிதமாக நடக்கக்கூடிய குடும்பம் எதுவும் இல்லை. ஆனால், யாரையும் பார்த்து நாங்கள் செயல்படுவதில்லை. உதாரணமாகவே இருக்கப் பிரியப்படுகிறார்கள் பெல்-கார்டுகள், உதாரணத்தைப்

பார்த்துக் கற்றுக்கொள்ள அல்ல."

"ஏதாவது தீய காரியம் செய்திருக்கிறீர்களா? உங்கள் அபிப்பிராயத்தை மாற்றிக் கொள்ளும்படி நடந்து கொண்டேனா? என்னால் கற்பனை செய்ய முடியவில்லை."

"எங்கள் அபிப்பிராயம் ஆரம்பத்தில் இருந்தது போல ஒன்றேதான். உங்களுக்கு எதிராக எந்த தீய நோக்கமும் எங்களுக்கில்லை. தீய நடத்தை உடையவர் என்றும் கூறமாட்டோம். எங்களுடன் உங்கள் நட்புத் துவங்கியதும், நான் எதிர்பார்த்ததைவிடக் குறைவாகவே வினோதமான வகையில் நடந்து கொண்டீர்கள். ஒரு வியாபாரியிடம் நாங்கள் சமரசம் செய்து கொள்ள முடியாது. ஏற்க முடியும் என்று ஒரு தீய கணத்தில் நினைத்தோம்; அது பெரிய துரதிருஷ்டமாகப் போய்விட்டது. இறுதிவரை அதனைக் காப்பது என முடிவு கட்டி, ஒவ்வொரு சந்தர்ப்பத்தையும் உங்களுக்கு வழங்கினோம். எங்கள் நேர்மையில் எந்தக் குறைபாடும் காணமுடியாதபடி நடந்தோம். விஷயத்தை வெகுதூரம் கொண்டு போனோம் - உங்களை எங்கள் நண்பர்களுக்கு அறிமுகப்படுத்தினோம். உண்மையைச் சொல்வதானால், அதுதான் என்னை மனமுடையச் செய்தது. நான் சொல்வது உங்களுக்கு ஏற்க முடியாவிட்டால், மன்னித்து விடுங்கள்."

"எங்கள் நம்பிக்கைக்கு வேறு சிறந்த சான்று எதுவும் இருக்க முடியாது. எங்களைக் கட்டிப்போட்டுக் கொள்ள முயன்றோம் - எங்கள் கைகளைப் பிணைத்துக் கொள்ள" என்றார் மார்க்யுஸ்.

"அதுதான் எங்கள் கண்களைத் திறந்தது, கட்டுக்களை அவிழ்த்தது. முன்னரே நீங்கள் எச்சரிக்கப்பட்டிருக்கிறீர்கள் - நாங்கள் பெருமிதம் கொண்டவர்கள் என்று."

"நீங்கள் போதுமான அளவு பெருமிதமாக இல்லை"

"எங்கள் பணிவு-அடக்கம் தவிர வேறெதனையும் என்னால் காணமுடியவில்லை இந்த விஷயம் முழுவதிலும்" என்றார் மார்க்யுஸ்.

"இனி விவாதம் ஒன்றும் தேவையில்லை. உங்களைக் கைவிடுகிறேன் என்று என் மகள் சொல்-யபோது எல்லாவற்றையும் சொல்-விட்டாள்."

"உங்கள் மகள் சொல்-யதில் திருப்தியில்லை எனக்கு. நீங்கள் அவளுக்கு என்ன செய்தீர்கள் என்பதை அறிய விரும்புகிறேன். அதிகாரம், கட்டளை என்று பேசுவதெல்லாம் எளிதானது. திருட்டுத்தனமாக அவள் என்னை ஏற்றுக்கொள்ள வில்லை, அதுபோலவே, திருட்டுத்தனமாகக் கைவிடவும் முடியாது. என்னைக் கைவிடுவதாக அவள் கூறியதையும் நான் நம்பவில்லை; அது பற்றி என்னிடம் பேசுவாள். ஆனால் நீங்கள் அவளை அச்சுறுத்தியிருக்கிறீர்கள், புண்படுத்தியிருக் கிறீர்கள். என்ன செய்தீர்கள்?"

"நான் ஏதும் செய்யவில்லை"

"நீங்கள் கடுமையான வசைபாடுவதி-ருந்து உங்களை விலக்கிக் கொள்வீர்கள் என்று கருதியே இந்த விளக்கத்தைத் தந்தோம்" என்றார் மார்க்யுஸ்.

"நான் கடுமையாக இல்லை; கடுமையாக இருப்பது நீங்கள்தான்! ஆனால் இன்னும் நிறையச் சொல்வதற்கு இருக்கிறதா என்று எனக்குத் தெரியவில்லை. என் வழியைப் பார்த்துப் போக வேண்டும் என்றும், இதுவரை பெற்ற அனுகூலங்களுக்கு நன்றி தெரிவித்துவிட்டு இனிமேல் தொந்தரவு செய்வதில்லை என்று உறுதி கூறவேண்டும் என்று எதிர்பார்க்கின்றீர்கள்."

"ஒரு புத்திசா-யாக நடந்து கொள்ள வேண்டும் என்று உங்களிடமிருந்து எதிர்பார்க்கிறோம்" என்றார் பெல்-கார்ட் சீமாட்டி. "உங்கள் நடத்தையை அடிப்படையாக வைத்தே நாங்கள் செயல்பட்டிருக்கிறோம். இணங்கியாக வேண்டிய போது, இணங்கத்தான் வேண்டும். என் மகள் முழுமுற்றாக விலகும்போது, இப்படிக் கூச்சல் போடுவதால் என்ன பயன்?"

"உங்கள் மகள் முழுமுற்றாக விலகுகின்றாளா என்பது இனிமேல் கவனிக்கப்பட வேண்டிய விஷயம். உங்கள் மகளும் நானும் இன்னும் நல்ல நண்பர்களே; அதில் எதுவும் மாறிடவில்லை. நான் சொன்ன மாதிரி, இதுபற்றி அவளுடன் பேசித் தீர்த்துக்கொள்கிறேன்."

"அதில் பயனொன்றும் இல்லை. அவள் இப்பொழுது பேசியவை இறுதியான வார்த்தைகளே என்பதை நான் அறிவேன். அத்துடன், எனக்கு வாக்குறுதி தந்திருக்கிறாள்."

"உங்கள் வாக்குறுதியை விட அவளுடையது மிகவும் மதிப்பு மிக்கது என்பதை அறிவேன். இருந்த போதிலும், அவளைக் கைவிடவில்லை நான்."

"உங்களுக்குப் பிடித்த மாதிரி செய்யுங்கள்! ஆனால் அவள் உங்களைப் பார்க்கக்கூட மாட்டாள் - பார்க்கமாட்டாள் - நீங்கள் மன அளவிலான காதல் கொண்டிருக்க வேண்டியதுதான் ..."

திருமதி சிண்ட்ரேயின் விநோதமான தீவிரம் அவரை இதயத்தில் நடுக்குறச் செய்தது; அவளது முகம் வைராக்கியத்தை உணர்த்தும் பயங்கர மனப்பதிவை உண்டாக்கியது. என்ன செய்வதென்று அறியாமல் திகைத்தார் நியூமன். திரும்பி, கதவில் கையை வைத்தபடி ஒரு கணம் நின்றார். ஒரு கணத் தயக்கத்திற்குப் பின் பேசலானார் - "இது எனக்கு எப்படி இருக்கும் என்று நினைத்துப் பாருங்கள், அவளைத் தனியே விடுங்கள்! எனக்கு ஏன் மறுப்புத் தெரிவிக்கிறீர்கள் - என்னிடம் என்ன கண்டீர்கள்? நான் உங்களைப் புண்படுத்த முடியாது. என்னால் இயன்றாலும் நான் செய்யமாட்டேன். உலகிலேயே மிகவும் ஆட்சேபிக்க முடியாத மனிதன் நான். நான் வர்த்தகனாக இருந்தால் என்ன? அதனால் என்ன வந்துவிட்டது? ஒரு வியாபாரி? நீங்கள் விரும்பும் எந்த நபராகவும் இருப்பேன். வியாபாரம் பற்றி எப்போதும் உங்களிடம் பேசியதில்லை. அவளைப் போக அனுமதியுங்கள், நான் ஒன்றும் கேட்கமாட்டேன். அவளை வேறு இடத்துக்கு அழைத்துச் செல்கிறேன், பிறகு என்னைப் பற்றிக் கேள்விப்படவோ அல்லது என்னைப் பார்க்கவோ மாட்டீர்கள். நீங்கள் விரும்பினால் அமெரிக்காவிலேயே தங்கிவிடுகிறேன். ஐரோப்பாவுக்குத் திரும்பவுதில்லை என்று எழுதித்தருகிறேன்! நான் விரும்பவதெல்லாம் அவளை இழக்கக் கூடாது என்பதே!"

பெல்-கார்ட் சீமாட்டியும் அவளது மகனும் முரண்மிக்க ஒரு பார்வையைப் பரிமாறிக்கொண்டனர். அர்பைன் சொன்னார், "உங்களைப் பார்ப்பதில் எங்களுக்கொன்றும் ஆட்சேபணையில்லை. என் சகோதரியிடமிருந்து எப்போதும் பிரியாமல் இருக்க வேண்டும் என்பதற்கு நிறையக் காரணங்கள் உண்டு. இந்தத் திருமணத்தை எதிர்க்கிறோம் நாங்கள். எப்போதையும்விடச் சிறப்பான வகையில் அவள் திருமணம் நடக்கும்."

"நல்லது உங்களிடம் எங்கே இருக்கிறது - ஃப்ளூரியர்ஸ்? அது குன்றின் மீது இருக்கும் பழைய நகரம் ஒன்றுக்கு அருகில் இருக்கிறது என அறிவேன்."

"துல்-யமாக. பாய்ட்டர்ஸ், ஒரு குன்றின் மீது, இருக்கிறது. எவ்வளவு பழமையானது என்று தெரியாது. உங்களுக்குத் தெரிவிப்பதற்கு அஞ்சவுமில்லை நாங்கள்'' என்றாள் பெல்-கார்ட் சீமாட்டி.

"அது பாய்ட்டர்ஸ், இல்லையா? மிக நல்லது. உடனடியாகத் திருமதி சிண்ட்ரேயைப் பின் தொடர்வேன்."

"இதன் பிறகு உள்ள புகைவண்டிகளால் உங்களுக்குப் பிரயோஜனமில்லை" என்றார் அர்பைன்.

"விசேஷப் புகைவண்டி ஒன்றை அமர்த்திக்கொள்வேன்"

"அது முட்டாள்தனமான பண விரயமாகும்'' என்றாள் பெல்-கார்ட் சீமாட்டி.

"மூன்று நாள் கழித்து இந்த விஷயம் குறித்துப் பேசப் பொருத்தமாக இருக்கும்'' என்று கூறிவிட்டு நியூமன் கிளம்பினார்.

அவர் உடனடியாக ஃப்ளூரியர்ஸுக்குக் கிளம்பவில்லை; தொடர்ந்து காரியம் ஆற்றிட முடியாதபடி மிகவும் அதிர்ச்சிபெற்றவராய் புண்பட்டவராய் இருந்தார். வெறுமனே நடந்தார். ஆற்றினை ஒட்டியவாறு நேராக நடந்து சென்றார். ஆத்திரமும் ஆவேசமும் அவருள் கனன்றது. வாழ்க்கையில் எப்போதும் இந்த மாதிரியான தடையைக் கண்டறிந்ததில்லை அவர். அவரால் தாங்கிக் கொள்ள முடியாததாக இருந்தது இந்த அனுபவம். விளக்குத்தூண்களையும் மரங்களையும் தட்டிக்கொண்டே சென்றார். இந்த நிலைக்குப் பிறகு திருமதி சிண்ட்ரேயை இழப்பது அவரது பெருமிதத்துக்கும் அவரது மகிழ்ச்சிக்கும் ஊறு செய்வதாகும். அதுவும் பிறரது தலையீட்டினால், பிறரது கட்டளையினால் அவளை இழக்க நேரிடுவது மிகவும் பரிதாபகரமானது! பெல்-கார்டுகளின் துரோகம் குறித்து அவர் சிறிது கூடச் சிந்தனையை வீணடிக்கவில்லை. ஆனால் திருமதி சிண்ட்ரேயின் துரோகம் அவரைத் திகைப்பிலாழ்த்திக் குழப்பியது; அதில்தான் மர்மத்துக்கான சாவி இருக்கிறது. ஆனால் அதைக் காண

வீணே முயன்றார் அவர். மூன்று தினங்களுக்கு முன்னர்தான், நட்சத்திர ஒளியில், நியூமனுடன் பேசி நம்பிக்கையளித்து, இந்தத் திருமணத்தில் மகிழ்வதாக உறுதி கூறியிருந்தார் கிளேர். இந்த மாற்றத்துக்கு என்ன பொருள்? என்ன விஷத்தைக் குடித்தாள் அவள்? அவள் உண்மையிலேயே மாறிவிட்டாள் என்ற பயங்கர சந்தேகம், பாவம், நியூமனுக்கு உண்டாயிற்று. ஆனால் பொய்மை நிறைந்தவளாகக் கருதவில்லை, ஏனெனில் அவள் வருத்தமுற்றிருந்ததைப் பார்த்திருந்தார். சீன் நதியின் ஒரு பாலத்தைக் கடந்து, இன்னும் நடந்து கொண்டேயிருந்தார். பாரிஸை விட்டு நீங்கி, கிராமப்புறத்துக்கு வந்துவிட்டார் அநேகமாக. அலபீல் என்ற மகிழ்ச்சிமிக்க புறநகர்ப் பகுதிக்கு வந்திருந்தார். சுற்று முற்றும் நோக்கிவிட்டு, அதன் மகிழ்ச்சிச் சூழல் பற்றியெல்லாம் கவனிக்காது, திரும்ப ஆரம்பித்தார். வழியில், திருமதி ட்ரிஸ்ட்ரத்தின் வீடு பக்கத்தில் இருப்பது நினைவுக்கு வந்தது. தன் வெறுப்பையெல்லாம் அவளிடம் கொட்டித் தீர்த்திட வேண்டும் என்றுணர்ந்து, அவள் வீட்டுக்குச் சென்றார். வீட்டில் அவள் மட்டும்தான் இருந்தாள். நியூமனைப் பார்த்ததுமே, அவர் எதற்காக வந்திருக்கிறார் என்பது தெரியும் என்று கூறினாள். அமைதியாக உட்கார்ந்து அவளை நோக்கினார் நியூமன்.

“அவர்கள் பின்வாங்கிவிட்டனர்! அது உங்களுக்குப் புதிராக இருக்கலாம். அவளை பீப்மோர் பிரபுவுக்கு திருமணம் செய்ய விரும்புகிறார்கள். ஆனால் அவள் சம்மதிப்பாளா என்று நினைக்கவில்லை நான்” என்றாள் திருமதி ட்ரிஸ்ட்ரம்.

“அந்தச் சிறு ஏழை சிங்கக்குட்டியை **அவள்** மணப்பது! ஓ, தேவனே! இருப்பினும், என்னை ஏன் மறுத்தாள்?”

‘‘ஆனால் அது விஷயமல்ல. அவர்களால் உங்களைத் தாங்கிக் கொள்ள முடியவில்லை. தங்கள் துணிவை மேலாக மதித்துவிட்டனர். உங்களது வர்த்தக குணங்களை அவர்களால் செரித்துக் கொள்ள முடியவில்லை. அது உயர்குடி மட்டப்பண்பு. உங்கள் பணத்தை விரும்புகிறார்கள், ஆனால் ஒரு கருத்துக்காக கைவிட்டுவிட்டனர்.”

“என்னை ஊக்குவிப்பாய் என்று நினைத்தேன்.”

“என்னை மன்னித்துவிடுங்கள். உங்களுக்காக வருத்தமும் அடையவில்லை நான். உங்கள் பிரச்னைகளின் அடியாழம்

வரை அறிந்தவள் நான். இந்தத் திருமணத்தை செய்யும்படி யோசனை கூறியது நான்தான் என்பதை மறந்துவிடவில்லை. பீப்மோர் பிரபுவை மணம் முடிப்பது என்று நான் நினைக்கவில்லை. அவளைவிட அவர் இளையவர் அல்ல என்பது உண்மையே. அவருக்கு 35 வயது. ஆனால் அவளைப் பொய்மையானவளாகவோ கொடூரமானவளாகவோ நம்பமுடியவில்லை என்னால்.''

''தயவு செய்து அவளுக்கு எதிராக ஒன்றும் சொல்ல வேண்டாம்.''

"ஏழைப் பெண், அவள் கொடூரமானவள். ஆனால் அவள் பின் சென்று நீங்கள் மன்றாடலாம். உங்களை எதிர்ப்பதற்கு ஒரு பெண்ணிடம் நிலைத்த கருத்து இருக்க வேண்டும்." இது பற்றி வாலெண்டின் என்ன சொல்கிறார்?"

அப்போதுதான் நியூமனுக்கு வாலெண்டினை மறந்துவிட்டது நினைவில் தட்டியது. ஸ்விஸ் எல்லைப் புறத்தில் நடக்க இருக்கும் போட்டி நினைவுக்கு வந்தது. அது அவரை அமைதியற்றவராக ஆக்கவே, உடனடியாகக் கிளம்பினார். நேராக வீட்டுக்குச் சென்றார், ஒரு தந்தி வந்திருப்பதைப் பார்த்தார் - ''நான் மிகவும் மோசமாக இருக்கிறேன். எவ்வளவு விரைவாக முடியுமோ அவ்வளவு விரைவாக வந்து சேரவும் - வாலெண்டின்" இந்தத் துக்ககரமான விஷயத்திற்கு வருந்திய நியூமன், ஃப்ளூரியர்ஸுக்குப் போவதை ஒத்திபோட வேண்டியிருப்பதற்காகவும் விசனப் பட்டார். திருமதி சிண்ட்ரேக்கு சில வரிகள் எழுதினார்:

"நான் உன்னைக் கைவிடவில்லை, மற்றும் நீ என்னைக் கைவிட்டுவிட்டதாக நம்பிடவும் இல்லை. என்னால் அதனைப் புரிந்துகொள்ள இயலவில்லை, ஆனால் நேரில் பேசித் தீர்த்துக் கொள்வோம். உயிருக்குப் போராடும் நண்பன் ஒருவனைக் காண வேண்டியிருப்பதால், உன்னை இன்று பின்தொடர முடியவில்லை. எவ்வளவு விரைவில் நண்பனிடமிருந்து வரமுடியுமோ அவ்வளவு விரைவில் உன்னைச் சந்திக்கிறேன். அவன் உன் சகோதரன்தான் என்று ஏன் நான் சொல்லக்கூடாது? - கிறிஸ்டோபர் நியூமன்.

பிறகு, ஜெனீவாவிற்கு இரவுத் துரித வண்டியில் கிளம்பினார்.

XVIII

தேவைப்படும்போது சலனமின்றி உட்கார்ந்திருக்கக்கூடிய வல்லமை நியூமனிடம் இருந்தது; ஸ்விட்ஜர்லாந்துக்குப் பயணம் செய்யும்போது, அதனைப் பயன்படுத்தும் வாய்ப்பு அவருக்குக் கிடைத்தது. தொடர்ந்து தூக்கம் பிடிக்காததால், இரயில் பெட்டியின் மூலையில் அசைவின்றி, கண்களை மூடியபடி அமர்ந்து சென்றார். உடற் களைப்பை விட மனக்களைப்பினால் தூக்கம் வந்தது. இரண்டு மணி நேரம் தூங்கினார். விழித்தபோது பனித்துளிகள் படிந்த மலைச்சிகரத்தைக் கண்டார்; அதன் பின் விடிய-ன் செம்மையால் வானம் சிவப்பதைக் கவனித்தார். ஆனால் அந்தக் கணமே அவரது தவறுக்காக, அவரதுப் பிரக்ஞை துடிக்க ஆரம்பித்தது. வாலெண்டினது தந்தியில் குறிப்பிட்டிருந்த நிலையத்தில், ஜெனிவாவுக்கு அரை மணி நேரம் முன்னதாக உள்ளது அது, நியூமன் இறங்கினார். தூக்க கலக்கத்துடன் விளக்கேற்றி நிற்கும் ஸ்டேஷன் மாஸ்டருக்குப் பக்கத்தில் இன்னொருவர் நின்றிருந்தார். அவர் நியூமனை நோக்கி வந்தார். நாற்பது வயது நிரம்பியவரும், இருண்ட கண்களும், நேரிய மீசையும், புதிய கையுறைகளும், உயரமான உருவமும் கொண்ட அவர் நியூமனது பெயரை உச்சரித்தார். தலையசைத்த நியூமன், "நீங்கள்தான் பெல்-கார்டின் நண்பர்?" என்றார்.

"ஆமாம். இந்தச் சோக விஷயத்தில் நானும் திருவாளர் கிராஸ்ஜொயாக்ஸும் வாலெண்டினுக்காக நின்றோம். அவர் இப்போது வாலெண்டினது படுக்கையருகில் இருக்கிறார், அவர் உங்களைப் பாரிஸில் சந்தித்திருக்கிறார். ஆனால் என்னைவிடச் சிறந்த செவி-யாக இருப்பதால் அவர்

அருகிலேயே இருக்க, நான் உங்களைச் சந்திக்க வந்தேன். பெல்-கார்ட் உங்களைச் சந்திக்க ஆர்வத்துடன் எதிர் பார்க்கிறார்.''

“பெல்-கார்ட் எப்படி இருக்கிறார்? மிகவும் மோசமாகத் தாக்கப்பட்டுள்ளாரா?

''டாக்டர் கையை விரித்துவிட்டார். எங்களுடன் ஒரு சர்ஜனை அழைத்து வந்தோம். ஆனால் அவர் சிறந்த உணர்வுகளுடன் மடிவார். ஒரு பிரெஞ்சுக் கிராமத்தில் ஒரு மணி நேரம் சிகிச்சை அளித்தோம். அச்சிகிச்சை அரைபாதித் திருப்தி அளித்திருக்கிறது.”

''விண்ணகம் நம்மை மன்னிக்கட்டும். டாக்டர் திருப்தியடைந்திருக்க வேண்டும் என ஆசைப்பட்டேன்! மற்றும் என்னைப் பார்க்க முடியுமா அவரால் - என்னை அறிந்து கொள்ள இயலுமா?”

“நான் அவரைவிட்டு நீங்கியபோது, அரை மணி நேரத்துக்கு முன்னர், அவர் தூங்கிக் கொண்டு இருந்தார். இரவு முழுவதும் தூக்கமே இல்லாதிருந்தார். போய்ப் பார்ப்போம்'' என்று சொல்-விட்டு, நியூமனை அக்கிராமத்துக்கு அழைத்துச் சென்றார் அவர். மிக மோசமான காயம் என்றும், பெல்-கார்டின் எதிராளி சுடத்தெரிந்தவர் அல்ல என்றும் குண்டு இருதயத்துக்கு சற்றே கீழே துளைத்திருக்கிறது. குறி வைத்தது அவர் தலைக்கு நேரே - என்றபடி விளக்கம் தந்து கொண்டு வந்தார். “முதல் சுற்றுச் சுடுதல் இருவரில் யாருக்கும் திருப்தியளிக்காவிடில், இரண்டாம் சுற்று சுடவேண்டும் என்று பேசித் தீர்மானித்தனர். வாலெண்டினது முதல் குண்டு காப்பின் தோள்களை உராய்ந்து கொண்டு சென்றது. காப்பின் குண்டு, வாலெண்டினுக்கு பத்து அங்குலம் விலகிச் சென்றுவிட்டது. ஸ்டானிஸ்லாஸின் நண்பர்கள் இரண்டாம் சுற்றினைக் கோரவே, அது வழங்கப்பட்டது. வாலெண்டின் சுடப்பட்டு வீழ்ந்தார். வாலெண்டினை விடுதியில் சேர்த்தோம். தெரியாத இடங்களுக்கு ஸ்டானிஸ்லாஸூம் அவரது நண்பர்களும் சென்று விட்டனர்.” என்று போட்டியில் நடந்ததை விவரித்தார் நியூமனுக்கு. வாலெண்டின் குடும்பத்துக்குத் தெரியப்படுத்தப் பட்டிருக்கிறதா என வினவிய நியூமனுக்கு, இறுதிவரை அதனை வாலெண்டின் எதிர்த்தார் என்று பதில் கிடைத்தது.

‘‘ஏற்பட்ட காயம் அபாயகரமானது என்று நம்பிட மறுத்திருந்தார் வாலெண்டின். சிகிச்சையளிக்கப்பட்ட பிறகு, தாயாருக்குத் தந்தி கொடுக்க இசைந்தார். ஆனால் பெல்-கார்ட் சீமாட்டி விரைவது நலம்” என்று தொடர்ந்து கூறிவந்தார்.

‘‘நல்லது, இது மிகவும் மோசமான சம்பவம். அவ்வளவுதான் நான் சொல்லக்கூடியது” என்றார் நியூமன்.

“ஆ, நீங்கள் இதற்கு உடன்படவில்லையா?”

“உடன்பட? சம்பவத்திற்கு முன் தினம் வாலெண்டினுடன் இரவில் தங்கியிருந்தால், அறையிலேயே அவரைப் பூட்டி வைத்திருப்பேன்”

விடுதியை அடைந்தனர். மெழுகுவர்த்தி எரியும் வெளிச்சத்தில் வாலெண்டின் ஒரு படுக்கையில் படுத்திருந்தார். கிராஸ்ஜொயாக்ஸ் தூங்கி விழுந்தார். வாலெண்டினுடன் அவரை நிறையத் தடவைச் சந்தித்திருக்கிறார் நியூமன். கிராஸ்ஜெயாக்ஸின் சகா, அருகிலுள்ள திறந்திருக்கும் அறையொன்றைச் சுட்டிக்காட்டி, டாக்டர் உள்ளே இருக்கிறார், வாலெண்டின் தூங்கும்வரை நம்மை அவருடன் பேச அனுமதிக்கமாட்டார் என்று குசுகுசுத்தார். மாடிக்குச் சென்று மூன்று அல்லது நான்கு மணி நேரம் தூங்கினார் நியூமன். பிறகு கீழே இறங்கிவந்தார். கிராஸ்ஜொயாக்ஸ் பொ-வோடு புதிய மனிதராக இருந்தார். வாலெண்டின் இன்னும் தூங்கிக் கொண்டு இருந்தார். அருகில் சர்ஜன் அமர்ந்திருந்தார். கிராஸ்ஜொயாக்ஸின் சகா பெயர் திருவாளர் லெடாக்ஸ் என்றும் அவர் வாலெண்டினது நெடுநாளைய நண்பர் என்றும் தெரிந்து கொண்டார் நியூமன்; ஒரு புகழ் பெற்ற பிஷப்பின் மருமகன் அவர். மிகவும் கவரக்கூடிய ஆங்கிலேயர் வாலெண்டின் என்று லெடாக்ஸ் குறிப்பிட்டார் நியூமனிடம்.

“அவரை ஆங்கிலேயர் என்றா அழைக்கின்றீர்கள்? இதற்கு முன் இதனையறிந்ததில்லையே நான்.”

பெல்-கார்ட் மீது இறுதிச் சொற்பொழிவு செய்ய இன்னும் நேரமிருக்கிறது என்றார் திரு. கிராஸ்ஜொயாக்ஸ்.

தனது விமோசனத்துக்காக இத்தகைய வழிமுறைகளைத் தேர்ந்தெடுத்த வாலெண்டின், மீண்டும் இந்த உலகத்திற்குத் திரும்புவது அவரை இக்கட்டில்தான் சிக்க வைக்கும் என்று

நியூமனிடம் இன்று காலையில் சொல்லாம-ருக்க முடியவில்லை என்றார் லெடாக்ஸ்.

திரு லெடாக்ஸ் ஒரு பெரிய கத்தோ-க்கர். ஆனால் அவர் ஒரு விநோத கலவையாகக் காணப்பட்டார் நியூமனுக்கு. நீண்ட மெ-ந்த மூக்கைப் பெற்றிருந்த அவர் ஒரு ஸ்பானிஷ் சித்திரம் போலத் தெரிந்தார். நேர்போட்டியினை (duel) ஒரு பூரணமான ஏற்பாடு என்றும் அதில் ஒருவர் தாக்கப்பட்டால், உடனடியாகப் பாதிரியாரைப் பார்க்க வேண்டும் என்றும் கருதினார். எப்போதும் புன்னகையுடனும் சமாதானங்களுடனும் காணப்படுவார். ஆனால் கிராஸ்ஜொயாக்ஸ் இன்னொரு ரகம். தன் நண்பர் வாலெண்டின் செய்த ஏற்பாட்டை, மிக உயர்தரத்தினதாக கருதக்கூடியவர். ஸ்டானிஸ்லாஸின் குறி எப்படித் தவறாது தாக்கியது என்பதுதான் அவருக்குப் புரியாத மர்மமாக இருந்தது.

ஆனால் இவர்களது தோழமையை அனுபவிக்கும் மனநிலையில் நியூமன் இல்லை. அவரால் உண்ணவோ பேசவோ முடியவில்லை. இரட்டைத் துயரத்தால் அவர் வெகுவாக கவலைப்பட்டார். வாலெண்டின் உடனே எழுந்து தன்னைக் கண்டு கொள்ள வேண்டும் என்றும் அடுத்த கணமே திருமதி சிண்ட்ரேயைக் காணக் கிளம்புதல் வேண்டும் என்றும் ஆசைப்பட்டார். சாப்பிட்ட பிறகு, கிராமத்துக்குள் தனியே நடந்து சென்று நீரூற்று, தாராக்கள், ஆல்ப்ஸ்மலைத் தொடர்களில் பனி மூடிய சிகரங்கள் ஆகியவற்றை கண்டார். பகல் பிரகாசமாக இருந்தது. இயற்கைக்குப் பிரகாசமாகவும் ஜனனமாகவும் இருந்தது, பெல்-கார்டுக்கு - முட்டாள் தனமான, தாராளமான, சுவாரஸ்யமான, ஏழைக்கு - சாவாகவும் சமாதியாகவும் இருந்தது. கிராமத்துத் தேவாலயம் வரை நடந்து சென்று, அதனருகில் உள்ள கல்லறையில் அமர்ந்து, அருவருப்பாக நடப்பட்டு நிற்கும் சிலுவையினை நோக்கினார். சாவின் கடுமையினையும் இரக்கமற்ற தன்மையினையும் தவிர வேறெதனையும் நினைக்க முடியவில்லை அவரால். பிறகு, விடுதிக்கு வந்தடைந்தார். சர்ஜன் இன்னும் வாலெண்டினது அருகிலேயே இருக்கக் கண்ட நியூமன், அவரைச் சிறிது நேரம் வெளியே போகச் சொல்லலாகாதா என்று லெடாக்ஸிடம் வினவினார். தன் நண்பர்கள் மிகவும் உதவியாக இருக்க முடியும் என்று

கருதினார். சர்ஜன் சாதாரணமாக சரியென்று சொல்-, அங்கிருந்து சென்றார்.

வாலெண்டின் இன்னும் கண்களை மூடியபடியேதான் இருந்தார். அருகில் அமர்ந்தபடி, நெடுநேரம் கவனித்துக் கொண்டிருந்தார் நியூமன். அவரது சிந்தனை சொந்த விஷயங்கள் குறித்தும், திரைச் சீலையில் உள்ள சித்திரத்தின் மீதும் செல்ல ஆரம்பித்தது. தன் எண்ணங்களை நம்பிக்கை யுடன் பின்னிப் பிணைக்க முயன்ற போது, அதில் அரைபாதி தான் சக்தி இருந்ததாக - விதியின் வல்லமையும் அகம் பாவமும் இருந்ததாகத் தோன்றியது. இது அசுரத்தனமானது, இயற்கைக்கு முரணானது, அதற்கு எதிராக அவரிடம் ஆயுத மேதும் இல்லை. இறுதியில் அந்த நிசப்தத்தில் ஒரு சத்தம் கேட்டது. வாலெண்டின் குரலைக் கேட்டார்.

"இப்படி முகத்தைத் தொங்க வைத்திருப்பது எனக்காக இருக்க முடியாது. கால் மணி நேரமாக உங்களைக் கவனித்து வருகிறேன். முடியைப் போல அவ்வளவு கறுப்பாகக் காணப்படுகிறீர்கள். என்னிடம் மிகவும் வெறுப்படைந் திருக்கிறீர்கள்" என்றார் வாலெண்டின்.

"ஓ, உங்களை நான் திட்டக்கூடாது. நான் சரியாக இல்லை. உங்களுக்கு எப்படி இருக்கிறது"

''ஓ, நன்றாக ஆகிக் கொண்டிருக்கிறேன். அவர்கள் முழுமையாகத் தீர்த்துவிட்டனர்; இல்லையா?"

''தீர்க்க வேண்டியது நீங்கள்தான்; முயன்றால் நீங்கள் நலமடையலாம்.''

"பிரிய நண்பரே, நான் எப்படி முயல்வது? முயற்சி செய்தல் என்பது கடுமையான பயிற்சி, உங்கள் தொப்பியைப் போல பெரிய துளைபட்டிருக்கும் மனிதனுக்கு அது இயலாத காரியம், ஒரு மயிரிழை அசைந்தால் அதி-ருந்து இரத்தம் வெளியேற ஆரம்பித்துவிடும். நீங்கள் வருவீர்கள் என்று தெரியும். விழித்ததும் உங்களைக் காண்பேன் என்று அறிவேன். ஆகவே, வியப்படையவில்லை. ஆனால், நேற்று இரவு பொறுமையிழந்துவிட்டேன். நீங்கள் வரும் வரை எப்படி நீடிப்பது என்று தெரியவில்லை. ஆடாமல் அசையாமல் இருக்க வேண்டி இருக்கிறது. இருபது மணி நேரம் இருபது

நாட்களாகத் தோன்றுகிறது" என்று மெதுவாக, மெல்-ய குர-ல் பெல்-கார்ட் பேசினார். அதீத வேதனையில் அவர் இருக்கிறார் என்பது தெளிவு. மீண்டும் கண்களை மூடிக்கொண்டார் பெல்-கார்ட். அமைதியாக இருக்கும்படி டாக்டர் சொன்னதை நினைவுறுத்தினார் நியூமன். "ஓ, நாம் குடித்து உண்போம், நாளைக்கு - நாளை - இல்லை, நாளையில்லை, ஒரு வேளை, ஆனால் இன்று. என்னால் உண்ணவோ குடிக்கவோ முடியாது. ஆனால் பேச முடியும். இந்த வைராக்கியத்தினால் பெறுவதற்கு என்ன இருக்கிறது! பெரிய பெரிய வார்த்தைகளைப் பிரயோகிக்கக் கூடாது நான். எப்போதும் நான் ஒரு அரட்டைப் பேர்வழி. தேவனே, எப்படியெல்லாம் பேசியிருக்கிறேன் நான்!"

"இப்போது அமைதியாக இருக்க ஒரு காரணம். எவ்வளவு அழகாக நீங்கள் பேசுவீர்கள் என்பதை நாங்கள் அறிவோம்."

"நீங்கள் என் சகோதரியைப் பார்த்திருப்பதால் உங்களைச் சந்திக்க விரும்பினேன். அவளுக்குத் தெரியுமா - அவள் வருவாளா?"

நியூமன் சங்கடப்பட்டார். "ஆம், இந்த நேரம் அவள் அறிந்திருக்க வேண்டும்."

"நீங்கள் சொல்லவில்லையா? அவளிடமிருந்து செய்தி ஏதும் கொணரவில்லையா?"

"உங்கள் தந்தி கிடைத்தபிறகு அவளைச் சந்திக்கவில்லை. அவளுக்கு எழுதியிருக்கிறேன்."

"அவள் உங்களுக்குப் பதில் எழுதவில்லை?"

"நேற்று அவள் ஃப்ளூரியர்ஸுக்குச் சென்றாள்"

"நேற்று - ஃப்ளூரியர்ஸுக்கு? ஏன் ஃப்ளூரியர்ஸுக்குச் சென்றாள்? என்ன கிழமை இன்றைக்கு? நேற்று என்ன கிழமை? ஆ, அப்படியானால் அவளைக் காண முடியாது. ஃப்ளூரியர்ஸ் வெகு தூரம்" என்று கூறியதும் கண்களை மூடிக்கொண்டார் வாலெண்டின்.

"மற்றும் என் தாயார் - அண்ணன் - அவர்கள் வருவார்களா? அவர்கள் ஃப்ளூரியர்ஸில் இருக்கிறார்களா?" என்று தொடர்ந்து கேட்டார் வாலெண்டின்.

“அவர்கள் பாரிஸில் இருந்தனர். அவர்களையும் பார்க்க வில்லை நான். குறித்த நேரத்தில் தந்தி கிடைத் திருந்தால், இன்று மாலை கிளம்பியிருக்க வேண்டும் அவர்கள். இல்லாவிடில் இரவுத் துரித வண்டிக்காகக் காத்திருக்க வேண்டியிருக்கும், நான் வந்த அதே நேரத்தில் வரலாம் அவர்கள்”

‘‘எனக்கு நன்றி பாராட்டமாட்டார்கள் - நன்றி பாராட்டமாட்டார்கள். கலவரமிக்க இரவைக் கழிப்பர். அதிகாலைக் காற்றை அர்பைன் விரும்பமாட்டார்; பகலுக்கு முன்னதாக கிளம்பியதை நான் பார்த்ததேயில்லை. அப்போது எப்படியிருந்தார் என்று நாம் அறியோம். ஒரு வேளை, அவர் வித்தியாசமாக இருக்கலாம். யார் அறிவார்? எதிர்கால சந்ததி, ஒரு வேளை, அறியலாம். அந்த நேரத்தில்தான் இளவரசிகளின் வரலாறு குறித்து அவர் எழுதுவது. நீங்கள் அமர்ந்திருக்கும் இடத்தில் தாயார் அமர்ந்திருக்க நான் விடை கூற வேண்டும் என்று பிரியப்படுகிறேன். அவர்களை நன்றாக அறியேன் நான், ஏதாவது வியப்பினை வைத்திருக்கலாம் எனக்காக. அவர்களை அறிந்துவிட்டதாக நீங்களும் நினைக்க வேண்டாம் இன்னும். ஒரு வேளை, உங்களையும் வியப்பிலாழ்த்தலாம். ஆனால் என்னால் கிளேரைப் பார்க்க முடியாது. எது பற்றியும் கவலையில்லை எனக்கு. இதுபற்றி நினைத்து வந்திருக்கிறேன் - கனவில் கூட. ஃப்ளூரியர்ஸுக்கு இன்று ஏன் சென்றாள் அவள்? ஒரு போதும் எனக்கு சொல்லவில்லை. என்ன நடந்திருக்கிறது? நான் இங்கு இப்படி இருப்பதை யூகித்திருக்க வேண்டும். என்னை அவள் ஏமாற்றியிருப்பது இதுதான் முதல் தடவை. ஏழைப்பெண்!”

“இன்றும் நாங்கள் கணவன் - மனைவியாகவில்லை என்பது உங்களுக்குத் தெரியுமா - உங்கள் தங்கையும் நானும். அவள் காரியங்களுக்கு இன்னும் சமாதானம் சொல்லவில்லை.”

“சண்டையிட்டுக் கொண்டீர்களா?”

“ஒரு போதும் இல்லை. இல்லை, இல்லை.”

‘‘எவ்வளவு சந்தோஷத்துடன் அதனைச் சொல்கிறீர்கள். நீங்கள் சந்தோஷமாக இருக்கப் போகிறீர்கள்’’ என்றார் வாலெண்டின். நியூமனோ என்ன செய்வதென்றறியாதவராக விழித்துக் கொண்டிருந்தார். இதனைக் கவனித்த வாலெண்டின்,

"ஆனால் ஏதோ நடந்திருக்கிறது. இப்போதுதான் உங்களைக் கவனித்தேன். மணமகனுக்குரிய முகம் உங்களிடம் இல்லையே" என்று சொன்னார்.

"பிரிய நண்பரே, எப்படி மணமகனுடைய முகத்தை உங்களுக்குக் காட்ட முடியும்?"

"ஏன், நீங்கள்தான் உற்சாகத்துடன் இருக்க வேண்டிய மனிதர்; உங்கள் உரிமைகளை இழந்து விடாதீர்கள்! உங்கள் ஞானத்துக்கு நான் ஒரு சான்று. "நான் அவ்வாறு சொல்ல வில்லையா?' என்று ஒருவர் கூறும் போது அவர் இருண்டிருக்கக்கூடியவராக இருந்தது எப்போது? நீங்கள் அவ்வாறு என்னிடம் கூறினீர்கள், தெரியுமா? உங்களால் முடிந்ததைச் செய்தீர்கள். சில நல்ல விஷயங்களைச் சொன்னீர்கள்; அவற்றைச் சிந்தித்துப் பார்த்தேன். ஆனால், என் பிரிய நண்பரே, இருந்த போதும் என் நிலை சரியே. இதுதான் சீரான வழி."

"நான் என்ன செய்ய வேண்டுமோ அதனைச் செய்யவில்லை. நான் வேறெதாவது செய்திருக்க வேண்டும்."

"உதாரணமாக?"

"ஓ, ஏதாவது அல்லது வேறெதாவது. உங்களைச் சிறு பையனாக நடத்தியிருக்க வேண்டும்"

"நல்லது, நான் ஒரு சிறிய பையனை, இப்போது குழந்தையைவிடக் குறைந்தவன்தான். ஒரு குழந்தை. ஒரு குழந்தை ஆதரவற்றது, ஆனால் அதன் நிலை நம்பிக்கை யூட்டுவதாக ஆக்கப்பட்டுவிடுகிறது. நான் அப்படியில்லை, ஆ? குறைந்த மதிப்பு வாய்ந்த ஒரு உறுப்பினரை சமூகம் இழக்க முடியாது"

நியூமன் வெகுவாகக் கவரப்பட்டார். எழுந்து நின்று திரும்பி, சாளரத்தை நோக்கி நடந்தார். சாளரம் வழியே நோக்கிய அவர் தெளிவின்றியே பார்த்தார். "இல்லை, உங்கள் பின் தோற்றத்தை நான் ரசிக்கவில்லை. நான் எப்போதும் என் ஆற்றல்களைப் பார்த்துவந்திருக்கிறேன்; ஆனால் உங்களுடையது விநோதமானது" என்றார் வாலெண்டின்.

"அறைக்குத் திரும்பிய நியூமன் அவரை அமைதியாக இருக்குமாறு வேண்டினார். "சாந்தமாக இருங்கள். அதுதான்

நீங்கள் செய்ய வேண்டியது. நன்கு குணமடைந்து எனக்கு உதவுங்கள்.''

"நீங்கள் சிக்க-ல் இருக்கிறீர்கள் என்று சொன்னேன்! எப்படி நான் உதவ முடியும்?''

''நீங்கள் குணமடைந்த பிறகு தெரிவிக்கிறேன். நீங்கள் எப்போதும் ஆர்வமிக்கவர்;''

வாலெண்டின் கண்களை மூடிக்கொண்டு நீண்ட நேரம் பேசாதிருந்தார். தூங்கி விழுவது போன்று கூடத் தோன்றினார். ஆனால் அரைமணி நேரத்தில் பேச ஆரம்பித்தார். "பேங்க் வேலை குறித்து வருந்துகிறேன். பேங்க் வேலைக்குரியவன் அல்ல நான்; அவர்கள் கொல்லப்படுவதற்கு எளிதானவர்கள் அல்லர். நான் கொல்லப்படுவதற்கு எளியவனாக இருந்திருக்கிறேன் என்பதை நீங்கள் நினைக்கவில்லையா? அது தீவிரமான மனிதனுக்குரியது இல்லை. இது உண்மையிலேயே சாவது போலவே இருக்கிறது. தங்கச் சொல்வாளா என்று எதிர்பார்த்திருக்கும் போது அப்படிச் செய்யாமல் நீங்கள் போயாக வேண்டும் என்று கூறும் விருந்து தருபவள் நிலை போன்றது இது. 'உண்மையிலேயே வெகு துரிதமாக? நீங்கள் இப்போதுதான் வந்தீர்கள், வாழ்க்கை எனக்கு இந்தவிதமான மரியாதை மிகு பேச்சினைத் தந்ததில்லை.''

சிறிது நேரம் ஒன்றும் சொல்லாதிருந்த நியூமன், பிறகு பேசினார். ''இது மோசமான உதாரணம் - மோசமான உதாரணம் - நான் சந்தித்தவற்றில் மிக மோசமானது. எதுவும் மகிழ்ச்சியில்லாததைச் சொல்ல விரும்பவில்லை நான். ஆனால் என்னால் தவிர்க்க முடியவில்லை. இதற்கு முன் மனிதர்கள் மடிவதைக் கண்டிருக்கிறேன்; ஆனால் எப்போதும் அது இயற்கையாகவே தோன்றியது; அவர்கள் எல்லாம் உங்களைப்போல புத்திசா-கள் இல்லை. நீங்கள் இதைவிடச் சிறப்பானதாக எதையாவது செய்திருத்தல் வேண்டும். தன் வாழ்க்கையை முடித்துக் கொள்வதில் மிகவும் அற்பமான வழி இது!''

வாலெண்டின் தன் கரத்தை பலவீனத்துடன் முன்பின்னாக அசைத்தார். "வற்புறுத்த வேண்டாம் - வற்புறுத்த வேண்டாம்! இது அற்பமானதே - தீர்மானகரமாக அற்பமானதுதான். உங்களுடன் உடன்படுகிறேன்.''

சில கணங்கள் கழித்து டாக்டர் வந்து, வாலெண்டின் விழித்திருப்பதைக் கண்டு அவரது இதயத்துடிப்பைப் பார்த்தார். தலையசைத்த டாக்டர் நிறையப் பேசிவிட்டதாகக் கூறினார். ''முட்டாள்தனம்!'' என்றார் வாலெண்டின்; சாகும்படி தண்டிக்கப்பட்டிருப்பவன் நிறையப் பேச முடியாது. கொலை நிறைவேற்றப்பட்ட சம்பவத்தைச் செய்தித்தாளில் எப்போதேனும் படித்திருக்கிறீர்களா? கைதியின் முன் நிறையப் பேரை வரவழைத்திருப்பதை அவர்கள் சொல்வதில்லையா - வழக்கறிஞர்கள், பத்திரிகை நிருபர்கள், பாதிரிகள் - அவனைப் பேசும்படி செய்வதற்காக? ஆனால் இது திரு. நியுமனது தவறில்லை; அவர் சும்மாதான் உட்கார்ந்திருக்கிறார். நோயாளியின் புண்ணுக்குப் புதிய கட்டுப்போட வேண்டிய நேரம் என்று டாக்டர் குறிப்பிட்டார். நியூமனது இடத்துக்கு திருவாளர்கள் கிராஸ்ஜொயாக்ஸும், லெடாக்ஸும் வந்தனர்; அர்பைன் கொடுத்திருக்கும் தந்தியில், செய்தி தாமதமாகக் கிடைத்ததால் காலை இரயிலுக்குப் புறப்பட இயலவில்லை என்றும், மாலையில் தாயாருடன் கிளம்புவதாகக் கூறியிருப்பதாக நியூமனுக்குத் தெரிவித்தனர். நியூமன் திரும்பவும் கிராமத்தில் இரண்டு அல்லது மூன்று மணி நேரம் சுற்றித் திரிந்தார்.

சிறிது முணங்கிய வாலெண்டின், ஒரு கணம் கைகளை உயர்த்திப் பின்னர் நழுவவிட்டார்.

''அவர்களைப் பற்றி நல்லதாக ஒன்றும் சொல்ல முடியாமைக்கு வருந்துகிறேன். ஆனால் அது என்னுடைய தவறல்ல. உங்கள் தந்தி கிடைத்தபோது மிகவும் வருத்தப்பட்டேன். மிகவும் நிலை குலைந்தேன். இப்போதும் அதி-ருந்து முன்னேறிடவில்லை என்று நீங்களே பார்த்துக் கொள்ளலாம்.''

"நம்பிக்கை மோசம், நம்பிக்கை மோசம்! மற்றும் என் சகோதரி - என் சகோதரி?"

"உங்கள் சகோதரி மிகவும் சோகமுற்றிருக்கிறாள்; என்னைக் கைவிட இசைந்திருக்கிறாள். ஏன் என அறியேன். அவர்கள் என்ன செய்தார்கள் எனத் தெரியவில்லை. அது மோசமானதாக இருக்க வேண்டும். அதனை நீங்கள் அறிந்தாக வேண்டும். அவளை வருந்தும்படி செய்திருக்கின்றனர். அவளைத்

தனியாகப் பார்க்கவில்லை, அவர்கள் முன்னிலையில்தான் பார்க்க முடிந்தது! நேற்று காலை சந்திப்பு நடந்தது. என் வேலையைப் பார்க்குமாறு கூறினர். மிக மோசமானதாகத் தோன்றியது. நான் கோபமாக, சோகமாக இருக்கிறேன்."

விழிகள் மிகுந்த பிரகாசம் கொண்டவையாக மாற, சப்தமின்றி உதடுகள் பிரிய, வெளிறிய முகத்தில் வண்ணம் சேர வாலெண்டின் படுத்திருந்தார்.

"மற்றும் கிளேர். கிளேர்? அவள் உங்களைக் கைவிட்டு விட்டாளா?"

"அதனை உண்மையில் நம்பிடவில்லை நான்."

"வேண்டாம், நம்ப வேண்டாம், நம்ப வேண்டாம். அவளை மன்னித்துவிடுங்கள்."

"அவளுக்காகப் பரிதாபப்படுகிறேன்"

"பாவம் கிளேர். ஆனால் அவர்கள் - ஆனால் அவர்கள். நீங்கள் அவர்களைப் பார்த்திருக்கிறீர்கள்; முகத்துக்கு நேரே உங்களை அவமதித்திருக்கிறார்கள்?"

"முகத்துக்கு நேரே. மிக வெளிப்படையாக"

"என்ன சொன்னார்கள்?"

"ஒரு வியாபாரியை ஏற்க முடியாது என்று"

"அவர்கள் வாக்குறுதி குறித்து - ?"

"அது கிளேர் ஏற்றுக்கொள்ளும்வரைதான் என்று சாமர்த்தியமாகப் பேசினார்கள்."

"மேலும் எதுவும் சொல்ல வேண்டாம். நான் அவமான மடைகிறேன்."

அந்தியில் விடுதிக்குத் திரும்பி டாக்டருடனும், லெடாக்ஸுடனும் சாப்பிட்டார். பின் தன் அறைக்குச் சென்று மெழுகுவர்த்தி ஒளியில், நண்பர் இறந்து கொண்டிருக்கிறார் என எண்ணினார். மெழுகுவர்த்தி தாழ்வாக எரிந்தபோது கதவு தட்டப்பட்டது. டாக்டர் நின்று கொண்டிருந்தார்.

"இன்னும் அவர் தன்னை உற்சாகப்படுத்த வேண்டும். உங்களைப் பார்க்க வேண்டும் என வற்புறுத்துகிறார். ஆனால்,

ஹென்றி ஜேம்ஸ்

எந்த வகையிலும் அவர் இரவுப்பொழுதை நீடித்திருப்பது கஷ்டமே."

நியூமன் வாலெண்டினது அறைக்குச் சென்றார். வாலெண்டின் நியூமனை ஒரு மெழுகுவர்த்தி ஏற்றும்படி கூறினார். 'உங்கள் முகத்தைப் பார்க்க விரும்புகிறேன். நீங்கள் என்னைப் பரபரப்பில் ஆழ்த்துவதாக அவர்கள் கூறுகிறார்கள். பரபரப்படைவதை நானும் ஒத்துக் கொள்கிறேன்; ஆனால் அது நீங்கள் இல்லை - என் சொந்த சிந்தனைகள்தான். நான் சிந்தித்துக் கொண்டிருக்கிறேன் -: அமருங்கள், திரும்பவும் உங்களைக் காணவிடுங்கள்" கைகளை மடித்தபடி அமர்ந்த நியூமன், நண்பரையே பார்த்துக் கொண்டிருந்தார் விசனத்துடன். இயந்திரகதியில் ஒரு பாத்திரத்தை நடிப்பதாக உணர்ந்தார். சிறிது நேரம் அவரை நோக்கிய வாலெண்டின், "ஆம், இன்று காலையில் நான் சரியாக இருந்தேன்; வாலெண்டினை விட கனமான ஒன்று உங்கள் சிந்தையில் அழுத்திக் கொண்டிருக்கிறது. நான் செத்துக் கொண்டிருப்பவன், என்னை ஏமாற்றுவது கண்ணியமன்று. நான் பாரிஸை நீங்கியதும் ஏதோ நிகழ்ந்திருக்கிறது. ஒன்றுமில்லாமல், இந்தப் பருவத்தில், ஃப்ளூரியர்ஸுக்கு என் தங்கை செல்லமாட்டாள். ஏன்? இதைப் பற்றிச் சிந்தித்தேன். நீங்கள் சொல்லாவிடில் நான் யூகிப்பேன்" என்று கூறினார்.

"உங்களிடம் சொல்லாதிருப்பதே நல்லது. அது உங்களுக்கு எந்த நலனையும் செய்யப்போவதில்லை."

"சொல்லாதிருப்பது எனக்கு நன்மையைச் செய்யும் என்று நீங்கள் நினைத்தால் அது தவறு. உங்கள் திருமணத்தில் சிக்கல் இருக்கிறது."

"ஆம், என் திருமணத்தில் சிக்கல் ஏற்பட்டிருக்கிறது."

"நல்லது. அவர்கள் நிறுத்தியிருக்கின்றனர்"

"அவர் நிறுத்திவிட்டார்," என்றார் நியூமன். அதில் திருப்தியுற்ற நியூமன் தொடர்ந்து பேசலானார். "உங்கள் தாயும் சகோதரரும் நம்பிக்கை மோசம் செய்துவிட்டனர். இது நிகழாது என்று தீர்மானித்து விட்டனர். நான் பொருத்தமான வனில்லை என்று முடிவு கட்டிவிட்டனர். தங்கள் வாக்குறுதியை விலக்கிக் கொண்டனர். நீங்கள் வற்புறுத்து

வதால், இவற்றைக் கூறினேன்.”

வாலெண்டின் வேதனையில் துடித்துத் தலையை அப்புறமாகத் திருப்பிக் கொண்டார். சிறிது நேரம் ஒன்றுமே சொல்லாதிருந்தார். பிறகு திரும்பியவராக நியூமனின் தோள்களை அழுத்தினார். “இது மிக மோசம் - மிக மோசம். என் குடும்பத்தினரே - என் இனத்தினரே அந்த நிலைக்கு வந்துவிட்ட பிறகு நான் விலகிக் கொள்ளத்தான் வேண்டும். என் சகோதரியை நம்புகின்றேன்; அவள் விளக்குவாள். அவளை மன்னித்துவிடுங்கள். அவள் விளக்கம் தர இயலாவிட்டால் - அவளால் இயலாவிட்டால், மன்னித்து விடுங்கள். அவள் வருந்தியிருக்கிறாள். ஆனால் மற்றவர் களைப் பொருத்தவரை இது இழிவானது. இதனைக் கடுமையாக எடுத்துக் கொள்கிறீர்கள்? இல்லை, அவ்வாறு உங்களைச் சொல்லவைப்பது அவமானமாகும்” வாலெண்டின் கண்களை மூடிக்கொண்டார், அங்கு திரும்பவும் அமைதி நிலவியது. அநேகமாக நியூமன் திகைப்படைந்துவிட்டார், அவர் எதிர்பார்த்ததைவிட அதிகமான அளவு பிரதிப-ப்பை உண்டாக்கிவிட்டார். அவரது தோளி-ருந்து கரத்தை எடுத்தபடி, திரும்பவும் அவரை உற்று நோக்கினார் வாலெண்டின். “நான் மன்னிப்புக் கேட்டுக் கொள்கிறேன். புரிந்து கொண்டீர்களா? இங்கே என் மரணப் படுக்கையில். என் குடும்பத்துக்காக மன்னிப்பு கேட்கிறேன். என் தாயாருக்காக, என் சகோதரருக்காக. பெல்-கார்டுகளின் பழமைமிகு இல்லத்திற்காக.

தனது பதிலாக, வாலெண்டினது கரத்தைப் பற்றி அன்போடு அழுத்தினார் நியூமன். வாலெண்டின் மௌனமாக இருந்தார். அரைமணிப் பொழுதில் டாக்டர் வந்து சேர்ந்தார். அவருக்குப் பின் கேள்விக்குறி நிறைந்த முகங்களுடன் திருவாளர்கள் கிராஸ்ஜெயாக்ஸூம், லெடாக்ஸூம் வந்தனர். வாலெண்டினது மணிக்கட்டைப் பிடித்துக் கொண்டு அவரருகில் அமர்ந்தார் டாக்டர். லெடாக்ஸ், இன்னொருவரை உள்ளே வருமாறு சைகை செய்தார். அவர் திரு கியூர். கையில் நியூமனுக்கு இன்னதென்று தெரியாத பொருள் ஒன்றை வெண்ணிறத் துணியால் சுற்றிக் கொணர்ந்திருந்தார். கியூர் குட்டையாக, சிவப்பாக இருந்தார். நியூமனுக்கு மரியாதை தெரிவித்துவிட்டு, கையி-ருந்ததை மேசையில் வைத்தார். ஒரு நாற்கா-யில்

அமர்ந்தார். சிறிது நேரத்தில் அவர் தூங்கிவிட்டதாகவே நியூமன் நம்பினார். சிறு கணங்களில் நியூமனை அழைத்து, ஃபிரெஞ்சு மொழியில், "நீங்கள் தனியாக இல்லை. உங்களுடன் தனியாக பேச விரும்புகிறேன்" என்றார் வாலெண்டின். நியூமன் டாக்டரைப் பார்க்க, டாக்டர் கியூரை நோக்க, திரும்பி டாக்டரை கவனித்தனர். பிறகு, "தனியாக - ஐந்து நிமிடங்கள் மட்டும் தயவு செய்து வெளியேறுங்கள்" என்றார் வாலெண்டின்.

கியூர் தன் சுமையைத் தூக்கிக் கொண்டு கிளம்ப, சகாக்களும் பின் தொடர்ந்தனர். கதவைச் சார்த்தியதும் வாலெண்டின் அருகில் வந்தார் நியூமன். இதையெல்லாம் கூர்மையாக கவனித்தார் வாலெண்டின்.

"இது இழிவானது, மிகவும் இழிவானது. இதுபற்றி எவ்வளவு நினைக்கின்றேனோ அவ்வளவு மோசமானது."

"ஓ, இதுபற்றி நினைக்க வேண்டாம்."

அவர் சொல்வதைக் கேட்காமல், தொடர்ந்தார் வாலெண்டின். "அவர்கள் திரும்பவும் பழைய நிலைக்கு வந்தாலும் கூட, அவமானம் - இழிதகைமை - இருக்கவே செய்கிறது."

"ஓ, அவர்கள் பழைய நிலைக்கு வரமாட்டார்கள்"

"நல்லது, நீங்கள் அவர்களை வரச் செய்யலாம்"

"வரச் செய்வது?"

"உங்களுக்கு நான் ஒன்று சொல்லக்கூடும் - ஒரு பெரிய இரகசியம் - மாபெரும் இரகசியம். அதனை அவர்களுக்கு எதிராகப் பிரயோகிக்கலாம் - அவர்களை அச்சுறுத்தலாம், நிர்ப்பந்தம் செய்யலாம்."

"ஒரு இரகசியம்!" நியூமன் திரும்பக் கூறினார். மரணப்படுக்கையில் உள்ள வாலெண்டினை ஒரு இரகசியத்தைச் சொல்ல விடுவது. அவரை அதிர்ச்சிக் குள்ளாக்கியது ஒரு கணம், மற்றும் அவரைப் பின் வாங்கச் செய்தது. அது திருட்டுத்தனமாகத் தகவல் பெறுவதைப் போல, சாவித் துவாரத்தின் வழியாகக் கவனிப்பதைப் போல இருந்தது. பிறகு, உடனே பெல்-கார்ட் சீமாட்டியையும்

அவரது மகனையும் நிர்ப்பந்திக்கலாம் என்ற எண்ணம் கவர்ச்சிகரமாகப்படவே, வாலெண்டின் செய்வதைக் கூர்மையாகக் கேட்கத்தலைப்பட்டார்.

"அங்கே ஏதோ நடந்திருக்கிறது - ஃப்ரியர்ஸில் ஏதோ நடந்திருக்கிறது. அது ஒரு சதித்திட்டம். என் அப்பா - அவருக்கு ஏதோ நடந்திருக்கிறது. எனக்குத் தெரியாது; நான் அவமானம் அடைந்திருக்கிறேன் - தெரிந்து கொள்ள அஞ்சியிருக்கிறேன். ஆனால் ஏதோ இருக்கிறது என அறிவேன். என் தாயார் அறிவார்கள் - அர்பைன் அறிவார்."

"உங்கள் தந்தைக்கு ஏதோ நடந்திருக்கிறது"

"அவருக்கு உடம்பு சரியில்லாமல் இருந்தது. அதி-ருந்து மீளவில்லை"

"எதி-ருந்து?"

"உங்களால் புரிந்து கொள்ள முடிகிறதா? ஃப்ளுரியர்ஸில். நீங்கள் கண்டு விடலாம். திருமதி பிரெட் அறிவாள். அவளிடம் கேட்குமாறு நான் வேண்டிக்கொண்டதாகச் சொல்லுங்கள். பிறகு, அவர்களிடம் சொல்லுங்கள். இது உங்களுக்கு உதவலாம். இல்லாவிடில், எல்லாருக்கும் சொல்லுங்கள். இது உங்களுக்காகப் பழி தீர்த்துக் கொள்ளும்!"

மிகவும் ஈர்க்கப்பட்டுவிட்ட நியூமன், எழுந்து நின்று, என்ன சொல்வதென்று தெரியாமல் திகைத்தார்; அவர் இதயம் படபடவென்று அடித்துக்கொண்டது கடுமையாக. இறுதியில், "நன்றி. நான் மிகவும் கடமைப்பட்டிருக்கிறேன்" என்றார். ஆனால், அவரைக் கேட்காதவர் போலவே வாலெண்டின் காணப்பட்டார். நியூமன் கிளம்பினார். கியூரும் சகாக்களும் நுழைந்தனர். அது அநேகமாக ஊர்வலம் போல இருந்தது.

XIX

மார்ச் மாத இறுதியில் அருகிலுள்ள நண்பர்களது முகங்களை ஒளியேற்றுவது போலவே, அமைதியாக இறந்தார், வாலெண்டின். ஒரு மணி நேரம் கழித்து நியூமன் விடுதியை விட்டு நீங்கி, ஜெனீவாவிற்கு பயணம் செய்தார். பெல்-கார்ட் சீமாட்டியும் மகனும் வரும் போது அவர்கள் மத்தியில் இருப்பதை இயல்பாகவே விரும்பவில்லை நியூமன். தற்போது ஜெனீவாவில் சிறிது நேரம் தங்கினார். கீழே விழுந்த மனிதன் சலனமின்றி அமர்ந்து காயங்களைக் கவனிப்பது போலவே அவரது நிலை இருந்தது. வாலெண்டின் என்ன சூழ-ல் இறந்தார் என்பதைத் தெரிவிக்கத திருமதி சிண்ட்ரேவுக்குக் கடிதம் எழுதி, எவ்வளவு விரைவில் சந்திக்க முடியும் என்று கேட்டிருந்தார் நியூமன். திருமதி சிண்ட்ரேயின் பதில் அவரை ஃப்ளூரியர்ஸுக்கு வருமாறு கூறியது. பதில் சுருக்கமாக இருந்தது, இப்படி -

''உங்கள் கடிதத்துக்காகவும் வாலெண்டின் அருகில் இருந்தமைக்காகவும் நன்றி. அது மிகவும் வெளிப்படுத்த இயலாத துயரம். உங்களைப் பார்ப்பது வேதனை தவிர வேறொன்றுமில்லை; ஆகவே, பிரகாசமான நாட்களுக்காக காத்திருக்க வேண்டிய அவசியமில்லை. நீங்கள் இஷ்டப்படும் போது வரலாம்; முத-ல் தெரிவித்துவிடுங்கள். என் சகோதரர் வெள்ளியன்று இங்கே அடக்கம் செய்யப்பட இருக்கிறார் - கிளேர்''

கடிதத்தைப் பெற்ற உடனே நேராக பாரிஸுக்கும் மற்றும் பாய்ட்டர்ஸுக்கும் சென்றார். பாய்ட்டர்ஸில் தங்கிவிட்டு, அடுத்த காலையில் ஃப்ளூரியர்ஸ் கிராமத்துக்கு சென்றார். மனதில் பல விஷயங்கள் ஆக்கிரமித்திருந்தாலும், அந்த

இடத்தின் நேர்த்தியைக் கவனிக்கத் தவறவில்லை அவர். பெரிய மலைக்குன்றுக்குக் கீழே அக்கிராமம் இருந்தது. குன்றில் இடிந்த கோட்டை நின்றிருந்தது. தேவலாயம் முன் காலத்துக் கோட்டையைச் சேர்ந்த வழிபடுமிடமாகவே இருந்தது; ஆனால் அக்கிராமத்துக் கல்லறையை ஒரு புறம் கொள்ளுமளவுக்குத் தாராளமாக அகன்றிருந்தது. கல்லறைச் சிலுவைகள் புல்வெளியை நோக்கிச் சாய்ந்து தூங்கிக் கொண்டிருப்பவை போல தோற்றமளித்தன. ஆனால் கல்லறைக்கு வாகனங்கள் செல்ல இயலாததாக இருந்தது. பெல்-கார்ட் சீமாட்டியும் மகனும், தொடர்ந்து சவப் பெட்டி தூக்கி வருபவர்களையும் கிராமத்தவர் கவனித்தனர். இவர்கள் மத்தியில் நியூமன் பதுங்கிக் கொண்டார். இறுதிக் கடன்கள் நிகழும் போது தேவாலயத்திலேயே தங்கிவிட்ட நியூமன், பின்னர், குன்றைவிட்டு கீழே இறங்கிச் சென்றார். பாய்ட்டர்ஸுக்குத் திரும்பிய அவர், இரு தினங்களைப் பொறுமையிலும், பொறுமையின்மையிலும் கழித்தார். மூன்றாம் நாள், திருமதி சிண்ட்ரேக்குப் பிற்பக-ல் சந்திக்க வருவதாக ஒரு குறிப்பு அனுப்பினார். அதன்படி ஃப்ளூரியர்ஸுக்குக் கிளம்பினார். பெரிய இரும்பு வாயில் தென்பட்டது. அதன் கம்பிகளினூடே பார்த்த போது, சாலைக்கருகே பூங்கா இருப்பதைப் பார்த்தார். அது அதன் குணமாகவும் குற்றமாகவும் காணப்பட்டது; ஆனால் மிகவும் ஈர்க்கும் தன்மையதாய் இருந்தது. பின்னர், அது நான்காம் ஹென்றி காலத்தது என்று தெரிந்து கொண்டார் நியூமன். அங்கங்கே கூட்டங்களும் பின்னணியில் இரு கோபுரங்களும் உயர்ந்து நின்றன. அதன் பின்னர் உயர்ந்து நிற்கும் பீச், எல்ம் மரங்கள். எல்லாவற்றையும் விடச் சிறப்பானது அங்கே ஓடிக்கொண்டிருக்கும் அகன்ற ஆறு. ஒரு தீவி-ருந்து சட்டம் எழுந்து நிற்க, இரு வளைவு கொண்டதாக பாலம் ஆற்றின் குறுக்கே அழகு செய்தது. மங்கிய செங்கற் சுவர்கள், விரிவான சாளரங்கள், நேர்த்தியான வளைவுகள் அனைத்தும் ஆற்று நீரில் பிரதிப-த்தன. வாயி-ல் அழைப்பு மணியை அழுத்தினார். வயதானமாது ஒருத்தி வாயிலைத் திறந்து விட்டாள். பூங்காவின் கதவருகே சில கணங்கள் நின்ற நியூமன், ஃப்ளூரியர்ஸ், தங்குவதற்கு ஒரு மோசமான இடம் என்று நினைத்தார். அக்கதவு ஒரு வேளையாளால் - அவருக்குப் பழக்கமான ஒருவரால் - திறக்கப்பட்டது. நியூமனைக் கண்டதும் இருண்ட

அம்முகம் பிரகாசம் கொண்டது. நியூமன் திருமதி சிண்ட்ரேயின் அறைக்கு அழைத்துச் செல்லப்பட்டார். கறுப்பு உடையுடுத்தியிருந்த அவள் அவரை நோக்கியபடி நின்று கொண்டிருந்தாள். அவளது தோற்றமாறுதலைக் கண்டு பெரிதும் திகைப்புற்றார் நியூமன். நியூமன் தன் கரங்களைப் பற்றுவதை அனுமதித்த அவளது விழிகள் மழை பொழியும் இலையுதிர்கால நிலவுகளை ஒத்திருந்தன. அவளது ஸ்பரிசம் ஜீவனற்றிருந்தது.

"உன் சகோதரனது இறுதி ஊர்வலத்துக்கு வந்தேன். பிறகு மூன்று நாள் காத்திருந்தேன். ஆனால் இனி ஒரு நொடியும் காத்திருக்க இயலாது."

"காத்திருப்பதால் பெறுவதும் ஒன்றுமில்லை, இழப்பதும் ஒன்றுமில்லை. ஆனால் தவறிழைக்கப்பட்ட நீங்கள் காத்திருப்பது மிகவும் கருத வேண்டிய விஷயமே."

"தவறிழைக்கப்பட்டதாக நீ நினைப்பதற்காக நன்றி பாராட்டுகிறேன்."

"அவ்வாறு நான் சொல்ல வேண்டுவது அவசியமா? பலருக்குத் தீங்கிழைத்ததாக நான் நினைக்கவில்லை; நிச்சயமாக இல்லை பிரக்ஞைபூர்வமாக. இந்தக் கடுமையான கொடுமையான தவறை உங்களுக்கு இழைத்ததற்காக, நான் சொல்லக்கூடியது இதுதான்: 'அதை அறிவேன், அதற்காக வருந்துகிறேன்!' இந்தப் பரிகாரம் பரிதாபகரமான அளவு சிறியதுதான்!"

"ஓ, இது ஒரு பெரிய முன்னேற்றம்தான்!" என்றார், ஊக்குவிக்கும் முறையில் புன்னகை செய்தபடி, அவளை நோக்கி ஒரு நாற்கா-யைத் தள்ளிவிட்டு, உடனடியாக நோக்கினார். இயந்திரகதியில் அவள் அமர, அருகாமையில் அவரும் அமர்ந்தார்.

"உங்களைப் பார்ப்பதானால் பெறக்கூடியது ஒன்றுமில்லை என்று கூறுவேன். இருந்தாலும் நீங்கள் வந்ததற்காக மகிழ்ச்சி. இப்போது நான் உணர்வதை உங்களுக்குச் சொல்ல முடியும். இது ஒரு சுயநலமான சந்தோஷமே. உங்களை எப்படி ஏமாற்றியிருக்கிறேன், எப்படிப் புண்படுத்தியிருக்கிறேன் என்பதை அறிவேன்; எவ்வளவு கொடூரமாக கோழையாக

இருந்திருக்கிறேன் என்பதை அறிவேன். அதனைத் தீவிரமாக உணர்கிறேன் என் விரல்நுனிவரை. கோபத்தில் நீங்கள் என்ன கூறியிருந்தாலும் அதுவெல்லாம் எனக்கு நானே சொல்-க் கொண்டதன் முன் ஒன்றுமில்லாததே."

"என் கோப உணர்வில் உனக்கெதிராக நான் ஒன்றும் சொல்-டவில்லை. உன்னைப் பற்றி மிக மோசமாக நான் சொன்னது, நீ தான் பெண்களிலேயே மிகவும் நேசமானவள் என்பதுதான்."

அவள் சிறிது நானினாள், அவளது நாணம் கூட வெளிறியிருந்தது. "அது நான் திரும்பவந்துவிடுவேன் என்று நீங்கள் நினைத்ததால். ஆனால் நான் திரும்பப் போவதில்லை. அந்த நம்பிக்கையில்தான் நீங்கள் வந்திருக்கிறீர்கள் என்பதை அறிவேன்; உங்களுக்காகப் பெரிதும் வருந்துகிறேன். உங்களுக்காக எதுவும் செய்ய வேண்டும் நான். இவ்வளவும் நிகழ்ந்த பிறகு, அவ்வாறு சொல்வது ஏமாற்றுத்தனமாகும். ஆனால் வேறென்ன சொல்ல முடியும் நான்? உங்களுக்குத் தவறிழைத்துவிட்ட பிறகு மன்னிப்புக் கேட்பது - மிக எளிதான விஷயம். உங்களுக்குத் தவறிழைத்திருக்கக் கூடாது. முத-லேயே, நீங்கள் சொன்னதைக் கேட்டிருக்கக்கூடாது. அதுதான் தவறு. எந்த நன்மையும் வரப்போவதில்லை. அதனை உணர்ந்திருந்தும், நான், நீங்கள் சொல்வதைக் கவனித்தேன்; அது உங்கள் தவறு. உங்களைப் பெரிதும் விரும்பினேன்; பெரிதும் விரும்பினேன்."

"இப்போது என்னை நம்பவில்லையா நீ?"

"எப்போதையும் விட நம்புகிறேன். ஆனால், இப்போது பயன் இல்லை. நான் உங்களைக் கைவிட்டுவிட்டேன்."

"ஏன், ஏன், ஏன்?" என்று கூவினார். "காரணம் கூறவேண்டும் - ஒரு கண்ணியமான காரணம். நீ ஒரு குழந்தையில்லை - இன்னும் பருவம் எய்தாத இளையவள் இல்லை, முட்டாளும் இல்லை. உன் அம்மா சொன்னதற்காக என்னைக் கைவிட நீ கட்டுப்பட்டவளில்லை. அத்தகைய காரணம் உனக்குத் தகுதியானதில்லை."

"அதனை அறிவேன்; எனக்குத் தகுதியானதில்லைதான். ஆனால் எதனைத்தான் நான் தரக்கூடிய நிலையில்

இருக்கிறேன். என்னை முட்டாளாகக்கூட நினைத்து, மறந்து விடுங்கள்! அது மிகவும் எளிதான காரியமாக இருக்கும்."

நியூமன் எழுந்து நின்று, தன் கட்சி தோற்றுவிட்டது என்றுணர்ந்தாலும் தன் போராட்டத்தைக் கைவிட சக்தியற்றவராக இருப்பதைக் கருதிப்பார்த்தார். ஒரு சாளரத்தினருகில் சென்று, ஆற்றினையும் அருகில் உள்ள தோட்டத்தையும் நோக்கினார். திரும்பியபோது திருமதி சிண்ட்ரே எழுந்திருப்பதைக் கவனித்தார்.

"நீ வெளிப்படையாக இல்லை, நேர்மையாக இல்லை. நீ குற்றவாளி என்று சொல்வதற்குப் பதிலாக மற்றவர்களை மோசமானவர்களாகக் காட்டுகிறாய். உன் தாயும் அண்ணனும் பொய்மையாக கொடுமையாக இருந்திருக்கின்றனர்; என்னிடமும் சரி, உன்னிடமும் சரி கொடுமையாக இருந்திருக்கின்றனர் என்று உறுதியாகக் கூறமுடியும். ஏன் அவர்களைப் பாதுகாக்க முனைகிறாய்? அவர்களுக்காக ஏன் என்னைப் ப-யிடுகிறாய்? நான் பொய்மையானவனில்லை; கொடுமையானவனில்லை. நீ கைவிடுவது என்ன என்பதை அறியாய்; அதனைக் கூறமுடியும் உனக்கு - நீ அறியமாட்டாய். உன்னை பயமுறுத்திச் சதி செய்திருக்கின்றனர்; நான் - நான்" என்று நிறுத்தினார். திரும்பியவளாக, அவரைவிட்டுக் கிளம்ப ஆரம்பித்தாள். "உன் தாயாருக்காக அஞ்சுவதாக அன்று கூறினாய். என்ன அர்த்தம்?"

"நினைவு இருக்கிறது; பின்னர் வருத்தப்பட்டேன்."

"உன் தாயார் வந்ததும் வருத்தப்பட்டாய். கடவுள் பேரால் சொல்லு, உன் தாயார் என்ன செய்தார்கள்?"

"ஒன்றுமில்லை. நீங்கள் புரிந்து கொள்ள முடியாதது. உங்களைக் கைவிட்ட பிறகு, நபர்களைப் பற்றி குற்றம் சாட்டுவது கூடாது."

"அது ஒன்றும் சரியான காரணமில்லை. மாறாக, குற்றம் கூறு, எனக்குத் தெரிவி அதுபற்றி, வெளிப்படையாக, உண்மையாக, அது பற்றிப் பேசித் தீர்த்து, நீ என்னைக் கைவிடாதபடி பார்த்துக் கொள்ளலாம்."

"இதனால் ஒரு நன்மை விளைந்திருக்கிறது, குறைந்தபட்சம் என்னைப்பற்றி நேரிதாகத் தீர்ப்பளிக்க வாய்ப்புத் தந்திருக்

கிறேன். எனக்குக் கௌரவம் அளிக்கும் வகையில் என்னைப்பற்றி நினைத்திருக்கிறீர்கள்; ஏன் இவ்வாறு செய்தீர்கள் என்பதை அறிவேன். ஆனால் அது நான் தப்பிச் செல்ல எந்த வழியினையும் நல்கவில்லை - சாதாரண ந-ந்த ஜீவியாக நான் இருக்க எந்தச் சந்தர்ப்பத்தையும் தரவில்லை, அது என் தவறல்ல; முத--ருந்தே உங்களை எச்சரித்தேன். ஆனால் கடுமையாக எச்சரித்திருக்க வேண்டும்; நான் உங்களை ஏமாற்றவே விதிக்கப்பட்டவள் என்று திருப்தி செய்திருக்க வேண்டும். ஆனால், ஒரு வழியில், மிகவும் பெருமிதக் காரியாக இருந்தேன். நேர்மையாக இருக்க முடியாதபடி பெருமிதம் கொண்டவள் நான். நம்பிக்கையற்றவளாக இருக்குமளவு பெருமிதம் கொண்டவள் அல்ல. நான் கோழை, இரக்கமற்றவள், சுயநலக்காரி. சிக்கல் வந்துவிடுமோ என்று அஞ்சுபவள்."

"என்னைத் திருமணம் செய்வதே சிக்கல் மிகுந்ததாக கூறுகிறாய்!"

"திருமணம் செய்வதையல்ல; அதனுடன் சேர்ந்திருக்கும் எல்லாவற்றையும். என் சொந்த வழியில் மகிழ்ச்சியாக இருப்பதை எனக்கு என்ன உரிமை இருக்கிறது, சந்தோஷமாக இருக்க -"

"இப்போது என்ன?"

"மற்றவர்கள் துயரத்தில் இருக்கும் போது"

"மற்றவர்கள் யார்? என்னைத் தவிர பிறரைப் பற்றி உனக்கென்ன அக்கறை? மேலும், இப்போதுதான் சொன்னாய், உனக்குத் தேவையானது மகிழ்ச்சியென்றும், அதனைத் தாயாருக்குப் பணிவதன் மூலம் பெறுவதாக. நீ உன்னையே மறுத்துக் கொள்கிறாய்."

"ஆமாம், முரண்படுகிறேன்; நான் புத்திசா- கூட இல்லை என்று உங்களுக்கு உணர்த்துகிறது."

"என்னைப் பார்த்துச் சிரிக்கிறாய், கே- செய்கிறாய்."

"இல்லை; கே- செய்யவில்லை நான்."

"நீ புத்திசா- இல்லையென்றே வைத்துக் கொள்வோம், நீ ஒரு பலவீனமானவள், சாதாரணமானவள், நான் நம்பியிருந்த

எதுவாகவும் இல்லாதவள் - நான் உன்னிடம் வேண்டுவ தெல்லாம் வீர தீரச் செய-ல்லை, ஒரு சாதாரண முயற்சிதான். அதனை எளிதாக்க என்னிடம் நிறைய உண்டு. ஆனால், உண்மையென்னவென்றால் நீ அக்கறை காட்டவில்லை."

"நான் இரக்கமற்றவள். ஓடும் அந்த நதி போல உணர்வு பாவம் இல்லாதவள்."

''நல்லது, நல்லது. வெகுதூரம் சென்று விட்டாய் - குறியையும் கடந்து விட்டாய். உன்னைப்போல மோசமாகக் காட்டக்கூடிய பெண் உலகிலேயே இல்லை. உன் தந்திரத்தை அறிய முடிகிறது; மற்றவர்களை வெண்மையாக்க, உன்னனைக் கறுப்பாக்கிக் கொள்கிறாய். என்னைக் கைவிட விரும்ப வில்லை நீ. என்னை விரும்புகிறாய் - நீ என்னை விரும்பு கிறாய். அதனை அறிவேன். அதனைக் காட்டியிருக்கிறாய். நான் உணர்ந்திருக்கிறேன். அதன் பிறகு நீ இஷ்டப்பட்டபடி இரக்கமிலலாதவளாக இருக்கலாம்! உன்னை நிர்ப்பந்தப் படுத்தியிருக்கிறார்கள், உன்னைச் சித்திரவதை செய்திருக் கிறார்கள். இது ஒரு அக்கிரமம். இதி-ருந்து - உனது தாராள மனோபாவம் என்ற ஆடம்பரத்தி-ருந்து - உன்னைக் காப்பாற்றுவதை வற்புறுத்துகிறேன். உன் தாய் வேண்டினால் உன் கரத்தை வெட்டிக் கொள்வாயா?"

"அன்று என் தாயார் பற்றி கண் மூடித்தனமாகப் பேசினேன் நான். எனக்கு நானே எஜமானி. சட்டத்தின் மூலமாகவும் அவர்களது அனுமதி மூலமாகவும். அவர்கள் எனக்கு எதுவும் செய்ய முடியாது. ஒன்றும் செய்திடவில்லை."

"நீ உணருமாறு செய்திருக்கிறார்கள், நான் உறுதி கூற முடியும்''

"உணரவைப்பது என் மனச்சாட்சியே."

"உன் மனச்சாட்சி கலப்புடையதாகத் தெரிகிறது"

''அது பெரிய சிக்க-ல் இருந்திருக்கிறது; ஆனால் இப்போது தெளிந்துவிட்டது. எந்த உலகியல் அனுகூலத்திற் காகவோ அல்லது எந்த உலகியல் மகிழ்ச்சிக்காகவோ, நான் உங்களைக் கைவிடவில்லை.''

"ஓ, பீப்மோர் பிரபுவுக்காக என்னைக் கைவிடவில்லை என்பதை அறிவேன். அப்படி நினைப்பதாக உன்னைக்

கிளறவும் இல்லை, ஏமாற்றவும் தயாரில்லை நான். ஆனால், அதுதான் உன் தாயாரும் அண்ணனும் விரும்புவதா-"

"இதனை யார் சொன்னார்கள்?"

"வாலெண்டின் இல்லை. நான் கவனித்தேன். யூகித்தேன். இதனைக் கவனிக்கும்போது அறியவில்லை நான். நினைவில் தங்கிவிட்டது. பின்னர், தோட்டத்துச் செடிகள் காப்பகத்தில் பீப்மோருடன் உன்னைப் பார்த்தேன். அவர் என்ன சொன்னார் என்பதை இன்னொரு சமயம் தெரிவிப்பதாகக் கூறினாய்."

"அது இதற்கு முன்னர் - இதற்கு முன்னர்"

"அதனால் ஒன்றுமில்லை. அத்துடன் எனக்குத் தெரியும் என்றே நினைக்கிறேன். அவர் ஒரு நேர்மையான ஆங்கிலேயர். உன் தாயார் நினைத்திருப்பதை உன்னிடம் வந்து கூறினார் - எனக்குப் பதி-யாக இருப்பதை, வியாபாரியாக இல்லாமல் இருப்பதை ..."

"பீப்மோர் பிரபு பற்றி ஏன் பேசவேண்டும் என்பது எனக்குத் தெரியவில்லை. நீங்கள் அதற்காக இங்கே வரவில்லை; மற்றும் என் தாயார் குறித்து நீங்கள் அறிந்தது, சந்தேகிப்பது குறித்தும் எனக்குக் கவலையில்லை. என் மனத்தில் தீர்மானம் செய்துவிட்ட பிறகு, இது பற்றி விவாதிக்கக் கூடாது நான். நம்மால் முடிந்தபடி வாழ முயற்சி செய்ய வேண்டும். திரும்பவும் நீங்கள் மகிழ்ச்சியாக இருப்பீர்கள் என நம்புகிறேன்; சில சமயங்களில் என்னைச் சிந்திக்கும் போது கூட. அப்படி நினைக்கும் போது, என்னால் முடிந்ததைச் செய்திருக்கிறேன் என்று நினையுங்கள். நீங்கள் அறியாத விஷயங்கள் சிலவற்றையும் நான் கருதவேண்டியிருக்கிறது. எனக்கு உணர்வுகள் இருப்பதை குறிப்பிடுகிறேன். அவை நிர்ப்பந்திக்கிறபடி நான் செய்தாக வேண்டும் - செய்தாக வேண்டும், இல்லாவிடில் என்னைப் பாழடித்துவிடும் அவை" என்று கூறினாள் ஆவேசத்துடன்; "என்னைக் கொன்றுவிடும்!"

"உன் உணர்வுகள் என்ன என்று அறிவேன்: அவை மூடநம்பிக்கைகள்! நான் ஒரு வியாபாரியாக இருந்தாலும், அவை உணர்வுகள் என்பதை அறிவேன்; உன் தாயாரின் பார்வையை சட்டமாக மதிப்பதும், சகோதரரின் வார்த்தை களை வேதமாகப் பாவிப்பதும், நீ செய்யும் ஒவ்வொரு

ஹென்றி ஜேம்ஸ்

காரியத்திலும் அவர்களது பங்கும் இருக்க வேண்டும் என்று நினைப்பதும். அதுதான் என் இரத்தத்தைக் கொதிக்கச் செய்கிறது. அதுதான் இரக்கமற்ற செயல்; உன் நிலை சரி. நான் என்ன உணர்கிறேன் - கனன்று கொண்டிருக்கும் நெருப்பாக இருக்கிறேன்!"

"இல்லை, நான் சரியாக இல்லை - ஈவிரக்கமில்லாதவளாக இருக்கவில்லை நான்! தீயதாகத் தோன்றுவதைச் செய்வதாக நான் நம்பினால் அது வெறும் பொய்மை காரணமாகவோ அல்லது பலவீனம் காரணமாகவோ அல்ல. திரு. நியூமன், அது ஒரு மதம் மாதிரி. என்னால் சொல்ல முடியாது - என்னால் முடியாது! நீங்கள் வற்புறுத்துவது மிகக் கொடியது. என்னை நம்புமாறு உங்களை ஏன் கேட்கக் கூடாது என்பது தெரியவில்லை எனக்கு. - எனக்காக அனுதாபப்படுங்கள். அது ஒரு மதம் மாதிரி. இந்த வீட்டின் மீது ஒரு சாபம் இருக்கிறது; அது என்ன என்பதோ, ஏன் என்பதோ தெரியாது; என்னைக் கேட்காதீர்கள், நாம் எல்லோரும் அதனைத் தாங்கியாக வேண்டும். நான் மிகவும் சுயநலக்காரியாக இருந்திருக்கிறேன்; அதி-ருந்து தப்புவிக்க விரும்பினேன். நீங்கள் பெரியதொரு சந்தர்ப்பத்தை வழங்கினீர்கள். முழுமையாக மாறிவிடுவது, உடைத்தெறிந்து கிளம்புவது நல்லதாகத் தோன்றியது. மற்றும் நான் உங்களைப் போற்றினேன். ஆனால் என்னால் முடியவில்லை - என்னை முந்திக் கொண்டு என்னிடம் திரும்பி விட்டது. ஏன் இந்த அஞ்சத்தக்க சம்பவங்கள் நமக்கு வருகின்றன - ஏன் என் சகோதரர் வாலெண்டின் கொல்லப்பட்டார், ஒரு மிருகத்தைப் போல, அவரது இளமையில், ஆனந்த வாழ்வின் மத்தியில்? நான் கேட்கவே முடியாத விஷயங்களும், அறிந்து கொள்ள அஞ்சுகின்ற விஷயங்களும் ஏன் இருக்கின்றன? நான் காணக்கூடாத இடங்களும், கேட்கக் கூடாத ஒ-களும் ஏன் இருக்கின்றன? இது போன்ற கடுமையான, பயங்கரமான ஒன்றை நான் ஏன் தேர்ந்தெடுக்க வேண்டும்? இது எனக்குரியது இல்லை - துணிச்சலும் அலட்சியமும் எனக்கில்லை. இயல்பான வழியில், இயற்கையான வழியில் மகிழ்ச்சியாக இருக்க வேண்டியவள் நான். என்னிடமிருந்து எதிர்பார்ப்பதை மகிழ்வோடும் நன்றியோடும் செய்வதற்குப் பிறந்தவள் நான். என் தாயார் எப்போதும் என்னிடம் அன்பு காட்டுவார்கள்;

அவ்வளவுதான் நான் சொல்லக்கூடியது. நான் அவர்களை மதிப்பிடக் கூடாது, விமர்சனம் செய்யக் கூடாது. அப்படிச் செய்தால், அது என்னிடம் திரும்பிவிடும். என்னால் மாற முடியாது.

"இல்லை, நான் மாறியாகவேண்டும். அந்த முயற்சியில் இரண்டு துண்டுகளாக உடைந்த போதிலும்."

"நீங்கள் வித்தியாசமானவர். நீங்கள் ஒரு ஆண். நீங்கள் சமாளித்துவிட முடியும். எல்லாவிதமான ஆறுதலும் உங்களுக்கு இருக்கின்றன. மாற்றங்களுக்காக நீங்கள் பயிற்சி யளிக்கப்பட்டிருக்கிறீர்கள் அத்துடன் - அத்துடன், எப்போதும் உங்களை நினைத்திருப்பேன்."

"அதுபற்றிக் கவலையில்லை எனக்கு! நீ கொடூரமானவள் - பயங்கரமாக கொடூரமானவள். தேவன் என்னை மன்னிக் கட்டும்! உன்னிடம் மிகச்சிறந்த காரணங்களும் உணர்வுகளும் இருக்கலாம்; அதனால் ஒன்றுமில்லை. நீ எனக்கு ஒரு மர்மம். இவ்வளவு அன்புடன் இவ்வளவு கடுமை எப்படிச் சேர்ந்திருக்க முடியும் என்று புரிந்து கொள்ள முடியவில்லை."

"அப்படியானால், நான் கடுமையானவள் என்று நம்புகிறீர்கள்?" அவள் நீந்தும் விழிகளால் ஈர்ப்புண்ட நியூமன், 'நீ ஒரு பரிபூரணமான குற்றமற்ற ஜீவன்! என்னருகே இரு' என்றார்.

"நிச்சயமாக நான் கடுமையானவள்தான். நாம் வேதனை தரும்போதெல்லாம் கடுமையானவர்கள்தான். மற்றும் நாம் வேதனை தந்தாக வேண்டும்; அதுதான் உலகம் - வெறுக்கத் தக்க, பரிதாபகரமான உலகம்! ஆ, உங்களை அறிந்ததனால் மகிழ்கின்றேன் என்று கூடச் சொல்லக்கூடாது நான் - அப்படி இயன்றாலும் கூட. அதுவும் உங்களுக்குத் தவறிழைப்பதுதான். கொடுமையில்லாத எதனையும் என்னால் சொல்ல இயலாது. எனவே நாம் பிரிந்துவிடுவோம் - போய்வாருங்கள்!" என்று சொல்-விட்டுத் தன் கரத்தை நீட்டினாள்.

அதனைப் பற்றாமல், பார்த்தபடி நின்றிருந்தார் நியூமன். பிறகு, தன் பார்வையை அவளது முகத்துக்கு உயர்த்தினார். கோபவெறியின் கண்ணீர்த் துளிகளை அவரே உதிர்ப்பது போல உணர்ந்தார். "என்ன செய்யப் போகிறாய்? எங்கே போகிறாய்?"

"சிறிதும் வேதனை தர முடியாத உலகத்துக்கு, தீமை குறித்துத் துளியும் சந்தேகிக்காத உலகத்துக்கு. இந்த உலகத்தை விட்டுப் போகிறேன்."

"உலகத்தை விட்டு?"

"கிறித்தவ மடாலயத்துக்குப் போகிறேன்."

"கிறித்தவ மடாலயத்துக்கு!" அவ்வார்த்தைகளை ஆழ்ந்த திகைப்புணர்வுடன் திருப்பினார்; அது அவள் மருத்துவ மனைக்குச் செல்வதாகப்பட்டது அவருக்கு. "கிறித்தவ மடாலயத்துக்கு - நீ!"

'இது எனது சொந்த உலகியல் அனுகூலத்திற்காக அல்ல என்று நான் ஏற்கனவே சொல்-யிருக்கிறேன். உங்களைவிட்டுப் போவதால் மகிழ்ச்சியும் இல்லை."

"நீ கன்னிகாஸ்திரீயாகப் போகிறாய் - வாழ்க்கை பூராவும் ஒரு கொட்டடியில் - கவுனுடன் வெண்ணிற முகத்திரை யுடனும்."

"ஒரு கன்னிகாஸ்திரி, வாழ்க்கை முழுவதும்."

அந்தக்கருத்து மிகவும் இருண்டதாக பயங்கரமானதாக இருந்தது அவர் நம்புவதற்கு. தன் அழகிய முகத்தைச் சிதைக்கப் போகிறேன் என்றோ அல்லது விஷத்தைப் பருகிப் பைத்தியமாகப் போகிறேன் என்றோ அவள் கூறினால் அவரை எப்படிப் பிடிக்குமோ அவ்வளவு பாதிப்படைந்தார். கைகளைப் பிசைந்தபடி நடுங்கினார்.

"திருமதி சிண்ட்ரே, வேண்டாம். நான் வேண்டிக் கொள்கிறேன்! நீ விரும்பினால், முழந்தாளிட்டு வேண்டிக் கொள்கிறேன்."

அவரது தோளில், மெல்-ய, அனுதாப சமிக்ஞையுடன் கரத்தை வைத்தாள். "நீங்கள் புரிந்து கொள்ளவில்லை. தவறான கருத்துக்கள் கொண்டிருக்கிறீர்கள். இதில் பயங்கரமானது ஒன்றுமில்லை. இது அமைதியும் பாதுகாப்பும்தான். கள்ளமற்றவர்களுக்கு தொந்தரவும் சிக்கலும் தரும் இந்த உலகத்தை விட்டுத் தான் நீங்கப்போகிறேன். நல்லதுக்காக, வாழ்க்கை முழுவதும் - அதுதான் அதில் உள்ள ஆசீர்வாதம்! அவர்கள் திரும்பவும் ஆரம்பிக்க முடியாது."

நாற்கா-யொன்றில் சாய்ந்த நியூமன், தெளிவாகக் கேட்காத முணுமுணுப்புடன் அவளைப் பார்த்துக் கொண்டிருந்தார். இல்லற ஆற்றலையும் மானுட கருணை அனைத்தையும் அவளில் கண்ட நியூமனை விட்டு - நியூமனையும் அவரது செல்வத்தையும் அவரது விசுவாசத்தையும் உதறித்தள்ளிவிட்டு - இருண்ட அறையில் போய் உழல இவள் துணிவானேன். "நீ ஒரு கன்னிகாஸ்திரி - அழகு சிதைக்கப்பட்டு, கம்பிகளுக்கும் பூட்டுக்கும் பின்னால் இருக்க! ஒரு போதும் கூடாது. ஒரு போதும் கூடாது, என்னால் தடுக்க முடிந்தால்."

"உங்களால் தடுக்க முடியாது. இது உங்களை ஒரு சிறிதாவது திருப்திப்படுத்தும். நீங்கள் அருகில் இருக்க, உங்களுடன் இல்லாமல் இந்த உலகில் வாழ்ந்து கொண்டிருப்பேன் என நினைக்கிறீர்களா? எல்லாம் ஏற்பாடு செய்யப்பட்டுவிட்டது. போய் வாருங்கள்."

இப்போது அவளது கரத்தைப் பற்றினார் இரு கரங்களாலும் "எப்போதும்?"

அவ்வார்த்தைகளைக் கேட்கும் வேதனையால் கண்களை மூடுபவள் போலக் காணப்பட்டாள். பிறகு அவளைத் தன்பால் இழுத்துத் தழுவினார். அவளது வெண்முகத்தில் முத்தமிட்டார். ஒரு கணம் அதனை விலக்கிய கிளேர் ஒரு கணம் இணங்கினாள். பிறகு, சக்தியை வரவழைத்துக் கொண்டு, விலக்கியவளாக ஓடினாள். அடுத்த கணம் அவளுக்குப் பின்னால் கதவு சார்த்தப்பட்டது.

நியூமன் கிளம்பினார்.

XX

பாய்ட்டர்ஸின் குன்றினைச் சுற்றியிருக்கும் வளமான வயல்களில் காலங்காலமாக இளவரசர்கள் தங்கள் உரிமைக்காகப் போராடியிருக்கிறார்கள். அவ்வயல்வெளியில் நியூமன் மறுநாள் அங்குமிங்குமாக உலவித் திரிந்தார். அவ்வயல்வெளிகளில் நிறைந்திருந்தது திராட்சை தோட்டங்களா அல்லது நிலக்கரி வயல்களா என்று கேட்டால் கூறத்தெரியாது விழிப்பார். அவர் சொந்த வருத்தத்தினால் நிறைந்திருந்தார். திருமதி சிண்ட்ரே மீட்கமுடியாதபடி நாசமுற்றாளோ என அஞ்சினார். ப்ளூரியர்ஸையும் அதன் மக்களையும் விட்டு நீங்குவது முடியாததாக இருந்தது. அங்கு எங்கோ ஓரிடத்தில் நம்பிக்கை ஒளிந்து கொண்டிருப்பதாகவும், அவர் கரங்களைச் சிறிது நீட்டினால் போதும், பற்றிட முடியும் என்று அவருக்குத் தோன்றியது. அவரது உள்ளங்கையை கதவுப்பிடியொன்றில் வைத்திருப்பதாகவும், மடித்த கையை அதன் மேல் வைத்திருப்பதாகவும் தோன்றியது. தன் சக்தியெல்லாம் பிரயோகித்துக் கையை உதறிப் பார்த்துக் கூட, கிடைத்தது மயான அமைதி என்ற பதிலே. இருந்தும், ஏதோவொன்று அவர் பிடியை இறுக்கியது. அடித்தளமே ஆட்டம் கண்ட போது, கட்டிடத்தைப் பாதுகாத்திடப் பிடிவாதமான ஆசை கொண்டார். தன் காயத்தை ஒத்துக் கொண்டு அப்புறமாக நடந்தேகுவது அவரால் இயலாததாக இருந்தது. அவர் தன்னை உண்மைமிக்கவராக, விட்டுக் கொடுப்பவராக, பொறுமை மிக்கவராக, எளிதானவராக, எல்லையற்ற பணிவு காட்டுபவராகக் கண்டார். அவமானத்தை விழுங்குவதும், விமர்சிக்கப்படுவதும், குட்டப்படுவதும், இவற்றையெல்லாம் ஒன்றுமில்லாததற்கு ஏற்றுக் கொள்வதென்பது - நிச்சயமாக ஒருவரை எதிர்க்கவே தூண்டும். ஒருவர்

வியாபாரியாக இருப்பதால் மறுத-க்கப்படுவது! இதனால்தான் அவர் பழைய பொறுமை மிகவும் கனமாக இருந்தது. யதார்த்தமான அவர் எரிச்சல் பெரிதாக இல்லை. ஆனால் இப்போது அவருடைய கோப வெறி ஆழமானதாக, தீராததாக இருந்தது. தவறிழைக்கப்பட்ட நல்லவராக உணர்ந்தார். திருமதி சிண்ட்யேின் நடத்தை அவரைத் திகைப்பிலாழ்த்தியது; அதற்கான காரணத்தை அறிய முடியாதவராக இருந்தார். அவளது கத்தோ-க்க மத நம்பிக்கை என்பது வெறும் பெயர்தான் என்று கருதியவர், கத்தோ-க்க மண்ணில் இத்தகு வெண்ணிற மலர்கள் மலர முடியுமானால் அது ஆரோக்கிய மற்றதாக இருக்கிறது என்று கூறமுடியாது. ஆனால் கத்தோ-க்கராக இருப்பது ஒன்று, கன்னிகாஸ்திரியாக மாறுவது இன்னொன்று. இதில் ஒரு முட்டாள்தனமான வேடிக்கை இருக்கிறது. இந்தப் பழைய உலகத் துணிச்சல் களுடன் நியூமனின் சமகால நன்னம்பிக்கை முரண் பட்டது. தனக்காக உருவாக்கப்பட்ட ஒருவள், குழந்தைகள் பெற்று வளர்க்க வேண்டியவள் இப்படித் துறவுக் கோலம் புனைவது - அது கண்களைத் துடைத்துவிட்டுப் பார்க்க வேண்டிய பிரமை, தீக்கனவு, ஒரு பிரமை, ஒரு குயுக்தி.

அவளது வார்த்தைகளையும் பார்வைகளையும் நினைவு கூர்ந்தார்; அவற்றைத் திருப்பிப்போட்டு, அவற்றி-ருந்து மர்மத்தை உலுக்கி எறிந்துவிட்டு நீடித்த அர்த்தம் ஒன்றை அவற்றில் ஏற்றிவிட முனைந்தார். இது ஒருவகை மத உணர்வு என்பதன் மூலம் எதனைக் குறித்தாள்? குடும்பக் கட்டுப் பாடுகள் என்பவற்றின் மதம் தான் அது, அதற்குப் புரோகிதை அவளது தாயார். அவளுக்கு எதிராக அதிகாரத்தைப் பிரயோகித்திருக்கின்றனர். அவளது தாராள மனோபாவம் அவர்களுக்குத் திரையிட்டு மறைக்க முயன்றது. அவர்கள் சிக்காமல் தப்பிடக்கூடும் என்ற எண்ணம் தோன்றிய போது அவரது இதயம் கழுத்துக்கு வந்தது.

24 மணி நேரம் தானாகக் கழிந்தது. அடுத்த மாலையில் நியூமன் எழுந்து ஃப்ளூரியர்ஸுக்குச் சென்று இன்னொரு பேட்டியினை பெல்-கார்ட் சீமாட்டியினுடனும் அவரது மகனுடனும் நடத்த வேண்டும் என்று தீர்மானித்தார். அதனை நிறைவேற்றுவதில் காலத்தை வீணாக்கவில்லை. அத்துடன் வாலெண்டின் அளித்த இறுதித்த தகவலும் ஒரு ஆதரவாக

இருந்தது அவருக்கு. வாலெண்டின் இரகசியத்தைத் தெரிவிக்கா விட்டாலும் அதற்கான குறிப்பினை வழங்கியிருக்கிறார். அக்குறிப்பின் இன்னொரு பாகம் திருமதி பிரெட்டிடம் இருக்கிறது. தான் இரகசியங்கள் அறிந்தவள் என்ற பாவனையிலேயே பிரெட் நியூமனை நோக்கியிருக்கிறாள் எப்போதும். அவளது இரகசியங்களைத் தன்னுடன் பகிர்ந்து கொள்ளத் தூண்ட முடியுமா என்று சந்தேகித்தார் நியூமன். திருமதி பிரெட் மட்டும் இருக்கும் வரையில், அவர் எளிதாக அறிந்துவிடலாம் என உறுதி கொண்டார். ஆனால் அந்த இரகசியம் மிகவும் மோசமானதாக இருந்துவிடக்கூடாது என்ற அச்சம் மட்டும் இருந்தது அவருக்கு. பிறகு, சீமாட்டியும் மகனும் அருகருகே நிற்கும் சித்திரம் மனதில் தோன்றியபோது, அந்த அச்சம் தேவையில்லை என நினைத்தார். ஒரு வகை மிதப்புணர்வுடன் ஃப்ளூரியர்ஸை அடைந்தார். அவர் வெளிப்படுத்தவிருக்கும் இரகசியத்தைக் கண்டு அவர்கள் கலகலத்துவிடுவர் என்பதில் ஒருவித மகிழ்ச்சியடைந்தார். தங்கள் கிளேரைப் பீதியில் தவிக்கவிட்டுவிட்டு மறைந்து கொள்வார்கள் அவர்கள், பிறகு, தனியே விடப்பட்ட கிளேர் தன்னுடன் உறுதியாக வந்துவிடுவாள் என்று நினைத்தார். வாய்ப்பளிக்கப்பட்டால் அவள் திரும்பவும் ஒளிப்பிரதேசத் துக்கு வந்துவிடுவாள்.

விடுதியி-ருந்து அவர்கள் இல்லத்து வாயிலை அடைந்தார். அதன் இரும்புக் கம்பிகள் வழியே நோக்கியபோது, இவ்வளவு அழகான பெயர் கொண்ட இந்த வீட்டில் என்ன குற்றம் மறைந்திருக்கும் என்று வியந்தார். கொடுமைகளுக்கும் வேதனைகளுக்கும் அது இடம் தந்திருக்கிறது, முத-ல்; வாழ்வதற்கு ஏற்றவகையில் இல்லாமல் மேசாமான தோற்றம் கொண்டது. அப்போது 'பளிச்'சென இன்னொரு கீற்று மனதில் ஓடியது. பெல்-கார்டுகளுக்கு இன்னொரு வாய்ப்புத் தரவேண்டும்; அஞ்சவைப்பதற்கு பதிலாக, அவர்களது நல்-யல்புப்படி நடக்குமாறு வேண்டிட வேண்டும். அதற்குத் தயாராக அவர்கள் இருக்கும்பட்சத்தில், அவர்களைப் பற்றிய மோசமான விஷயங்களை அவர் அறிந்திடத் தேவையில்லை என முடிவு எடுத்தார்.

உள்ளே சென்ற போது, திருமதி பிரெட் தயாராக நின்றிருந்தாள். அலைகளால் துடைக்கப்பட்ட மணற்கரை

போல அவளது முகம் நம்பிக்கையற்று வெறுமையாகத் தோன்றியது; அவளது கறுப்பு உடை அந்த உணர்வினைத் தீவிரமாகக் காட்டியது.

"நீங்கள் மீண்டும் முயல்வீர்கள் என நினைத்தேன், ஐயா. உங்களை எதிர்பார்த்தேன்."

"உன்னைப் பார்ப்பதில் மிகுந்த மகிழ்ச்சி. நீ எனது தோழி என்றே நினைக்கிறேன்."

"உங்களுக்காக வாழ்த்துகிறேன்; ஆனால், இப்பொழுது வாழ்த்துவதில் பயனொன்றுமில்லை."

"அப்படியானால், அவர்கள் எப்படி என்னை நடத்தினார்கள் என்பது தெரியும்?"

"ஓ, எல்லாம் தெரியும்."

"எல்லாம்?"

"குறைந்தபட்சம், அதிகமாகத் தெரியும், ஐயா"

"ஒருவர் அதிகமாகத் தெரிந்திட முடியாது. உன்னை வாழ்த்துகிறேன். பெல்-கார்ட் சீமாட்டியையும் அவர்களது புதல்வரையும் பார்க்க வந்திருக்கிறேன். அவர்கள் வீட்டில் இருக்கிறார்களா? இல்லாவிடில், காத்திருப்பேன்."

"சீமாட்டி எப்போதும் வீட்டில்தான் இருப்பார்கள். மார்க்யுஸும் பெரும்பாலும் அவர்களுடன்தான் இருப்பார்."

"தயவுசெய்து அவர்களுக்குக் கூறவும் - ஒருவருக்காவது அல்லது மற்றவர்க்காவது அல்லது இருவருக்காவது - நான் அவர்களைப் பார்க்க ஆசைப்படுவதாக."

"இன்னொன்று கேட்கலாமா உங்களிடம், ஐயா?"

"தாராளமாக"

"அவர்களுடன் வாதாட வந்திருக்கிறீர்கள், திரும்பவும்? ஒரு வேளை இது உங்களுக்குத் தெரியாமல் இருக்கலாம் - கிளேர் இன்று காலையில் பாரிஸுக்குத் திரும்பிவிட்டார்கள்."

"ஆ, அவள் போய்விட்டாளா?" என வேதனையில் முணகியபடி, தரையை அழுத்தினார்.

‘‘அவர்கள் நேராக கிறித்தவ மடாலயப் பள்ளிக்குச் சென்றிருக்கிறார்கள். - கார்மலைட்ஸ் என்று கூறப்படுவது. உங்களுக்குத் தெரியும் என நினைக்கிறேன். சீமாட்டிக்கும் மார்க்யுஸுக்கும் அது பிடிக்கவில்லை. நேற்று இரவுதான் அவர்களுக்குச் சொல்-யிருக்கிறார் திருமதி. சிண்ட்ரே.

‘‘ஓ, அவர்களிடமிருந்து மறைத்திருக்கிறாள். நல்லது, நல்லது. அவர்கள் ஆவேசமாக இருக்கிறார்கள்?”

‘‘அவர்கள் மகிழ்ச்சியுறவில்லை. ஆனால் அவர்கள் வெறுக்கக்கூடும். இது மிகவும் அஞ்சத்தக்கது என்று என்னிடம் கூறினர்; கிறித்தவ கன்னிகாஸ்திரியில் கார்மலைட்ஸ் மிகவும் மோசமானவர்கள். அவர்கள் மனிதர்களே இல்லை என்று கூறிடலாம்; எல்லாவற்றையும் தியாகம் செய்திடுமாறு கூறுவார்கள். அங்கே அவர்களை நினைத்துப்பார்ப்பது!”

“நாம் அழக்கூடாது, திருமதி பிரெட், செயல்பட வேண்டும். அவர்களுக்குச் சென்று தெரிவி.”

“இன்னொன்று பாக்கியிருக்கிறது. கேட்கலாமா, ஐயா? திரு. வாலெண்டினது இறுதி நேரத்தில் நீங்களும் உடனிருந்ததாகக் கேள்விப்பட்டேன். அவரைப்பற்றி ஒரு வார்த்தை சொன்னால் நல்லது. அவர் என் சொந்தப் பிள்ளை மாதிரி. அவரது முதல் வயதில் என் கரங்களை விட்டுக் கிளம்பியதே இல்லை எனலாம். அவருக்குப் பேசக்கற்பித்தேன். அவரும் அழகாகப் பேசுவார். அவர் வளர்ந்து ஆளாகியபோது, என்னிடம் அன்பாகப் பேசுவது வழக்கம. அப்படிக் கடுமையான முறையில், சாவது நினைக்கவே முடியவில்லை! ஓர் ஒயின் வியாபாரியோடு மோதிக் கொண்டதாகக் கூறுகிறார்கள்! என்னால் நம்பிட முடியவில்லை. மிகவும் வேதனைப் பட்டாரா?”

“நீ ஒரு அறிவு மிகுந்த முதியவள், திருமதி பிரெட். என் பிள்ளைகளை உன் தோளில் பார்க்க வேண்டும் என நம்பினேன். ஒரு வேளை, இன்னும் பார்க்கக் காலம் இருக்கலாம்; வாலெண்டினைப் பற்றிய எல்லா விஷயத்தை யும் அறிய விரும்புகிறாய்?”

“அது ஒரு வேதனை மிக்க மகிழ்ச்சியாக இருக்கும், ஐயா”

“எல்லாவற்றையும் உனக்குக் கூறமுடியும். சமயங்களில் நீ

இந்த இடத்தைவிட்டுப் போவதும் உண்டல்லவா?"

"இந்தத் தோட்டத்தைவிட்டு? உண்மையிலேயே எனக்குத் தெரியாது. முயன்றதே இல்லை."

"அப்படியானால் முயற்சி செய்; கடுமையாக முயற்சி செய். இன்று மாலை முயற்சிசெய். அந்த மலையிலுள்ள இடிந்த மாளிகைக்கு என்னைச் சந்திக்க வரவும். அங்கே, உனக்காகக் காத்திருப்பேன். உன்னிடம் முக்கியமானவை சில சொல்ல வேண்டும்."

"முக்கியமானவை திரு வாலெண்டினிடமிருந்தா?"

"ஆமாம். அவரது மரணப்படுக்கையி-ருந்து"

"அப்படியானால், வருகிறேன்"

அவரை வரவேற்பறைக்கு அழைத்துச் சென்றாள். நீண்ட நேரம் காத்திருந்தார்; கடைசியாகத் திரும்பவும் மணியை அடித்து நினைவூட்ட எண்ணிய கணத்தில் மார்க்யுஸும் தாயாரும் வந்தனர். வாலெண்டின் தந்த தகவல்களின் பின்னணியில் நோக்கிய அவருக்கு அவர்கள் மிகவும் மோசமானவர்களாகத் தோன்றினர். "அதில் சந்தேகமே யில்லை, இப்போது!" என்று தனக்குத்தானே கூறிக்கொண்டார். "அவர்கள் கொடுமையானவர்கள். திரையை நீக்கியிருக் கின்றனர்." அவர்களும் தூக்கமற்ற இரவைக் கழித்தவர்களைப் போலத் தோன்றினர். கல்லறை திறக்கப்பட்டு அடைந்து கிடந்த இருள் மூச்சு வெளிப்படுவதைப் போல நியூமன் உணர்ந்தார்.

"நான் திரும்பவும் வந்திருக்கிறேன். திரும்பவும் முயற்சி செய்ய."

"இது முட்டாள்தனமாக இருக்கும், உங்களைக் காண்பதில் மகிழ்வாக நடிப்பதோ அல்லது உங்கள் வருகை பற்றி ஆட்சேபிக்காமல் இருப்பதோ."

"விரைவில் வேண்டுமானால் முடித்துக் கொள்கிறேன். முற்றுகையை அகற்றுவதாக வாக்குத் தாருங்கள் - திருமதி சிண்ட்ரே சுதந்திரமாகச் செயல்படுவதற்கு - பிறகு, உடனே விலகிக் கொள்வேன்."

“உங்களைப் பார்க்கலாமா எனத் தயங்கினோம். மறுத்து விடும் தறுவாயில் இருந்தோம். ஆனால் இதுவரை நடந்தது போல கண்ணியமாக நடந்துவிடுவது நல்லது என்று தோன்றியது” என்றாள் பெல்-கார்ட் சீமாட்டி,

“உரையாடும் நோக்கங்களுக்காக நான் இங்கு வரவில்லை. நான் வந்தது வெறுமனே இதற்காகத்தான் - உங்கள் மகளது திருமணத்திற்கான உங்கள் எதிர்ப்பை விலக்குவதாக எழுதித்தந்தால், பிறவற்றை நான் கவனித்துக் கொள்வேன். அவள் கன்னிகாஸ்திரியாவதை நீங்கள் விரும்பவில்லை. அதிலுள்ள கொடூரத்தை என்னைவிட நன்கு அறிவீர்கள். ஒரு வியாபாரியை மணப்பது அதைவிட மேலானது. அவளை நான் மணக்க இசைவதாக எழுதிக் கையெழுத்திட்டு முத்திரையிட்டதாக ஒரு கடிதத்தை அவளுக்கு எழுதி என்னிடம் தாருங்கள். அதனை மடாலயபள்ளிக்கு எடுத்துச் சென்று, அவளை வெளியே அழைத்து வருகிறேன்.”

“அவள் திருமதி நியூமனாவதைவிட சகோதரி கிளேராவதை என் தாயார் மேலானதாக நினைப்பார்கள் என எண்ணுகிறேன்” என்றார் அர்பைன்.

தனக்காகத் தன் மகன் பொருள் பொதிந்த வாசகங்களை விளாசுவதில் தாயார் மகிழ்ந்தவளாகத் தோன்றினாள். புன்னகை செய்தாள்.

நியூமன் இதுமாதிரியான கடுமையினை இதுவரை சந்தித்ததேயில்லை. “ஏதாவது உங்களை நிர்ப்பந்திக்கின்றதா? உங்களைக் கட்டாயப்படுத்தும் எதைப்பற்றியாவது அறிவீர்களா?”

“வருத்தத்தில் இருப்பவர்களிடம் இந்த மாதிரியெல்லாம் பேசுவது அழகில்லை” என்றார் மார்க்யுஸ்.

‘‘உங்கள் இருவரையும் இரண்டு வெவ்வேறான அணியினராகவே கருதுகிறேன் நான். உங்கள் இருவரிடையே எந்தத் தொடர்பையும் காண முடியவில்லை என்னால். உங்கள் சகோதரர் உங்களுக்காக அவமானப்பட்டிருக்கிறார். காயம்பட்டுச் சாகும் தருணத்தில் இருக்கும் போது உங்கள் நடத்தைக்காக, என்னிடம் மன்னிப்புக் கேட்டுக் கொண்டார். தன் தாயாரின் நடத்தைக்காகவும் மன்னிப்புக் கேட்டுக்

கொண்டார்."

நியூமன், வன்மையாகத் தாக்கியதையொத்த விளைவினை, அவர்களிடையே ஏற்படுத்தின இந்த வார்த்தைகள். ஒருவிரைந்த நாணம் அவர்கள் முகத்தில் படர்ந்தது; இருவரும் மின்னலைப் போல ஒரு கணம் பார்த்துக் கொண்டனர்.

"உயிருடன் இருப்பவர்களுக்குச் சிறு மரியாதைக் கூட செய்வதில்லை நீங்கள். ஆனால், குறைந்தபட்சம் இறந்தவர்க்காவது மரியாதை காட்டுங்கள். புண்படுத்தாதீர்கள் - கள்ளங்கபடமற்ற என் மகன் குறித்த நினைவை" என்றார் பெல்-கார்ட் சீமாட்டி.

"எளிதான உண்மையைச் சொல்கிறேன். அதனை ஒரு நோக்கத்திற்காகக் குறிப்பிடுகிறேன். உங்கள் புதல்வர் முழுவதுமாக வெறுப்படைந்தார் - உங்கள் புதல்வர் மன்னிப்புக் கேட்டார்."

"நீங்கள் பெரிதும் தவறாக எடுத்துக் கொண்டீர்கள், சார். என் மகன் சில சமயம் சாதாரணமாக இருப்பதுண்டு, ஆனால் மோசமாக இருந்ததில்லை. அவன் தன் பெயருக்கு நேர்மையாகவே மடிந்தான்." என்றாள் சீமாட்டி.

"நீங்கள் வெறுமனே தவறாக எடுத்துக் கொண்டீர்கள். சாத்தியமில்லாததை உறுதிப்படுத்துகிறீர்கள்" என்றார் மார்க்யுஸ்.

"வாலெண்டினது மன்னிப்புப் பற்றிக் கவலையில்லை எனக்கு. அது எனக்கு மகிழ்ச்சி தருவதைவிட வேதனையே நிறையத் தருவது. இந்தக் கொடூரமான காரியம் அவருடைய தவறல்ல; அவர் ஒரு போதும் என்னைப் புண்படுத்தியதில்லை, வேறுயாரையும் அப்படிச் செய்ததில்லை. அவர் கண்ணியத்தின் ஆன்மா. அவர் இதனை எப்படி எடுத்துக் கொள்கிறார் என்பதை இது உணர்த்துகிறது."

"என் ஏழைச் சகோதரர் தன் இறுதித் தருணங்களில் புத்தி தடுமாறியிருந்தார் என்று நீங்கள் நிரூபிக்க விரும்பினால், துயரமான சந்தர்ப்பங்களில் வேறு எதுவும் அவ்வளவு சாத்தியமில்லை என்றுதான் நாங்கள் கூறமுடியும். அத்துடன் நிறுத்திக் கொள்ளுங்கள்."

“அவர் சரியான மனநிலையில்தான் இருந்தார். அவரை அவ்வளவு புத்திசாதுர்யத்துடனும் பிரகாசத்துடனும் அதுவரை பார்த்ததில்லை. அறிவாற்றல் மிக்க அவர் அத்தகைய மரணம் எய்துவது பயங்கரம். நான் உங்கள் சகோதரரை மிகவும் நேசித்தேன் என்பதை அறிவீர்கள். அவரது அறிவு நிலைக்கு மேலும் சான்று வைத்திருக்கிறேன்.”

“இது அப்பட்டமான மோசம்! உங்கள் கதையை ஏற்க முடியாது - மறுக்கிறோம். அர்பைன், கதவைத் திற” என்றபடி கதவை நோக்கிச் சென்றாள் சீமாட்டி. மார்க்யுஸ் உடன் சென்று திறந்து வைத்துக் கொண்டிருந்தார். தாயார் சென்றதும் கதவைச் சாத்தினார். இருவரும் நேருக்கு நேராக நோக்கினர். நியூமனுக்குத் தீவிர உணர்வாவேசம் உண்டாயிற்று. “நீங்கள் என்னைச் சரியாக நடத்தவில்லை; குறைந்தபட்சம் அதனை ஒப்புக் கொள்ளுங்கள்”

நியூமனை உச்சிமுதல் உள்ளங்கால்வரை நோக்கிய பெல்-கார்ட், ‘‘உங்களைத் தனிப்பட்ட முறையில் வெறுக்கிறேன்” என்றார்.

‘‘அதுதான் நான் உணர்வது. ஆனால் மரியாதையின் பொருட்டு அதனைக் குறிப்பிடவில்லை. உங்களது மைத்துனராக நான் விரும்புவது சகோதரத்தனமானது; ஆனால் அதனை விடமுடியவில்லை என்னால். இன்னொரு முறை முயற்சி செய்ய அனுமதியுங்கள்’’ என்று கூறி சிறிது நிறுத்தினார். பிறகு தொடர்ந்தார். “உங்களிடம் ஒரு இரகசியம் இருக்கிறது - நீங்களும் தாயாரும் சேர்ந்து ஒரு குற்றம் செய்திருக்கிறீர்கள்.”

இதனைக் கேட்டதும் மார்க்யுஸின் கண்கள் ஊதப்பட்ட மெழுகுவர்த்திகளைப் போல நடுங்கின. அவர் திடுக்கிட்டதை நியூமன் காண முடிந்தது. ஆனால் அவரது சுயகட்டுப்பாடு பாராட்டும்படி இருந்தது.

‘‘தொடருங்கள்’’

“நான் தொடர வேண்டுமா? நீங்கள் நடுங்குகிறீர்கள்”

“தயவுசெய்து, எங்கிருந்து இந்தச் சுவையான தகவலைப் பெற்றீர்கள்?”

"நான் துல்-யமாக இருக்கிறேன். நான் அறிந்ததைவிட நிறையத் தெரிந்து கொண்டதாக நடிக்கப் போவதில்லை. இப்போதைக்கு, அவ்வளவுதான் நான் அறிந்திருப்பது. நீங்கள் மறைத்தாக வேண்டிய ஒன்றைச் செய்திருக்கிறீர்கள், தெரிந்தால் உங்களுக்கு கெட்ட பெயரைத் தரக்கூடியது, நீங்கள் பெருமிதப்பட்டுக் கொள்ளும் பெயருக்குக் களங்கம் தரக்கூடியது. அது என்ன என அறியேன், ஆனால் அதனைக் கண்டுபிடித்துவிடுகிறேன். மாற்றிக்கொள்ளுங்கள், உங்கள் சகோதரியை அமைதியாக இருக்க விடுங்கள், நான் உங்களைத் தனியாக விட்டுவிடுகிறேன். இது ஒரு பேரம்?"

சங்கடப்படாதவராக தோன்றுவதில் அநேகமாக வெற்றியடைந்தார் மார்க்யுஸ்.

"என் சகோதரன் சொல்-யிருக்கிறான் உங்களுக்கு."

"ஆமாம், உங்கள் சகோதரர்தான்."

மார்க்யுஸ் புன்னகைத்தார். "அவன் தன் மனநிலையில் சரியாக இல்லை என்று நான் கூறவில்லையா?"

"அதனை நான் அறியாவிட்டால் அவர் சரியான மனநிலையில் இல்லை. அறிந்துவிட்டால் அவர் மிகவும் சரியான மனநிலையில் இருந்தார்."

"கண்டுபிடியுங்கள் அல்லது விடுங்கள். உங்களிஷ்டம்."

"நான் உங்களை அச்சுறுத்தவில்லை?"

"அதனை நீங்கள்தான் முடிவு செய்ய வேண்டும்"

"இல்லை, நீங்கள்தான் உங்கள் ஓய்வு நேரத்தில் முடிவுகட்ட வேண்டும். நினைத்துப்பாருங்கள் இதனை, உணர்ந்து பாருங்கள் தனியாக இருக்கும்போது. உங்களுக்கு ஒரு மணி அல்லது இரண்டு மணி நேரம் தருகிறேன். அதிகமாகத் தரமுடியாது என்னால், ஏனெனில் எவ்வளவு விரைவாக அவளைக் கன்னிகாஸ்திரீயாக மாற்றுகின்றனரோ? உங்கள் தாயாருடன் இதனைப் பேசிப்பாருங்கள். அவர்கள் அச்சப்பட்டிருக் கிறார்களா என்பதை அவர்களே முடிவுகட்ட விடுங்கள். உங்களைப் போல அவ்வளவு எளிதில் அஞ்சிவிடுவார்கள் என நினைக்கவில்லை நான்.

“நான் விடுதிக்குச் சென்று காத்திருக்கிறேன்; எனக்குத் தெரியப்படுத்துங்கள். மூன்று மணிக்கு வைத்துக் கொள்வோமே. வெறுமனே, தாளில் ஆம் அல்லது இல்லை என்று எழுதி அனுப்பினால் போதும்” என்று கூறிவிட்டுக் கதவைத் திறந்து வெளியேறினார் நியூமன்.

விடுதிக்குச் சென்று அடுத்த இரண்டு மணி நேரம் காத்திருக்க முடிவுசெய்தார். அர்பைன் எந்த சமிக்ஞையும் காட்டமாட்டார் என்றுதான் பெரிதும் நினைத்தார். அதற்கான பதில், எதுவாயினும், குற்றத்தை ஒப்புக்கொண்டதாகிவிடும். அவர் பெரிதும் எதிர்பார்த்தது மௌனம்தான் - வேறு வார்த்தைகளில் கூறுவதானால் அலட்சியம். அவரது தாக்குதல் அவர்களை வீழ்த்திவிட வேண்டும் என்று வேண்டிக் கொண்டார். அது வீழ்த்தவே செய்தது! மூன்று மணிக்கு வேலையாள் ஒருவன் செய்தி கொணர்ந்தான்; அர்பைனின் அழகான கையெழுத்தில் ஆங்கிலத்தில் இருந்தது அது -

“நானும் தாயாரும் நாளை பாரிஸுக்குத் திரும்புகிறோம். சகோதரியை சந்தித்து அவளது தீர்மானத்தை உறுதிப்படுத்துமாறு செய்ய. அதுதான் உங்கள் பிடிவாதத்துக்குச் சரியான பதிலாக அமையும் - அர்பைன்”

கடிதத்தைப் பையில் திணித்துவிட்டு, விடுதியில் அங்குமிங்குமாக உலவிக் கொண்டிருந்தார். கடந்த ஒருவாரமாக, அவர் நேரத்தை இப்படித்தான் கழித்தார், திருமதி பிரெட்டைச் சந்திக்கப்போவதுவரை. எளிதாக அவர் மலைஉச்சிக்குச் செல்லமுடிந்தது. இடிந்த கோட்டைக்குள் இருக்கும் தேவாலயத்தில் நுழைந்தார். அங்கே ஒரு தூணுக்கருகில் ஒரு உருவம் அமர்ந்திருப்பதைக் காண முடிந்தது. அது திருமதி பிரெட் என அடையாளம் காண வெகுநேரம் ஆகவில்லை. தரையை நோக்கிக் கொண்டிருந்த பிரெட், நியூமனைக் கண்டதும் எழுந்தாள்.

“நீ ஒரு கத்தோலிக்க சமயத்தினளா, திருமதி பிரெட்” “இல்லை ஐயா, நான் இங்கிலாந்து தேவாலயத்தைச் சேர்ந்தவள். ஆனால் வெளிப்புறமாக இருப்பதைவிட இங்கே இருப்பது பாதுகாப்பாக இருக்கும் என நினைத்தேன். மாலையில் நான் வெளியே சென்றதே கிடையாது.”

"யாரும் கேட்கமுடியாத இடத்தில் என்றும் பாதுகாப்பாக இருப்போம்" என்றபடி, தேவாலயத்துக்கு அருகில் செல்லும் பாதை வழியாக, கோட்டை முற்றத்துக்கு அழைத்துச் சென்றார். குன்று அங்கிருந்து உடனடியாகச் சரிந்திருந்தது. இரண்டு அல்லது மூன்று பாறைகள் கிடந்தன அங்கே. அவற்றில் ஒன்றில் அவளை அமரச் செய்தார். அவர் இன்னொன்றில், அவளருகே.

XX1

“நீ இங்குவந்ததற்காக மிகவும் கடமைப்பட்டிருக்கிறேன்; இது உன்னைச் சிக்க-ல் ஆழ்த்தாது என நம்புகின்றேன்.”

‘‘நான் இல்லையே என நினைக்கமாட்டார்கள்; இப்போதெல்லாம் நான் அருகில் இருப்பதை சீமாட்டி விரும்புவதில்லை.’’

‘‘முத--ருந்தே, நீ என் நலனில் அக்கறை எடுத்துக் கொண்டு வந்திருக்கிறாய். என் பக்கத்திலேயே இருந்திருக் கிறாய். இப்போது, அவர்கள் என்ன செய்திருக் கிறார்கள் எனக்கு என்பது தெரியும் உனக்கு. எப்போதும் என்பக்கமாக இருப்பாய் என உறுதியாக இருக்கிறேன்.”

“அவர்கள் சரியாக நடக்கவில்லை. ஆனால் நீங்கள் அந்த ஏழைக் கிளேரைக் குற்றம் சொல்லக்கூடாது. அவரை மிகக் கடுமையாக வற்புறுத்துகிறார்கள்.”

‘‘அவர்கள் அவளுக்கு என்ன செய்தார்கள் என்றறிய இலட்சக்கணக்காக டாலர்கள் தரத்தயார்.”

“அவளது உணர்சிகளைச் சீண்டினர். அதுதான் வழி என்று தெரிந்து கொண்டனர். அவர் நாசூக்கான பேர்வழி. அவரைக் கொடுமையாக உணரும்படி செய்தனர். அவர் மிகவும் நல்லவர்.’’

“ஆ. மிகக்கொடுமையாக உணரும்படி செய்திருக்கின்றனர் - மிகக்கொடுமையாக உணரும்படி செய்திருக்கின்றனர்.”

“அவர் மிகவும் நல்லவராக இருப்பதால் கைவிட்டுவிட்டார் - ஏழையான இனிதான பெண்.”

“என்னைவிட அவர்களுக்கு மேலானவளாக இருந்திருக்கிறாள்.”

"அஞ்சினார்கள். எப்போதுமே அஞ்சி வந்திருக்கிறார்கள் அல்லது நீண்ட காலமாக. அதுதான் உண்மையான சிக்கல், ஐயா. அவரிடம் ஒரு சிறு சோகம் இருந்தது. நீங்கள் அவரைப் பிரகாச உலகத்திற்குக் கொண்டுவர, அது அநேகமாக மறைந்து விட்டது. பிறகு, அவர்கள் திரும்பவும் அவரை இருட்டுக்குக் கொண்டுவர, அச்சோகம் பரவிவிட்டது. நாம் அதனை அறிவதற்குள் அவர் சென்றுவிட்டார். அவர்கள் ஒரு நாசூக்கான ஜீவன்."

இந்தத் தனிப்பட்ட தகவல் அவரது புண்ணைப் புதியதாக வ-க்கச் செய்தது. "தன் தாயாரைப் பற்றி ஏதோ தீயதை அவள் அறிவாள் என நினைக்கிறேன்."

"இல்லை, ஐயா, அவர்களுக்கு ஒன்றும் தெரியாது."

"அப்படியானால், எதையோ யூகித்திருக்கிறாள் அல்லது சந்தேகித்திருக்கிறாள்."

"தெரிந்து கொள்ளவே அஞ்சினார்கள்"

"ஆனால் எந்த விதத்திலும் நீ அறிவாய்"

"நீங்கள் முழுமையாக விசுவாசமாக இல்லை. திரு வாலெண்டினைப் பற்றிச் சொல்வதற்காகத்தான் இங்கு வரவழைத்தீர்கள் என நினைத்தேன்."

"ஓ, எவ்வளவு அதிகமாக வாலெண்டினைப் பற்றிப் பேசுகிறோமோ அவ்வளவு நல்லது. அதுதான் நானும் விரும்புவது. நான் சொன்ன மாதிரி, அவரது கடைசித் தருணத்தில் அவருடன் இருந்தேன். மிகவும் வேதனையில் இருந்தார். மிகவும் பிரகாசமாக, புத்திசா-யாக, ஜீவனோடு இருந்தார்."

"ஓ, அவர் எப்போதுமே புத்திசா-யாக இருப்பதுண்டு; உங்கள் சிரமம் அவருக்குத் தெரியுமா?"

"ஆம், அவராக யூகித்துக் கொண்டார்"

"அது பற்றி என்ன சொன்னார்?"

"அது தன் பெயருக்கு இழிவு என்றார் - ஆனால் அதுதான் முத-ல் சொன்னதில்லை."

"தேவனே, தேவனே" என முணுமுணுத்தார் பிரெட்.

"தாயாரும் சகோதரரும் சேர்ந்து எதோ தீயதைச் செய்திருக்கின்றனர் என்றார்."

"அதனைக் கேட்டிருக்கக்கூடாது நீங்கள்"

"ஒருவேளை கூடாது. ஆனால் நான் **கேட்டேன்**. மற்றும் அதனை மறக்கவில்லை. இப்போது என்ன என அறிய விரும்புகின்றேன்."

"இந்தப் புதிரான இடத்துக்கு வரவழைத்து, சொல்-டுமாறு தூண்டுகிறீர்கள்."

"பயப்படவேண்டாம். உனக்கு ஏற்பில்லாததாக ஒரு வார்த்தைக் கூடச் சொல்லமாட்டேன். உனக்குப் பொருத்தமான முறையில் சொல்லு; எப்போது இயலுமோ அப்போது. அது திரு வாலெண்டினது இறுதி ஆசை என்பதை மட்டும் நினைவில் வைத்துக் கொள்."

"அதனைச் சொன்னாரா?"

"தனது இறுதி மூச்சில் அதனைச் சொன்னார்: "திருமதி பிரெட்டிடம் நான் கேட்கச் சொன்னதாக கூறுங்கள்."

"ஏன் அவரே உங்களிடம் கூறக்கூடாது?"

"மடிந்து கொண்டிருக்கும் ஒரு மனிதன் கூறமுடியாதபடி நீண்ட கதை அது; அவரிடம் சுவாசம் எஞ்சியிருக்கவில்லை. நான் தெரிந்து கொள்ள வேண்டும் என்று மட்டும் விரும்பினார் - தவறிழைக்கப்பட்ட நான், தெரிந்து கொள்ளும் உரிமை உள்ளவன் என்பதால்."

"அது எப்படி உங்களுக்கு உதவமுடியும், ஐயா?"

"அதைத் தீர்மானிக்க வேண்டியது நான். உதவமுடியும் என திரு. வாலெண்டின் நம்பினார், அதனால்தான் எனக்குச் சொன்னார். அநேகமாக அவர் சொன்ன கடைசி வார்த்தை உனது பெயர்தான்."

இந்த வாசகத்தினைக் கேட்டு மிகவும் திகைப்படைந்தாள் பிரெட். "மன்னித்துவிடுங்கள், ஐயா. நீங்கள் கூறுவது அப்படியே உண்மைதானா? நான் உங்களைக் கேட்க வேண்டிய ஒன்று அது. இல்லையா, ஐயா?"

“பரவாயில்லை; பாதகமில்லை அதனால். முழுமையாக உண்மையே. உறுதி கூறுகிறேன். முடிந்தால், வாலெண்டினே எனக்குத் தெரிவித்திருப்பார்.

“ஓ, அவருக்கு நிறையத் தெரிந்திருந்தால்!”

“அவருக்கு நிறையத் தெரியும் என நீ நினைக்கவில்லையா?”

“எல்லாவற்றையும் தெரிந்திருந்தார் என்று கூறமுடியாது. சொற்சாதுர்யம் மிக்கவர். தெரியாததைக் கூடத் தெரிந்ததாகக் கூறி நம்பிடச் செய்யும் ஆற்றல் கொண்டவர்.”

“அவருக்குத் தன் சகோதரர் தொடர்பான விஷயம் சிறிது தெரிந்திருப்பதால் மார்க்யுஸ் அவர்பால் கண்ணியமாக நடந்து கொண்டாரோ எனச் சந்தேகிக்கிறேன். இப்போது வாலெண்டின் விரும்பியது, தன் இடத்தில் என்னை வைப்பது. எனக்காக மார்க்யுஸ் வருந்த வேண்டாம் என்ற வாய்ப்பை வழங்க விரும்பினார்.”

‘‘நாம் எல்லோரும் எவ்வளவு அயோக்கியர்களாக இருக்கிறோம்!’’.

‘‘எனக்குத் தெரியாது; நிச்சயமாக, நம்மில் சிலர் அயோக்கியரே. நான் மிகவும் கோபமாக இருக்கிறேன், துயரமாக இருக்கிறேன், கசப்புணர்வுடன் இருக்கிறேன், ஆனால் நான் அயோக்கியனா என்று தெரியாது. நான் கொடூரமாகப் புண்பட்டிருக்கிறேன். அவர்களைப் புண்படுத்தியிருக்கிறார்கள், நான் அவர்களைக் காயப்படுத்தப் போகிறேன். அதனை மறுக்கவில்லை நான். மாறாக, உன் ரகசியத்தை வைத்துப்பெறப்போகும் பயன் அதுதான் என வெளிப்படையாகவே கூறிவிடுகிறேன்.”

திருமதி பிரெட் தன் சுவாசத்தை நிறுத்துபவளைப் போலத் தென்பட்டாள். “அவற்றைப் பிரசுரிக்க விரும்புகிறீர்கள் - அவர்களை அவமானப்படுத்த விரும்புகிறீர்கள்?”

“அவர்களைக் கீழே இறக்க விரும்புகிறேன் - கீழே, கீழே, கீழே! பழிவாங்க விரும்புகிறேன் - என்னை இழிவுபடுத்தியது மாதிரி அவர்களை இழிவுபடுத்த விரும்புகிறேன். உயர்ந்த இடத்துக்குக் கொண்டு சென்று, உலகெல்லாம் என்னைக் காணுமாறு செய்து, பின்னர் அங்கிருந்து அதலபாதாளத்தில் தள்ளிவிட்டனர்; அங்கே பற்களைக் கடித்துக் கொண்டு

அவதிப்பட்டேன்; அவர்களைச் சிறிது நாசமாக்கப் போகிறேன்.''

இவற்றையெல்லாம் உரத்துச் சொல்வதற்கு இதுதான் நியூமனுக்குக் கிடைத்த முதல் வாய்ப்பு. அது திருமதி பிரெட்டின் இரு விழிகளி-ருந்த ஒளிக்கீற்றைத் தூண்டியது. உங்கள் கோபத்துக்கு காரணம் இருக்கிறது என நினைக்கிறேன்; ஆனால் திருமதி சிண்ட்ரேக்கு செய்யவிருக்கும் அகௌரவம் குறித்து நினைத்துப்பாருங்கள்.''

“திருமதி சிண்ட்ரே உயிரோடு புதைக்கப்பட்டுவிட்டாள். இனி கௌரவம் அல்லது அகௌரவம் குறித்து அவளுக்கென்ன? கல்லறையின் கதவு, இக்கணம், அவளுக்குப்பின் சார்த்தப்பட்டுக் கொண்டிருக்கும்.''

“ஆம், இது மிகவும் பயங்கரமானது”

“தன் சகோதரனைப் போல, எனக்குச் செயல்பட இடம் தரும் பொருட்டு, அவள் அகன்றுவிட்டாள். அவசியம் கருதிச் செய்யப்பட்டது மாதிரி இருக்கிறது.”

“உறுதியாக. மற்றும் நீங்கள் என் சீமாட்டியை நீதிமன்றத்தின் முன் கொண்டு வருவீர்களா?”

‘‘சீமாட்டிக்கு நீதி மன்றங்கள் எல்லாம் ஒன்றுமில்லை. அவள் குற்றம் புரிந்திருந்தால் நீதிமன்றத்துக்கு அவள் ஒரு அயோக்கியப் பேர்வழி என்பது தவிர வேறொன்றுமில்லை.”

‘‘அவர்கள் சீமாட்டியைத் தொங்கவிட்டுவிடுவார்களா, ஐயா?''

‘‘அது அவள் என்ன செய்திருக்கிறாள் என்பதைப் பொறுத்தது.''

‘‘அது குடும்பத்தைப் பயங்கரமான வகையில் சிதைத்துவிடும்.''

“இத்தகைய குடும்பம் சிதைவுற இதுதான் நேரம்.”

“நான், என் வயதில் இடமின்றித் தவிக்க”

“ஓ, உன்னை நான் பார்த்துக் கொள்கிறேன். என்னுடன் வந்து வசிக்கலாம். என் வீட்டைக் கவனித்துக் கொள்ளலாம் அல்லது உனக்குப் பிடித்தபடி வாழ்க்கை முழுவதும் உனக்கு

ஓய்வூதியம் தருகிறேன்."

"எல்லாவற்றையும் குறித்து நீங்கள் சிந்திக்கிறீர்கள்" அவளை சிறிது கவனித்துவிட்டு, திடீரென நியூமன் சொன்னார்:

"ஆ, திருமதி பிரெட், நீ மிகவும் சீமாட்டியை விரும்பு கிறாய்"

"என் சீமாட்டியை நேசிக்க வேண்டும் என்பதை என் கடமையாகக் கருதவில்லை. பலவருடங்களாக நேர்மையுடன் அவர்களுக்கு ஊழியம் செய்திருக்கிறேன். ஆனால் அவர்கள் நாளை இறந்தால்கூட அவர்களுக்காக ஒரு சொட்டுக் கண்ணீர்கூட விடமாட்டேன். அவர்களை நேசிக்க ஒரு காரணமும் இல்லை. அவர்கள் செய்யும் பெரிய விஷயம், என்னை வீட்டை விட்டுத் துரத்துவதுதான்."அவள் மிகவும் நம்பிக்கைக்குரிய பேர்வழி என்பதை நியூமன், அப்போது, உணர்ந்தார் - ஆடம்பரம் ஊழல்மிக்கதாக இருக்கும்போது. பிரெட் தொடர்ந்து:

"என் சீமாட்டி ஒரு சமயம் எனக்குத் தவறிழைத்திருக்கிறார். அவர்கள் வருத்தத்தில் இருக்கும் போது கடுமையாகத் திட்டுவார்கள். அது பலவருடங்களுக்கு முன் நடந்தது. ஆனால் அதனை ஒரு போதும் மறக்கவில்லை நான். அதனை எந்த மனிதஜீவிக்கும் தெரிவிக்கவில்லை. அந்த வருத்தத்தை என்னுடனேயே வைத்துக் கொண்டேன். நான் மோசமானவள் எனலாம், ஆனால் என் வருத்தம் என்னோடு முதுமையடைந்து விட்டது. அதனால் எந்தப் பிரயோஜனமுமில்லை எனலாம். நான் வசித்திருக்கிற மாதிரி அதுவும் வசித்து வந்திருக்கிறது. நான் மடியும்போது அதுவும் மடியும் - அதற்கு முன்னதாக இல்லை."

"என்ன வருத்தம்?"

"நான் சொல்வது வெகு காலத்துக்கு முந்தையது. நான் இளமையாக இருந்தபோது. இப்போதிருப்பதைவிட மிக வித்தியாசமாக இருந்தேன். நல்ல நிறத்துடனும் இருந்தேன். சீமாட்டியும் அப்போது இளமையாக இருந்தார்கள். பிரிந்த மார்க்யுஸ் அவர்கள் எல்லோரையும்விட இளமையாக - அவர் போக்கைக் குறிப்பிடுகிறேன். மிகுந்த உற்சாகமும் மேன்மையும் கொண்டவர். உல்லாசத்தை விரும்பிய அவர்,

அதனைப் பெறும்பொருட்டு, தனக்குக் கீழான வழிகளையும் நாடியதுண்டு, சமயங்களில், அடிக்கடி ஐயுறும் சீமாட்டி என்னைப் பற்றியும் சந்தேகித்தார்கள். ஒருநாள் என் தொப்பியில் சிவப்பு ரிப்பன் கட்டியிருந்ததைக் கண்டு கோபபப்பட்டு, மார்க்யுஸை ஈர்க்கவே இவ்வாறு செய்திருக்கிறேன் என வெகுண்டார்கள். நேர்மையான பெண் எப்படிப் பேசுவாளோ அப்படிப் பேசிவிட்டேன். வார்த்தைகளை எண்ணவில்லை. பின்னர், நான் மரியாதை கொண்டவள் என்று தெரிந்து கொண்டார்கள். ஆனால் அதனை நம்பியதாக ஒருவார்த்தை கூடக் கூறியதில்லை அவர்கள், ஆனால் மார்க்யுஸ் கூறியதுண்டு. அந்தச் சிவப்பு ரிப்பனை அவிழ்த்து, இன்றுவரைத் தனியாக பாதுகாத்து வைத்திருக்கிறேன். அது மங்கிவிட்டது இப்போது. வெளிர்சிவப்பாக. என் வருத்தமும் மங்கிவிட்டது."

இதனைச் சுவராஸ்யமாக கேட்டுக் கொண்டிருந்தார் நியூமன். ஆனால் அவள் நெடுநேரம் ஏதோ நினைவுகளில் மூழ்கிவிட்டபடியால், தன் நோக்கத்துக்கு கொண்டு வருவதற்கு ஒரு குறுக்கு வழியைப் பார்த்தார் - "ஆக, பெல்-கார்ட் சீமாட்டி பொறாமை கொண்டவர்கள். மற்றும் திரு. பெல்-கார்ட் அழகான பெண்களைப் பாராட்டி யிருக்கிறாள், வர்க்க பேதமின்றி. அதற்காக நாம் அவரைக் கடுமையுடன் பாவிக்கக்கூடாது. ஆனால் பல வருடங்கள் கழித்து அவளைக் குற்றவாளியாக்கியது பொறாமை உணர்வாக இருக்க முடியாது."

"நாம் அஞ்சத்தக்க வார்த்தைகளைப் பிரயோகிக்கிறோம், ஐயா. ஆனால், இப்போது நான் கவலைப்படவில்லை. உங்களுக்கு உங்கள் கருத்து இருப்பதைப் பார்க்கிறேன். எனக்கென்று எந்த விருப்பமும் இல்லை. என் விருப்பம் என் குழந்தைகள் விருப்பம்தான். ஆனால், இப்போது என் குழந்தைகளை இழந்துவிட்டேன். அவர்கள் எல்லாம் மடிந்துவிட்டனர். இனி உயிருடன் இருப்பவர்களைப் பற்றி நான் கவலைப்பட என்ன இருக்கிறது? அந்த வீட்டில் இருப்பவர்கள் இப்போது எனக்கு என்ன உறவு - நான் அவர்களுக்கென்ன? என் சீமாட்டி என்னை எதிர்க்கிறார்கள் - இந்த முப்பது வருடங்களாக எனக்கு ஆட்சேபணை. இளைய பெல்-கார்டுக்கு ஒருவகையில் பிரியமாக இருப்பதில்

மகிழ்ச்சி. ஆனால், இப்போதைய மார்க்யுஸை நான் வளர்க்க வில்லை. அவர் குழந்தையாக இருந்தபோது நான் மிகச் சிறியவளாக இருந்தேன். அவருடன் என்னை விட்டிருக்க நம்பமாட்டார்கள். ஆனால் அவரது மனைவி என்னைப்பற்றிய அபிப்பிராயத்தை தன் வேலைக்காரியிடம் கூறியிருக்கிறார். ஒருவேளை அதனைக் கேட்க நீங்கள் பிரியப்படலாம்."

"ஓ. பெரிதும்."

"ஓ, மிக மோசம். விஷயங்கள் இந்த அளவுக்கு வந்துவிட்ட பிறகு நான் சம்பிரதாயங்கள் பார்த்துக் கொண்டிருக்கக் கூடாது."

"தீர்மானமாகக் கூடாது. தொடர்ர்ந்து சொல்லுங்கள், திருமதி பிரெட்."

"இறந்த மார்க்யுஸ் அவர்கள் முதுமையடைந்திருந்தபோது, அர்பைன் மணமுடித்து இருவருடங்கள் ஆனபோது அது நடந்தது. கிளேருக்குத் திருமணம் முடிக்க வேண்டிய நேரம் வந்தது. அப்படித்தான் இங்கு பேசிக்கொள்கிறார்கள், நீங்களும் அறிவீர்கள். மார்க்யுஸின் உடல்நிலை மோசமாக இருந்தது. மிகவும் மனமுடைந்து போயிருந்தார். என் சீமாட்டி திரு. சிண்ட்ரேயை மணமகனாகத் தேர்ந்தெடுத்தார் - அதற்கு என்ன நல்ல காரணங்கள் இருந்தன என்பது எனக்குப் புலனாக வில்லை. ஆனால் எனக்கு அப்பாற்பட்ட காரணங்கள் இருக்கும் என்பதை அறிந்திருந்தேன். அவற்றையெல்லாம் அறிய வேண்டுமாயின் ஒருவர் உயரத்தில் இருக்கவேண்டும். திரு. சிண்ட்ரே வயது நிரம்பியவராகவும் உயரமானவராகவும் இருந்தார். அவரை நல்லபடி நினைத்தார் சீமாட்டி. சீமாட்டியுடன் திரு. அர்பைனும் சேர்ந்து கொண்டார். அதுஅவரது வழக்கம். அதில் உள்ள சிக்கல், என் சீமாட்டி வரனாகச் சொற்பத் தொகையினையே தருவார், பிற கனவான்களெல்லாம் நிறைய வேண்டினர் - என்றே நம்புகிறேன். அதில் திருப்தியடைந்தவர் திரு. சிண்ட்ரே மட்டுமே. அந்த ஒரு நல்ல அம்சமாவது அவரிடம் இருக்கட்டும் என தேவன் விரும்பினார் போலும்! அவரது பிறப்பில் அவர் தாராளமாக இருந்திருக்கலாம்; அவரது மரியாதையிலும் பேச்சிலும் தாரளமானவர்தான். ஆனால் அவரிடம் உள்ள மாட்சிமை அது மட்டும்தான்.

கோமாளிகளைப் பற்றி நான் கேள்விப்பட்டதைப் போல இருந்தார் என நினைக்கிறேன். அவர் முகத்திற்கு நிறமூட்டுவது வழக்கம். ஆனால் அவரை மார்க்யுஸுக்குப் பிடிக்கவில்லை. கிளேர் இத்தகைய கணவரை இவ்வளவு விரைவில் அடைவதைவிட மணமுடிக்காமலே இருப்பது நல்லது என விரும்பினார். அவருக்கும் சீமாட்டிக்கும் இடையே ஒரு நாடகமே நடந்தது. அது எங்கள் காதுகளையும் எட்டியது. உண்மையைச் சொல்வதானால், அதுதான் அவர்களது முதல் சண்டை என்பதில்லை. அவர்கள் நேசமிக்க ஜோடிகளாக இல்லாவிட்டாலும், அடிக்கடி வாக்குவாதம் செய்வதில்லை; ஏனெனில் ஒருவர் செய்வதை மற்றவர் அவ்வளவாகப் பொருட்படுத்துவதில்லை. என் சீமாட்டி தனது பொறாமை உணர்வுகளையெல்லாம் ஒருவகையில் சமாளித்து, அலட்சிய நிலைக்கு வந்து விட்டார். மார்க்யுஸ் எதையும் எளிதாக எடுத்துக் கொள்வார்; ஒரு கனவானின் மனநிலை உடையவர். வருடத்தில் ஒரே ஒரு முறைதான் கோபப்பட்டார், ஆனால் அது மிகவும் மோசமாக இருந்தது. அதன் பிறகு படுக்கைக்குச் சென்றவர் மீளவே இல்லை. சீமாட்டியும் அர்பைனும் அமைதியாக இருந்தனர்; ஆனால் சீமாட்டி திரு. சிண்ட்ரேக்குக் கடிதம் எழுதினார் என்று அறிய வந்தேன். மார்க்யுஸின் நிலைமை மோசமாகியது, மருத்துவர்கள் கையை விரித்துவிட்டனர். என் சீமாட்டியும் நம்பிக்கை இழந்து விட்டார், உண்மையைச் சொல்வதானால், சந்தோஷத்துடன் நம்பிக்கையை விட்டார். அவர் பாதையி-ருந்து அகன்று விட்டால், தான் விரும்பியபடி செயல்படலாம் என்பது சீமாட்டியின் உள்ளக்கிடை. ஒன்றும் அறியாத கிளேரை திரு. சிண்ட்ரேயிடம் ஒப்படைப்பது எனத் தீர்மானிக்கப்பட்டது. அப்போதெல்லாம் அவர்கள் எப்படி இருப்பார்கள் என அறியமாட்டீர்கள் நீங்கள்; ஃபிரான்ஸில் உள்ள மிகச்சிறந்த இனிய பெண்ணாகத் திகழ்ந்தார்கள்; தன்னைக் கொல்ல வருபவனைப் பற்றி ஒன்றும் நினைக்காத ஆட்டினைப் போல இருந்தார்கள். நான் மார்க்யுஸைக் கவனித்துக் கொண்டு, எப்போதும் அவர் அறையில் இருந்து வந்தேன். இலையுதிர் காலத்தில், இங்கே ஃப்ளூரியர்ஸில்தான் இருந்தோம். பாரிஸி-ருந்து ஒரு மருத்துவர் அங்கு வந்து, இரண்டு அல்லது மூன்று வாரங்கள் தங்கினார். பிறகு வேறு இரு மருத்துவர்களும் வந்து பார்த்தனர், தங்களுக்குள்

ஆலோசித்தனர், பிறகு, இவ்விருவரும், நான் சொன்ன மாதிரி, மார்க்யுஸைக் காப்பாற்ற முடியாது என வெளிப்படுத்தினர். அவ்வாறு கூறிவிட்டுத் தங்கள் பணத்தைப் பெற்றதும் கிளம்பிவிட்டனர். ஆனால் முத-ல் வந்தவர் இங்கேயே இருந்து கவனித்துக் கொண்டிருந்தார். மார்க்யுஸ் தன்னால் சாகமுடியாது என்றும் தனக்குச் சாக விருப்பமில்லை என்றும் உரத்துக்கூவிக் கொண்டிருந்தார்; தான் வாழ்ந்து மகளைப் பார்த்துக் கொண்டிருக்க முடியும் என்றார். கிளேரும் வாலெண்டினும் வீட்டில் இருந்தனர். அந்த மருத்துவர் ஒரு புத்திசா- என்பதை என்னால் அறிய முடிந்தது - மார்க்யுஸ் தேறிவிடமுடியும் என நம்பினார். நானும் மருத்துவரும் அவரை நன்றாகக் கவனித்துக் கொண்டோம். அவர் ஆபத்தி-ருந்து தப்பிவிட்டார் என்று மருத்துவர் கூறுமளவுக்கு உடல்நலம் தேறிவிட்டார். அவரை வதைத்துக் கொண்டிருந்தது வயிற்றுவ-. படிப்படியாக அது நிற்க ஆரம்பித்தது, மார்க்யுஸ் நகைச்சுவை உதிர்க்கவும் ஆரம்பித்தார். அவருக்கு ஆறுதல் தரக்கூடிய ஒரு மருந்தினை - பாட்டி-ல் இருக்கக்கூடிய ஒரு வெண்மைப் பொருள் - கொடுத்து வந்தார். அதனைக் கண்ணாடி ட்யூபில் நான் அவருக்குக் கொடுப்பது வழக்கம். அது அவரை எளிதாக்கியது. அவர் நிலை மோசமாகும் போதெல்லாம் அதனைக் கொடுக்குமாறு கூறிவிட்டு, மருத்துவர் சென்றுவிட்டார். அதன் பிறகு, பாய்ட்டர்ஸி-ருந்து ஒரு சிறு மருத்துவர் வருவார். ஆக வீட்டில் - என் சீமாட்டி, அவரது ஏழைக் கணவர் மற்றும் அவர்களது மூன்று குழந்தைகள் இருந்தோம். இளைய சீமாட்டி தன் குழந்தையுடன் பிறந்தகம் சென்றுவிட்டாள். மக்கள் இறந்து கொண்டிருக்கக் கூடிய இடத்தில் இருக்க விருப்பமில்லை என வேலையாளிடம் கூறியிருக்கிறாள். மார்க்யுஸ் தேறியதைக் கண்டு என் சீமாட்டி ஏமாற்றமடைந்தாள் என்பதை நீங்கள் யூகித்திருக்கிறீர்கள் என நினைக்கிறேன்'' என்று கூறி நிறுத்தினாள்.

வாலெண்டின் சொன்னதைக் கேட்டதைவிட இதனை மிகுந்த ஆர்வத்துடன் கேட்டுக் கொண்டிருந்தார் நியூமன். அடிக்கடி அவள் அவரை நோக்கும்போதெல்லாம், பழங்காலப் பூனை ஒன்று பால் குடித்துக் கொண்டிருக்கும் சுவையை நீட்டித்ததை, நினைவுறுத்தும். தொடர்ந்து கூறலானாள்.

‘‘மேற்குக் கோபுரத்தடியில் இருக்கும் பெரிய சிவப் பறையில், மார்க்யுஸின் அருகில் ஒரு நாள், பின் இரவில் நான் இருந்தேன். அவர் வேதனையுடன் இருந்ததால் அந்த வெண் மருந்தைச் சிறிது கொடுத்தேன். என் சீமாட்டி மாலையில் படுக்கையறையில் ஒரு மணி நேரம் இருந்தார்கள். பிறகு சென்றுவிட்டார்கள். நள்ளிரவுக்குப் பிறகு, மூத்த மகனுடன் வந்தார்கள். மார்க்யுஸின் கரத்தைப் பற்றிப் பார்த்துவிட்டு, அவர் நன்றாக இல்லை என என்னிடம் கூறினார். ஒன்றுமே கூறாது அவர்களை மார்க்யுஸ் பார்த்துக் கொண்டிருந்தது நினைவிருக்கிறது எனக்கு. அவர் மோசமாக இல்லை என நான் நினைப்பதாகத் தெரிவித்தேன். என்னைத் தூங்கப்போகுமாறும் தான் சிறிது நேரம் அவரருகில் இருக்கப் போவதாகவும் கூறினார்கள். நான் அகன்றுக்கொண்டிருந்ததைக் கவனித்த மார்க்யுஸ் முணங்கிக்கொண்டு, என்னைப் போக வேண்டாம் எனக்கூவினார். ஆனால், அர்பனை் கதவைத் திறந்து வைத்துக் கொண்டு வழியைக் காண்பித்தபடி இருந்ததால், வெளியே போவதைத் தவிர வேறு வழியில்லை. எனக்கு ஒரு மாதிரியாக இருந்தது. ஏன் என்று சொல்ல முடியாது. அங்கே காத்துக் கொண்டு, கவனித்தபடி உட்கார்ந்தேன். நான் எதிர்பார்த்தபடி மார்க்யுஸ் வேதனைக் குரலை கேட்கவில்லை. இரவு நிசப்தமாகச் சென்றது. அந்த நிசப்தமே அச்சுறுத்துவதாக இருக்கவே, அறையைவிட்டு வெளியேறி, மெதுவாகக் கீழே இறங்கினேன். மார்க்யுஸின் அறைக்கு அடுத்ததின் வெளியே அர்பைன் அங்குமிங்கும் நடந்து கொண்டிருப்பதைக் கவனித்தேன். என்ன வேண்டும் என வினவினார். என் சீமாட்டியை அனுப்ப வந்திருப்பதாகத் தெரிவித்தேன். தான் அனுப்புவதாகவும் என்னைப் படுக்கைக்குச் செல்லுமாறும் கூறினார். திரும்ப மனமின்றி நான் நின்றுகொண்டிருந்தபோது, மார்க்யுஸின் அறையைத் திறந்து சீமாட்டி வெளியேறினார். அவர்கள் வெளிறிப்போனவராக புதிரான தோரணையில் இருந்ததைக் கண்டேன். அர்பைனையும் என்னையும் ஒருகணம் நோக்கியதும், அர்பைனை நோக்கிக் கரங்களை நீட்டினார். அவர் சீமாட்டியை நெருங்க, சீமாட்டி அவர்மேல் விழுந்து முகத்தை மறைத்துக் கொண்டார். உடனடியாக நான் மார்க்யுஸின் படுக்கைக்குச் சென்றேன். அங்கே அவர் மிக வெண்மையாக, கண்களை மூடிக்கொண்டு, சவத்தைப்

போலக் கிடந்தார். அவரது கரத்தைப் பற்றிப்பார்த்தேன், அவருடன் பேசிப் பார்த்தேன்; அவரை இறந்தவராகவே உணர முடிந்தது. பிறகு, திரும்பினேன், சீமாட்டியும் புதல்வனும் அங்கேயே இருந்தனர். “என் ஏழை, பிரெட், மார்க்யுஸ் போய்விட்டார்” என்றார் சீமாட்டி. இது ஆச்சரியப்படும் வகையில் புதிராக இருந்ததால் என்ன நடந்தது என்று வினவினேன்; ஏன் என்னை அழைக்கவில்லை என வினவினேன். ஒன்றும் நடக்கவில்லை, மார்க்யுஸுடன் அமைதியாக உட்கார்ந்திருந்தேன் - என்றார்கள். பிறகு கண்ணை மூடினார்களாம். எவ்வளவு நேரம் தூங்கினார்கள் என்பது தெரியாதாம். விழித்தபோது மார்க்யுஸ் செத்துக் கிடந்தாராம். “இது சாவு, என் செல்வமே, இது மரணம்” என்று புதல்வரிடம் கூறினார்கள். பாய்ட்டர்ஸி-ருந்து மருத்துவரை உடனே வரவழைக்க வேண்டும் என்றும் தான் போய் அழைத்து வருவதாகவும் அவர் கூறினார். தன் தந்தையையும் பின் தாயாரையும் முத்தமிட்டுவிட்டுக் கிளம்பினார். நானும் சீமாட்டியும் படுக்கையில் காத்திருந்தோம். அப்போது அவர் இன்னும் மடியவில்லை, அவர் ஒருவித மயக்கத்தில்தான் இருக்கிறார் என்று எனக்குத் தோன்றியது. என் சீமாட்டி, “இது சாவு, இது சாவு” என்று திரும்பவும் கூறினார்கள். “ஆமாம், இது சாவு” என்று நான் கூறினேன். நான் நம்பியதற்கு மாறுபாடானதைக் கூறினேன். பிறகு, ‘‘மருத்துவருக்காகக் காத்திருப்போம்!’’ என்று கூறினார்கள். நாங்கள் காத்திருந்தோம். நீண்டநேரம் ஆகிவிட்டது. அர்பைன் திரும்பவில்லை, “இதற்கு முன் சாவினைப் பார்த்திருக்கிறேன். அது இதைப்போலவே பயங்கரமாக இருந்தது’’ என்றார்கள் சீமாட்டி. இரவு கழிந்துவிட்டது. மகனுக்கு ஏதும் ஆபத்து வந்துவிட்டதோ அல்லது தீயவர்களைச் சந்திக்க நேர்ந்துவிட்டதோ என்று அஞ்சினார்கள். இறுதியாக, அமைதியற்றவராகக் கீழே இறங்கி, மகன் வருவதைப் பார்க்கப் போனார்கள். நான் தனியாக அமர்ந்திருந்தேன்.” என்று நிறுத்தினாள் பிரெட்.

“ஆக அவர் இறந்துவிட்டார்!” என்று வியந்தார் நியூமன்.

“மூன்று நாள் கழித்துக் கல்லறையில் இருந்தார். சிறிது கீழே சென்று கவனித்தபோது, அர்பைன் தனியாக இருப்பதைக் கவனித்தேன். அர்பைனும் சீமாட்டியும் மாடியில்

ஏறுகின்றார்களா என்று கவனித்தபோது அவர்கள் கீழேயே தாமதித்தனர். உடனே, மார்க்யுஸின் அறைக்குப் போனேன். மெழுகுவர்த்தியைக் கொளுத்திப்பார்த்த போது அவர் விழிகள் திறந்திருப்பதைக் கண்டேன் - அகன்று திறந்திருந்தன! அவை என்னை நோக்கிக் கொண்டிருந்தன. அவர் கரத்தைப் பற்றியடி, "தயவுசெய்து சொல்லுங்கள், நீங்கள் உயிருடன் இருக்கிறீர்களா அல்லது மடிந்துவிட்டீர்களா?" என்றேன். நெடுநேரம் என்னை நோக்கிவிட்டு, என் காதை நெருங்கிக் கொணருமாறு சைகை செய்தார். "நான் செத்துவிட்டேன், நான் செத்துவிட்டேன். சீமாட்டி என்னைக் கொன்றுவிட்டாள்'' நான் நடுங்கிப் போய்விட்டேன். என்னால் புரிந்து கொள்ள முடியவில்லை. மனிதராகவும் சடலமாகவும் காணப்பட்டார். ''ஆனால், இப்போது, உங்களுக்குச் சரியாகிவிடும்" என்றேன்.

பலவீனத்துடன் மீண்டும் கிசுகிசுத்தார்; ''என்னால் குணமடைய முடியாது. அந்தப் பெண்ணின் கணவனாகத் திரும்பவும் இருக்க மாட்டேன்'' என்றார். மற்றும் அவள் தன்னைக் கொலை செய்துவிடுவதாகவும் கூறினார். அவர்கள் என்ன செய்தார்கள் என வினவியதற்கு, "கொலை, கொலை. அவள் என் மகளையும் கொன்றுவிடுவாள்'' என்று பதில் தந்தார். அதனைத் தடுக்குமாறு என்னிடம் வேண்டி விட்டுத்தான் செத்துக் கொண்டிருப்பதாகவும், செத்துவிட்ட தாகவும் கூறினார். அவரை விட்டு அகலவோ அசையவோ அஞ்சினேன். நானே அநேகமாகச் செத்துவிட்டது மாதிரிதான் இருந்தது. உடனே, ஒரு பென்சிலை எடுத்து, தனக்காக எழுதுமாறு கூறினார். பென்சில், தாள், புத்தகம் கொண்டு வந்து கொடுத்து, மெழுகுவர்த்தியை அருகில் நகர்த்தினேன். அவரைத் தாங்கிப் பிடித்துக் கொண்டு, எழுதுமாறு செய்தேன். மிகுந்த வேதனையில் சிரமப்பட்டு ஒரு பக்கத்தை நிரப்பினார். அவ்வளவுதான் என்று கூறிவிட்டு அத்தாளை மடிக்குமாறும், மறைத்திருந்து அதனைச் செயல்படுத்துபவர்களிடம் கொடுக்குமாறும் கூறினார். "யாரைக் குறிப்பிடுகிறீர்கள்?" என்ற கேள்விக்கு அவரால் வேதனை முனகலைத்தான் பதிலாகத் தர முடிந்தது; பேச இயலவில்லை. பிறகு, அந்த மருந்து பாட்டிலைப் பார்க்கச் சொன்னார். அதைப் பார்த்தபோது அது வெறுமையாக இருந்தது. திரும்பிய போது அவர் விழிகள் என்னைப் பார்த்துக் கொண்டுதான் இருந்தன; உடனே

விழிகளை மூடிய அவர் ஒன்றும் சொல்லவில்லை. எழுதியது என்ன என்பதைக் கவனிக்காது அத்தாளை மறைத்து வைத்தேன். அர்பைனும் சீமாட்டியும் அரைமணி நேரம் கழித்தே வந்தனர். மருத்துவர் பிரசவம் பார்க்கப் போயிருப்பதாகவும் உடனே வருவதாகவும் கூறியதாக அர்பைன் தெரிவித்தார். அடுத்த அரை மணி நேரத்தில் மருத்துவர் வந்தார். மார்க்யூஸைப் பரிசீ-த்துவிட்டு, நாங்கள் பொய்யான கலவரம் கொண்டிருப்பதாகத் தெரிவித்தார். அவர் சாவதற்கு எந்த காரணமும் இல்லை என்றும் அவர் உடல்நிலை நன்றாக ஆகிவிடும் என்றும் கூறினார். எப்படித் திடீரென உடல்நிலை மோசமாகியது என மருத்துவர் கேட்ட கேள்விக்கு, எனக்கும் அர்பைனுக்கும் கூறிய கதையையே சீமாட்டித் திரும்பக் கூறினார். மருத்துவர் சீமாட்டியைப் பார்த்துவிட்டு ஒன்றும் சொல்லவில்லை. அடுத்தநாள் முழுவதும் மார்க்யுஸைவிட்டு அகலவே இல்லை மருத்துவர். நானும் அங்கேயே இருந்தேன். கிளேரும் வாலெண்டினும் வந்து தந்தையைப் பார்த்தனர். அவர் அசையவே இல்லை. பாரிஸி-ருந்து, இன்னொரு மருத்துவர், மாலையில் வந்து சேர்ந்தார். அவர் பாய்ட்டர்ஸ் மருத்துவருடன் சிறிது பேசிய பிறகு, இருவரும் மார்க்யுஸைப் பரிசீ-த்தனர். “அவர் நன்றாக இருக்கிறார் என உறுதியாகக் கூறுவேன். அவர் மீண்டு வருவார் என்பது உறுதி” என்றார் பாய்ட்டர்ஸ் மருத்துவர். சில கணங்களில் மார்க்யுஸ் விழித்து எங்களை ஒவ்வொருவராக நோக்கினார். அந்தத் தருணத்தில், சீமாட்டி உள்ளே மெதுவாக நுழைந்தாள். அவர்களைக் கண்டதும் மார்க்யுஸ் வேதனையில் புலம்பினார். நாங்கள் புரிந்து கொள்ள முடியாதபடி எதையோ கூறினார். துடித்த அவர், பிறகு கண்களை மூடிக்கொண்டார். மருத்துவர் சீமாட்டியைப் பற்றிக் கொண்டார். ஒரு கணத்தில் மார்க்யுஸ் இறந்துவிட்டார்.”

பெரிய கொலை வழக்கில் முக்கியமான சாட்சியத்தின் அறிக்கையை நிலவொளியில் படிப்பது போல உணர்ந்தார் நியூமன். “மற்றும் அந்தத்தாள் - தாள்! அதில் என்ன எழுதி இருந்தது?”

“அதனை உங்களுக்குச் சொல்ல முடியாது. என்னால் படிக்க முடியாமல் இருந்தது. அது ஃபிரெஞ்சு மொழியில் எழுதப்பட்டது.”

"ஆனால் வேறு யாரும் வாசிக்க முடியாதா?"

"யாரையும் கேட்கவில்லை"

"வேறு யாரும் அதனைப் பார்க்கவில்லை?"

"நீங்கள் பார்த்தால், நீங்கள்தான் முதல் நபராக இருப்பீர்கள்"

அவளது கரத்தைப்பற்றி வேகத்துடன் அழுத்தினார் நியூமன்.

"அதற்காக உனக்கு நன்றி. முதல் நபராக இருக்க விரும்புகிறேன். அது வேறு யாருடையதாக இல்லாமல், என் சொத்தாக மாற ஆசைப்படுகிறேன்! ஐரோப்பாவில் உள்ள மிக அறிவார்த்த முதியவள் நீ. அதைவைத்துக் கொண்டு என்ன செய்தாய்? உடனடியாக என்னிடம் கொடு!"

"ஒரு வகை கம்பீரத்துடன் எழுந்து நின்ற பிரெட், "அது அவ்வளவு எளிதில்லை, ஐயா. உங்களுக்கு வேண்டுமானால், பொறுத்திருக்க வேண்டும்."

"காத்திருப்பது என்றால் மிகக் கொடுமையானது"

"நான் காத்திருக்கிறேன் என்பது உறுதி. இத்தனை வருடங்களாகக் காத்திருக்கிறேன் நான்."

"மிகவும் உண்மை. நீ எனக்காகக் காத்துவந்திருக்கிறாய். அதனை மறக்கமாட்டேன். ஆனால் திரு. பெல்-கார்ட் சொல்-யது மாதிரி, நீ ஏன் யாரிடமும் கொடுக்காமல் இருந்தது எப்படி?"

"யாருக்குக் காட்டுவது? பல இரவுகள் அந்தச் சிந்தனையிலேயே கழித்திருக்கிறேன். கிளேருக்குத் திருமணம் முடிந்து - ஆறு மாதங்கள் சென்ற பிறகு - சமயத்தில், அதனை எடுப்பதாக இருந்தேன். அதனைக் கொண்டு எதையாவது செய்தல் நமது கடமை என உணர்ந்தேன். இருந்தாலும் நிறையப் பயந்தேன். அதில் என்ன எழுதப்பட்டிருக்கிறது என்று தெரியாது. யாரையும் நம்பவும் தயாராக இல்லாமல் இருந்தேன். தன் தாயைப் பற்றி மகளுக்கு எப்படி மோசமாக எழுதியிருக்கிறார் என்று கிளேருக்குத் தெரிவித்துவிடுவதில் ஒரு கொடூர நேசம் இருப்பதை உணர்ந்தேன்; அப்படித்தான் அது இருக்கும் எனக்கருதினேன். அது அவரை மிகவும் சோகத்தில் ஆழ்த்திவிடும் என அஞ்சினேன். அவருக்காகவும் வாலெண்டினுக்காகவும் நான் சும்மா இருந்துவிட்டேன்.

‘சும்மா’ என்றேன். ஆனால் அது பயங்கரமாக இருந்தது. என்னை ஒட்டுமொத்தமாக மாற்றிவிட்டது. என் நாவை அடக்கிக் கொண்டதால் நிகழ்ந்தது. வேறு யாருக்கும் தெரியாது இது வரை.

‘‘ஆனால் வெளிப்படையாகச் சந்தேகங்கள் இருந்திருக்கின்றன. வாலெண்டின் எங்கிருந்து தன் கருத்துக்களைப் பெற்றார்?”

‘‘பாய்ட்டர்ஸின் சிறு மருத்துவரிடமிருந்து. மிகவும் அதிருப்தியடைந்த அவர், நிறையப் பேசினார். தினமும் வீட்டுக்கு வந்து கொண்டிருந்தாலும், கூர்மையான ஃபிரெஞ்சுக்காரராக இருந்ததாலும் அவரால் உண்மையை உணர்ந்து கொள்ள முடிந்தது. அதுவும் சீமாட்டியைக் கண்ட மாத்திரத்தில் மார்க்யுஸ் மடிந்தது யாரையும் உலுக்கிவிடும். பாரிஸ் மருத்துவர் பாய்ட்டர்ஸ் மருத்துவரை அடக்கினார். இருந்தாலும் கிளேரும் வாலெண்டினும் சிலவற்றைக் கேட்டனர். தந்தையின் சாவு இயற்கைக்கு மாறானது என்று தெரிந்தனர். நிச்சயமாக தாயைக் குற்றம்சாட்ட முடியாது அவர்களால். நான் வாய் மூடிக்கொண்டிருந்துவிட்டேன். வாலெண்டின் என்னைப் பார்க்கும் போதெல்லாம் எங்கே கேட்டு விடுவாரோ என்று அஞ்சி வேறுபுறமாகப் பார்த்து, தவிர்க்கவே முயன்றிருக்கிறேன். நான் சொல்-யிருந்தால், நிச்சயமாக என்னை வெறுத்திருப்பார். ஒருமுறை அவரிடம் சென்று குழந்தையாக இருந்த போது அவரை முத்தமிட்டது போல முத்தமிட்டு, “நீங்கள் துயரமாக இருக்கக்கூடாது. உங்கள் பிரெட்டை நம்புங்கள். இத்தகைய இளைஞரான நீங்கள் சோகமாக இருக்க ஒன்றுமில்லை” என்று கூறினேன். என்னைப் புரிந்து கொண்டதாக நினைத்தேன். அவரும் கேட்காத கேள்வியுடன் சென்றுவிட்டார். நானும் சொல்லாத கதையுடன் இருந்துவிட்டேன். பெரிய இல்லத்துக்கு அபகீர்த்தியைக் கொண்டு வந்து விடக் கூடாது என இருவரும் அஞ்சினோம். கிளேரைப் பொறுத்தவரையிலும் இதேதான் விஷயம். அவருக்கும் நடந்தது தெரியாது. என் சீமாட்டியும் திரு அர்பைனும் என்னை எதுவும் கேட்கவில்லை; ஏனெனில் கேட்பதற்கு எந்தக் காரணமும் இல்லை.”

“ஆனால் பாய்ட்டர்ஸ் மருத்துவர் நிறையப் பேசியதாகக் குறிப்பிட்டாய்: யாரும் அதனைக் கவனிக்கவில்லையா?”

‘‘நான் அதனைக் கேட்கவில்லை, ஐயா. இந்தப் பிரதேசங்களில், சில விவகாரங்களை, அதிக்கிரமங்களைப் பேசிக் கொள்கிறார்கள் - பெல்-கார்ட் சீமாட்டி தலையை உருட்டுகிறார்கள். ஆனால், அவர்கள் என்னதான் கூறிவிட முடியும்? மார்க்யுஸ் நோய்வாய்ப்பட்டிருந்தார், மார்க்யுஸ் மடிந்தார்; அவருக்கு யாரையும் போலவே சாக உரிமை இருந்தது. அடுத்த வருடம் மருத்துவர் பாய்ட்டர்ஸை விட்டு நீங்கி வேறு இடத்தில் குடிபோனார். இருந்த வதந்தியும் போய்விட்டது. என் சீமாட்டியைப் பற்றிப்பேச மேலும் வதந்திகள் இருக்க முடியும் என நினைக்கவில்லை நான். அந்த அளவு மரியாதைமிக்கவர்கள் அவர்கள்.”

இறுதிவாசகத்தைக் கேட்டதும் நியூமன் பெரிதாகச் சிரித்துவிட்டார். இருவரும் நடந்து கொண்டே தேவாலய முகப்புக்கு வந்தனர். இருவரும் ஒருவரையொருவர் நெருங்கிய நட்புணர்வுடன் பார்த்துக் கொண்டனர் - நெருங்கிய சதிகாரர்களைப் போல. “அவளது கணவனுக்கு அவள் என்ன செய்தாள்? அவள் கொல்லவில்லை அல்லது விஷம் தரவில்லை?’’

“எனக்குத் தெரியாது, ஐயா; யாரும் அறியார்”

“திரு அர்பைனாக இல்லாதவரை. அறைக்கு வெளியே அங்குமிங்குமாக நடந்து கொண்டிருந்தார் என்று சொல்கிறாய். சாவித்துளை வழியாகப் பார்த்திருக்கலாம். ஆனால், இல்லை. தாயுடன் சேர்ந்து ஒத்துழைத்திருப்பார் என்றே நினைக்கிறேன்.”

“அதனை அடிக்கடி நினைத்திருக்கிறேன் என்பது பற்றி உறுதியடையலாம் நீங்கள். சீமாட்டி தனது கரங்களால் அவரைத் தொடவில்லை என்று உறுதியாகச் சொல்வேன். அந்த மாதிரி எந்த அடையாளத்தையும் அவரது உட-ல் காணவில்லை. அவர் வயிற்று வ-யால் துடித்த போது, மருந்து கேட்டிருக்கிறார். அப்போது, பலவீனமானவராகவும் ஒன்றும் செய்ய முடியாதவராகவும் இருந்த அவருக்கு அது நடந்திருக்கிறது. அவர் பயமுறுத்தப்பட்டு திகிலடையச் செய்யப்பட்டிருக்கிறார். “நீ என்னைக் கொல்ல விரும்புகிறாய்” என்று அவர் கூறியதற்கு, “ஆமாம், உங்களைக் கொல்ல விரும்புகிறேன்’’ எனச் சீமாட்டி தெரிவித்திருக்கிறார்கள். அருகில் அமர்ந்து அவரையே கூர்மையாக நோக்கி

யிருக்கிறார்கள். என் சீமாட்டியின் கண்களை அறிவீர்கள். அவற்றாலேயே அவரைக் கொன்றிருக்கிறார். அவ்விழிகளில் அவ்வளவு பயங்கரமான வலுமிக்க உறுதியைப் பாய்ச்சி யிருக்கிறார். மலர்களில் மீது விழும் பனிக்கட்டி போல."

"நல்லது, நீ ஒரு புத்திசா-ப் பெண். மிகவும் நுட்பமாக அறிந்திருக்கிறாய். உன் சேவைக்காக மதிக்கிறேன்."

குன்றி-ருந்து இறங்க ஆரம்பித்தனர். கீழே வரும் வரை பிரெட் ஒன்றும் சொல்லவில்லை. நியூமன் எல்லா நட்சத்திரங்களையும் பார்த்துக் கொண்டிருந்தார். "நீங்கள் அதுபற்றி தீவிரமாக இருக்கிறீர்கள், ஐயா?" என்றாள் பிரெட், மெதுவாக.

"நீ என்னுடன் இருக்கப்போவதைப் பற்றி, இறுதிவரை உன்னைக் கவனித்துக் கொள்வேன், நிச்சயமாக. அவர்களுடன் இனி ஒரு நொடியும் வாழ முடியாது உன்னால். இதன் பிறகு, நீ அவர்களுடன் வாழவும் கூடாது. அந்தத் தாளைக் கொடுத்துவிட்டு, நீ போகலாம்."

"நீங்கள் அந்த வீட்டை நிலை குலையச் செய்வதாக இருந்தால் நான் சம்பந்தப்படாதே இருப்பேன்."

"ஓ, நான் காவல்துறையினரையெல்லாம் கொண்டுவர மாட்டேன், அதுதான் நீ அஞ்சுவதாக இருப்பதாயின். பெல்-கார்ட் சீமாட்டி செய்தது எதுவானாலும், அதனைச் சட்டம் கண்டு பிடியாது என்றே அஞ்சுகிறேன். ஆனால் அதுபற்றி சந்தோஷமே. அது ஒட்டுமொத்தமாக என்னிடம் விட்டுவிடுகிறது.

"நீங்கள் ஒரு வல்லமைமிக்க துணிச்சலான மனிதர்"

இருவரும் இல்லத்தை நோக்கிச் சென்றனர். நியூமனைத் தோடத்தின் வெளியே நிறுத்திவிட்டு, இரகசியப் குறிப்புத் தாளுடன் அரைமணி நேரத்தில் வருவதாக, பிரெட் சென்றாள். பிரதானவாயில் வழியாகச் செல்லாமல் ஒரு சிறு சந்து வழியாக நுழைந்தாள்.

அவருக்கு அரைமணி மேலும், நீண்டதாகத் தோன்றியது அந்த இடத்தில், ஆனால் அவருக்குச் சிந்திக்க நிறைய இருந்தன. இறுதியில் பிரெட் அந்தத்தாளுடன் வந்தாள்.

அதனை மடித்து தன் பையில் வைத்துக் கொண்டார். ‘‘பாரிஸில் என்னை வந்து பார். உன் எதிர்காலத்தைத் தீர்மானித்துக் கொள்வோம். பெல்-கார்டின் ஃபிரெஞ்சுக் குறிப்பை உனக்கு மொழி பெயர்த்துச் சொல்வேன்.’’ திரு. நியோசியின் போதனைக்காக அவர் இதற்குமுன் இவ்வளவு நன்றி பாராட்டியதில்லை.

“இப்போது என்னைப்பற்றிக் கருத்தில் கொள்ள வேண்டும். நீங்கள் ஒரு நேர்மையான வழியிலான பயங்கர மனிதர்.”

“இப்போதுதான் நான் ஒரு பயங்கரமான பொறுமையற்ற மனிதராக இருந்தேன்” என்று கூறிவிட்டு, விடுதி நோக்கிப் புறப்பட்டார். அறைக் கதவை மூடிவிட்டு விளக்கு வெளிச்சத்தில், அந்தத் தாளைப் பிரித்து பார்த்தார். மங்கலான வெளிச்சத்தில் அந்தப் பென்சில் குறிப்புகள், முத-ல் புலப்படாவிட்டாலும், சிரமம் எடுத்து நியூமன் முயற்சி செய்யவும் புலனாக ஆரம்பித்தது.

“என் மனைவி என்னைக் கொல்ல முயற்சி செய்கிறாள், செய்து விட்டாள் அவள்; நான் கொடூரமாகச் செத்துக்கொண்டிருக்கிறேன். இதெல்லாம் திரு. சிண்ட்ரேக்கு என் மகளை முணமுடிக்கத்தான். என்னால் முடிந்த மட்டும் எதிர்க்கிறேன் - இதனைத் தடை செய்கிறேன். நான் பைத்தியமில்லை - மருத்துவர்களைக் கேட்டுப் பாருங்கள் - திருமதி பி - யைக் கேளுங்கள். என்னைத் தாக்கிக் கொன்றுவிட்டாள் இன்று இரவு. இது கொலை. மருத்துவர்களைக் கேளுங்கள்.

-ஹென்றி - அர்பைன் பெல்-கார்ட்.”

XXII

திருமதி பிரெட்டுடன் பேசிய இரண்டாம் நாளன்று பாரிஸுக்குத் திரும்பினார் நியூமன். பாய்ட்டரிஸில் தங்கிய போது அந்தக் குறிப்பு பற்றியே யோசித்துக் கொண்டிருந்தார் - என்ன செய்வது, எப்படிச் செய்வது என்று பாரிஸில் பல்கலைக்கழகத் தெருவுக்குச் சென்று சீமாட்டி வந்து விட்டாளா என்று விசாரித்தபோது, சீமாட்டியும் புதல்வரும் நேற்றே வந்துவிட்டதாகவும் வீட்டில் இருப்பதாகவும் பதில் வந்தது. பதில் தெரிவித்துவிட்டு, அந்த முதியவள் ஒரு சிறு கொடிய சிரிப்பு சிரித்தாள் - ''துணிவிருந்தால் உள்ளே போங்கள்!'' என்று நியூமனுக்கு சொல்வது மாதிரி இருந்தது அது. வீட்டு விவகாரங்கள் அவளுக்கு அத்துபடியாகியிருந்தது. ஒரு கணம் நின்று அவளை நோக்கிய நியூமன் பிறகு, திரும்பினார். உள்ளே நுழைய அஞ்சியதால் அவர் திரும்பவில்லை. தன்னிடமிருக்கும் இடி முழக்கத்தை வளர்த்துக் கொண்டிருந்தார். அதனை நேசித்தார். அதனை விட்டுப் பிரிய விருப்பமில்லாதவராக இருந்தார். அதனை உயர்த்திப்பிடித்து, பாதிக்கப்படப் போகிறவர்கள் கண்டு கி-பிடித்து, முகம் வெளிறிப் போவதைக் காண்பவர் போலக் காணப்பட்டார். தன் இடி முழக்கத்தை எப்படி நிகழ்த்திக் காட்டுவது என்பது குறித்து எதுவும் அறியாதவராக இருந்தார். தனது வருகை அட்டையை சீமாட்டிக்கு அனுப்பினால் அவள் நிச்சயமாக மறுத்துவிடுவாள். இன்னொரு நிலையில், பலவந்தமாகவும் அவர் உள்ளே போக முடியாது. கடிதம் எழுதுவது என்பது அவரை வதைத்தது. ஆனால், அது நேர்முகத்திற்கு இடம் தரும் என்ற ஆறுதல் தந்தது. தனது இல்லத்துக்குச் சென்று, சூரியன் மறைவினை கவனித்துக் கொண்டிருந்த சமயத்தில், பெல்-கார்ட் சீமாட்டிக்கு

மனதிலேயே ஒரு கடிதத்தை எழுத ஆரம்பித்தார். அப்போது வேலையாள் "திருமதி பிரெட் என்று அறிவித்துவிட்டுப் போனான்.

திருமதி பிரெட்டை உற்சாகமாக வரவேற்று அமருமாறு கூறினார். ஆனால் அவள் மிகவும் பணிவுடன் நடந்து கொண்டாள். ஆனால் அவள் இரவு வேளையில் நண்பர் ஒருவரைப் பார்க்கப் போவதாகக் கனவில்கூட நினைத்திருக்க முடியாது.

"என் இடத்தினை மறக்கவில்லை என்று உண்மையாகவே நம்புகிறேன்"

"உன் இடத்தை மறப்பது? ஏன், நீ நினைவுபடுத்திக் கொண்டிருக்கிறாய். இதுதான் உன்னிடம், உனக்குத் தெரியுமே. ஏற்கனவே என் வேலையில் இறங்கிவிட்டாய். உன் சம்பளம் இருவாரங்களுக்கு முன்னர் இருந்தே துவங்கிவிட்டது. உன் சேவை என் இல்லத்துக்கு தேவை! ஏன் உன் குல்லாயை எடுத்து விட்டுத் தங்கக்கூடாது?"

"என் குல்லாயை எடுப்பது? ஓ, எனக்குத் தொப்பி இல்லை, இந்தக் கௌனுடன் உங்கள் வீட்டைக் கவனித்துக் கொள்ள முடியாது, ஐயா"

"உன் கௌன் பற்றிக் கவலைப்படத் தேவையில்லை. அதைவிடச் சிறந்த கவுனைப் பெற்றுக் கொள்ளலாம்."

"ஓ, என் ஆடைகள் மீதுதான் எனக்கு ஆசை"

"அந்தக் கொடியவர்களிடமிருந்து வந்து விட்டாய் என்றே நம்புகிறேன்"

"நல்லது, ஐயா, இங்கே நானிருக்கிறேன். அவ்வளவுதான் நான் சொல்ல முடியும். ஏழையான காதரீன் பிரெட் இங்கே அமர்ந்திருக்கிறேன். நானிருப்பதற்குப் புதுமையான இடம் இது. என்னையே எனக்குத் தெரியவில்லை. நான் துணிச்சல் மிக்கவள் என்று எப்போதும் நினைத்ததில்லை. என் ஆற்றல் தாங்கக்கூடியதுவரை சென்றுவிட்டேன்."

"அதுபற்றியெல்லாம் சங்கடப்பட வேண்டாம். இப்போதுதான் உற்சாகமாக இருக்க வேண்டிய நேரம், தெரியுமா?"

"நான் நினைக்கிறேன், இது மரியாதைமிக்கதாக இருக்கும், என்னால் - என்னால்-"

"இந்த மாதிரி விஷயத்தை உன்னால் அப்படியே விட்டுவிட முடிந்தால்?"

"எல்லாவற்றையும் என்னால் விட்டுவிட முடிந்தால், ஐயா! நான் வேண்டுவதெல்லம் கண்ணியமான புராட்டஸ்டண்ட் அடக்கமே"

"அடக்கம் செய்வது!" என்று சிரிப்புடன் கூவினார் நியூமன். ஏன், இப்போது உன்னைப் புதைப்பது ஒரு துயரமிகு படாடோபமாக இருக்கும். மரியாதை பெறும் பொருட்டு புதைக்கப்பட வேண்டியவர்கள் அயோக்கியர்களே. என்னையும் உன்னையும் போன்ற நேர்மையானவர்கள் நம் காலத்தை வாழ்ந்திட முடியும் - சேர்ந்து வாழ்ந்திடலாம். உன் மூட்டை முடிச்சுகளைக் கொண்டு வந்திருக்கிறாயா?"

"என் பெட்டி பூட்டப்பட்டிருக்கிறது; இன்னும் என் சீமாட்டியிடம் இது பற்றிப் பேசவில்லை நான்."

"அப்படியானால், பேசிவிடு. விவகாரத்தை முடித்துக் கொண்டுவிடு. நீ உனதுச் சந்தர்ப்பத்தை பெற வேண்டும் என விரும்புகிறேன் நான்."

"அதனை உங்களிடமே மகிழ்ச்சியுடன் தந்துவிடுகிறேன், ஐயா. என் சீமாட்டியின் ஒப்பனை அறையில் அலுப்பூட்டும் நீண்ட நேரத்தைக் கழித்தேன்; ஆனால் இது மிக நீண்டதாக இருக்கக்கூடிய ஒன்று. என்னை நன்றி செய்பவள் என்று கூறி வதைப்பார் சீமாட்டி."

"நல்லது, கொலைக்குற்றத்தால் நீ அவளை வதைக்க முடியும்வரை"

"ஓ, என்னால் முடியாது. நான் செய்யமாட்டேன்"

"அதுபற்றி ஒன்றும் சொல்லப்போவதில்லை என்றா கூறுகிறாய்? அந்த அளவு நல்லதே. என்னிடம் விட்டுவிடு."

"நன்றி கெட்டவள் என்று அவர்கள் கூறினால் என்னிடம் சொல்வதற்கு ஒன்றுமிருக்காது. ஆனால் அது மேலானது. இறுதிவரை அவர் எனது எஜமானியாகவே இருப்பார்கள். அது மிகவும் மரியாதை மிக்கது."

"பிறகு என்னிடம் வருவாய், நான் உனது கனவானாக இருப்பது அது இன்னும் மரியாதைமிக்கதாக இருக்கும்."

பிரெட் எழுந்து நின்று, அவரையே பார்த்துக் கொண்டிருந்தாள்.

"நீங்கள் பார்ப்பது சரியாக இல்லை"

"அதுதான் இயற்கையானது. நன்றாகப் பார்க்க என்ன இருக்கிறது. - அலட்சியமாக இருக்க, ஆவேசமாக இருக்க, சேர்ந்திருக்க, வேடிக்கையாக இருக்க, பிணியோடிருக்க மற்றும் உற்சாகமாக இருக்க - எல்லாம் ஒரே சமயத்தில் - ஏன், இவையெல்லாம் ஒன்றாகக் கலந்திருக்கின்றன."

"உங்களை இன்னும் சோர்வடையச் செய்யும் ஒரு விஷயத்தை என்னால் சொல்-ட முடியும். திருமதி சிண்ட்ரே பற்றியது."

"நீ பார்க்காத ஒன்றை எப்படிச் சொல்ல முடியும்?"

"அவ்வளவு இரகசியமாக அவளை வைத்திருக்கிறார்கள்."

"மிக இரகசியமாக, மிக இரகசியமாக"

"அவர்கள் பார்க்க முயற்சி செய்தனர், மற்றும் அவளால் முடியவில்லை - அவளால் முடியவில்லை?"

"அவள் மறுத்துவிட்டாள் - ஒரேயடியாக! என் சீமாட்டியின் வேலையாளிடமிருந்து இதனைத் தெரிந்து கொண்டேன். இப்போது திருமதி சிண்ட்ரே அவர்களைப் பார்க்கமாட்டார். இதுதான் அவரது ஒரே வாய்ப்பு. சிறிது காலம் சென்றுவிட்டால் அவருக்கு எந்த வாய்ப்பும் இருக்காது."

"நீ சொல்வது மற்ற பெண்களை - தாயார்கள், புதல்விகள், சகோதரிகள்; அவர்களை எப்படி அழைக்கின்றனர்? - அவளை வெளியே விடமாட்டார்கள்?"

"அதுதான் அவர்களது நெறி என்கின்றனர். கார்மலைட்ஸ் மாதிரி கடுமையான கூட்டங்கள் வேறு எதுவும் இல்லை. சீர்திருத்தப் பள்ளிகளில் இருக்கக்கூடிய மோசமான பெண்களே, அவர்களுக்கு உயர்ந்தவர்கள். முரட்டுத் துணியை அணிந்து கொண்டு தரையில் தூங்குவார்கள். மெல்-ய ஆடை தவிர வேறு எதையும் அறியாதவர் திருமதி சிண்ட்ரே. அவர்கள்

எல்லாவற்றையும் இழந்து விடுகின்றனர். தங்கள் பெயர் களைக்கூட. தாய், தந்தை, அண்ணன் தங்கை - எல்லாரையும் தியாகம் செய்து விடுகின்றனர்."

இந்த விவரங்களைத் திருமதி பிரெட் உலர்ந்த கண்களுடனும் வெளிறிய முகத்துடனும் கூறிக்கொண்டிருந் தாள். நியூமன் வேதனையுடன் கேட்டுக் கொண்டிருந்தார்.

"அந்த இடம் எங்கே இருக்கிறது - அந்த மடாலயப் பள்ளி எங்கே இருக்கிறது?"

"இரண்டு இல்லங்கள் இருக்கின்றன. நீங்கள் தெரிந்து கொள்ள விரும்புகிறீர்கள் என நினைத்தேன். ஒன்று மெஸினி தெருவில் இருக்கிறது. திருமதி சிண்ட்ரே அதில் இருப்பதாக அவர்கள் அறிந்திருக்கின்றனர். இன்னொன்று என்ஃபெர் தெருவில். அது பயங்கரமான பெயர். அதற்கு என்ன பொருள் என அறிவீர்கள் என்று நினைக்கின்றேன்."

"நான் அருகில் செல்ல முடியுமா? - அவளைப் பார்க்க முடியாவிட்டாலும் கூட? ஏதாவது சிறு வழியாகப் பார்க்க முடியுமா - என்பதை மட்டும் தெரிவி."

"அதனால் உங்களுக்குப் பிரயோஜனமில்லை. அது அவளை மேலும் விலகிச் செல்லவே செய்யும்."

"எதுவானாலும் அங்கே போக விரும்புகிறேன். மெஸினி தெரு என்று சொன்னாய்? அவர்களை எப்படி அழைக்கிறார்கள்?"

"கார்மலைட்ஸ்"

"அதனையும் நினைவில் வைத்துக் கொள்கிறேன்"

"இதனைத் தெரிவிப்பது எனது கடமை. அந்த மடாலயப்பள்ளிக்கு ஒரு தேவாலயம் இருக்கிறது. ஞாயிறு ஆராதனைக்குச் சிலர் அனுமதிக்கப்படுவர். அங்கே அடைபட்ட ஜீவன்களை நீங்கள் பார்க்க இயலாது. அவர்கள் பாடுவதைக் கேட்க இயலும். அவர்களுக்குப் பாடுவதற்கு இதயம் இருக்குமோ என்று வியக்கிறேன். ஒரு ஞாயிறன்று பேசத்துணிந்திருக்கின்றேன். ஒரு ஐம்பது குரல்களில் அவரது குரலைக் காண முடியும் என்று தோன்றுகிறது."

"நன்றி யாராவது உள்ளே புகமுடிந்தால் நான் சென்றுவிடுவேன். இங்கே, நான் பயன்படுத்தாத அறைகள் பன்னிரண்டு இருக்கின்றன. போய்ப் பார்த்து எது வசிப்பதற்குப் பொருத்தமானது என்பதைத் தேர்ந்தெடுத்துக்கொள்."

முதல் தயங்கிய பிரெட், பிறகு சென்று பார்வையிட்டார். சிறிது நேரம் கழித்துத் திரும்பிவந்தாள்.

"நல்லது, உன்னுடைய அறையைத் தேர்ந்தெடுத்து விட்டாயா?"

"ஒரு அறை? அவை எல்லாமே நேர்த்தியானவை."

"அவை எல்லாம் தகரத்தால் ஆனவைதான். சிறிது நேரம் இருந்தால், பொத்துக் கொண்டு வந்துவிடும்."

"வீட்டு மூலைப்பகுதிகள் எல்லாம் அஞ்சத்தக்கவையாக இருக்கின்றன. வீட்டை பராமரிப்பவர் உங்களுக்கு அவசியம்" என்று கூறிவிட்டுக் கிளம்பினாள்.

மறுநாள் தனது உலகியல் பொருட்களுடன் திரும்பி வந்தாள். சீமாட்டியிடம் விடை பெற்றதை வினவினார் நியூமன். அவள் அஞ்சியதைவிட எளிதாகவே இருந்ததாகக் கூறினாள்.

"நீ என்னிடம் வருவதை அவள் அறிவாளா?"

"எங்கே போகிறாய் எனக் கேட்டார்கள், நான் உங்கள் பெயரைக் குறிப்பிட்டேன்."

"அதற்கு அவள் என்ன சொன்னாள்?"

"என்னைக் கடுமையாகப் பார்த்து, முகம் சிவப்பேறி விட்டது அவர்களுக்கு. பிறகு என்னைப் போகுமாறு கூறினார்கள். நான் கீழே இறங்கியபோது வாயிற் கதவு பூட்டப்பட்டிருந்தது. திரு.பெல்-கார்டினை அழைத்துவர வேலையாள் அனுப்பப்பட்டிருந்ததை அறிந்தேன்."

"அவள் பீதியடைந்துவிட்டாள்! பீதியடைந்துவிட்டாள்!"

"நானும் பயமுறுத்தப்பட்டுவிட்டேன். ஆனால், அத்துடன் வேதனையும்பட்டேன். வேலையாளுடன் கடுமையாகச் சண்டையிட்டேன். அவன் கதவைத் திறந்து போகவிட்டான். வண்டியில் ஏறி வேகமாகச் செலுத்துமாறு கூவினேன். ஆனால்

அவன் மிக மெதுவாக வந்தான். இன்னும் நடுங்கிக் கொண்டிருக்கிறேன். ஊசியில் நூலைக் கோர்க்க ஐந்து நிமிடங்கள் ஆகிவிட்டது இப்போது."

அந்தச் சிறு குறிப்புப்பற்றி திருமதி ட்ரிஸ்ட்ரத்துக்குத் தெரிவிக்கவே இல்லை நியூமன். இவ்வளவுக்கும் பாரிஸி-ருந்து திரும்பிய பிறகு அவளைப் பலமுறை பார்த்திருக்கிறார், அவர் புதுமையாகக் காணப்படுவதாகத் தெரிவித்திருக்கிறாள். அவரது ஏமாற்றத்தை உணர்ந்து விட்டாரா? உடல் நலமில்லாது இருக்கப் போகின்றவர் போலக் காணப்பட்டார். இப்போது மாதிரி அமைதியின்மையுடனும் துடிப்புடனும் அவரை அவள் எப்போதும் கண்டதில்லை. ஒருநாளைக்குக் கையில் தலையை சாய்த்தபடி, இனிமேல் புன்னகைக்கப் போவதில்லை எனத் தீர்மானித்துவிட்ட மாதிரி உட்கார்ந்திருப்பார். இன்னொரு நாள் முறையில்லாத வேடிக்கைப் பேச்சுக்களில் ஈடுபட்டிருப்பார். எது எப்படி இருந்தாலும் புதிராக இருக்க வேண்டும் என அவள் கேட்டுக் கொண்டாள். இந்த விவகாரத்துக்குத் தான் ஒரு வகையில் பொறுப்பு என்பதை உணர்ந்த அவள் இந்தப்புதிர் நடவடிக்கையைத் தவிர வேறு எதனையும் தாங்கிக் கொள்ளத் தயாராக இருந்தாள். அவர் சோகமாக இருக்கலாம் அல்லது இறுகிப்போய் இருக்கலாம், அவளுடன் சண்டையிட்டுக் கொள்ளலாம், ஏன் வாழ்க்கையில் இந்த மாதிரி தலையிட்டாய் என வினவலாம். அதற்கெல்லாம் அவள் இணங்குவாள். திருமதி சிண்ட்ரேக்குப் பதிலாக இன்னொரு அழகியைக் காணும்வரை ஓயப்போவதில்லை என்று தெரிவித்தாள்.

ஓ, புதிதாகக் கணக்கொன்றை நாம் ஆரம்பிக்காம-ருப்பது நலம்! நீ, ஒருநாள் என்னைப் புதைத்துவிடலாம், ஆனால் திருமணம் செய்து வைக்க முடியாது. அது முடியாத விஷயம். அடுத்த வாரம், மெஸனி தெருவில் இருக்கும் கார்மலைட்ஸ் தேவாலயத்துக்கு, ஞாயிறன்று செல்கிறேன். கத்தோ-க்க பாதிரிகளில் ஓவெரைத் தெரியுமா - மடாலயத் தலைவர். அவர்தானே? - அவரைப் பார்த்திருக்கிறேன். உள்ளே நுழைய விசேட அனுமதி தேவையா என்று தயவு செய்து கேள், தேவையானால் எனக்காகப் பெற்றுத்தரும்படி வேண்டுக."

"ஏதாவது என்னைச் செய்யுமாறு கேட்டதற்கு மிகுந்த மகிழ்ச்சி. மடாலயத் தலைவரால் முடியுமானால், நிச்சயமாக

நீங்கள் உள்ளே நுழைந்திடலாம்," என்றாள் ட்ரிஸ்ட்ரம். இருநாள் கழித்து ஏற்பாடு செய்யப்பட்டுவிட்டதாகத் தெரிவித்தாள். மடாலயப்பள்ளி முன் கண்ணியமாகக் காத்திருந்தால், உள்ளே போவதில் சிரமம் இருக்காது என்று தெரிவித்ததாகக் கூறினாள்.

XXIII

ஞாயிற்றுக் கிழமை வருவதற்கு இன்னும் இருநாட்கள் இருக்கின்றன. அதற்கிடையில் அவரது பொறுமை யின்மையைத் தணிப்பதற்காக மெஸினி தெருவிற்குச் சென்று மடாலய வெளிச்சுவரைப் பார்க்கச் சென்றார். அந்த இடம் நவீன வசதிகளும் செல்வப்பெருக்கும் நிறைந்தது; அந்த ஆன்மீக நிறுவனத்தின் பண்புக்கு முற்றிலும் மாறாக இருக்கும். அந்த இடம் மிகவும் விநோதமாக, புனைவிய--ருந்து கிழிக்கப்பட்ட ஒரு பக்கமாக, அவரது அனுபவத்திற்குச் சம்பந்தமில்லாத வகையில் இருந்தது.

ஞாயிறு காலையில் அங்கு நுழைந்தார். அங்கு சகோதரி ஒருவர் சுட்டிக்காட்டிய திசையில் சென்று தேவாலயத்தை அடைந்தார். இன்னும் ஆராதனை ஆரம்பிக்கவில்லை. போதுமான வெளிச்சமும் அங்கில்லை. அது இரும்புத் திரையால் இருபிரிவாகப் பிரிக்கப்பட்டிருந்ததைக் கண்டார். நிறைய நாற்கா-களும் பெஞ்சுகளும் கிடந்தன. அவற்றில் மூன்றிலோ அல்லது நான்கிலோ தெளிவற்ற அசைவற்ற உருவங்கள் அமர்ந்திருந்தன. பக்தியில் ஆழ்ந்தவர்களாக அப்படி இருந்தவர்கள் பெண்கள்தான் என்று கண்டார். அந்த இடம் மிகக் குளிராக இருந்ததாகத் தோன்றியது நியூமனுக்கு; பத்தியின் மணமும் குளிராகவே இருந்தது. நியூமனும் அமர்ந்தார். அப்பெண்களும் தன்னைப் போலப் பார்வை யாளர்கள் என்பதை அறிந்தார். திருமதி சிண்ட்ரேயைப் போல இரக்கமற்று அங்கு சேர்ந்துவிட்டவர்களின் தாயார்களும் சகோதரிகளுமாக உள்ளவர்கள்தான் அவர்கள். ஆனால் அவர்கள் அவரைவிட நன்றாக இருந்தார்கள்; தியாகம் செய்துவிட்டவர்களின் நம்பிக்கையை அவர்களும் பரிமாறிக் கொண்டனர். மூன்று அல்லது நான்கு பேர் நுழைந்தனர்;

அவர்களில் இருவர் வயதானவர்கள். ஒவ்வொருவரும் மிக அமைதியாக இருந்தனர். பீடத்துக்கு பின்னுள்ள திரை மீது நியூமன் பார்வை விரைந்தது. அதுதான் கான்வென்ட், உண்மையான கான்வென்ட், அவளிருக்குமிடம். எழுந்து நின்று கிட்டே சென்று திரை ஊடாகப் பார்க்க முயன்றார். ஆனால் அதன்பின் ஒரே இருளாக இருந்தது, எதுவும் அசையவில்லை. தன்னிடத்துக்குத் திரும்பினார். அப்போது ஒரு பாதிரியாரும் இரு பையன்களும் நுழைந்து ஆராதனையைத் துவக்கினர்.

அவர்களது அசைவுகளையும் சுழற்சிகளையும் ஒரு இருண்ட அசைவற்ற மனஉரிமையுடன் கவனித்தார்; திருமதி சிண்ட்ரேயின் செயலுக்கு உதவியாளர்களாக, அதனைத் தூண்டுபவர்களாக தோன்றினர்; தங்கள் வெற்றியைப் பறைசாற்றிக் கொண்டிருந்தனர். பாதிரியின் குரலும் இருண்ட ஏற்ற இரக்கங்களும் அவரிடம் கோபத்தைக் கிளறின. இவையெல்லாம் நியூமனுக்காகவே நிகழ்பவையாகத் தோன்றின. அப்போது திடீரென திரையின் அடுத்த பகுதியி-ருந்து அவரது கவனத்தை ஈர்க்கும்படியான குரல் எழுந்தது - பெண்களால் வெளியிடப்பட்ட விநோதமான சப்தம். கார்மலைட்ஸ் கன்னிகாஸ்திரீகளால் வெளியிடப்படும் ஒரே மானுட வெளிப்பாடு அதுதான். புதைக்கப்பட்ட அவர்களது ஆசாபாசங்கள், மண்ணுலக ஆசை தொடர்பான பகட்டுக்கள் குறித்த ... முத-ல் அந்தச்சப்தத்தால் திடுக்கிட்டார் நியூமன். அதன் பொருளைப் புரிந்து கொண்ட பிறகு, கூர்ந்து கவனிக்கவே அவரது இருதயம் துடிக்க ஆரம்பித்தது. திருமதி சிண்ட்ரேயின் குரலைத் தேடினார்; அவற்றின் மத்தியில் அடையாளம் கண்டு கொண்டதாகக் கற்பனை செய்தார். (அது தவறு என்று நம்புவதற்கு நாம் கடமைப்பட்டிருக்கிறோம்; காணமுடியாத சகோதரியாக மாறுவதற்கு இன்னும் நேரம் வந்துவிடவில்லை அவளுக்கு) அவர்களது மந்திரம் இயந்திரகதியில், ஒரே மாதிரியாக, திரும்பத் திரும்ப சென்றது. அது பயங்கரமானதாக, அஞ்சத்தக்கதாக இருந்தது; அது தொடர்ந்தது. தனது அனைத்துச் சுயகட்டுப்பாடும் தேவை என்றுணர்ந்தார் நியூமன். மிகவும் பரபரப்படைந்து கொண்டிருந்தார். கண்களில் நீர் தளும்பியது. எழுந்து, வெளியே வந்தார். வாயிற்படியில் நின்று

திரும்பவும் அந்த சப்தத்தைக் கேட்டார், பின் விரைவாக முற்றத்துக்கு வந்தார். அப்போது அவருக்கு வழிகாட்டிய சகோதரி, அப்போதுதான் வந்திருந்த புதியவர் இருவருடன் உரையாடிக் கொண்டிருப்பதைக் கண்டார். அவர்கள் பெல்-கார்ட் சீமாட்டியும் அவரது மகனும் என்பதை இரண்டாவது பார்வையில் தெரிந்துகொண்டார். அவர்களும் நியூமன் மேற்கொண்ட முயற்சியை கையாண்டிருக்கின்றனர். அவர் முற்றத்தைக் கடக்கும்போது பெல்-கார்ட் கண்டுகொண்டார். முதிவளும் மகனைப்போலவே நியூமனை நோக்கினாள். நியூமனை அவர்களை கடந்து வந்தார் விரைவாக. வாயிலை விட்டு வெளியே வந்தார். வந்ததும் கதவு சார்த்தப்பட்டது. அங்க நிறுத்தப்பட்டிருந்த வண்டி திரும்பிக் கொண்டிருப்பதைக் கவனித்தார். அதில் ஒரு மாது இருந்தாள். புன்னகைத்துக் கொண்டிருந்த அவளுக்கு அருகில் ஒரு சிறுமியும் அமர்ந்திருந்தாள். அவர் தொப்பியை உயர்த்தி மரியாதை செய்யவும் அவள் வண்டியை நிறுத்துமாறு கூறினாள்.

வண்டி நின்றது. திருமதி அர்பைன் அவரை அழைத்தாள். அன்போடு சிரித்தபடி கரத்தை நீட்டினாள்.

''ஆ, நீங்கள் உங்களது கோபத்தில் என்னைச் சேர்க்கவில்லையே. எனக்கொன்றும் சம்பந்தமில்லை.''

"நீ தடுத்திருக்க முடியும் என நான் நினைக்கவில்லை."

"ஒரு ஆவியைப் பார்த்தது மாதிரி காணப்படுகிறீர்கள்"

''ஆமாம்''

''அப்படியானால் சந்தோஷம். பெல்-கார்ட் சீமாட்டி யுடனும் என் கணவருடனும் நான் உள்ளே நுழையவில்லை. நீங்கள் அவர்களைப் பார்த்திருக்க வேண்டும், ஆ? சந்திப்பு பாசத்தோடு இருந்தது? அவர்கள் மந்திரங்களைக் கேட்பீர்களா? ஒப்பாரி மாதிரி இருக்கிறது. நான் உள்ளே போகமாட்டேன். ஏழைக் கிளேர் - வெண்ணிற அங்கியுடன் பெரிய மேற்கோட்டுடனும்! ... ஆனால் கிளேர் பற்றி உங்களிடம் பேசக்கூடாது நான். நான் வறுத்தமுறுகிறேன் என்றுமட்டும்தான் கூறவேண்டும்; முடிந்தால் நான் உதவி செய்திருப்பேன். ஒவ்வொருவரும் மோசமாக இருந்திருக்கின்றனர் என்றே

நினைக்கிறேன் ... அதுபற்றி நான் உணர்ந்துவிட்டேன். உங்களை எனது மாமியாரின் நடன அறையில் பார்த்தபோது உங்களது சமாதி மீது நடனமாடிக் கொண்டிருக்கிறீர்கள் என உணர்ந்தேன். ஆனால் என்ன செய்யமுடியும்? என்னால் நினைக்க முடிந்த அனைத்து நாட்களையும் எண்ணினேன். அது அதிகம் இல்லை என்று கூறுவீர்களா! ஆம், அவர்கள் மோசமாகத்தான் இருந்திருக்கிறார்கள்; அதனைச் சொல்வதற்கு நானொன்றும் அஞ்சிடவில்லை. ஒவ்வொருவரும் அப்படித் தான் நினைக்கின்றனர். நாங்கள் எல்லாரும் அப்படியில்லை. நான் உங்களைத் திரும்பவும் பார்க்கப் போவதில்லை என்பது குறித்து வருந்துகிறேன். உங்களைச் சிறந்த தோழமையாக நினைக்கிறேன். என் மாமியாருக்காகக் காத்திருக்கும் நேரத்தில் என்னுடன் வண்டியில் ஒரு கால்மணி நேரங்கள் வாருங்கள். நடந்தது தெரிந்து என்னை யாராவது பார்த்துவிட்டால், நான் சிறிது அதிகம் போவதாக எண்ணுவார்கள். ஆனால் உங்களை வேறெங்காவது, இன்னொரு சமயம் பார்க்கிறேன். சிறு பொழுது போக்கு வேடிக்கைக்குச் செல்லும் திட்ட மிருக்கிறது.''

வண்டியின் கதவைப்பற்றியபடி, ஆறுதல் தரும் இந்த முணுமுணுப்பைக் கேட்டுக் கொண்டு நின்றிருந்தார் நியூமன். அவள் என்ன சொல்-க் கொண்டிருந்தாள் என்பதை அநேகமாக அவர் கவனிக்கவேயில்லை. ஏதோ உளறிக் கொண்டிருக்கிறாள் என்பதை மட்டும் அறிந்தவராக இருந்தார். முதியவளையும் மார்க்யுஸையும் அடைவதற்கு இவள் உதவ முடியும் என்ற எண்ணம் தீடிரென உதித்தது. அவர்கள் விரைவில் திரும்புகிறார்கள் - உனது சகாக்கள்? அவர் களுக்காகக் காத்துக் கொண்டிருக்கிறாய்?"

"ஆராதனையைக் கேட்பார்கள்; அவர்கள் நீடிக்கக் காரணம் இல்லை. அவர்களைப் பார்க்க கிளேர் மறுத்திருக்கிறாள்."

"அவர்களுடன் பேச விரும்புகிறேன். நீ உதவமுடியும். எனக்காக ஒரு அனுகூலம் செய்தல் வேண்டும். நீ திரும்புவதை ஐந்து நிமிடம் தாமதப்படுத்தி நான் அவர்களை எட்டுவதற்கு ஒரு வாய்ப்புத் தர வேண்டும். இங்கே அவர்களுக்காகக் காத்திருக்கிறேன்."

''என் ஏழை நண்பரே, அவர்களுக்கு என்ன செய்ய

விரும்புகிறீர்கள்? அவர்களைத் திரும்ப பழைய நிலைக்குக் கொண்டுவர முயற்சி செய்யப் போகிறீர்களா? அவை வீணாகிவிட்ட வார்த்தைகள். அவர்கள் ஒரு போதும் திரும்பமாட்டார்கள்!"

"எப்படியாயினும், அவர்களுடன் பேச விரும்புகின்றேன். தயவு செய்து நான் சொல்வதைச் செய்ய வேண்டும். ஐந்து நிமிடம் அவர்களை என்னிடம் கேட்டுவிடு. நீ பயப்படத் தேவையில்லை; நான் கடுமையாக இருக்கமாட்டேன்; நான் மிக அமைதியாக இருக்கிறேன்."

"ஆம், நீங்கள் அமைதியாகக் காணப்படுகிறீர்கள்! இங்கே பூங்காவில் அவர்களுக்காக் காத்திருக்க வேண்டும் என்று ஏற்பாடு, ஏதாவது மூலையில் ஒரு நாற்கா-யில் அமர்ந்திருங்கள். நான் அவர்களை உங்களருகில் அழைத்துவருகிறேன்."

இது சரியாகவேபட்டது நியூமனுக்கு. திருமதி அர்பைன் தனது தோற்றத்தைப் போல, முட்டாள் தனமான வாத்து இல்லை என்று எண்ணினார்.

வசந்தத்தில் புதிதாகப் பூத்து பொ-வுபெற்றுத் தோன்றும் அத்தோட்டத்தின் அழகு பற்றித் துளிக்கூட கவனிக்காது, தன் எண்ணங்களில் மூழ்கியவராக ஒரு நாற்கா-யில் அமர்ந்தார். இன்னொருபுறத்தில் குழந்தை, நாய், வேலையாள் சூழ்ந்திருக்க ஒரு நாற்கா-யில் அமர்ந்திருந்தாள். அவரைத் திருப்தி செய்யும் தோரணையில் இளைய சீமாட்டி பேசிக்கொண்டிருந்தாள் - கிளேர் எல்லாரையும் போன்ற பெண் இல்லை, மிக உயரமானவள், மிக மெ-ந்தவள், குறுகிய மூக்கும் அகன்ற வாயும் கொண்டவள். அவளுக்குப் பருக்களே இல்லை. அவள் அதீதப்போக்குடையவள் என்றவாறு, நியூமன் பொறுமையின்றி இருந்தார். நிமிடங்களை எண்ணிக்கொண்டிருந்தார். எங்கோ சுவாசத்தைச் செலுத்தியவராக அமைதியாக உட்கார்ந்திருந்தார். கடைசியில், பூங்காவின் வாயிலுக்குச் சென்று சகாக்களைச் சந்திக்கப் போவதாகக் கூறினாள். ஆனால், அதற்கு முன், பார்வையைத் தணித்து நியூமனை நோக்கினார்.

"நினைவிருக்கிறதா, மூன்று வாரங்களுக்கு முன் நீங்கள் செய்த உறுதி?" புல்-யரின் வீட்டுக்கு, திருமணத்துக்குப் பின்,

அழைத்துச் செல்வதாகக் கூறியிருந்தீர்கள். அதன் பின்னர் மூன்று நாளில் உங்கள் திருமண ஏற்பாடு முறிந்துவிட்டது. அந்தச் செய்தியைக் கேட்டதும் நான் முத-ல் என்ன சொல்-க் கொண்டேன் என அறிவீர்களா?-

''ஓ, இப்போது என்னுடன் புல்-யரின் இல்லத்துக்குச் செல்லமாட்டார்? அதனை நீங்கள் எதிர்பார்த்திருக்கவில்லையா என வியப்புற்றேன்."

அவர்கள் வருகிறார்களா இல்லையா என்று கவனிப்பதில்தான் நியூமனின் கவனம் இருந்தது.

''கன்னிகாஸ்திரியாகிவிட்ட ஒருத்தியை நேசிக்கும் ஒருவரிடம் அதிகமாக கேட்கக்கூடாது. அத்துடன், நாம் வருத்தத்தில் இருக்கும் போது, புல்-யரின் இல்லத்துக்கு நான் செல்லக்கூடாது. ஆனால் அதற்காகக் கைவிட்டுவிடவில்லை அதனை. அந்த விருந்து ஏற்பாடு செய்யப்பட்டுள்ளது. உடன்வர பீப்மோர் பிரபு இருக்கிறார். டப்ளினுக்குத் திரும்பப் போயிருக்கிறார். சில மாதங்கள் கழித்து, எந்த மலையில் வரச் சொன்னாலும் அயர்லாந்தி-ருந்து அதற்காகவே வரத்தயாராக இருப்பார். அதைத்தான் தீரம் என்கின்றேன்!"

சிறிது நேரத்தில் தன் குழந்தையுடன் நடந்து சென்றார் திருமதி அர்பைன். நெடுநேரம் காக்கவைத்தாலும், அவள் சொன்ன மாதிரி வந்து கொண்டிருந்தாள். திருமதி அர்பைன், சிறுமி, வேலையாள் நடந்துவர, இவர்கள் பின்னர் அவளது கணவர், மாமியார் தொடர்ந்து வந்து கொண்டிருந்தனர். வார்த்தைகளைச் செயல்களாகவும் செயல்களை வாழ்க்கைப் படிகளாகவும் கருதக்கூடிய உணர்வுக்குத்தான் அவர் வாழ்வு முழுவதும் இணங்கியிருந்தார். அது அவர் கொண்டிருந்த நியாயமான கோபம் அவரை முட்டாளாக்கிவிடலாம், பொதுவிடங்களில் கடுமையாக நடந்துவிடாமல் செய்ய உதவியது. ஆகவேதான் பெல்-கார்ட் சீமாட்டியும் அவரது மகனும் நெருங்கியபோது, இவர் எழுந்ததும் தன்னை உயரமானவராக இலேசானவராக உணர்ந்தார். தன் தொப்பியைச் சிறிது உயர்த்திய நியூமன் அவர்களை ஒருகணம் நோக்கினார். அவர்கள் திகைப்பினாலும், வெறுப்பினாலும் வெளிறிப் போயிருந்தார்.

"உங்களை நிறுத்தியதற்காக மன்னித்துவிடுங்கள். ஆனால் இந்தச்சமயத்தின் மூலம் நான் நன்மையடைய வேண்டும். உங்களிடம் சொல்வதற்குப் பத்து வார்த்தைகள் இருக்கின்றன. அவற்றைக் கேட்பீர்களா?"

அவரை நோக்கிவிட்டுத் தாயாரைப் பார்த்தார் மார்க்யுஸ்.

"நாம் கேட்கத்தக்கவகையில் திரு. நியூமன் எதுவும் சொல்ல முடியுமா?"

"சொல்வதற்குக் கொஞ்சம் இருக்கிறது என உறுதிகூற முடியும். அத்துடன் அதனைச் சொல்வது என் கடமை. அது ஒரு அறிவிப்பு - ஒரு எச்சரிக்கை."

"உங்கள் கடமை?" என்றாள் பெல்-கார்ட் சீமாட்டி, இதழ்களைக் குவித்தபடி. "அது உங்கள் விவகாரம், எங்களுடையதில்லை"

"திரு. நியூமன் பொதுவிடத்தில் நாடகம் நிகழ்த்த இருப்பாராயின், என் குழந்தையை இங்கிருந்து அப்புறப்படுத்தி விடுகிறேன். எந்த ஆபாசங்களையும் காணக்கூடாத அளவு சிறுமி அவள்" என்று பொறுமையின்றிக் கூறிவிட்டு, நடப்பதைத் தொடர்ந்தாள் இளைய சீமாட்டி.

"நீங்கள் கவனிப்பது மேலானது. நீங்கள் விரும்பினாலும் அல்லது விரும்பாவிட்டாலும், விஷயங்கள் உங்களுக்கு ஏற்க இயலாதனவாகவே இருக்கும்; எந்த விதத்திலும் நீங்கள் தயாராகிவிடுவீர்கள்."

"உங்கள் எச்சரிக்கைகளை ஏற்கனவே கேட்டிருக்கிறோம். அவற்றைப் பற்றி என்னை நினைக்கிறோம் என்பதையும் அறிவீர்கள்" என்றார் மார்க்யுஸ்.

"நீங்கள் ஒத்துக்கொள்வதைவிட நிறைய எண்ணுகிறீர்கள். நாம் இருப்பது பொதுவிடம் என்பதை பூரணமாக நினைவில் கொண்டிருக்கிறேன். நான் மிகவும் அமைதியாக இருப்பதை நீங்கள் பார்க்கிறீர்கள். உங்கள் இரகசியத்தைப் போவோர் வருவோரிடம் கூறப்போவதில்லை. பொறுக்கியெடுத்த சிலருக்காக மட்டும் அதனை வைத்திருப்பேன். நம்மைப் பார்க்கக்கூடிய யாரும், நட்பார்ந்த உரையாட-ல் ஈடுபட்டிருப்பதாகவே நினைப்பார்கள்."

தன் கைத்தடியால் மூன்றுமுறை தட்டினார் மார்க்யுஸ்.

"பாதையை விட்டு அகலுமாறு சொல்லுகிறேன்!"

உடனடியாக அப்படியே செய்தார் நியூமன்.

''நான் என்ன அர்த்தத்தில் சொல்கிறேன் என்பதை அறியாததற்காக அரைமணி நேரம் கழித்து சீமாட்டி வருந்துவார்.''

சிலஅடிகள் எடுத்து வைத்திருந்த சீமாட்டி இவ்வார்த்தை களைக் கேட்டதும், நின்று, நியூமனை நோக்கினார், புருவத்தை உயர்த்தி.

"தாயே, இது உங்களை அவ்வளவு குதூகலப்படுத்துகிறதா?" என்றார் மார்க்யுஸ்.

"மீதிப்பகுதி மிகவும் வேடிக்கையாக இருக்கும். அதனை நீங்கள் இழக்காமல் இருப்பது மேலானது" என்றார் நியூமன்.

சீமாட்டியின் விழிகளி-ருந்த உயிரோட்டம் ஒடுங்கி, அவை நிலைகுத்தி உயிரற்று இருந்தன. ஆனால் உயர்தரமாகப் புன்னகைத்து, நியூமனது வார்த்தையை திருப்பிக் கூறினார்:

"வேடிக்கையாக? யாரையாவது நான் கொன்றிருக்கிறேனா?"

"உங்கள் மகளைக் கணக்கில் சேர்க்கவில்லை நான், நீங்கள் என்ன செய்து கொண்டிருந்தீர்கள் என்பதை உங்கள் கணவர் அறிவார். அதற்கான ஆதாரம் என்னிடம் இருக்கிறது." என்று கூறிவிட்டு, பயங்கரமான முறையில் வெளுத்து நிற்கும் மார்க்யுஸைப் பார்த்தார்.'' கையால் எழுதப்பட்ட தாள், ஹென்றி-அர்பைன் பெல்-கார்ட் எனக் கையெழுத்திடப் பட்டது. சீமாட்டியே, நீங்கள் இறந்துவிட்டார் என்று அகன்ற போது, சார், நீங்கள் மருத்துவரை அழைக்கப் போயிருந்த போது, எழுதப்பட்டது.

''நான் அமர வேண்டும்'' என்று தாழ்ந்த குர-ல் கூறி, நியூமன் அமர்ந்திருந்த பெஞ்சினை நோக்கிச் சென்றார் சீமாட்டி.

''என்னிடம் தனியாகப் பேசியிருக்கக்கூடாதா நீங்கள்?'' என்றார் மார்க்யுஸ்.

“நல்லது, உங்கள் தாயாருடன் தனியாகப் பேச முடிந்தாலும் அப்படியே செய்திருப்பேன். நீங்கள் உடனிருந்ததால் உங்களையும் சேர்க்க வேண்டியதாயிற்று.

கைகளை மடியில் வைத்தபடி பெஞ்சில் அமர்ந்திருந்தார் சீமாட்டி. கலவரம் காரணமாக அவர் நிலைகுலைந்திருந்தார். தன் மன உறுதியால் அந்தக்கலவரத்தை அடக்கிக் கொண்டிருந்தார். அவரது நிலைத்தபார்வையில் அச்சத்தையோ இணக்கத்தையோ காண முடியவில்லை. திடுக்கிட்டிருந்த அவர் பீதியடையவில்லை.

“நீங்கள் சொல்வது எந்தத் தாள்?” என்று வினவினார் சீமாட்டி.

“உங்கள் கணவர் இறந்துவிட்டார் என்று அகன்றிருந்த சமயம், நீங்கள் திரும்புவதற்கு இடையில் இருந்த இரண்டு மணி நேரத்தில் உங்கள் கணவரால் எழுதப்பட்ட குறிப்பு. நீங்கள் நெடுநேரம் வெளியே தங்கியிருந்திருக்கக்கூடாது. மனைவியின் கொலைகார நோக்கத்தைத் தெளிவாகப்பறை சாற்றுகிறது அது.”

“அதனைப் பார்க்க விரும்புகிறேன்”

“நீங்கள் பார்க்க வேண்டும் என எண்ணினேன். நான் ஒரு பிரதி எடுத்தேன்” என்று கூறி, பையி-ருந்து மடித்த தாளொன்றை எடுத்தார்.

“என் மகனிடம் கொடுங்கள்”

நியூமன் அப்படியே செய்தார்.

படித்துவிட்டு அமைதியாக இருந்தார் பெல்-கார்ட்.

“இதன் அசல் எங்கே?” என்று வினவினார் சீமாட்டி.

“பாதுகாப்பான ஒரு இடத்தில் நிச்சயமாக, அதனை உங்களுக்குக் காண்பிக்க இயலாது. அதனைப்பற்றிக் கொள்ள விரும்புகிறீர்கள்; ஆனால் இது சரியான, துல்-யமான பிரதி. வேறு ஒருவருக்குக் காட்டும் பொருட்டு அசலை வைத்திருக்கிறேன்.”

“யாருக்கு?” என்றார் பெல்-கார்ட்.

“அன்று நடன மண்டபத்தில் பார்த்த தடித்த மாது. டக்சஸ்.

ஹென்றி ஜேம்ஸ் 357

என்னை வந்து, பார்த்து விட்டுப் போகுமாறு அழைத்தார். அந்தச் சமயம் அவர்களிடம் பேச ஒன்றுமில்லை என நினைத்தேன். இப்போது இந்தச் சிறு தஸ்தாவேஜு பற்றிப் பேச முடியும்."

"நீ அதனை வைத்திருப்பது நல்லது மகனே" என்றார் சீமாட்டி.

"எல்லா வகையிலும், வைத்திருந்து வீட்டிற்குச் சென்றதும் தாயாரிடம் காண்பியுங்கள்"

"பிறகு இதனை டக்சஸுக்கு காட்ட?"

"நல்லது, ட்யூக்குகளை நான் பார்த்துக் கொள்கிறேன். அதன் பின்னர் கவுண்ட்டுகள், பேரன்கள் - என்னை அவமதிக்கும் கொடூர நோக்கத்துடன் நீங்கள் அறிமுகப்படுத்திய அனைவருக்கும். ஒரு பட்டியலே வைத்திருக்கிறேன்."

சிறிது நேரம் இருவருமே ஒன்றும் பேசவில்லை. முதிய மாது நிலத்தைப் பார்த்தவாறு இருந்தார்.

"இவ்வளவுதான் நீங்கள் சொல்ல வேண்டியதா?" என்றார் பெல்-கார்ட்.

"இல்லை, இன்னும் சில வார்த்தைகள் சொல்ல விரும்புகிறேன். நான் என்ன செய்ய இருக்கிறேன் என்பதை முழுமையாகப் புரிந்திருப்பீர்கள் என நம்புகிறேன். இது என்பழி வாங்குதல். உலகத்தின் முன் நான் தகுதியானவன் இல்லை என்று காட்டினீர்கள். எவ்வளவு மோசமாக நானிருந்த போதிலும், அதனைச் சொல்லும் தகுதிபெற்றவர் நீங்களில்லை என்று காட்டப் போகிறேன்."

பெல்-கார்ட் சீமாட்டி சிறிது அமைதியாக இருந்துவிட்டுச் சொன்னார்: "உங்களுக்கு உதவியாள் யார் என்று கேட்க வேண்டிய அவசியமில்லை. தனது சேவையை விலைக்கு நீங்கள் வாங்கிவிட்டதாக திருமதி பிரெட் கூறினாள்."

"திருமதி பிரெட்டைக் குறைகூறவேண்டாம். இத்தனை வருடங்களாக உங்கள் இரகசியத்தைப் பாதுகாப்பாக வைத்திருக்கிறாள். அவள் விழிகளுக்கு கீழாகத்தான் உங்கள் கணவர் இந்தக் குறிப்பினை எழுதியிருக்கிறார். அதனை எல்லாருக்கும் தெரியப்படுத்த வேண்டும் என்பதற்காக அவள்

அமெரிக்கன் 358

கரத்தில் தந்திருக்கிறார். அப்படிச் செய்யாத அளவு நல்ல இதயம் கொண்டவள் அவள்."

"அவள் என் கணவரது வைப்பு." தன்னைப் பாதுகாக்கும் பொருட்டு, அவர் பிரயோகித்த ஒரு சாக்குப் போக்கு இதுதான்.

"அதனைச் சந்தேகிக்கிறேன்"

"உங்கள் அபிப்பிராயத்தைக் கேட்பதற்காக நான் இங்கில்லை. இதுதவிர வேறெதுவும் சொல்வதற்கு இல்லாவிடில், இந்தப் போட்டி முடிவுற்றதாகக் கருதலாம்: மகனே ஏதாவது சொல்!"

"சொல்வதற்கு என்ன இருக்கிறது?"

சொல்வதற்கு ஒன்றே ஒன்றுதான் இருக்கிது. "நமது நடையைக் குறுக்கீடு செய்தது உண்மையிலேயே பயனில்லாதது."

"உங்கள் தஸ்தாவேஜு போ-யானது" என்றார் மார்க்யுஸ்.

"திரு. பெல்-கார்ட், உங்களை முத-ல் பார்த்ததி-ருந்து உங்கள் தாயார் சிறப்பாகவே செய்து வந்திருக்கிறார். நீங்கள் ஒரு வல்லமை மிக்கவர். நீங்கள் என்னை எதிரியாக மாற்றியது மிகவும் பரிதாபத்திற்குரியது. உங்களைப் போற்றுவதில் ஒருவனாக நான் இருந்திருக்க வேண்டும்."

"மகனே என்னை உடனடியாக வண்டிக்கு அழைத்துச் செல்ல வேண்டும்" என்றார் சீமாட்டி.

அவர்கள் செல்வதைப் பார்த்துவிட்டு இல்லத்துக்கு வந்து சேர்ந்தார் நியூமன். "அச்சீமாட்டி அக்குறிப்பினைப் படிக்கும் வரை காத்திருப்போம்" என்று தனக்குள் சொல்-க்கொண்டார், அவரிடமிருந்து செய்திவரும் என்று முடிவுக்கு வந்தார். அவர் எதிர்பார்த்தற்கு முன்னரே, அடுத்த நாள் காலையில், பெல்-கார்டிடமிருந்து வருகை அட்டை வந்தது. "அவர் குறிப்பினைப் படித்துவிட்டு இரவினை நிம்மதியில்லாமல் கழித்திருக்க வேண்டும்," என்று சொல்-க்கொண்டார். பெரிய நாட்டின் தூதுவர் ஒருவர் காட்டுமிராண்டிக் கூட்டத்தின் பிரதிநிதியைச் சந்திக்க வருவது போலப் பெல்-கார்ட் வந்தார். அவரும் நிம்மதியில்லாத இரவினைக் கழித்திருக்கிறார். நியூமன் முன்னர் ஒருகணம் நின்றவாறு, வேகமாகவும்

மென்மையாகவும் சுவாசத்தை இழுத்துவிட்டார். நியூமன் நாற்கா-யைச் சுட்டியபோது ஆட்காட்டி விரலை அசைத்தார்.

"நான் சொல்லவந்திருப்பதை விரைவில் சொல்-விட வேண்டும், அதனைச் சம்பிரதாயங்கள் இல்லாமல்தான் சொல்-ட வேண்டும்."

"உங்கள் இஷ்டப்படி செய்யலாம்"

அந்த அறையை ஒருமுறை சுற்றி நோட்டம் விட்ட பிறகு, மார்க்யுஸ் கேட்டார் -

"உங்களது துண்டுக் காகிதத்தை எந்த அடிப்படையில் தருவீர்கள்?"

"எந்த அடிப்படையிலும் இல்லை. நிச்சயமாக, அது உட்கார்ந்து பேசத் தகுதியானது இல்லை."

"தாயாரும் நானும் நேற்றுமாலை உங்கள் கதை குறித்துப் பேசினோம். அந்தக் குறிப்புபற்றி நாங்கள் என்ன நினைக்கிறோம் என்பதை அறிந்தால் வியப்புறுவீர்கள் - அது உண்மையானது"

"உங்களுடன் ஆச்சரியங்களுக்குப் பழகிப் போயிருக்கிறேன் என்பதை மறந்து விட்டீர்கள்."

"எங்கள் தந்தை மீது நாங்கள் கொண்டிருக்கும் சிறு மரியாதையானது, மிகுந்த புகழுக்குரிய மனைவி மீது அவர் செய்திருக்கும் மோசமான குற்றச்சாட்டை உலகறிய வேண்டாம் என்று செய்யவைக்கிறது. அவரது மனைவியின் ஒரே குற்றம் தொடர்ந்து அவரது தாக்குதலுக்குப் பணிந்து வந்திருப்பது"

"ஓ, அப்படியா. இது உங்கள் தந்தையின் பொருட்டு" என்று கூறிச் சிரித்தார்.

"என் தந்தையின் குறிப்பிட்ட சில நண்பர்களுக்கு இந்தத் தகவல் உண்மையிலேயே வருத்தத்தை உண்டு பண்ணும். அவருக்கு இறுதி நாளில் மனநிலை சரியில்லை என்பதை மருத்துவ ஆதாரங்கள் மூலம் உறுதிப்படுத்தியிருக்கிறோம். எந்த வகையிலும் இது அவருடைய பெயருக்குத் தீங்கினையே தரும்."

“மருத்துவ ஆதாரத்தைத் தொட வேண்டாம். மருத்துவர் களையும் தொட வேண்டாம் மற்றும் அவர்கள் உங்களைத் தொடமாட்டார்கள். நான் அவர்களுக்கு எழுதவில்லை என்று நீங்கள் அறிந்திருப்பது பற்றிக்கவலையில்லை எனக்கு.”

“உதாரணத்துக்கு, நீங்கள் நேற்றுக் குறிப்பிட்ட சீமாட்டியை இது எந்தவகையிலும் அதிர்ச்சிக்குள்ளாக்காது”

“ஓ, நான் அவர்களை அதிர்ச்சிக்குள்ளாக்க ஆயத்தமாக இருக்கிறேன். நிறையப்பேரை அதிரவைக்க இருக்கிறேன்.”

“உங்களுக்குப் பணம் தரப்போவதில்லை. அது பயனற்றது என நினைக்கிறோம்.”

“நீங்கள் எனக்கு என்னதர இயலும்? இதில் தாராளமாக இருக்க வேண்டியது நான்தான்.”

“நாங்கள் உங்களுக்குத்தர இருப்பது ஒரு வாய்ப்பு - ஒரு கனவான் போற்றக்கூடிய வாய்ப்பு. தவறுகள் நிறைந்த ஒருவரின் நினைவுக்குக் களங்கம் செய்யாதிருக்க வேண்டும் என்பதற்கான வாய்ப்பு. ஆனால், அவர் தனிப்பட்ட முறையில் உங்களுக்குத் தவறிழைக்கவில்லை.”

“இதில் இரண்டு விஷயங்கள் குறிப்பிடப்பட வேண்டி யிருக்கிறது. முதலாவது, நீங்கள் என்னைக் கனவானாகக் கருதவில்லை - அதில் ‘வாய்ப்பு’பற்றிப் பேசுதல். இரண்டாவது, நீங்கள் பேசுவது பெரிய முட்டாள்தனம்.”

கடுமையாக எதனையும் கூறிவிடக் கூடாது என்றிருந்த நியூமன் உடனடியாகத்தன் சொற்களின் கூர்மையை உணர்ந்தார். ஆனால், மார்க்யுஸ், அவற்றை எதிர்பார்த்தைவிட அமைதி யாகவே எடுத்துக் கொண்டார் என்பதைக் கவனித்தார். பெரிய அரசின் தூதுவர் என்ற முறையில் எதிராளியிடம் உள்ள ஏற்க இயலாத அம்சங்களைத் தொடர்ந்துப் புறக்கணித்து வந்தார்.

“உங்களைப் பொறுத்தவரையிலும் அது ஒன்றும் நடக்காது என்பதை அறிவீர்கள் என நினைக்கிறேன்.”

“எப்படிச் சொல்கிறீர்கள்?”

“எங்கள் மீது சேற்றை வாரி இறைக்கத் திட்டமிட்டிருக் கிறீர்கள்; அதில் சிறிது ஒட்டிக் கொள்ளும் என்று நம்புகிறீர்கள், எதிர்பார்க்கிறீர்கள். அது இயலாது என்பது எங்களுக்குத்

தெரியும். ஆனால், உங்களுக்கே மாசுபடிந்த கரங்கள் உண்டு என்று காட்ட விரும்புகிறீர்கள்."

"அது நல்ல ஒப்பீடு, குறைந்தது, பாதியாவது. ஏதாவது ஒட்டிக்கொள்ளக்கூடிய வாய்ப்பினை எடுக்கிறேன். ஆனால், என்கரங்களைப் பொறுத்தவரை, அவை தூய்மையானவை. இந்த விஷயத்தை என் விரல்நுனிகளில் எடுத்திருக்கிறேன்."

''எங்களது எல்லா நண்பர்களும் எங்களுடனேயே இருக்கின்றனர். நாங்கள் செய்ததைப் போலவே அவர்களும் செய்வர்."

''அதனை அவர்கள் சொல்லும்போது நம்புவேன். இடைப்பட்ட வேளையில் மானுட இயல்பு குறித்து மேலாகவே நினைப்பேன்."

''திருமதி சிண்ட்ரே தனது தந்தையை மிகவும் விரும்புபவளாக இருந்தாள். இந்தக் குறிப்பை வைத்து நீங்கள் மாசு கற்பிக்க முனைவதை அவள் அறிய நேர்ந்ததால், அதனைத் தன்னிடம் தருமாறு கோரி, அதனை வாங்கிப் படிக்காமலேயே கிழித்தெறிந்துவிடுவாள்."

"அது சாத்தியமே. ஆனால் அவள் அறியமாட்டாள். நேற்று மடாலயப் பள்ளியில் நான் இருந்தேன். அவள் என்ன செய்து கொண்டிருக்கிறாள் என்பதை அறிவேன். தேவன் நம்மைக் காக்கட்டும்!"

"உங்கள் வருகை ஒரு தோல்வி, தெரிகிறதா? நீங்கள் வழங்குவது மிகச் சொற்பம்."

"ஏதாவது நீங்களே குறிப்பிடுங்கள்"

''என்னிடமிருந்து எந்த நிலையில் திருமதி சிண்ட்ரேயைப்பறித்தீர்களோ, அதே நிலையில் அவளைத் திரும்பவும் தாருங்கள்."

"ஒரு போதும் முடியாது"

"உங்களால் முடியாது!"

"முடிந்தாலும் தரமாட்டோம். அவள் திருமணத்தைத் தடுத்த எங்கள் உணர்வு நிலையில் எந்த மாற்றமும் இல்லை"

"உங்களைப் பற்றி நீங்களே அவமானப்படவில்லை என்று

மட்டும் இங்குவந்து சொல்லவந்திருப்பது சிறிது கூட பிரயோஜனமில்லாதது. அதனை நான் மறுத்திருக்க முடியும்!"

மார்க்யுஸ் மெதுவாக கதவை நோக்கி நடந்தார். நியூமன் அவருக்காகக் கதவைத் திறந்தார். "நீங்கள் சொல்வது மிகவும் ஒத்துக்கொள்ள இயலாதது. இது வெளிப்படை" என்றார் மார்க்யுஸ்.

"நான் புரிந்து கொள்கிறபடி, அதுவே போதுமானது"

தனது தந்தையின் புகழைக்காக்கத் தான் வேறென்ன செய்யமுடியும் என்று தன் அறிவாற்றலைத் துளைத்தெடுப்பவரைப் போல நிலத்தை நோக்கினார் ஒரு கணம். பிறகு, சிறு பெருமூச்சு மூலம், தனது போ-யான கௌரவத்திற்காக மறைந்த மார்க்யுஸை வருத்தத்துடன் தியாகம் செய்து விட்டவராகத் தோன்றினார். அவர் சென்றபிறகு, "நல்லது, இப்போது தான் திருப்தியடைந்தாக வேண்டும்!" என்று கூறினார்.

XXIV

நியூமன் கோமாளித்தனமிகுந்த டக்சஸின் இல்லத்துக்குச் சென்றார். நீண்ட நாசியும் பொன்னிறத் தலைகொண்ட தாடியும் கொண்ட முதியவர் ஒருவர் அம்மாதிடமிருந்து விடைபெற்றுக் கொண்டிருந்த சமயம் அது. பெல்-கார்ட் சீமாட்டியின் இல்லத்தில்தான் கை குலுக்கிய தாத்தாக்களில் மர்மமிக்க நபர் இவர் என்று நினைத்தார் நியூமன். நாற்கா-யில் அமர்ந்திருந்த அம்மாதின் ஒருபுறம் பூக்குவளையும் இன்னொருபுறம் வெளிர்சிவப்பான நாவல் குவியலும் இருந்தன. மலர்களைப் பற்றி, புத்தகங்களைப் பற்றி, நாடக அரங்குகள் பற்றி, சொந்த நாட்டிலுள்ள விநோத நிறுவனங்கள் பற்றி, அமெரிக்க மாதர்களின் அழகான நிறம்பற்றி, அவரது பாரிஸ் மீதான மனப்பதிவுகள் பற்றி - எல்லாம் அம்மாது நியூமனுடன் பேசிக்கொண்டிருந்தாள். வருத்தத்துடன் வந்திருந்த நியூமனுக்கு அதனைத் தெரிவிப்பதற்கான சூழலே கிட்டவில்லை. நகைச்சுவை நாடகத்தில் வரக்கூடிய ஆச்சரியப்படும்படியான முதியவள் மாதிரி இருந்தாள். என்ன சந்தர்ப்பத்தில் வந்தார் என்றோ, பிற நண்பர்களைப் பற்றியோ - ஒன்றும் கேட்கவில்லை அவள் ... நியூமனுக்கு ஏன் வந்தோம் என்றாகிவிட்டது. அத்தருணத்தில் வேலையாள் வந்து, பார்வையாளர் ஒருவர் வந்திருப்பதாகத் தெரிவித்தான். ஓர் இத்தா-ய இளவரசன் பெயரைக் கேட்ட அவள், "உங்களைத் தங்குமாறு வேண்டிக் கொள்கிறேன். இந்த வருகை சுருக்கமாக இருக்கும் என நம்புகிறேன்'' என்றாள் நியூமனிடம். அப்போது பெல்-கார்டுகள் குறித்துச் சேர்ந்து பேசுவதனையே குறிப்பிடுகிறாள் என்று தனக்குத்தானே சொல்-க்கொண்டார்.

குட்டையான இத்தா-ய இளவரசனுடன் இத்தா-யின்

எதிர்கால அரசிய--ருந்து ஒரு இளவரசியின் காதல் விவகாரங்கள் வரை கண்ட விஷயங்களையெல்லாம் விவாதித்துத் தள்ளினாள் அவள். இதி-ருந்து ஒதுங்கி கண்கொட்டாமல் பார்த்துக் கொண்டிருந்தார் நியூமன். தான் வந்ததன் தவறு அவருக்கு உறைக்க ஆரம்பித்தது. பெல்-கார்டுகள் துரோகிககள் என்றோ, முதிய சீமாட்டி கொலைகாரி என்றோ இவளிடம் கூறுவதன் மூலம் என்ன நடந்துவிடப் போகிறது? அவள் தன் கதையைக் கேட்டாலும் சரி அல்லது கேட்காவிட்டாலும் சரி, அவர் சொல்லப் போவதில்லை. பெல்-கார்டுகளின் முகமூடியை அகற்று வதற்காக அங்கு இன்னும் ஒரு அரை மணி நேரம் இருக்கப் போகிறாரா? பெல்-கார்டுகள் நாசமாய் போகட்டும்! உடனே எழுந்து, அம்மாதிடம் கை குலுக்க விரைந்தார்.

''நீங்கள் இன்னும் சிறிது தங்கக்கூடாது? உங்களிடம் சொல்வதற்கு ஏதோ இருக்கிறது என நினைத்தேன்.”

“ஓ, யாரிடம்தான் இல்லை” என்றார் இளவரசர்.

“எப்படிச் சொல்வது என்று தெரியாமல் இருப்பது அவர் தகுதிதான்''

“ஆமாம் எப்படிச் சொல்வதென்று தெரியவில்லை, மற்றும் மகிழ்ச்சியில்லாதது எதனையும் சொல்லவிரும்பவில்லை நான்.''

வீதிக்கு வந்த நியூமன், தான் கைத்துப்பாக்கி இல்லாமல் வந்தது பெரிய முட்டாள்தனம் என்று நொந்து கொண்டார். பிறகு, பெல்-கார்டுகள் குறித்து இன்னும் யாருடனும் பேசுவது ஏற்புடைத்தாக இருக்காது என்று தீர்மானித்தார். அவர் செய்யக்கூடியது அவர்களை மனத்தி-ருந்து அகற்றிவிடுவது தான். இதன்பிறகு மூன்று நாட்களுக்கு பெல்-கார்டுகள் பற்றி நினைக்காமல் இருக்க முயன்றார். திருமதி ட்ரிஸ்ட்ரத்துடன் சாப்பிடும் போது, அவள் அவர்கள் பெயரைக் குறிப்பிட்ட போது, அதனைத் தவிர்க்குமாறு வேண்டினார் நியூமன். அது ட்ரிஸ்ட்ரத்துக்குத் தன் ஆறுதல்களைப் பொழிவதற்கான வாய்ப்பினைத் தந்துவிட்டது.

நியூமனது தோளில் தன் கரத்தை வைத்தபடி, இதழ்களைச் சுருக்கிக் கொண்டு தலையசைத்துவிட்டு சொல்ல ஆரம்பித்தார்

ட்ரிஸ்ட்ரம்:

"உண்மை என்னவென்றால், நீங்கள் இந்த விஷயத்தில் இறங்கியே இருக்கக்கூடாது. இது உங்கள் தவறல்ல. நானறிவேன். என் மனைவியின் தவறுதான். அவள்தான் இதனைத் துவக்கியது. அவளைத் தாக்குவதாக இருந்தால், நான் விலகிக் கொள்கிறேன். உங்களால் எவ்வளவு இயலுமோ அவ்வளவு கடுமையாகத் தாக்குவதற்கு அனுமதி தருகிறேன். என்னிடமிருந்து இந்த மறுப்பு வார்த்தைகளையும் அவள் இந்நாள்வரை கேட்டதில்லை. அது அவளுக்குக் கொஞ்சம் தேவை என நினைக்கிறேன். ஏன் என் பேச்சைக் கேட்காமல் இருக்கிறீர்கள்? இது ஒரு பிரமை என்பது எனக்குத் தெரியும். டான்ஜுவனாகவோ அல்லது களிப்புமிக்க லொத்தாரி யாகவோ இருக்கவிரும்பவில்லை நான். ஆனால், கடுமையான பா-னர் பற்றிக் கொஞ்சம் தெரிந்திருப்பதாக நடிப்பதுண்டு, தீயவளாக மாறாத எந்தப் பெண்ணையும் நான் வெறுத்ததில்லை. -ஸ்ஸி குறித்து நான் ஏமாற்றமடைந்தேன் என்றும் கூற முடியாது. அவள் குறித்து சந்தேகங்கள் உண்டு. உங்கள் விஷயத்தில், நீங்கள் மார்க்யுஸிடமிருந்து ஆறுதல் பெற முடியாது. அவர் சாதாரண முறையில் பேசக்கூடிய மனிதரில்லை. எப்போதாவது உங்களைத் தனியாகப் பார்க்க முயன்றது உண்டா? என்றாவது ஒரு மாலையில் தன்னுடன் உங்களை சுருட்டுப்புகைக்குமாறு கூறியதுண்டா? அவரிட மிருந்து நீங்கள் நிறைய ஊக்குவிக்கப்பட்டிருப்பீர்கள் என நான் நினைக்கவில்லை. சீமாட்டியும் ஈவிரக்கமற்றவரே. இதுபற்றி யெல்லாம் குறிப்பிடுவதற்காக என்னைத் தவறாக நினைக்க வேண்டாம். அவர்கள் விரும்பியதெல்லாம் உங்கள் பணத்தைத்தான். பிறகு ஏன் அதனை நிறுத்திவிட்டனர் என அறியேன். ஆனால் முத-ல் பின்வாங்கியது திருமதி சிண்ட்ரேயாக இருக்க முடியாது. அது முதியவள் வேலையாக இருக்கும். அவளும் தாயாரும் நெருங்கிய திருடர்கள் என்று சந்தேகிக்கின்றேன். அதைவிட்டு நீங்கள் வெளியேறி விட்டீர்கள். கடுமையாகப் பேசியிருந்தால், அது உங்களை அதிகமாக நேசிப்பதால் இருக்கும்."

ஆனால் டாம்ட்ரிஸ்ட்ரத்தின் உதவியின்றியே, பெல்-கார்டுகள் குறித்து நியூமன் நினைக்க ஆரம்பித்திருப்பார். தனது இழப்பு குறித்தும் அவமானம் குறித்தும் அவர் நினைப்பதை

நிறுத்துமபோதே பெல்-கார்டுகள் குறித்து நினைப்பதை நிறுத்துவார்.

“மனைவியை இழந்தவனாக உணர்கிறேன். மனைவியின் கல்லறை முன் நின்று பெறும் ஆறுதல்கூட இல்லாதவனாக இருக்கிறேன். என் மனைவி கொலை செய்யப்பட்டு விட்டதாகவே உணர்கிறேன்.”

‘‘நீங்கள் மகிழ்ச்சியாக இருந்திருக்க முடியும் என்று உறுதியாகச் சொல்ல முடியுமா?’’ என்றாள் திருமதி ட்ரிஸ்ட்ரம்.

‘‘நான் வருந்தவேண்டும் என்று கூறு. சந்தோஷமாக இருப்பதை விரும்பியதுதான் துயரம்.”

“அது மிகவும் விநோதமாக இருக்கும் என்று ஆர்வமாக இருந்தேன்.”

“ஆர்வத்தின் காரணமாகத்தான் அவளை மணமுடிக்குமாறு முயற்சிசெய்யக் கூறினாயா?”

“சிறிது குறைவாக. நீங்கள் சொல்வது கடூரமாக இருக்கிறது. அப்படியில்லை. நான் செய்யும் எல்லாவற்றிலும் ஆர்வத்தின் பங்கு இருக்கவே செய்யும். இத்தகைய திருமணம் நிகழுமா என்ற பார்க்க விரும்பினேன். இரண்டாவது, அது நிகழ்ந்தால் என்ன நடக்கும் என்றறிய.”

“ஆக, நீ அதனை நம்பவில்லை.”

“நம்பினேன் - அது நிகழும் என நம்பினேன், மற்றும் நீங்கள் மகிழ்ச்சியாக இருப்பீர்கள் என நம்பினேன். இல்லாவிட்டால் என் ஹேஸ்யங்களுக்கு மத்தியில் இதயமற்ற ஜீவனாக இருந்திருப்பேன். ஆனால், இது பொறுத்துக் கொள்ளக்கூடிய துணிச்சலான கற்பனையின் அதிகபட்ச சிறகுவீச்சே!’’

பிறகு, அவரைப் பாரிஸை விட்டு நீங்கிச்சென்று மூன்று மாதங்கள் பயணம் செய்யுமாறு கூறினாள். இடமாற்றம் அவருக்கு நன்மையை விளைவிக்கும், துயரத்தை மறக்கச் செய்யும்.

‘‘குறைந்தபட்சம், உன்னைவிட்டு நீங்குவது எனக்கு நன்மையைத் தரும் என நினைக்கிறேன். நீ மிகவும் அவநம்பிக்கை கொண்டுவருகிறாய். எனக்கு அதிர்ச்சியைத்

தந்து வருத்தம் உண்டு பண்ணுகிறாய்."

"மிக நல்லது. நிச்சயமாக உங்களைத் திரும்பவும் பார்ப்பேன்."

நியூமன் பாரிஸைவிட்டு வெளியேற பெரிதும் விரும்பினார். அவரது மகிழ்ச்சியான நேரங்களில் அவர் நடந்து சென்ற பாரிஸ் தெருக்கள், அவரது மகிழ்வின் கௌரவத்துக்காக உயர்வான பிரகாசம் கொண்டிருப்பதாகத் தோன்றிய கலை, இப்போது, அவரது தோல்வி என்ற இரகசியத்தை அறிந்து பிரகாசிப்பதாகத் தோற்றமளித்தன. வேறெங்காவது அவர் செல்ல முடியும்; எங்கு போவது என்பதைப் பற்றிச் சிறிதும் கவலைப்படவில்லை; ஆயத்தமாகிக் கொண்டிருந்தார். ஒருநாள் மாலை இரயிலுக்குச் சென்று, பொலோகான் அடையவும், அங்கிருந்து பிரிட்டனின் கரையை அடையவும் கிளம்பினார். இரயில் சென்று கொண்டிருக்கும்போது, தன் பழிவாங்குதல் என்னவாயிற்று என்று தனக்குத்தானே கேட்டுக் கொண்டார். அது ஒரு பத்திரமான இடத்தில் ஒதுக்கி வைக்கப்பட்டுள்ளது தற்கா-கமாக என்று சொல்-க் கொள்ள முடிந்தது அவரால்.

இலண்டனை அடைந்தார். அங்கு தன் இதயச் சுமையை இறக்கி வைக்க முடியும் என நினைத்தார். இங்கிலாந்தில் யாரையும் தெரியாது அவருக்கு. ஆனால் மாபெரும் அந்நகரம் அவரது சோர்வி-ருந்து எழுச்சி கொள்ளச் செய்தது. அப்போதைய தட்பவெட்பமும் இதமாக இருந்தது. நீண்ட தொலைவு உலாச்சென்றார். கென்சிஸ்டன் தோட்டத்தில் அமர்ந்து மக்களையும் குதிரைகளையும் வண்டிகளையும் கவனித்துக் கொண்டிருந்தார். இசைநாடகங்கள் பாரிஸைக் காட்டிலும் சிறப்பாக இருப்பதை அனுபவிக்க முடிந்தது அவரால். நாடகங்களுக்குச் சென்று, உரையாடல்கள் தான் புரிந்து கொள்ளும்படி இருப்பதைக் கண்டு மகிழ்ந்தார். கிராமப்புறங்களுக்குப் பலமுறை சென்றுவந்தார். விண்ட்சர் காடுகளில் மான்களைக் கவனித்தார், ரிக்மாண்ட் குன்று களி-ருந்து தேம்ஸைப் பாராட்டினார். கிரீன்விச்சில் ரொட்டியும் வெண்ணெயும் உண்டார். காண்டர்பரி தேவாலயத்தின் பசுமையான நிழல்களில் உலாவினார். இலண்டன் கோபுரத்துக்கும் வருகை புரிந்தார். ஒருநாள் ஷெஃப்பீல்டு போக நினைத்தார். பிறகு, விட்டுவிட்டார்.

ஷெஃப்பீல்டு ஏன் அவர் போக வேண்டும்? கத்தி தயாரிப்புடன் தனக்கிருந்த உறவு முறிந்துவிட்டதாக நினைத்தார். எந்த வர்த்தக நிறுவனத்தின் செயல்பாட்டினையும் அறியத் துளிக்கூட விரும்பவில்லை அவர்.

ஒரு நாள் மாலை ஹைட்பார்க்குச் சென்று பார்வையிட்டுக் கொண்டிருந்தார். நாகரிக வண்டியில் வருவோரையும் மரங்களின் அடியில் அமர்ந்திருப்போரையும் கவனித்தார். அமைதியான கண்களை உடைய பெண்களைப் பார்க்கும் போது அழகின் மாயாஜாலம் திருமதி சிண்ட்ரேயுடன் உலகி-ருந்து மறைந்துவிட்டது என்று அவரை எண்ண வைத்தது. சிறிது நேரம அவர் உலவிக் கொண்டிருந்தபோது அவருக்கு முன் பாரிஸ் நகரப் பேச்சுத் தொனியுடன் குரல் வந்ததைக் கேட்டு ஆர்வம் கொண்டார். அந்தக் குரலுக்குரியவர் யாரென்று பார்த்தபோது அது செல்வி நியோமி என்று தெரியவந்தது. அவளுக்கு அருகில் கனவான் ஒருவர் அவளது பேச்சில் மயங்கியவராக சென்று கொண்டிருந்தார். செல்வி நியோமியைக் கடந்து செல்வோரெல்லாம் அவளது கவர்ச்சியைப் பார்த்துக் கொண்டே நடந்து சென்றனர். அவரது அரைகுறைப் பார்வையே நியோமி பால் அதிருப்தியை உண்டாக்கியது. இயற்கை முகத்தில் விநோதமான தளும்பாகத் தோன்றினாள் அவள். தன்பார்வையி-ருந்து அவளை அகற்றிவிட விரும்பினார். வாலெண்டின் அடக்கம் செய்யப்பட்ட நினைவு இன்னும் பசுமையாக இருந்தது - இவளது கர்வத்தினால் துண்டிக்கப்பட்டது வாலெண்டினது இளமை வாழ்க்கை. அவளது நறுமணம் அவருக்குக் குமட்டுவதாக இருந்தது. வேறுபாதையில் செல்ல முயன்றபோது, கூட்ட நெரிசல் அவரை அவள் அருகிலேயே சிறிது நேரம் இருக்கச் செய்து அவள் பேசுவதைக் கேட்குமாறு செய்தது.

“ஆ, அவர் என்னை இழந்து தவிப்பார். அவரைப் பிரிந்தது என் கொடூர இயல்புதான். என்னை ஒரு இதயமற்ற ஜீவனாகக் கருதுவீர்கள் என அஞ்சுகிறேன். அவர் நம்முடனே வந்திருக்கலாம். அவர் நன்றாக இருப்பதாக நான் நினைக்கவில்லை. அவர் களிப்பாக இல்லை என்றே இன்று தோன்றியது.”

அவள் யாரைப்பற்றிக் குறிப்பிடுகிறாள் என வியப்புற்றார் நியூமன். அப்போது கூட்டம் சற்று விலகியதால் அவர் திரும்புவது எளிதாகியது. அவள் தந்தையைத்தான் குறிப்பிடவேண்டும் எனத் தனக்குத்தானே சொல்-க் கொண்டார். இவர்கள் கண்ணில்படாமல் இருக்க வேண்டும் என்பதற்காக, ஒரு மூலைக்குச் சென்று சிறிது நேரம் அமர்ந்தார். அங்கு ஒரு நாய்க்குட்டியும் ஒரு வயோதிகரும் இருப்பது அவர் பார்வையில்பட்டது. பிறகுதான் அவர் நியோசி என்று தெரியவந்தது.

“நீங்களும் இங்குதான் இருக்கிறீர்களா?” என்றார் நியூமன். நியோசி புதிய குல்லாயும் கையுறைகளும் அணிந்திருந்தார். அவரது உடைகள் கூட மிகச் சமீபகாலத்தவையாக இருந்தன. அவர் அடையாளம் கண்டுகொண்டதற்கான குறிப்பே அவர் முகத்தில் இல்லை. ‘‘என்னை உங்களுக்குத் தெரியுமே. முத-ல், நீங்கள் பேசியிருக்க வேண்டும்’’ நியோசி இன்னும் ஒன்றும் பேசாதிருந்தார்.

ஆனால் அவர் கண்களில் நீர் தளும்பிற்று.

‘‘நான் எதிர்பார்க்கவில்லை உங்களை இங்கே - வெகு தூரத்தி-ருந்து, பத்ரே காபி விடுதியி-ருந்து. என்ன விஷயம், திரு. நியோசி? நீங்கள் பேசுவது வழக்கமாயிற்றே, வெகு அழகாக. பிரெஞ்சுப் பாடங்கள் சொல்-க்கொடுத்தது கூட நினைவில்லையா?’’

அப்பொழுது அவர் நாய்க்குட்டியைத் தூக்கி முகத்துக்கு அருகில் கொண்டுவந்து அதன் பின்புறத்தில் தன் கண்களைத் துடைத்துக் கொண்டார். “உங்களுடன் பேச அஞ்சுகிறேன். நீங்கள் கவனிக்கமாட்டீர்கள் என எதிர்பார்த்தேன். நான் விலகிச் சென்றிருக்க வேண்டும். ஆனால் விலகிச் செல்வதைக் கண்டுவிடுவீர்கள் என அஞ்சினேன். ஆகவே ‘கம்’மென்று உட்கார்ந்திருந்தேன்.”

‘‘உங்களுக்கு மோசமான மனச்சாட்சி இருக்கிறது என சந்தேகிக்கின்றேன் ஐயா.”

“இல்லை, திரு. நியூமன். நல்ல மனச்சாட்சியினையே பெற்றிருக்கிறேன்.”

"பிறகேன் என்னிடமிருந்து விலகிச்செல்ல எண்ணல் வேண்டும்?"

"ஏனெனில் - ஏனெனில் நீங்கள் என் நிலையைப் புரிந்து கொள்ளவில்லை"

"ஓ, அதனை ஒருமுறை எனக்கு விளக்கியிருக்கிறீர்கள் என நினைக்கிறேன். அது முன்னேறியிருப்பதாகத் தெரிகிறது."

"முன்னேறியிருக்கிறதா? இதனை முன்னேற்றமென்றா கூறுகிறீர்கள்?"

"ஏன், நீங்கள் சுற்றுலா கிளம்பியிருக்கிறீர்கள். இந்தப் பருவத்தில் இலண்டன் விஜயம் செழிப்பின் அடையாளம் தான்."

பொறுப்பு வாய்ந்தவரோ அல்லது இல்லையோ, அவரது மகளின் துர்நடத்தைக்கு அவரும் உடந்தையாகவே இருந்திருக்கிறார், நியூமன் கிளம்புவதற்கு முனைந்தார்.

"நீங்கள் வருகிறீர்களா?"

"என்னைத் தாங்கவேண்டும் என விரும்புகிறீர்களா?"

"நான் உங்களிடமிருந்து சென்றிருக்க வேண்டும். ஆனால் நீங்கள் என்னை விட்டுப்போவதில் என் கண்ணியம் வதைபடுகின்றது."

"ஏதாவது குறிப்பாகச் சொல்வதற்கு இருக்கிறதா?"

"நான் அவளை மன்னிக்கவில்லை!"

நியூமன் சிறிதாகச் சிரித்தார்; முதியவர் அதைப்பார்த்ததாகத் தெரியவில்லை. அவர் கவனம் ஏதோ அப்பாலைக் கருத்தாக்கத்தில் விளைந்த பொருளின் மீது இருப்பதாகத் தோன்றியது.

"நீங்கள் மன்னித்ததோ அல்லது மன்னிக்காததோ ஒரு பொருட்டில்லை. மன்னிக்காதவர்கள் வேறு சிலர் இருக்கிறார்கள் என உங்களுக்கு நான் உறுதிகூறமுடியும்."

"என்ன செய்திருக்கிறாள் அவள்? அவள் என்ன செய்கிறாள் என்று நான் அறியேன்."

"அவள் ஒரு தீய விஷமம் செய்திருக்கிறாள். அது என்ன

என்பது ஒரு பொருட்டில்லை. அவள் ஒரு தொந்தரவு; அவள் தடைசெய்யப்பட்டாக வேண்டும்"

"தடைசெய்யப்பட, ஆம். அதுதான். அவள் ஓடிக்கொண்டு இருக்கிறாள். அவள் நிறுத்தப்பட வேண்டும். அவளை நிறுத்துவதைக் குறிப்பிடுகிறேன். என் சந்தர்ப்பத்துக்காகக் காத்திருக்கிறேன்."

"அப்படியா. அவள் ஓடிக்கொண்டிருக்கிறாள், நீங்கள் அவள் பின் ஓடிக்கொண்டிருக்கிறீர்கள். வெகு தூரம் ஓடிவந்திருக்கிறீர்கள்."

"அவளை நிறுத்திவிடுவேன்!"

அப்போது நியோமியும் அவளுடன் வந்து கொண்டிருந்த கனவானும் அங்கு வந்து சேர்ந்தனர். அந்த நபர் பீப்மோர் பிரபு என்று தெரியவந்தது. நியோமி, நியூமனுக்கு இயல்பான மரியாதை செய்துவிட்டு புன்னகைத்தாள். பிறகு, தந்தையிடமிருந்து நாய்க்குட்டியை எடுத்து முத்தமிட்டாள்.

"அவரைத் தனியாக விட்டுவிட்டுப் போவது - என்னை எத்தகைய கொடியவளாக நினைத்திருப்பார்! அவர் மிகவும் உடல்நலமின்றி இருந்தார். இங்கிலாந்து தட்பவெட்பநிலை அவருக்கு ஒத்துவரும் என நினைக்கவில்லை" என்று முணுமுணுத்தாள்.

பீப்மோர் பிரபுக்கு மிகவும் தர்மசங்கடமாக இருந்தது. நியூமனிடம், "ஓ, நீங்கள் இவளை அறிவீர்களா? என்றார்.

"ஆமாம். அறிவேன். உங்களுக்குத் தெரியும் என நம்பவில்லை நான்."

"ஓ, நான் அறிவேன். பாரிஸில் இவளை அறிவேன். அத்தை மகள் பெல்-கார்ட் மூலமாக. அவர் இவளை அறிவார், இல்லையா? அவரது விவகாரத்தின் அடிமட்டத்தில் இவள் இருந்தாள். பயங்கரமான சோகம், இல்லையா? எனது இந்தத் தொடர்பு விநோதமாக இருக்கலாம், உங்களுக்கு? ஆனால் அவளால் வேறொன்றும் செய்ய முடியவில்லை. அவர் எனக்கு இருபதாவது அத்தை மகள்தான்."

நியூமன் புறப்பட்டுக் கொண்டிருந்த போது, நியோசி அவரது காதில், "ஒருநாள் இதனைச் செய்தித் தாளில்

பார்ப்பீர்கள்'' என்றார். தன் புன்னகையை மறைக்கக் கிளம்பிவிட்டார் நியூமன். ஆனால் இதுநாள் வரைச் செய்தித்தாளில் அது தொடர்பான செய்தியைக் காணவில்லை.

XXV

இங்கிலாந்தில் அவர் கழித்த நாட்கள் அசமந்தமாக இருந்தபோதிலும் அவருக்கு இனிதாகவே தோன்றின. அவரது சோகத்தில் ஓர் இனிமை இருக்கவே செய்தது. அவரது எண்ணங்களே அவருக்குத் தோழமையாக இருந்தபடியால் வேறுயாரும் தேவைப்படவில்லை. யாருடைய நட்பைப் பெறுவதும் தேவையில்லாமல் இருந்தது, டாம்ட்ரிஸ்ட்ரம் தந்த முகவரிகளில் இரண்டைப் பார்க்கவேயில்லை. திருமதி சிண்ட்ரே குறித்து நிறைய நினைவில் ஆழ்ந்தார். பழைய இனிதான பொழுதுகளில் திரும்பவும் உலவித் திரிந்து மயக்கம் கொண்டார். பிறகு, யதார்த்த உலகுக்கு வந்தபோது அதிர்ச்சி கொண்டவராக இருந்தார். மாற்ற முடியாததை ஏற்றுக்கொள்ள வேண்டிய அவசியத்தை உணர்ந்தார். சில சமயங்களில் மாற்றமுடியாதது உண்மையற்றதாகவும் யதார்த்தம் புகழற்றதாகவும் தோன்றி அவர் அலுப்படையும் வரை அமைதியற்றவராகக் கோபம் கொள்ளச் செய்யும். தனது தவறான தீரநிகழ்ச்சியின் படிப்பினையை, அந்த நினைப்பின்றியே, எண்ணிப்பார்க்க முயன்றார். தனது அமைதியான நேரங்களில், தான் மகிழ்வாக இருந்ததைவிட வர்த்தகராக இருந்திருக்கிறோமோ என்று தன்னையே கேட்டுக் கொண்டார். அவள் ஐரோப்பாவில் அழகியல் பொழுதுபோக்கு வந்ததே தனது வர்த்தக வாழ்க்கையின் எதிரொ-யாகலே என்பது நாம் அறியக்கூடியது. ஒருவன் மிகவும் அதிகமாக வர்த்தகனாக இருக்க முடியும் என்பதை எண்ணிப்பார்க்க கூடியவராக அவர் இருந்தார். எனெனில், அவர் யாருக்கும் மறக்க இயலாதபடி எந்தத் தீங்கினையும் செய்திடவில்லை அவரது வர்த்தகத்தில். பெருமிதம் வாய்ந்த ஒரு பெண்ணின் நட்பில் தனது வர்த்தக வாழ்க்கை நிழலாடச் செய்ய

நியாயமான காரணம் ஏதும் இருந்தால்கூட - அதனைத்தன் வாழ்வி-ருந்து அப்பட்டமாகத் துடைத்தெறியச்சித்தமாக இருந்தார். அது சாத்தியமானதே. சிலரைப் போல, இதன்பொருட்டு தன் கருத்துக்களை உயர்த்த சிறகடிக்க நினைக்கவில்லை அவர். அதன் பொருட்டு எந்த தியாகமும் செய்த் தயாராக இருப்பதை உணர்ந்தார். - தான் ஒரு பெரிய வியாபாரியாக இருந்ததற்காகவும் அதன் மூலம் செழிப்படைந்ததற்காகவும் மகிழ்ச்சி அடைந்தார். தன்னிடமிருப்பவை அனைத்தையும் விற்று ஏழைகளுக்குக் கொடுத்துவிட்டுத் துறவு வாழ்வில் ஈடுபட்டுத் தியானிப் பதற்கான எந்த தூண்டுதலும் அவரிடம் இல்லை. அவர் செல்வந்தராகவும் பொறுத்துக் கொள்ளக்கூடிய இளைய வராகவும் இருப்பதற்குச் சந்தோஷப்பட்டார். வாங்குவது விற்பது குறித்து அதிகமாக நினைக்கச் சாத்தியமானால், அவை குறித்து நினைக்க வேண்டாத ஒரு வாழ்க்கைகைப் பகுதியினைப் பெற்றிருப்பதும் ஒரு லாபமே! இப்போது அவர் எது குறித்து நினைப்பது? திரும்பத் திரும்ப அவர் ஒன்றைப் பற்றியே நினைக்க முடிந்தது; அவரது எண்ணங்கள் அங்கேயே திரும்பிவந்தன.

வசந்தத்தின் மத்தியப்பகுதிவரை இங்கிலாந்தில் தங்கினார்; தேவாலயங்கள், கோட்டைகள், இடிபாடுகளுக்கிடையேச் சுற்றித் திரிவதில் ஒருமாதப் பொழுதை நாட்டுப்புறத்தில் கழித்தார். சமயங்களில், அவர் விடுதியி-ருந்து புல்வெளி களுக்கும் பூங்காக்களுக்கும் உலாவச் செல்லும் போது, தேவாலயக் கோபுரங்களின் பின்னணியில் தெரியும் பறவைக்கூட்டங்களை நோக்கி, தனது தேன்நிலவின் உல்லாசங்களில் இதுவும் ஒரு அம்சமாக இருந்திருக்கும் என எண்ணுவதுண்டு. திருமதி ட்ரிஸ்ட்ரம் குறிப்பிட்ட ஓய்வு நாட்கள் முடிந்துவிட்டன; இப்போது தான் என்ன செய்வது என்று தன்னையே கேட்டுக் கொண்டார். தன்னுடன் பைரினீஸில் சேர்ந்து கொள்ளலாம் என்று அவள் அவருக்கு எழுதியிருந்தாள். ஆனால் அவர் பிரான்ஸுக்குச் செல்லும் மனநிலையில் இல்லை. அவர் செய்யக்கூடிய எளிதான காரியம், -வர்பூலுக்குச் சென்று முத-ல் கிளம்பும் அமெரிக்க கப்பலுக்குப் போவது. அந்த துறைமுகத்துக்குச் சென்று கப்பலுக்குச் சீட்டு வாங்கிவிட்டார். பயணத்துக்கு முந்தைய

இரவில், ஓட்டல் அறையில் உட்கார்ந்து, வெறுமையுடன் அலுப்புடன் விழித்துக் கொண்டிருந்தார். அருகில் அவர் பரிசீ-க்க வேண்டிய தஸ்தாவேஜுகள் குவிந்திருந்தன. அவற்றில் சில செளகரியமாக அழிக்கப்பட வேண்டியவை. இறுதியில் அவற்றுக்கு மேலோட்டமான பார்வை செலுத்தி விட்டிருந்தார். அவையெல்லாம் வியாபாரம் சம்பந்தமான தஸ்தாவேஜுகள். அவற்றில் கவனம் செலுத்தும் மனநிலை இப்போது அவருக்கு இல்லை. பிறகு பாக்கெட் நோட்டி-ருந்து சிறுதாளை எடுத்தார். அதனைப் பிரிக்காமலேயே பார்த்துக் கொண்டிருந்தார். அதனைக் கிழித்துவிட வேண்டும் என்று ஒரு கணம் எண்ணிய அவர், மறுகணம் அவ்வெண்ணத்தைக் கைவிட்டார். நல்லவராக இருந்த தனக்குத் தவறிழைக்கப்பட்டதனால் உண்டான வருத்தத்தை - அவரது உள்ளார்ந்த நெஞ்சத்தில் இருந்ததை - குறிப்பதாக இருந்தது அந்தத்தாள். அதனை வைத்துத் தான் என்ன செய்யப்போகிறோம் என்பதனால் தீவிரமாக எதிர்பார்த்துக் கொண்டிருக்கும் பெல்-கார்டுகளின் நிலை, சிறிது தணிப்பதாக இருந்தது அவரது வருத்தத்தை. கட-ல் பயணம் செய்து கொண்டிருக்கும் போது, அந்தத்தாள் நினைவுக்குவரும் சமயங்களில் எல்லாம் அவர் மேலாக உணரலானார். நியூயார்க்கில் இறங்கி சான்பிரான்ஸிஸ்கோவுக்குப் பயணம் செய்தார். ஆனால் வழியில் கண்ட காட்சிகள் எதுவும் தன் வருத்தத்தைத தணிப்பதாக இல்லை.

தனது பழைய நண்பர்கள் நிறையப் பேரைச் சந்தித்தார். ஆனால் யாரிடமும் தன் வருத்தத்தைக் கூறவில்லை. தான் மணக்க இருந்த பெண் தன் மனதை மாற்றிக்கொண்டாள் என்று மட்டும் கூறிவைத்தார். அவர் மனம் மாற்றிக் கொண்டாரா என்று கேட்டபொழுது ‘‘நாம் வேறு விஷயத்திற்குப்போவது நல்லதென நினைக்கின்றேன்’’ என்று பதில் கூறினார். ஐரோப்பாவி-ருந்து “புதிதான கருத்துக்கள்” எதுவும் கொண்டுவரவில்லை என்று அவர்களுக்கு எடுத்துரைத்தார். அவரது நடத்தையும் எதையும் கண்டுபிடிக்கத் தவறியமையையே உணர்த்துவதாக இருந்தது. தன் விவகாரங்களைப் பற்றிப் பேசவோ அல்லது கணக்கு வழக்குகளைக் கவனிக்கவோ அவர் விரும்பவில்லை. தேர்ந்த மருத்துவர் நோய்க்கான அறிகுறிகளை அறியும் பொருட்டு வினவுவதைப்போல ஓர் அரை டஜன் கேள்விகளைக் கேட்டார்

- அது அவர்தான் என்ன பேசுகிறோம் என்பதை அறிந்திருப்பதாகக் குறித்தது. ஆனால், எந்த அபிப்பிராயமும் நெறிகாட்டுதலும் வழங்கவில்லை. பங்குச் சந்தை கனவான்களைப் புதிரில் ஆழ்த்தியதுமட்டுமில்லை, தனது லட்சியம் குறித்து அவரே வியப்புற்றார். அவரது அலட்சியம் வளரவே அதனைக் கட்டுப்படுத்த முயற்சிகள் மேற் கொண்டார். பழைய வேலைகளில் ஈடுபடலானார். ஆனால் அவை அவருக்கு உண்மையல்லாதவையாகத் தோன்றின. சமயங்களில் தனது மூளை மென்மையாகி விட்டதோ என அஞ்சினார். ஆதரவற்ற, நம்பிக்கையிழந்த ஊர்சுற்றியாக, யாருக்கும் பயனின்றி, தனக்கே வெறுப்பூட்டும் அளவில் - இதுதான் பெல்-கார்டுகள் அவருக்குச் செய்த துரோகம். இதி-ருந்து விடுபட சான்பிரான்சிஸ்கோவி-ருந்து நியூயார்க் வந்து ஓட்ட-ல் தங்கி, மூன்று நாட்களைக் கழித்தார். பிறகு, சான்பிரான்சிஸ்கோ திரும்பினார். திரும்பியதும், ஏன் அங்கேயே தங்கியிருக்கக்கூடாது என நினைத்தார். அவர் செய்வதற்கு ஒன்றுமில்லை, அவரது தொழில்கள் இல்லை, திரும்ப அவற்றில் ஈடுபட முடியாது என்று தோன்றியது. **இங்கே** அவர் செய்ய ஒன்றுமில்லை. ஆனால், அவர் செய்யவேண்டியது கடலைக் கடந்திருக்கும் பிரதேசத்தில் இருக்கிறது. அவர் செய்யாமல் விட்டிருப்பது திருப்தியடைந்து அடங்கிவிட்டதா? இல்லை, அவர் காதுகளில் முணுமுணுத்தது, அவர்கள் முன் சதா ஊடாடியது. புதிய தீர்மானங்களுக்கும் அவற்றின் நிறைவேற்றத்துக்கும் இடையில் குறுக்காக நின்றது. பிடிவாதமான ஆவி ஓட்டப்படும் வரை தொந்தரவு செய்வது மாதிரி. அது நிறைவேற்றப்படும்வரை அவரால் வேறெதுவும் செய்ய முடியாது.

நீண்ட இளைவெளிக்குப் பின், குளிர்காலத்தின் இறுதியில், திருமதி ட்ரிஸ்ட்ரத்திடமிருந்து கடிதம் வந்தது. தன் நண்பரைக் குஷிப்படுத்தவும், சிறிது வேறுபுறம் திரும்பவும் நினைத் திருந்தாள் போலும். ஜெனரல் பக்கார்ட் குறித்தும் செல்வி கிட்டி அப்ஜானைப் பற்றியும், புதிய நாடகங்கள் பற்றியும் சிலாகித்துவிட்டுக் கணவரது குறிப்பு ஒன்றையும் சேர்த்திருந்தாள். பின்குறிப்புடன் கடிதத்தை முடித்திருந்தால். பின் குறிப்பில் -

‘‘மூன்று நாட்களுக்கு முன்னதாக, நண்பர், மடாலயத் தலைவர் ஆபர்ட் மூலமாக, திருமதி சிண்ட்ரே தனது 27வது பிறந்தநாளன்று முகத்திரை ஏற்று, புனித வெரோனிக்கா என்று பெயர் தாங்கிக் கொண்டதாகக் கேள்விப்பட்டேன். சகோதரி வெரோனிகா தன் முன் ஒருவாழ்நாளையே கொண்டிருக் கிறாள்!’’

இக்கடிதம் காலையில் வந்து சேர்ந்தது; நியூமன் மாலையிலேயே பாரிஸுக்குக் கிளம்பினார். அவரது புண் மீண்டும் வ-யெடுக்க ஆரம்பித்துவிட்டது. சிறைக்கூடச் சுவர்களுக்கிடையே, திருமதி சிண்ட்ரே வாழ்நாளைக் கழிக்கும் எண்ணமே, பயணத்தின்போது அவரது மனத்தை ஆக்கிரமித்திருந்தது. எப்போதும் இனி பாரிஸில் தங்கி விடலாம் அவர். அவள் பாரிஸில் இல்லாவிட்டால்கூட அவளது கல்லறையாவது அங்கிருக்குமே என்ற எண்ணத்தில் ஒரு மகிழ்ச்சி கிட்டுவதாக இருந்தது. அவரது இல்லத்தில் தனித்து வசித்துவரும் திருமதி பிரெட்டைத் திடுமெனச் சந்தித்தார். பிரெட்டின் ஒரே வேலை சிறுசிறு தூசிகளைத் தட்டி அப்புறப்படுத்துவது. **எந்தக் குறிப்பிட்ட கடிகாரமும் எல்லா நேரத்தையும் கொண்டிருக்க முடியாது.** எந்த வேலையாளும் எஜமானரிடமிருந்து வீசும் எல்லா ஒளிவெள்ளத்திலும் திளைத்திட இயலாது என்று பிரெட் நினைத்தாள். சிறிது காலம் பாரிஸில் இருக்க வந்திருக்கிறாரா என்று மட்டும் கேட்டுவிட முனைந்தாள். ‘‘எப்போதும் இங்கிருக்கப் போகிறேன்’’ என்றார் நியூமன்.

பின்னர் திருமதி ட்ரிஸ்ட்ரத்தைச் சந்திக்கக் கிளம்பினார். அவளுக்குத் தன் வருகை குறித்து தந்தி அனுப்பியிருந்தார். ஒருகணம் அவரை நோக்கிவிட்டு கைகுலுக்கினாள் அவள். ‘‘வெகு விரைவில் வந்திருக்கிறீர்கள்’’ என்றாள். அவளது கணவர் பற்றி, குழந்தைகள் பற்றி விசாரித்தார். செல்வி டோராஃபிஞ்ச் பற்றிக்கூட விசாரித்திட முனைந்தார், இவற்றுக்கு இடையில் - ‘‘அவள் எங்கிருக்கிறாள் என்று உனக்குத் தெரியுமா?’’

திருமதி ட்ரிஸ்ட்ரம் ஒரு கணம் தயங்கினாள்; நிச்சயமாக அவர் செல்வி டோராஃபிஞ்சைக் குறிப்பிட்டிருக்கமாட்டார். பிறகு, பதில் தந்தாள். “அவள் என்ஃபெர் சாலையில் உள்ள

இன்னொரு இல்லத்துக்கு சென்றிருக்கிறாள்" சிறிது நேரம் கழித்து: "நான் நினைத்தபடி அவ்வளவு நல்லவராக இல்லை நீங்கள். நீங்கள் மிகவும் - நீங்கள் மிகவும் -"

"மிகவும் என்ன?"

"மிகவும் மன்னிக்காதவராக"

"தேவனே! என்னை மன்னிக்குமாறு நீ எதிர்பார்க்கிறாய்?"

"இல்லை, அதனை இல்லை. நான் மன்னித்திடவில்லை, ஆக நீங்களும் நிச்சயமாக இயலாது. ஆனால் நீங்கள் மறந்திட வேண்டும்! நான் எதிர்பார்த்ததைவிட மோசமான சுபாவம் கொண்டிருக்கிறீர்கள். நீங்கள் கொடூரமாகத் தோன்றுகிறீர்கள் - ஆபத்தாகத் தோன்றுகிறீர்கள்."

''நான் ஆபத்தானவனாக இருக்கலாம். ஆனால் கொடூரமானவனில்லை. இல்லை, நான் கொடூரமானவனில்லை." என்று கூறிவிட்டுப் புறப்பட எழுந்தார். மதியம் உணவருந்த வருமாறு வேண்டினாள் ட்ரிஸ்ட்ரம். இது போன்ற சமயங்களில் தன்னால் வந்து கலந்து கொள்வது சிரமம் என்று தெரிவித்துவிட்டு, முடிந்தால் மாலையில் வருவதாகக் கூறினார்.

நகரத்தின் ஊடாக நடந்து, என்ஃபெர் சாலையை நோக்கிச் சென்றார். ஆரம்ப வசந்தத்தின் மென்மை அன்று இருந்த போதிலும், தட்பவெப்பம் இதமாக இல்லை. சிறைகளும் மடாலயப் பள்ளிகளும் நிறைந்த ஒரு இடத்தை அடைந்தார். இரண்டு சாலைகள் சந்திக்குமிடத்தில் கார்மலைட்ஸ் இல்லம் - ஓர் இருண்ட, சாதாரணக் கட்டிடம், உயர்ந்த கோட்டை மதில்களுடன் - இருந்தது. உள்ளே போகாமலேயே, அதன் உயர்ந்த சாளரங்களையும், செங்குத்தான கூரை, புகைபோக்கி ஆகியவற்றையும் காண முடிந்தது. ஆனால், இவையெல்லாம் மானுடம் இருப்பதற்கான எந்த அறிகுறிகளையும் தரவில்லை. இந்த இடம் ஊமையாக, செவிடாக, உயிரற்றதாகத் தோன்றியது. வெளிறிய, உயிரற்ற, நிறமற்ற சுவர் நீண்டு கிடந்தது. அங்கு, நெடுநேரம் நின்றிருந்தார் நியூமன்; கடந்து செல்வோர் யாருமில்லை; அவர் இஷ்டம் போல பார்த்துக் கொண்டிருக்கலாம். அதுதான் அவரது பயணத்தின் இலட்சிய மாகத் தோன்றியது; அதற்காகத்தான் அவர் வந்திருப்பது. அது

ஒரு விநோதமான திருப்தி, இருந்தாலும், அது ஒரு திருப்தியாகவே இருந்தது. நிறைவேறாத தேட-ன் விடுபடுதலாகவே அவ்விடத்தின் வறண்ட நிசப்தம் தோன்றியது. அழைப்புக்கு அப்பால் அவள் இருப்பதாகவும், எதிர்காலத்தின் நாட்களும் ஆண்டுகளும், இந்த இடத்தில், எப்போதும் சாம்பல் நிறமாகவே அமைதியாகவே இருக்கும். அவர் திரும்ப ஒருபோதும், அங்கு நிற்க மாட்டார். கனத்த இதயத்துடன் கிளம்பினார்; ஆனால், அது, அவர் கொண்டுவந்த இதயத்தைவிட இலேசானதே.

எல்லாம் முடிந்துவிட்டது, அவரும், இறுதியில், ஓய்வுறலாம். குறுகிய தெருக்கள் வழியாக நடந்து சென்று, திரும்பவும் சீன் நதிக்கரையை அடைந்து, அங்கிருந்து நாட்டர்டாமின் பெரிய கோபுரங்களைப் பார்த்தார். ஒரு பாலத்தைக் கடந்து, பெரிய தேவாலயம் முன்பாக நின்றார். பிறகே உள்ள நுழைந்து அதன் அழகான இருளில் அமர்ந்தார். நெடுநேரம் அமர்ந்திருந்தார். நீண்ட இடைவெளியில் மணியோசை கேட்டுக் கொண்டிருந்தது. மிகவும் சோர்வுற்றிருந்தார். அவர் இருக்கக்கூடிய சிறந்த இடம் இதுதான். அவர் பிராத்தனை எதுவும் செய்யவில்லை; பிரார்த்தனை நிகழ்வது கேட்கவுமில்லை. நன்றி பாராட்ட எதுவும் இல்லை. வேண்டிக் கொள்ளவும் எதுவுமில்லை. இனிமேல் அவர் தன்னைக் கவனித்துக் கொள்ள இயலுமாதலால் கேட்க வேண்டியது இல்லாமல-ருந்தது, ஆனால், ஒரு பெரிய தேவாலயம் பரந்த விருந்தோம்பலை வழங்குகிறது. நியூமன் அங்கிருந்ததன் மூலம் உலகத்தை விட்டு நீங்கியிருந்தார். அவருக்கு நேர்ந்த மிகத்துக்ககரமான சம்பவம் ஒரு சம்பிரதாயமான முடிவினை எட்டியது. அந்தப் புத்தகத்தை மூடி, அப்பால் வைத்துவிடலாம். தன்முன்னுள்ள நாற்கா- மீது நெடுநேரம் சாய்ந்திருந்தார். அவர் சிந்தையில் எங்கோ ஓரிடத்தில் ஒரு சிக்கலான முடிச்சு அவிழ்ந் திருப்பதாகத் தோன்றியது. பெல்-கார்டுகளை நினைத்தார்; அநேகமாக அவர்களை மறந்துவிட்டார். அவர்களுக்கு தான் செய்ய நினைத்தது குறித்து வேதனையில் முணங்கினார்; மிகவும் சங்கடப்பட்டார். **அவரது பழிவாங்குத-ன் அடிப்பகுதி வீழ்ந்துவிட்டது. அது கிறித்தவ தர்மமா அல்லது உயிர்ப்பிக்க முடியாத நல்-யல்பா, அவரது**

ஆன்மாவின் பின்னணியில் இருப்பது என்ன என்பதை என்னால் கூறமுடியும் என்று நடிக்கமாட்டேன். ஆனால் நியூமனின் இறுதி எண்ணம் பெல்-கார்டுகளை விட்டுவிடுவதாகவே அமைந்திருந்தது.

இதனை உரத்துப் பேசியிருந்தால் அது அவர்களைப் புண்படுத்தியதாகும் என்று கூறுவார் நியூமன். அவர்களைப் புண்படுத்த விரும்பியது குறித்து நாணினார். அவர்கள் அவரைப் புண்படுத்தினர். ஆனால் அது அவரது விளையாட்டல்ல. இறுதியில், இருண்டு கொண்டிருக்கும் தேவாலயத்தைவிட்டு வெளியே வந்தார்; வெற்றி கொண்ட ஒருவரைப் போலவோ அல்லது ஒரு தீர்மானத்துக்கு வந்துவிட்டவரைப் போலவோ அல்லாமல், இன்னும் சிறிது நாணம் கொண்ட நல்-யல்பு வாய்ந்தவராகவே நடந்து வந்தார்.

இல்லத்துக்குச் சென்றதும் திருமதி பிரெட்டிடம் பெட்டியை ஆயத்தப்படுத்துமாறு சொன்னார். "எப்போதும் நீங்கள் இருக்கப்போவதாகச் சொன்னீர்களே" என்று வியப்படைந்தாள்.

"எப்போதும் தங்கிவிடப் போவதாகவே குறிப்பிட்டேன்" என்றார் அன்புடன். மறுநாள் பாரிஸி-ருந்து கிளம்பிய தி-ருந்து அவர் நிச்சயமாகத் திரும்பிடவில்லை. அவரது இல்லம் அவரை எப்போதும் வரவேற்கத் தயாராக இருந்தது. ஆனால், அது பிரெட்டுக்கு மட்டுமே பெரிய தங்குமிடமாக விளங்கியது. அவளுக்குச் சம்பளம் ஒழுங்காக வங்கி உதவியாளர் மூலம் கிடைத்துவந்தது.

மாலையில் ட்ரிஸ்ட்ரம் தம்பதியரின் வீட்டுக்குச் சென்றார். கணப்பருகே அமர்ந்திருந்த டாம், "உங்களைத் திரும்பவும் பாரிஸில் காண்பதில் மகிழ்ச்சி; வெள்ளை மனிதன் தங்குவதற்குரிய ஒரே இடம் இதுதான்" என்றார். சிறிது நேரம் அவருடன் அரட்டை அடித்துவிட்டு, "க-போர்னியாவில் ஆறுமாதம் தங்கிவிட்ட ஒருவருக்கு சிறிது அறிவார்ந்த உரையாடல் தேவை எனக்கருதுகிறேன். என் மனைவியை உங்களுக்கு உதவியாக விட்டுவிட்டுப் போகிறேன்" என்று கூறிவிட்டுக் கிளம்பினார்.

தன்னை விட்டுப் பிரிந்த பிறகு நியூமன் என்ன செய்தார்

எனத் திருமதி ட்ரிஸ்ட்ரம் வினவினாள்.

“குறிப்பாக ஒன்றுமில்லை”

“மனதில் சதி கொண்டுள்ள மனிதன் மாதிரி தோன்றினீர்கள். ஏதோ தீயதை முடித்திடக் குறியாக இருப்பதாகத் தோன்றி னீர்கள். நீங்கள் சென்ற பிறகு, உங்களை அப்படி விட்டிருக் கலாமா என்று யோசித்தேன்.”

“ஆற்றின் அக்கறைவரைதான் சென்றேன் -கார்மலைட்வரை”

“அங்கு என்ன செய்தீர்கள்? சுவரை அளக்க முயன்றீர்களா?”

“ஒன்றும் செய்யவில்லை. அந்த இடத்தைச் சில நிமிடங்கள் பார்த்துவிட்டு, வந்துவிட்டேன்”

“நீங்கள் பெல்-கார்டினைச் சந்திக்க நேரிடவில்லை? அவரது சகோதரியின் நடவடிக்கையைக் கடுமையாக பார்ப்பதாகக் கூறுகிறார்கள்”

“இல்லை, அவரைச் சந்திக்கவில்லை. அதனைச் சொல்வதற்கு மகிழ்கின்றேன்.”

“அவர்கள் கிராமத்தில் இருக்கிறார்கள். அந்த இடத்தின் பெயர் என்ன? - ஃப்ளூரியர்ஸ். நீங்கள் பாரிஸை நீங்கியதும், அவர்கள் அங்குச் சென்று, தனியாக வாழ்வை நடத்துகின்றனர். இளைய சீமாட்டிக்கு சந்தோஷமாக இருக்கும். தன் மகளின் இசை ஆசிரியருடன் ஓடிப்போனாள் என்று கேட்பதை எதிர்பார்க்கிறேன்!”

கணப்பினைப் பார்த்துக் கொண்டே, மிகுந்த அக்கறையுடன் இதனைக் கேட்டார்.

“அவர்கள் பெயரைத் திரும்பவும் சொல்ல விரும்ப வில்லை. அவர்களைப் பற்றிச் சிறிதும் கேள்விப்பட விரும்ப வில்லை,” என்று கூறிவிட்டுத தன் பையி-ருந்து அந்தத் தாளை எடுத்தார்.

“அதனை எரிக்கப் போகின்றேன். நீ ஒரு சாட்சியாக இருப்பது சந்தோஷம்” என்றதும் அதனை நெருப்பில் போட்டார்.

வியப்புற்ற திருமதி ட்ரிஸ்ட்ரம்,

"அது என்ன தாள்?" என்றாள்.

வழக்கத்திற்குமாறான நெடிய மூச்சைவிட்ட நியூமன், ஒருகணம் கழித்து, "உனக்கு இப்போது சொல்லலாம். அது பெல்-கார்டுகளின் இரகசியம் அடங்கியது. அது அறியப்பட்டால் அவர்கள் பேர் கெடும்."

"ஆ, அதனை எனக்கு ஏன் காட்டியிருக்கக்கூடாது?"

"உனக்குக் காட்டவேண்டும் என்றுதான் நினைத்தேன் - ஒவ்வொருவருக்கும் காட்ட வேண்டும் என நினைத்தேன். பெல்-கார்டுகளுக்குச் செலுத்த வேண்டிய என் கடனை அந்த வழியில் அடைக்க வேண்டும் என நினைத்தேன். அவ்வாறே அவர்களுக்குத் தெரிவித்து அச்சுறுத்தினேன். இந்த ஆபத்து வெடிப்பதி-ருந்து தப்பிக்கவே அவர்கள் கிராமத்துக்குச் சென்றிருக்கின்றனர். ஆனால் அதனை விட்டுவிட்டேன்."

"முழுமையாக விட்டுவிட்டீர்களா?"

"ஓ, யெஸ்"

"இது மோசமானதா, இந்த இரகசியம்?"

"ஆம், மிக மோசமானது"

"என்னைப் பொறுத்தவரை, நீங்கள் அதனை விட்டுவிட்டது வருத்தம் தருவதே. உங்கள் தாளினைப் பார்த்திருக்கப் பெரிதும் ஆசைப்படுகிறேன். உங்களுக்கு ஏஜெண்ட் என்ற முறையில் எனக்கும் தீங்கிழைத்தனர். இது நான் பழிவாங்குவதற்கு உதவியிருக்கும். இது உங்களுக்கு எப்படிக் கிடைத்தது?"

"அது ஒரு பெரிய கதை. ஆனால், எந்தவிதத்திலும், நேர்மையாகத்தான்"

"அது உங்கள் வசம் இருந்ததை அவர்கள் அறிவார்களா?"

"ஓ, அவர்களுக்குச் சொல்-யிருக்கிறேன்"

"எவ்வளவு சுவையாக இருக்கிறது? அவர்களை உங்கள் காலடியில் பணிய வைத்திருக்கிறீர்கள்?"

நியூமன் ஒரு கணம் மௌனமாக இருந்தார். "இல்லை. அப்படியில்லை. அவர்கள் கவலைப்படாத மாதிரி நடந்தனர். ஆனால் அவர்கள் கவலைப்பட்டதை அறிவேன் - அவர்கள்

அஞ்சினர்."

"உறுதியாகச் சொல்கிறீர்களா?"

"ஆம். உறுதியாகவே"

"உங்களை அலட்சியப்படுத்தியிருக்கிறார்கள், ஆ?"

"ஆம். அதுமாதிரிதான்"

"அவர்களைப் பின்வாங்கச் செய்ய முயன்றீர்கள், இதனை சம்பவப்படுத்துவன் மூலம்?"

"ஆம், ஆனால் அவர்கள் பின்வாங்கமாட்டார்கள். அவர்கள் விருப்பப்படி செல்லுமாறு விட்டுவிட்டேன். அவர்கள் தங்கள் குற்றத்தை மழுப்பிவிட்டு, என்னை ஏமாற்றுகாரனாக குற்றம் சாட்டினர். ஆனால் அவர்கள் அஞ்சிப்போயிருந்தனர். மற்றும் நான் விரும்பிய எல்லாப் பழிவாங்கும் உணர்வுகளையும் கொண்டிருந்தேன்."

"குற்றம்" எரிந்து போன சமயத்தில் குற்றத்தைப்பற்றி நீங்கள் பேசுவது நன்றாகத்தான் இருக்கிறது. அது முழுமையாக விழுங்கப்பட்டுவிட்டதா?"

எதுவும் எஞ்சவில்லை என்று பதி-றுத்தார் நியூமன்.

"நல்லது. அவர்களை நீங்கள் அவ்வளவாகத் தொந்தரவுபடுத்தவில்லை என்று இப்போது கூறுவதில் தீங்கொன்றும் இல்லையென்று கருதுகிறேன். நீங்கள் சொன்ன மாதிரி செய்யமாட்டீர்கள் என்று நம்பியதால்தான் அவர்கள் உங்களை அலட்சியப்படுத்தியிருக்கிறார்கள். அவர்களது நம்பிக்கை, தங்களது களங்கமற்ற தன்மையிலோ அல்லது குற்றத்தை மழுப்பிவிடும் திறமையிலோ இருக்கவில்லை; மாறாக உங்களது குறிப்பிடத்தக்க நல்-யல்பில்! அவர்கள் நிலை சரி என்று பார்க்கிறீர்கள்."

அந்தச்சிறுதாள் உண்மையிலேயே எரிந்துவிட்டதா என்று உள்ளுணர்வு தூண்ட நோக்கினார் நியூமன்; ஆனால் அங்கு எதுவும் எஞ்சியிருக்கவில்லை.